'TEACH YOURSELF BE A GREAT MUM'
या इंग्रजी पुस्तकाचा अनुवाद

असं असावं 'आई'पण

जुडी रेथ

अनुवाद
मुग्धा शुक्रे

मेहता पब्लिशिंग हाऊस

© +91 020-24476924 / 24460313 / Mob. No. 9545000513

Email : production@mehtapublishinghouse.com

Website : www.mehtapublishinghouse.com

TEACH YOURSELF BE A GREAT MUM by JUDY REITH

Copyright © 2008, 2010 Judy Reith

First Published in UK 2008 by Hodder Education,
part of Hachette Livre UK 338 Euston Road,
London, NW 1 3BH
www.hoddereducation.co.uk

Translated into Marathi Language by Mugdha Shukre

असं असावं 'आई'पण / मार्गदर्शनपर

अनुवाद : मुग्धा शुक्रे

author@mehtapublishinghouse.com

मराठी अनुवादाचे व प्रकाशनाचे हक्क मेहता पब्लिशिंग हाऊस, पुणे.

प्रकाशक : सुनील अनिल मेहता, मेहता पब्लिशिंग हाऊस,
१९४१, सदाशिव पेठ, माडीवाले कॉलनी, पुणे - ४११०३०.

मुद्रक : ट्रिनिटी ॲकॅडमी फॉर कॉर्पोरेट ट्रेनिंग लिमिटेड

मुखपृष्ठ : मेहता पब्लिशिंग हाऊस

प्रथमावृत्ती : ऑगस्ट, २०२१

किंमत : ₹ ३९५

P Book ISBN 9789391151010

E Book ISBN 9789391151034

E Books available on : amazonkindle Apple Books Google Play Books

---

माझी आई डॉन ऑर हिला,
तिने जे-जे काही बोलून दाखवले
आणि जे-जे सर्व न बोलता सोडून
दिले त्यासाठी...

लेखिकेशी भेट

आजकाल अनेक कुटुंबांसाठी मुलांचे संगोपन करणे, हे एक तणावपूर्ण आणि गोंधळात टाकणारे आव्हान आहे. ती एक बौद्धिक मजाही आहे. पण तरीही अशा गोष्टींसाठी मदतीची विचारणा करायला पालक नाखुश असतात. आम्हाला पालकत्व अवघड जाते, हे मान्य करायला कोणाला आवडेल? तथापि, ज्या पालकांना योग्य आधार मिळतो, त्यांचा आत्मविश्वास खूपच वाढतो.

'पॅरेंटिंग पीपल' या माझ्या कंपनीमार्फत कोर्सेस, कार्यशाळा तसेच प्रशिक्षणवर्ग चालवून पालकत्वाशी संबंधित प्रत्येक बाबींवर मी पालकांना मदत केलेली आहे. माध्यमांमध्येही माझे काम नेमाने चालू असते. रेडिओ, टीव्ही, तसेच वर्तमानपत्रांत पालकत्वाविषयी भाष्य करत असते. प्रत्येक आई-वडिलांना त्यांच्या मुलांना जसे पालक असावेत असे वाटते; त्यांना तसेच पालक बनवणे, हा माझा उद्देश आहे.

नोकरी करणारी तीन मुलांची आई असल्याने आजच्या पालकांच्या गरजा मी पूर्णपणे समजू शकते. ते जितके उत्कृष्ट आई-वडील होऊ शकतात; तेवढे बनण्यासाठी पालकांना आधार देणे, हा माझा ध्यास आहे. लक्षात घ्या, 'परिपूर्ण पालकत्व' असे काहीही नसते; परंतु तरीही पालकत्व हे तुमच्यासाठी दररोज मोठा आनंद आणि आव्हान घेऊन येते.

– जुडी रेथ

१

फक्त एक मिनिट आहे?

मुलांचे संगोपन करण्यात आपण खरेच चांगल्या आहोत का, ही मातांना वाटणारी चिंता हीच त्यांच्यासमोरील मोठी अडचण आहे. मी या अडचणीची व्याख्या 'पालकत्वाचा विश्वास' अशी करते. याचा परिणाम सर्वच गोष्टींवर होतो. मुलांना शी-शूच्या सवयी लावण्यापासून शाळेची निवड करणे, त्यांना गृहपाठात मदत करणे किंवा त्यांनी आपले ऐकावे अशी इच्छा बाळगणे. या सर्वच बाबतीत, आपण पालकत्व निभावण्यात फारशा चांगल्या नाही, असा स्वत:शी विचार करण्यात किंवा इतरांना तसे सांगण्यात माता फार हुशार असतात. त्यांच्या पालकत्वाच्या क्षमतेत काय ठीक आहे किंवा अगदी उत्तमसुद्धा असेल, त्या ते पटकन झिडकारून टाकतात.

ज्यांची मदत होऊ शकेल, अशा अनेक कल्पना आणि सल्ले यांनी आपण वेढलेलो असतो; परंतु त्याच वेळी आपल्याला योग्य वाटते तशा प्रकारे मुलांचे संगोपन करण्याची आणि म्हणून जी वैशिष्ट्यपूर्ण गुणवत्ता असते, ती आपल्यालेखी हळूहळू कमी महत्त्वाची होत जाते. आपल्या स्वत:चाच आपल्यावर असलेला दबाव तसेच समाजाचा पालकांवर असलेला दबाव – त्यांनी चुणचुणीत, सुसंस्कृत व आनंदी मुले घडवावीत – हा खूप मोठा असतो. त्यामुळे आपल्या विश्वासाचे सहजच खच्चीकरण होते आणि आपल्या चिंता वाढीस लागतात, यात काहीच आश्चर्य नाही. सगळी पुस्तके, वेबसाइट्स, पॅरेंटिंग-गुरू यांपैकी कोणीही तुमच्यापेक्षा चांगले असूच शकत नाहीत. कारण तुम्ही करता तेवढे प्रेम इतर कोणीही तुमच्या मुलांवर करणार नाही. तुमच्या कुटुंबाबाबतचे तज्ज्ञ तुम्ही स्वत: आहात.

माझा असा विश्वास आहे की, आई (आणि वडीलसुद्धा) जगातील सर्वांत महत्त्वाचे काम करत असते : पुढची पिढी घडवण्याचे आणि हो, हे फार अवघड काम आहे, ते चांगल्या प्रकारे करण्यासाठी सहनशक्ती, कल्पनाशक्ती आणि इतर काही भौतिक साधनांची गरज लागते. परंतु तुम्ही परिपूर्ण असावे, अशी तुमच्या मुलांचीही अपेक्षा नसते. आणि तुम्ही त्यांना देऊ शकता, अशा सर्वोत्कृष्ट

गोष्टी बारकोडसह येत नाहीत.

स्वत:लाच विचारा, माझ्या मुलांना कशा प्रकारची आई असावी, असे मला वाटते? ज्या गुणांसाठी किंवा मूल्यांसाठी आपल्या मुलांनी आपली आठवण करावी असे तुम्हाला वाटते, ते रुजवण्याचे ध्येय ठेवा. अर्थातच ते प्राप्य असावेत, हेही तितकेच महत्त्वाचे आहे. तुमच्या कुटुंबामध्ये ही मूल्ये, कशा प्रकारे रुजवावीत आणि तुमच्या कुटुंबाने कशाचे समर्थन करावे, असे तुम्हाला वाटते हे निश्चित करा. सर्वांत अगोदर तुमचा विश्वास डळमळीत करणारा तुमच्या आतला जो टीकेचा सूर आहे तो बंद करा. स्वत:ला सांगा 'परिपूर्ण नसणं' हे ठीक आहे.

फक्त पाच मिनिट आहे?

'परिपूर्ण माता' असे काही नसतेच. तुम्हाला कदाचित ते पुन्हा वाचावेसे वाटेल. ज्यांना मी प्रशिक्षण देते, त्या सर्व माता मला त्यांच्या काळजीविषयी सांगतात – त्या काही चुकीचे करत आहेत का, त्यांनी नेमके काय करायला हवेय आणि इतर माता काम करत असाव्यात याविषयीची काळजी.

असे का व्हावे की, सगळीकडच्याच मातांना, कधीकधी आपल्या मुलांच्या संगोपन क्षमतेबाबतचा विश्वास कमी वाटतो? माझ्यामते या प्रश्नाचे उत्तर आपल्यावर असलेल्या चुणचुणीत, आरोग्यपूर्ण आणि सुसंस्कृत मूल निर्माण करण्याच्या दबावामध्ये आहे. या गृहीतकामध्ये आहे की, असे सगळे होण्यासाठी आपण परिपूर्ण आणि शांत असायला हवे. हा दबाव बाह्य अपेक्षांमुळे येतो – समाज, आपले कुटुंब, मित्र यांच्या अपेक्षा, पण त्याचबरोबर काही अवास्तव प्रमाण समोर ठेवून आपणही आपल्या स्वत:वर आणि आपल्या मुलांवर दबाव आणत असतो. याचाच अर्थ, माझ्याकडून अशी अपेक्षा आहे, या स्वत:च्याच कल्पनेतून आपण बाहेर पडायला शिकलो, तर हा दबाव कमी करण्यात आणि स्वत:वरचा विश्वास पुन्हा मिळविण्यात यशस्वी होऊ.

एक गमतीशीर आई म्हणून...

आनंदी बालपण कशामुळे निर्माण होते? त्यांची आई कशा प्रकारची आहे यावर मुलांचा आनंद अवलंबून असतो का? कित्येक मातांनी मला असे सांगितलेय की आपण अधिक गमतीशीर असावे असे त्यांना वाटते; पण कशा प्रकारे आणि कुठून सुरुवात करावी, हेच त्यांना कळत नाही. आपणही कधीतरी लहानमुले होते, मोठेपणीच्या काळज्या, जबाबदाऱ्यांशिवाय मुक्तपणे खेळू शकत होतो आणि आपल्यातले तेच लहान मूल वरचेवर बाहेर येण्यासाठी आसुसलेले

असते. जेव्हा तुम्ही तुमचे शूज काढून टाकाल, घड्याळाशी फारकत घ्याल आणि तुमच्या मुलांबरोबर मजा कराल तेव्हा त्याचे तुम्हाला आणि तुमच्या मुलांना होणारे फायदे लक्षात घ्या. मुले जेव्हा आता तुमच्या वयाची असतील आणि त्यांच्या मुलांना स्वतःच्या बालपणाचे वर्णन ऐकवत असतील; तेव्हा त्यांनी काय म्हणावे, अशी तुमची अपेक्षा आहे?

एक गमतीशीर आई म्हणून मुलांनी माझा विचार करावा, असे जर तुम्हाला वाटत असेल, तर तुम्हाला स्वतःमध्ये काय बदल करायला हवेत ज्यायोगे ते तुमचे यथार्थ वर्णन ठरेल? तणाव पातळ्या नियंत्रणात आहेत, अशा वेळी आनंददायी स्मृती निर्माण करणे, ही एक मस्त गुंतवणूक होईल. सुट्ट्या, नाताळ आणि इतर वैशिष्ट्यपूर्ण प्रसंग हेच आपल्याला आठवतात. कारण अशा वेळी नेहमीची दिनचर्या नसायची आणि आपले पालकही वेगळ्याच मूडमध्ये असायचे. आपल्या आठवणीतले हे मैलांचे दगड ठरतात ज्यांना फोटो आणि डीव्हीडींचेही पाठबळ असते. रोजच्या कामासाठी तयार होतानाचे किंवा होमवर्क करतानाचे वगैरे फोटो शक्यतो नसतात. कौटुंबिक आयुष्याची मजा घेण्याची तुमची स्वतःची व्याख्या ठरवा – ही संकल्पना ज्या कुटुंबात तुम्ही किंवा तुमचा जोडीदार वाढले, त्यापेक्षा पुरेशी वेगळी असू शकते.

स्वतःची काळजी घ्या

तुम्ही घराबाहेर काम करायला जात असाल किंवा नसाल, घर आणि कुटुंब चालवणे, तुम्हाला वर्षातील प्रत्येक दिवशी व्यग्र ठेवते. स्वतःसाठी सुट्टीचे नियोजन करणे दूरच राहील; पण घराच्या, मुलांच्या, तुमच्या जोडीदाराच्या, तुमच्या विस्तृत कुटुंबाच्या मित्रमैत्रिणींच्या, पाळीव प्राण्यांच्या, तुमच्या नोकरीच्या ठिकाणच्या अशा सर्व वास्तव शारीरिक, भावनिक गरजा पूर्ण करायलाही पुरेसा वेळ कधीच मिळणार नाही. कौटुंबिक आयुष्याच्या या सर्व भागांना प्राधान्य देणे, हेच लाखो माता दररोज करत असतात.

अशा अनेकविध गोष्टींचा विचार करत असतानाच स्वतःची काळजी घेण्यासाठी तुम्ही काही वेळ देत आहात ना, याची खात्री करा. तुमच्या मुलांना आयुष्याची सुंदर सुरुवात देण्यासाठी तुम्ही स्वतःला – झोप, अन्न, आणि मौजमजा यांपासून वंचित ठेवण्याची गरज नाही.

तुमच्या मुलांबरोबर ट्रॅम्पोलीनवर उड्या मारताना किंवा बागेत त्यांच्याबरोबर पकडापकडी खेळताना तुमची ऊर्जा पातळी चांगली असण्याने मदत होणार

आहे. बाहेर पडणे, हे प्रत्येकासाठी उत्तम आहे. त्याचबरोबर ताजी हवा आणि व्यायाम यांमुळे तुम्हा सर्वांना रात्री चांगली झोपही येईल.

तुमच्या कुटुंबासाठी मौजमजेच्या इतर कोणत्या कल्पना तुमच्याकडे आहेत? एकत्रित जेवणाचा आनंद घेणे, सर्वांनी फिरायला जाणे, एकत्रित सुट्टी घेणे, सिनेमा पाहणे किंवा फक्त एकत्र बसणे, बोलणे-हसणे अशाही असू शकतात. एक व्यवस्थित घर, शांत, स्वस्थ वातावरण, झोपी गेलेली मुले आणि लवकर सुरू होणारी रात्र अशा गोष्टीही यामध्ये असू शकतात. तुमच्यासाठी याचे महत्त्व काय आणि कशाप्रकारे मातृत्वातून तुम्ही आनंद घेऊ शकता हे तुम्ही ठरवा.

१० फक्त दहा मिनिट आहे?

एक महत्त्वपूर्ण संदेश ज्याचा तुम्ही सर्वांनी विचार करावा, असे मला वाटते तो म्हणजे 'परिपूर्ण माता' असे काहीही नसते! मातांना प्रशिक्षण देताना मला गवसलेला समान धागा म्हणजे त्यांच्यात असलेली विश्वासाची उणीव आणि खरेच आपण मुलांना चांगल्याप्रकारे वाढवतो आहोत ना ही काळजी, ज्यामुळे चिंता निर्माण होते.

अशा अनेक चांगल्या गोष्टी ज्या आपल्या मुलांसाठी आपण दररोज करतो किंवा मुलांबाबत अनुभवतो, त्या सर्वांपेक्षा आपण ज्याबाबत असमाधानी आहोत, अशा गोष्टींची दखल घेणे खूपच सोपे असते.

असे का व्हावे की, सगळीकडच्याच मातांना कधीकधी आपल्या मुलांचे संगोपन करण्याच्या स्वतःच्या क्षमतेबाबतचा विश्वास कमी वाटतो? माझ्यामते या प्रश्नाचे उत्तर आपल्यावर असलेल्या चुणचुणीत, आरोग्यपूर्ण आणि सुसंस्कृत मुले घडवण्याच्या दबावामध्ये आहे. या गृहीतकामध्ये आहे की, असे सगळे करता यावे म्हणून आपण परिपूर्ण आणि शांत असायला हवे. हा दबाव बाह्य अपेक्षांमुळे येतो – समाज, आपले कुटुंब, मित्र यांच्या अपेक्षा पण त्याचबरोबर काही अवास्तव प्रमाण समोर ठेवून आपणही आपल्या स्वतःवर आणि आपल्या मुलांवर दबाव आणत असतो. याचाच अर्थ, 'माझ्याकडून अशी अपेक्षा आहे,' या स्वतःच्याच कल्पनेतून आपण बाहेर पडायला शिकलो, तर हा दबाव कमी करण्यात आणि स्वतःवरचा विश्वास पुन्हा मिळविण्यात यशस्वी होऊ.

तुमच्या मुलांसाठी तुम्हाला सर्वांत जास्त काय हवे, असे जेव्हा पालकांना विचारले जाते, तेव्हा बहुतेक वेळा उत्तर असते – 'आनंद.' आणि खरेच मुलांच्या आनंदासाठी लोक काहीही करायला तयार असतात. याचाही आणखी वेगळाच दबाव निर्माण होतो. जसे की, आपण सर्जनशील असायला हवे. मुलांना रमवता येईल अशा नवनव्या मजेशीर कल्पना आपल्याला सुचायला हव्यात किंवा त्यांना हवे ते विकत घेण्यासाठी जवळ पुरेसे पैसे असायला हवेत... वगैरे. परंतु मुलांना खरोखर आनंदी बनवतील, अशा गोष्टींना किमतीचे लेबल कधीच नसते.

तुमची मुले केव्हा आनंदी होतात, हे तुम्हाला कसे कळते?

नाताळच्या सकाळी अनावर उत्सुकतेने त्यांच्यासाठी असलेल्या भेटीचे वेष्टण दूर करत असतात तेव्हा की, ही एक आर्त, खोलवर झिरपत जाणारी जाणीव असते ज्यायोगे त्यांच्या आनंदी असण्याची तुम्हाला खात्री वाटते? त्यांच्यासाठी पैसा खर्च करणे ही नव्हे, तर त्यांच्याबरोबर वेळ घालवणे, ही तुमच्या मुलांसाठी तुमची सर्वोत्कृष्ट भेट ठरेल. परंतु तरीही कधीकधी आपण या विचाराच्या जाळ्यात अडकतोच की अरे! करण्यासारखी एवढी सगळी कामे बाकी असताना मुलांबरोबर वेळ घालवणे, म्हणजे वेळ वाया घालवण्यासारखेच आहे. नाही, याला वेळ वाया घालवणे म्हणत नाहीतर यामधून तुमच्या मुलांवरचे तुमचे प्रेम, काळजी व्यक्त होते. विशेषतः मुले लहान असतात तेव्हा जास्तच.

आपण खरेच पुरेशी चांगली आई आहोत का? ही शंका तुम्हाला असेल तर मात्र तुमच्या लहानग्याला खेळवण्यापेक्षा किंवा गोष्ट वाचून दाखवण्यापेक्षा लाँड्रीचे कपडे किंवा ई-मेल्स पाठवणे यासाठी तुम्ही स्वतःच्या मागे लागाल. तुमच्या मुलांपासून तुम्हाला दूर खेचणाऱ्या अशा कामांकडे कधीकधी दुर्लक्ष करायला शिका. मुलांचे संगोपन करण्याची तुमची क्षमता तसेच वैशिष्ट्यपूर्ण गुणवत्ता याचे महत्त्व कमी लेखणारा तुमच्या आतला जो टीकेचा सूर आहे, तो बंद करा. त्याऐवजी स्वतःला काही चांगल्या गोष्टी किंवा अशा उपयांचा शोध घ्या, ज्यायोगे तुमचा स्वतःवरचा आणि म्हणूनच मुलांवरचाही विश्वास वाढेल.

स्वतःबाबत एक आई म्हणून असलेली मूल्ये आणि धारणा

आपली मूल्ये हे नैतिक नियम आहेत, ज्यांच्या आधारे आपण जगतो किंवा आपल्या पालकत्वाने ज्यांचे समर्थन करावे, असे आपल्याला वाटते. हे या नियमांचेच महत्त्व आहे – ज्यायोगे आपण सकाळी उठतो, मुलांची काळजी घेतो, त्यांच्या भौतिक, शारीरिक, भावनिक गरजांविषयी अव्याहत निर्णय घेतो. आपली मूल्ये ही आपल्यासाठी युनिक असतात, पण जेव्हा आपण जोडीदारासह मुलांचे संगोपन करत असतो, तेव्हा आपल्या दोघांच्या मूल्यांची टक्कर हा वादाचा वा चिंतेचा स्रोत असू शकतो. उदाहरणार्थ, 'सहनशीलता' हे तुमच्या लेखी अत्यंत महत्त्वाचे मूल्य आहे आणि आपल्या मुलांबाबत सहनशील राहण्यासाठी तुम्ही पराकाष्ठेचे प्रयत्न करत असाल. याचे कारण तुमची आई सहनशील असेल किंवा याविरुद्ध तुमची आई किंवा वडील पटकन रागावणारे असतील आणि इतिहासाची पुनरावृत्ती होऊ न देण्याचा तुम्ही निश्चय केलेला असेल म्हणूनच जेव्हा तुम्ही तुमच्या जोडीदाराला

मुलांनी घाई करावी म्हणून त्यांच्यावर ओरडताना ऐकता तेव्हा नाराज होता. त्याला मध्येच थांबवून तुम्ही या गोष्टीची जाणीव द्याल किंवा न द्याल; परंतु एक गोष्ट मात्र स्पष्ट आहे, जेव्हा तुमच्या मूल्यांचे उल्लंघन केले जाते, तेव्हा तुम्ही दुखावले जाता.

तुमच्या जोडीदाराबरोबर त्याची मूल्ये काय आहेत याबाबत संवाद साधा. दोघांमध्ये समानता काय आहे आणि कुठे तडजोड करण्याची गरज आहे, याचा शोध घ्या. आपल्या जोडीदाराला गृहीत धरणे आपल्यासाङ्गी खूप सोपे आहे. तरीही मुलांनंतर आपला सहवास दीर्घकाळ राहावा, अशी आपली अपेक्षा असते. आजोबा-आजी होण्याचे सुख दोघांनी एकत्रित अनुभवावे असे वाटत असेल, तर हीच वेळ आहे – दोघांनी परस्परांत आणि त्या मूल्यांमध्ये गुंतवणूक करावी. ज्यांच्याआधारे तुम्ही तुमची मुले मोठी करणार आहात.

आपल्या धारणा या वैयक्तिक स्वभाववैशिष्ट्ये असतात. ती आपल्याबाबत खरी आहेत, असा आपला विश्वास असतो आणि दुःखाची गोष्ट ही की, आपल्यावर बऱ्याचदा नकारात्मक धारणांचा प्रभाव असतो. आपल्या धारणांचे मूळ हे बहुधा आपल्या बालपणात असते आणि आश्चर्यकारकरित्या त्या आपल्या उर्वरित आयुष्यावर अंमल चालवतात. जर तुमच्या स्वतःच्या आईने तुम्हाला आळशी म्हटलेले असेल तर तुम्हीही तुमचे वर्णन आळशी असेच करण्याची शक्यता आहे, तसेच ती धारणा मजबूत करत राहता. 'शाळेसाठी केक बनवण्याकरता मी खूप आळशी आहे – मी तशीच आहे,' ह्या धारणा तुम्हाला जुन्याच प्रकारात राहू देतात. जेव्हा आपण या कुचकामी धारणांना आपल्यावर अंमल करू देतो तेव्हा आपणच आपल्या क्षमता मर्यादित करत असतो. तथापि आपण या धारणांचा त्याग केला तर त्याचे परिणाम आपल्यासाठी आणि आपण ज्यांच्यावर प्रेम करतो त्यांच्यासाठीही फार सुंदर असू शकतात. तुम्हाला स्वतःबाबत ज्या नकारात्मक धारणा आणि तशीच मूल्ये आहेत त्यांना तपासून पाहा आणि आवश्यक तिथे दुरुस्ती करा. त्यांची जागा सकारात्मक मूल्ये व धारणांना द्या, ज्या आधारे तुम्ही जगू इच्छिता किंवा ज्यांच्यासाठी तुमच्या मुलांनी तुमची आठवण काढावी, असे तुम्हाला वाटते.

स्वतःची काळजी घेताना

तुम्ही घराबाहेर काम करायला जात असाल किंवा नसाल, घर आणि कुटुंब चालवणे तुम्हाला वर्षातील प्रत्येक दिवशी व्यग्र ठेवते. स्वतःसाठी सुट्टीचे नियोजन करणे दूरच राहील पण घराच्या, मुलांच्या, तुमच्या जोडीदाराच्या, तुमच्या विस्तृत कुटुंबाच्या, मित्रमैत्रिणींच्या, पाळीव प्राण्यांच्या, तुमच्या नोकरीच्या ङ्गिकाणच्या

अशा सर्व वास्तव, शारीरिक, भावनिक गरजा पूर्ण करायलाही पुरेसा वेळ मिळत नाही. कौटुंबिक आयुष्याच्या या सर्व भागांना प्राधान्य देणे हेच लाखो माता दररोज करत असता. कधीकधी त्यांना इतरांचे मदतीचे हात मिळतातही; पण याचा अर्थ 'आता काय बरे करावे?' हा प्रश्न मातांना पडलाय असे कधीच होत नाही. मला वाटते एक आई आपल्या कुटुंबाच्या गरजांना कसे प्राधान्य देते, हे दर्शवण्यासाठी तिला तिच्या हँडबॅगमध्ये काय-काय आहे हे दाखवायला सांगितले, तरी कळेल. माझ्या एका प्रशिक्षण घेणाऱ्या ग्राहकाने एवढ्यातच तसे केले आणि तिच्या हँडबॅगमध्ये पुढील वस्तू होत्या – पैशाचे पाकीट, रेसिपीज लिहिलेले सुटे कागद आणि मुलांचे अव्यवस्थित फोटो, वापराच्या वेगवेगळ्या अवस्थेतले टिश्यू पेपर्स, पार्किंग तिकिट, मुलांच्या खाऊच्या चुरगाळलेल्या पिशव्या किंवा खोकी, अनेक पेन, बोथट पेन्सिल, वेगवेगळ्या याद्या, मोबाईल फोन, थोडेसे कुत्र्याचे खाद्य आणि झाकण नसलेली लिपस्टिक ह्या गोष्टी तुम्हाला या आईच्या आयुष्याबद्दल काय सांगतात? मला वाटते, लिपस्टिकवरून हे लक्षात येते की, आता तिने या रोजच्या यादीत स्वतःला वरचे स्थान देण्याची वेळ आलेली आहे. माता स्वतःला असा विचार करू देतात की, जर त्यांनी प्रत्येकाची आणि प्रत्येक गोष्टीची काळजी घेतली, तर त्याही व्यवस्थित राहतील. घर आणि कुटुंब चालविण्यासाठी तसेच कामाच्या ठिकाणी लागणारी ऊर्जा अमर्याद आहे, म्हणूनच या कामांसाठी तंदुरुस्त राहायचे असेल, तर कधीकधी तुम्ही तुमच्या गरजांना अग्रक्रम द्यायला हवा. तेही फक्त शारीरिक तंदुरुस्ती नाहीतर इतरांच्या गरजा समजून घेऊन त्या पुरविता येण्याएवढी मानसिक मोकळीकही तुम्हाला मिळवायला हवी.

मग 'आदर्श' आईच्या हँडबॅगमध्ये काय असायला हवे? होय, मुलांच्या गरजेच्या वस्तू त्यात असतीलच; परंतु त्यात एक आकर्षक नवीन लिपस्टिक आहे; तीही झाकणासह असा विचार करायला मला आवडेल. तुमच्या हँडबॅगमध्ये असे काय असेल ज्यायोगे तुमच्या गरजा पूर्ण केल्या जात आहेत, हे प्रातिनिधिक स्वरूपात दर्शविता येईल? रोजच्या रोज तुमच्या बॅटरीज रिचार्ज करण्यासाठी तुम्ही थोडा वेळ कसा काढू शकता? एक दिवस 'स्पा'मध्ये जाऊ शकलात, तर छानच परंतु फक्त पाच मिनिटांसाठी शांत बसून चहाचा कप संपवलात, तरी तुम्हाला बरे वाटेल. तुम्हाला काय चांगले वाटते ते तुम्ही ठरवा, त्याला तुमच्या यादीत वरचे स्थान द्या आणि जर शक्य असेल, तर तुमच्या हँडबॅगमध्ये!

प्रस्तावना

तुम्ही हे पुस्तक का वाचत आहात?

जेव्हा आई असणे म्हणजे काय याविषयी मला जास्त माहिती हवीशी वाटली तेव्हा मी काही पुस्तके विकत आणली आणि माझ्या मैत्रिणींशी, कुटुंबाबरोबर याबाबत बोलले. यापूर्वी कधीही मला ज्यांचा विचार करावा लागला नव्हता अशा समस्यांवर मी नवी उत्तरे कशी शोधू शकते, हे मला जाणून घ्यायचे होते. जसे की, मुलांची वर्तणूक समस्या, त्यांना शी-शू चे प्रशिक्षण कसे द्यावे किंवा चाइल्डकेअर सुविधा पुरविणाऱ्यांकडून कोणती अपेक्षा करता येईल... वगैरे.

हे पुस्तक घेण्यासाठी आणि स्वतःला एक उत्कृष्ट आई कसे बनावे, हे शिकविण्यासाठी तुमच्याजवळ तुमची स्वतःची कारणे असतीलच. सामान्यतः माता या चौकस असतात आणि मातृत्वाबाबत जागरूक असतात. त्यामानाने बऱ्याच वडिलांना पितृत्वाबाबत जाणून घेण्यात तेवढा रस नसतो. माझे पालकत्वाचे अभ्यासवर्ग खूप मातांना आकर्षित करतात आणि वाईट वाटते, पण फार कमी वडिलांना! तथापि, पालकत्वाचे मार्केट विस्तारते आहे. किती प्रकारची पालकत्वावरील पुस्तके आणि मासिके आजकाल विकायला असतात पाहा. त्याचबरोबर सर्वोत्कृष्ट आया (सुपरनॅनी) आणि इतर तज्ज्ञ जगभरातल्या टीव्हीवर असतात. तुमचा सगळा मोकळा वेळ (!) तुम्ही पालकत्वावरील वेबसाइट्सवर घालवू शकता.

या पुस्तकाने तुम्हाला का मोहित केले आहे, याची स्पष्ट कारणे कदाचित तुमच्याकडे असतीलही किंवा या पुस्तकातून तुम्हाला नेमके काय मिळेल याबाबत तुम्हाला आत्ताच काही सांगता येणार नाही. तुम्हाला जर अशी आशा वाटत असेल की, हे पुस्तक तुमच्या मनातील पालकत्वाबाबतचे द्वंद्व सोडवू शकेल आणि नेमके काय करावे ते तुम्हाला सांगू शकेल, तर तुम्ही ते दुसऱ्या कोणालातरी देऊन टाकावे हेच उत्तम! हे 'कशाप्रकारे' या पद्धतीचे पुस्तक नाहीये. तुम्ही ते वाचायला सुरुवात करण्यामागे काहीही कारणे असोत, तुमच्या लक्षात येईल. पहिल्याच प्रकरणात तुम्हाला त्रयस्थ दृष्टिकोनातून एक आई म्हणून तुम्ही कुठे

आहात, हे पुस्तकाला सुरुवात करण्यापूर्वीच तपासून पाहायला सांगितले आहे. जर तुम्ही तुमच्या पहिल्या अपत्याच्या प्रतीक्षेत गरोदर आहात तर दहा वर्षांच्या आतील तीन मुलांच्या आईच्या अनुभवाच्या तुलनेत तुम्हाला अनेक रिकाम्या जागा भराव्या लागतील. तुम्हाला कितीही मुले असू देत, आई असणे म्हणजे काय आणि मुलांना त्यांच्या जन्मदिवसांपासून पुढे कसे वाढवावे, हे शिकण्याची इच्छा असणारी तुम्ही एकटी आई नाही. लाखो मातांची हीच इच्छा आहे.

ते शिकण्यात नक्कीच अर्थ आहे. 'मातृत्व' हे तुम्ही करत असलेले सर्वांत महत्त्वाचे काम आहे.

या पुस्तकाचा हेतू काय आहे?

मला एक आदर्श आई व्हायला आवडेल, परंतु माझ्या मुलांना मोठ्ठे करण्यात मी खूपच व्यग्र आहे.

– *अनामिक*

परिपूर्ण मातृत्व असे काहीही नसते!

संपूर्ण पुस्तकामध्ये या वाक्याची अनेकदा पुनरावृत्ती झालेली तुम्हाला आढळेल. अनेक माता किती उच्च ध्येय ठेवतात आणि आपणच आपल्या अपेक्षेपर्यंत किंवा अन्य कोणत्या अपेक्षा पोहोचू शकत नाही, हे शल्य उराशी बाळगतात हे पाहून तुम्ही आश्चर्यचकित व्हाल. जेव्हा असे घडते, तेव्हा आपल्याला अपराधी वाटते. आपण आत्मविश्वास गमावतो आणि कसेतरी दिवस ढकलत राहतो. अपराधीपणा आणि कुरबुरीच्या विषारी वातावरणात जगत राहतो. या पुस्तकात आत्मविश्वासपूर्ण आई या विषयावर एक संपूर्ण प्रकरण आहे. कारण सगळीकडच्या मातांची पहिली तक्रार असते की, त्यांना स्वतःबद्दल विश्वासच वाटत नाही. जर आई म्हणून तुम्हाला स्वतःबद्दल थोडा जास्त विश्वास वाटला तर तुमच्यासाठी ते कसे असेल? मातृत्वाच्या प्रत्येक घटकाबद्दल तुम्हाला स्वतःला शिकविता यावे आणि यासाठी तुमच्यातील सर्वोत्तम ते बाहेर आणण्याचे तंत्र कसे वापरता येईल. हे तुम्हाला कळावे म्हणून मी हे पुस्तक लिहिले आहे. इतर कोणाच्या तरी निकषांचे पालन करण्याऐवजी आई म्हणून तुमचे स्वतःचे शब्दचित्र निर्माण करा.

तुम्ही स्वत:ला कसे शिकवाल?

तुम्ही चौकस असायला हवे तसेच तुम्हाला नेमके काय बदलायचे आहे किंवा खरोखरच काय शिकायचे आहे आणि ते तुम्ही कशा प्रकारे करणार आहात, याचा तपास होण्याची तुमची तयारी हवी. तुमच्या स्वत:समोर सकारात्मक, स्पष्ट आणि वास्तववादी ध्येय ठेवण्याबाबत तुम्ही मुद्देसूद असायला हवे. ती ध्येयं मोजमाप करता येण्यायोग्य असावीत ज्यामुळे तुम्ही काय साध्य केले आहे आणि तुमच्या ध्येयाप्रत पोहोचण्यासाठी अजून किती पल्ला गाठायचा आहे, हे तुम्ही पाहू शकाल, अनुभवू शकाल, त्याबाबत विचार करू शकाल.

तुम्हाला विचार करायला प्रवृत्त करतील, अशा अनेक उपयुक्त सूचना तुम्हाला या पुस्तकामध्ये आढळतील त्याचप्रमाणे इतर मातांचे अनुभवदेखील इथे दिलेले आहेत. हे तुमचे पुस्तक आहे, तुम्हाला लागू होईल त्या पद्धतीने त्याचा वापर करा. प्रकरणांच्या अंतर्गत कोणते मुद्दे विचारात घेतले आहेत ते पाहा आणि तुम्हाला काय आवडते तेथून वाचायला सुरुवात करा. तुम्ही कोणत्या प्रकरणापासून वाचायला सुरुवात करता यामुळे काहीही फरक पडू नये अशा पद्धतीने हे पुस्तक लिहिले आहे. मला माहिती आहे, बऱ्याचशा माता इतक्या दमलेल्या आणि कामात व्यग्र असतील, की त्या 'आई असणे' याविषयीची शाब्दिक प्रकरणे (थिअरी) वाचू शकणार नाहीत. थेअरी तर या पुस्तकात आहेच; परंतु त्याहीपेक्षा महत्त्वाचे म्हणजे तुमच्यासाठी ती थेअरी प्रत्यक्षात आणण्याचे स्वाध्याय दिलेले आहेत. तुम्ही स्वाध्याय सोडवले नाहीत तरी ठीक आहे – ही काही शाळा नाहीये! तथापि तुम्ही ते सोडवलेत तर तुम्हाला स्वत:बद्दल कितीतरी गोष्टी शिकता येतील. माता मला नेहमी सांगत असतात – एखादी गोष्ट लिहून काढली, तरच ती त्यांच्या आठवणीत राहते.

प्रत्येक प्रकरणाचा शेवट हा दहा महत्त्वाचे मुद्दे एकत्रित रूपात देऊन केलेला आहे. तसेच तुमचे विचार आणि तुमच्या भावनांची नोंद करण्यासाठी काही मोकळी जागा दिलेली आहे.

तुमची इच्छा असेल, तर तुम्ही त्या प्रकरणातून काय शिकलात याचीही नोंद करू शकता. तुम्ही असे करावेच असा दबाव अजिबात नाही; परंतु ज्याप्रमाणे मुलांना त्यांचे यश नोंदवून ठेवल्याचा फायदा होतो, तसाच फायदा मातांनाही होईल. मुलांप्रमाणेच त्यांच्या वर्तणुकीतही सकारात्मक बदल दिसून येईल.

या पुस्तकात वापरलेली भाषा

कुटुंबे ही अनेक प्रकारच्या, वेगवेगळ्या कॉंबिनेशन्समध्ये असतात. प्रत्येक प्रकाराचे एक उदाहरण द्यायचे म्हटले तरी खूप मोठे होईल. तुमच्या लक्षात येईल की, मी मुलांसाठी कधी 'तो' सर्वनाम वापरते तर कधी 'ती'. तसेच प्रत्येकीचे लग्न झालेले असेल आणि ती आई आपल्या मुलांच्या वडिलांबरोबर राहत असेलच असे नाही म्हणूनच योग्य तिथे मी 'जोडीदार' हा शब्द वापरेन. त्याचा पाहिजे तसा अर्थ घेणे तुमच्यावर सोडले आहे. एखाद्या वाचकाला ही भाषा अपमानास्पद वाटल्यास मी क्षमा मागते – माझा हा हेतू नक्कीच नाही.

मी, जुडी रेथ असे पुस्तक का लिहिते आहे?

मी एक व्यावसायिक पालक-प्रशिक्षक आहे. लेखक, प्रसारक आणि परिपूर्णतेपासून कितीतरी दूर असलेली तीन मुलांची आई आहे. माझी मुले लहान होती तेव्हा पालकत्वाच्या आव्हानांना सामना करताना मला पालकत्वाच्या अभ्यासवर्गाची खूप मदत झाली. या प्रशिक्षण वर्गाने आमच्या कुटुंबात एवढा बदल घडवून आणला की, मी माझी जुनी नोकरी सोडून दिली आणि स्वत: असे कोर्सेस आणि कार्यशाळा चालविण्याचे प्रशिक्षण घेतले. त्यानंतर मी 'जीवन आणि पालक' प्रशिक्षक म्हणून उत्तीर्ण झाले, ज्याआधारे जगभरातील पालकांना मी एकेकाला समुपदेशन करू शकते. मिडियामध्ये मला नेहमी पालकत्वाबाबत आपले मत प्रकट करण्यास विचारले जाते आणि जेव्हा तसे घडते किंवा जर मला संधी मिळाली, तर मी मातांना देशातील सर्वांत महत्त्वाचे लोक म्हणून विजेतेपद बहाल करेन. माझ्याबद्दल जास्त जाणून घेण्यासाठी या वेबसाइटला भेट द्या –

www.parentingpeople.co.uk

पालकत्वाशी निगडत समस्या सोडवताना, पालकांमधील सर्वोत्तम ते बाहेर यावे म्हणून मी प्रशिक्षण तंत्राचा आणि अंत:प्रेरणेचा वापर करते. प्रशिक्षण ही सकारात्मक आणि खबरदारीयुक्त प्रक्रिया आहे, जिची रचना ग्राहकांना हवे ते किंवा आवश्यक ते बदल करणे सोपे जावे म्हणून केलेली आहे. उदाहरणार्थ – एका आईला कामावर पुन्हा रुजू व्हावे किंवा घरी राहून तिच्या मुलांची काळजी घ्यावी यांपैकी काय करावे ते समजत नसेल किंवा तिला भावंडांमधील प्रतिस्पर्धी भावनेचा त्रास होत असेल किंवा शाळेसंबंधी काही कठोर निर्णय घ्यायचे असतील. पालक प्रशिक्षक सल्ला देऊन किंवा ग्राहकाला काय करावे, हे सांगून वरील

समस्या सोडवणार नाही. त्याऐवजी प्रशिक्षक काही तीक्ष्ण प्रश्न विचारतात आणि ग्राहकाचे खूप ऐकतात ज्यायोगे ग्राहकाला स्वत:च निष्कर्षाप्त पोहोचणे सोपे जाते. तुम्हाला कदाचित असे वाटत असेल की काय करावे, हे सांगण्यासाठी मला पालकत्वावरील तज्ज्ञ व्यक्तीची गरज आहे. माझीही इच्छा आहे की, पालकत्वावरील अभ्यासवर्ग आणि प्रशिक्षणवर्ग मोठ्या प्रमाणात उपलब्ध असावे; परंतु माझा असा विश्वास आहे – तुमची ताकद आणि तुमची अंत:प्रेरणा याकडे लक्ष देऊन तसेच या पुस्तकातील इतर मातांचे अनुभव आणि पालकत्वाच्या कल्पना वाचून तुम्हीच तुमच्या समस्येवर सर्वोत्तम उपाय शोधू शकाल. खास तुमच्या कुटुंबाच्या गरजेप्रमाणे बनवलेला, याची कल्पना करा.

सुरुवात करताना...

तुम्हाला गरज आहे....

एका छानशा पेनची. जा तर, तुम्हाला परवडेल असा सर्वांत, सुंदर पेन विकत घेऊन या. जो वापरताना प्रत्येक वेळी तुम्हाला त्याचा आनंद मिळेल. स्वाध्याय लिहिण्यासाठी तसेच तुम्ही स्वत: शिकवता तेव्हा तुमच्या स्वत:च्या नोंदी लिहिण्यासाठी तुम्हाला पेन लागेल.

पुढे पहिल्या प्रकरणाच्या अगोदर दिलेल्या ध्येय भागाकडे पाहा, जो वाचून तुम्ही पुस्तक वाचण्याचे तुमचे नियोजन करू शकता. जेणेकरून तुम्हाला काय मिळवायचे आहे, हे तुमच्या लक्षात येईल.

माझे तुम्हाला वचन आहे...

हे पुस्तक तुमच्या कल्पनाशक्तीला गुंतवून ठेवेल आणि त्याचवेळी खूपसे वास्तववादीही असेल. तुम्हाला इच्छा आहे तशी आई तुम्ही बनावे म्हणून ते तुम्हाला प्रेरित करेल. आता तुम्ही आई म्हणून ज्या स्थानावर आहात. पुस्तक संपल्यानंतर त्यापेक्षा वेगळ्या स्थानी असणार आहात. मला आशा वाटते की, तुम्ही अधिक आत्मविश्वास, मातृत्वाचा आनंद आणि व्यवस्थापन यांचा अनुभव घेतलेला असेल.

हे पुस्तक वाचण्यामागची तुमची ध्येये

हे पुस्तक वाचण्याचा निर्णय घेतल्यानंतर जर तुम्ही प्रश्नांची उत्तरे लिहिण्यात काही वेळेची गुंतवणूक केलीत, तर तुम्हाला शिकण्यासाठी याची खूप मदत होईल. तुम्ही कोणत्या क्रमाने यातील प्रकरणे वाचणार आहात, तो क्रम तुम्ही निवडू शकता. तुमचा शिकण्याचा उद्देश नोंद करून ठेवणे आणि कोणत्याही प्रकरणाच्या शेवटी तसेच पुस्तकाच्या शेवटी तुमच्या प्रगतीचे मोजमाप करण्याचा मार्ग दाखवणे हेच यामागील कारण आहे.

हे पुस्तक वाचण्यासाठी तुमची ध्येये निश्चित करताना...

जेव्हा तुम्ही एखादे पाककृतींचे पुस्तक वाचता आणि त्यातील पाककृती करून पाहता तेव्हा ती पाककृती जमते आहे आणि तिची चव चांगली आहे, हे पाहणे एवढेच तुमचे ध्येय असते. अंतिम उत्पादन तुमच्या हाती येते, ज्याचे तुम्हाला परीक्षण करता येऊ शकते. 'मातृत्व' हे काही असे स्वयंपाक करण्यासारखे नेमके शास्त्र नाही; परंतु या पुस्तकातून तुम्हाला काय मिळवायचे आहे त्याबाबत शक्य असेल तेव्हा नेमकेपणा बाळगणे चांगलेच आहे. उत्पादन काय असेल आणि त्याचे 'यश' तुम्ही कशाप्रकारे मोजणार? आई म्हणून तुम्हाला कदाचित असे ध्येय असू शकेल –

मला माझी मुले आनंदी हवी आहेत

परंतु 'आनंदी' म्हणजे कशी? तुमची सर्व मुले आनंदी आहेत, हे तुम्हाला कसे कळणार? त्यांच्या आनंदावर तुमचे किती नियंत्रण आहे, असे तुम्हाला वाटते?

या ध्येयाचे अधिक नेमके आणि मोजमाप करता येईल, असे ते रूपांतर असेल –

माझ्या सर्व मुलांना आनंदित करण्यासाठी मला काय करता येईल, यावर लक्ष केंद्रित करण्यासाठी मला नियमित वेळ हवा आहे. ही भाषा नेमकी आणि ध्येय ठरविणाऱ्याच्या नियंत्रणातील आहे. आपण ते साध्य केले आहे, हे नियमित वेळ ठरवून दिल्यानंतर तिला कळेल. जेव्हा तिच्या मुलांना आनंद देण्यासाठी ती काय करू शकते, यावर ती सर्व लक्ष केंद्रित करेल. या अतिशय साध्या गोष्टी असू शकतात जसे की, त्यांना गोष्ट वाचून दाखवणे किंवा त्यांच्या आवडीचे जेवण बनवणे किंवा ज्या मुलाबरोबर तिला कमीतकमी वेळ मिळतो त्याच्या एकट्याबरोबर काही वेळ घालवणे. मुद्दा हा आहे की, ही आई तिला तिच्या मुलांसाठी जे हवे आहे ते मिळविण्याच्या दिशेने प्रगती करते आहे. त्यासाठी ती हाताळण्यास सोप्या आणि वास्तव मार्गांचा अवलंब करते आहे, ज्यांचा तिला स्वत:बद्दल चांगले वाटण्यासाठीही उपयोग होतो आहे. ध्येय निश्चित करण्याविषयी अधिक तपशील प्रकरण १मध्ये येईलच.

उद्देशपूर्ण भाषा

पुढच्या पानावर दिलेली प्रश्नावली वाचून पाहा. तुम्ही जेव्हा ती भराल तेव्हा तुम्हाला अभिप्रेत आहे तेच म्हणा आणि जे म्हणताहात तेच अभिप्रेत असू दे. सकारात्मक, नेमक्या आणि वास्तव शब्दांचा वापर करा. तुम्ही स्वत:वर एक आई म्हणून लक्ष केंद्रित करू इच्छित आहात. त्यासाठीचे ध्येय असे असेल –

मला जगातील सर्वोत्तम आई व्हावेसे वाटते.

कल्पना खूप चांगली आहे, परंतु ती मोजण्यायोग्य किंवा नेमकी कशी आहे? तुम्हाला स्वत:मध्ये असे कोणते गुणविशेष पाहायला आवडतील. ज्यायोगे तुम्ही जगातील सर्वोत्तम आई असल्याची अनुभूती तुम्हाला येईल? ते गुणविशेष म्हणजे धीर? सहनशीलता? दयाळूवृत्ती? मौज? निर्मितीक्षमता? श्रोता? तुमच्यासाठी योग्य काय ते ठरवा. नेमक्या, मोजमाप करता येणाऱ्या, प्रेरणादायी आणि तुमच्या आवाक्यातील भाषेचा वापर करणे किती महत्त्वाचे आहे, हे तुमच्या लक्षात आले का?

त्यानंतर तुम्ही तुमचे ध्येय प्राप्त केले आहे, हे तुम्हाला कसे कळणार हे निश्चित करणेही महत्त्वाचे आहे. तुम्हाला कसे वाटेल, तुम्ही काय करत असाल? विचार करत असाल, पाहात असाल आणि ऐकत असाल. या गोष्टींमधील फरक तुम्हाला स्पष्ट असू दे. ते लिहून काढा किंवा त्याचे चित्र काढा. तुम्हाला जे वाटते ते मोठ्याने म्हणा त्यामुळे तुमच्या मेंदूतील सुप्त भागाला संदेश पाठवला जातो की, हे कामाचे आहे.

तुमच्या लक्षात येईल, पुस्तकात बऱ्याच ठिकाणी 'तुम्ही आता कोठे आहात?'

असा प्रश्नदेखील विचारलेला आहे. ज्यामुळे तुमची सद्य:स्थिती आणि तुम्हाला कोठे पोहोचायचे आहे, यामधील तफावत तुमच्या लक्षात येईल.

शेवटी तुम्हाला तुमची ध्येये प्राप्त करण्यापासून काय परावृत्त करू शकते याची नोंद करणेही महत्त्वाचे आहे. या गोष्टीची जाणीव असणे, हे कशालाही तुम्हाला परावृत्त न करू देण्याची पहिली पायरी आहे. ही प्रश्नावली पूर्ण करण्यासाठी तुम्हाला अंदाजे २० मिनिटे लागतील तर चहाची किटली गरम करायला ठेवा, तुमचे सुंदर पेन शोधा आणि फोनकडे दुर्लक्ष करा. सर्वांत महत्त्वाचे म्हणजे तुम्हाला विचलित करण्यासाठी मुले सभोवती नसतील तेव्हा हे करा.

हे पुस्तक वाचण्यामागची माझी ध्येये –

१. जेव्हा तुम्ही हे पुस्तक वाचून संपवाल तेव्हा तुम्हाला त्यापासून काय मिळावे अशी तुमची इच्छा आहे?

२. तुम्ही ते मिळविले आहे, हे तुम्हाला कसे कळेल?
तुम्हाला काय वाटत असेल?

तुम्ही काय करत असाल?

तुम्ही काय पाहत आणि ऐकत असाल?

तुमच्या सभोवती असलेल्यांना (जोडीदार/मुले) कोणते फरक दृष्टिपथात येतील?

३. हे पुस्तक तुम्हाला आई होणे, हे शिकविण्यासाठी आहे. त्यामुळे या पुस्तकात दिलेल्या प्रत्येक घटकाबाबतचे ज्ञान आणि जाणीव याविषयी तुम्ही किती समाधानी आहात याआधारे १ ते १०च्या गुणपट्टीवर तुमचे मूल्यांकन करा. तुमचे गुण ८ किंवा त्यापेक्षा जास्त असतील, तर त्या विषयाबाबत तुम्हाला अगोदरच बरीच

माहिती आहे असे तुम्हाला वाटते, हे दर्शविले जाईल तर ५ किंवा त्यापेक्षा कमी गुण, तुम्हाला त्या घटकाविषयी सर्वाधिक शिकावेसे वाटते, असे दर्शवितात. तुम्हाला जे गुण द्यावेसे वाटतात त्या संख्येला गोल करा.

पालकत्वाचा विश्वास	१	२	३	४	५	६	७	८	९	१०
कौटुंबिक मूल्ये	१	२	३	४	५	६	७	८	९	१०
कौटुंबिक नातेसंबंध	१	२	३	४	५	६	७	८	९	१०
पूर्णवेळ माता	१	२	३	४	५	६	७	८	९	१०
कामकरी आई	१	२	३	४	५	६	७	८	९	१०
तुमची काळजी घेणे	१	२	३	४	५	६	७	८	९	१०
मुलांची वर्तणूक	१	२	३	४	५	६	७	८	९	१०
मुलांची देखभाल आणि शिक्षण	१	२	३	४	५	६	७	८	९	१०
कुटुंब चालवताना	१	२	३	४	५	६	७	८	९	१०
गमतीशीर आई असणे	१	२	३	४	५	६	७	८	९	१०

४. तुमचे सर्वांत कमी गुण असलेले क्षेत्र पाहा, त्यामधील तीन अशी क्षेत्र निवडा ज्याविषयीचे तुमचे ज्ञान तुम्ही वाढवू शकलात, तर त्याचा सर्वाधिक सकारात्मक परिणाम तुमच्यावर आणि तुमच्या कुटुंबावर होऊ शकतो.

ज्यांचेविषयी मला माझे ज्ञान वाढवावेसे वाटते अशी क्षेत्रे –

१.

२.

३.

या प्रत्येक क्षेत्रासाठी, तुम्हाला नेमके काय शिकावेसे वाटते ते लिहा. पुन्हा सकारात्मक, मोजण्यायोग्य आणि नेमक्या शब्दसमूहांचा वापर करा.
ही प्रकरणे वाचल्याची निष्पत्ती म्हणून मला शिकावेसे वाटते....

१.

२.

३.

हे ज्ञान मिळविल्यानंतर माझ्या बाबतीत आणि माझ्या कुटुंबाच्या बाबतीत काय बदल घडून येईल?

१.

२.

३.

५. उपरोक्त तीन ध्येये प्राप्त करण्यापासून तुम्हाला काय परावृत्त करू शकते?

६. हे घडण्यापासून थांबवण्यासाठी तुम्ही काय करू शकता?

छान! तुम्ही आत्ताच एक मौल्यवान स्वाध्याय पूर्ण केला आहे, ज्याची या पुस्तकातून तुम्ही काय मिळवणार आहात, हे जाणून घेण्यासाठी तुम्हाला खूप मदत होईल. आता तुम्हाला कोणते प्रकरण सर्वप्रथम वाचावेसे वाटते?

सारांश :
कामात व्यग्र असल्यामुळे पुस्तक वाचण्यासाठी वेळ काढणे पालकांना कठीण वाटू शकते; परंतु हे पुस्तक तुम्हाला कशा प्रकारे वाचावेसे वाटते हे ठरवण्यासाठी काही मिनिटे जरूर द्या. ते ठरवल्यामुळे तुमच्यासाठी पुस्तकात जे खरोखर महत्त्वाचे आहे, त्यावर तुम्ही लक्ष केंद्रित करू शकाल. उत्तम ध्येय ही नेहमी मोजण्यायोग्य, वास्तव आणि ती ध्येय ठरवणाऱ्याच्या आवाक्यातील असतात. तुम्ही जेव्हा ती प्राप्त कराल, तेव्हा प्रोत्साहनाची उणीव जाणवून जागीच थांबण्याऐवजी तुम्ही नवीन ध्येय निश्चित करण्यासाठी प्रेरित व्हायला हवे.

अनुक्रमणिका

भाग १

सर्व माता ज्यांचा
विचार करतात
अशा गोष्टी...

१

पालकत्वाचा आत्मविश्वास

या प्रकरणात तुम्ही शिकणार आहात....

- पालकत्वाचा आत्मविश्वास म्हणजे काय आणि तो कोठून येतो.
- तुमचा विश्वास कसा वाढवावा.
- 'अपयश' या शब्दाची ताकद
- तुमच्या मुलांपर्यंत तुमच्यातील हा विश्वास कसा पोहोचवावा.

विश्वास म्हणजे काय?

तुम्ही जशा आहात आणि तुम्ही जे काही करता आणि त्यासाठी स्वत:चे कौतुक करा.

– फियोना हॅरोल्ड, 'बी युअर ओन लाइफ' कोच

तुमच्यालेखी 'विश्वास' म्हणजे काय आहे? कोणीतरी एकदा म्हटले होते की, 'विश्वास म्हणजे स्वअस्मितेची शांत जाणीव आहे.' 'कॉन्फिडंट टीन्स' या आपल्या सुंदर पुस्तकात गेल लिंडफिल्डने म्हटल्याप्रमाणे विश्वास म्हणजे अंत:स्थ सकारात्मक भावना आणि बाह्यवर्तन यांचे मिश्रण आहे. जेव्हा तुम्हाला मनातून छान वाटत असते, तेव्हा ते बाहेरही दिसतेच. म्हणजेच याच्या विरुद्धही बरोबरच असणार. तानिया नावाच्या एका आईचेच उदाहरण पाहू या. तानिया म्हणते, "आई म्हणून कसं वागावं याविषयी अनेक सल्ले मी ऐकते. शिवाय आपण आई म्हणून वाईट वागत आहोत, अशी रुखरुख सारखी मला लागून राहिलेली असते. कदाचित म्हणूनच मी माझ्या मुलांशी वाईट वागत असेन, असं मला वाटतं."

विश्वासाबद्दल भाकीत करता येत नाही. तानियाला रोजच असे वाटत नाही. कधीकधी तिला स्वत:बद्दल खूपच बरे वाटते आणि दिवसभरात जे काही समोर

येईल, त्याला ती व्यवस्थित तोंड देऊ शकते. इतर दिवशी सकाळी उठल्यापासून रात्री झोपेपर्यंत प्रत्येक क्षणी तिला तीव्रतेने आत्मविश्वासाचा अभाव जाणवतो. या दिवशी तिच्यावर नियंत्रण असणाऱ्या, तिला खचवणाऱ्या अंत:स्थ टीकाकाराच्या भुणभुणीला ती सहज बळी पडते.

तुम्हालाही तो आतला आवाज जाणवतो का? तो या गोष्टी सांगत असतो. 'काल पुन्हा तू उशिरा झोपलीस', 'काल रात्री तुझं पेयपान जरा जास्तच झालं', 'तुझे कपडे खूपच मंद रंगाचे आहेत आणि तुझं पोट किती थुलथुलीत दिसतंय', 'पाहा बरं, ती लाँड्री बास्केट कशी ओसंडून वाहतेय', 'आज तुझी सगळी कामं अजिबात होणार नाहीत.' आणि तुम्ही अंथरुणात असतानाच ही सर्व भुणभुण सुरू होते. त्यामुळे अशावेळी उठल्यानंतर तुमच्यासमोर मुले आली, तर मग बघायलाच नको!

जेव्हा आपण या बिनमदतीच्या आतल्या आवाजाची दखल घेतो, तेव्हा स्वत:बद्दल अधिकच वाईट वाटते. आई म्हणून आपल्यासाठी आवश्यक असलेली ऊर्जा आणि मनोवस्था मिळविण्याच्या आपल्या क्षमतेवर याचा थेट परिणाम होतो. आपण हा आवाज एक तर थांबवला पाहिजे किंवा आपल्या उत्साहात वाढ करणाऱ्या संदेशांनी त्याची जागा घेतला पाहिजे. या जागी चुकूनही आपल्याला उदास करणारे संदेश येऊ नयेत, याची काळजी मात्र घ्या.

जेव्हा आपण स्वत:वर प्रेम करतो, स्वत:बद्दल आपल्याला छान वाटत असते आणि आपण सकारात्मक विचार करत असतो, तेव्हा हा अंत:स्थ विश्वास आपोआप तुमच्यात येतो. ज्याचे वर्णन तुम्ही आत्मविश्वासपूर्ण असे कराल. अशा लोकांविषयी क्षणभर विचार करा. त्यांच्याविषयी असे काय आहे, ज्यामुळे ते आत्मविश्वासपूर्ण आहेत असे तुम्हाला वाटते? ते काय करतात? ते काय बोलतात? ते कसे वागतात?

आत्मविश्वासपूर्ण लोकांना त्यांचे हेतू व त्यासंबंधीची दिशा यांची स्पष्ट जाणीव असते, त्यासाठीच्या सर्व शक्यता व साहसांची त्यांची तयारी असते. आपल्या स्वत:तच त्यांना सुरक्षित वाटते आणि इतरांनी त्यांना तुम्ही मौल्यवान आहात, तुमच्यावर आमचे प्रेम आहे, असे सांगण्याची गरज वाटत नाही. ध्येय निश्चित करणे, त्यासाठी नियोजन करणे, याचे महत्त्व ते जाणतात. आणि त्याचबरोबर आपण ते ध्येय प्राप्त करू ही सशक्त भावना असते. असे असूनही जरी त्यांना ध्येय प्राप्त करता आले नाहीतरी तो जगाचा अंत असणार नाही, हे ते जाणून असतात.

ज्या लोकांजवळ अंत:स्थ विश्वास आहे, त्यांच्याबाबत उल्लेखनीय काय असते? ते परिणामकारक संवाद साधतात, स्पष्ट आणि सकारात्मक बोलतात, त्यांची मान ताठ, खांदे मागे असतात आणि ते तुमच्या डोळ्यांत पाहतात. त्यांनी गबाळे, जुने कपडे घातले, तरी ते चांगले दिसतात. ते स्वत:ची खूप पर्वा करतात;

पण ज्यामुळे त्यांना निरुद्देश किंवा स्वार्थी म्हणावे लागेल. अशा प्रकारे नाही. जेव्हा आयुष्यात चढ-उतार येतात, अडचणी येतात किंवा हतबल वाटते, तेव्हाही त्यांच्या दृष्टिकोनात बदल होत नाही. ते आपल्या भावनिक विश्वाचा आदर करतात; पण त्याला स्वत:वर स्वार होऊ देत नाहीत. ते विश्वास पसरवतात.

तुम्ही एक अदृश्य मुकुट घातलेला आहे असे नेहमी वागा.

– अनामिक

एक व्यक्ती म्हणून तुमचा स्वत:वरील विश्वास खरोखरच महत्त्वाचा आहे, कारण एक पालक म्हणून असलेल्या विश्वासावर त्याचा थेट परिणाम होईल. कधीकधी माता सांगतात की, आयुष्यातल्या एका भूमिकेत जसे की, कामाच्या ठिकाणी त्यांना खूप आत्मविश्वासपूर्ण वाटते. पण तेच घरी, जेव्हा त्या आपल्या मुलांबरोबर असतात तेव्हा त्यांना तितकासा विश्वास वाटत नाही.

तुमच्या आयुष्यात खरेच आत्मविश्वासपूर्ण असे तुम्हाला केव्हा वाटलेले आहे? तुम्ही जगात शिखरावर आहात आणि आयुष्यात जी काही परिस्थिती सामोरी येईल तिचा उत्तमप्रकारे हाताळता आहात, असे कधी वाटले होते?

इथे तुमच्या आयुष्याच्या कोणत्याही भागातील तीन उदाहरणे लिहा, जेव्हा तुम्हाला आत्मविश्वासपूर्ण आणि उत्फुल्ल असल्यासारखे वाटले होते. जर तुम्हाला खरेच असे एकही उदाहरण आठवत नसेल, तर तुमच्या कुटुंबीयांना किंवा मित्रांना विचारा. काय झाले होते आणि तुमच्या तेव्हाच्या भावना काय होत्या याची नोंद करा.

घटना	माझ्या भावना
१.	
२.	
३.	

तुमच्यासाठी खास असलेली अशी ही तुमची सत्य उदाहरणे आहेत. तुमच्यात आत्मविश्वासाची भावना असू शकते, हे यावरून सिद्ध होते. एक आई म्हणूनही तुम्हाला अशाच आत्मविश्वासाच्या सुंदर भावना अनुभवता येतील, जरी या अगोदर तुम्हाला तसे वाटलेले नसेल तरीही, यावर विश्वास ठेवा.

सारांश : आत्मविश्वासाची व्याख्या करा

तुमच्यासाठी आत्मविश्वास म्हणजे काय, हे निश्चित करा. तुम्हाला आयुष्याच्या कोणत्या क्षेत्रात आत्मविश्वासपूर्ण वाटते ते ओळखायला शिका, ज्यायोगे आत्मविश्वास पातळी उंचीची असताना तुम्हाला कसे वाटते, तुम्ही कसा विचार करता, कसे वागता हे तुम्हाला ओळखता येईल. हे एक आई म्हणूनही असू शकेल किंवा या क्षणी तुम्हाला ते अवघड वाटत असेल, तर आयुष्याच्या अन्य कोणत्या क्षेत्रात तुम्हाला आत्मविश्वासपूर्ण वाटते, ते शोधण्याचा प्रयत्न करा.

आत्मविश्वासपूर्ण आई म्हणून...

कामाच्या ठिकाणी मी माझ्या टीमची व्यवस्था पाहू शकते, माझ्या वरिष्ठांचा सामना करू शकते, हुशारीने माझा जमाखर्च सांभाळू शकते आणि सुंदर दिसू शकते. घरी मुलांबरोबर मी याच्या पूर्णपणे विरुद्ध असते. मला कळतच नाही की, आयुष्याच्या एका क्षेत्रात एवढी आत्मविश्वासाने वागणारी मी इतर क्षेत्रात तशी का नाही.

– अँजेला, एक अकाउंटंट दहा वर्षांच्या आतील वयाची दोन मुले

आई म्हणून कसा विश्वास वाटावा, याचे वर्णन तुम्ही कसे कराल?

ते इथे लिहा.

आईमधील आत्मविश्वास....

तुम्ही वर ते काही लिहिलेत ते वाचताना तुम्हाला काय वाटते?

माझ्या भावना....

तुम्हाला पाहिजे आहे तशी आत्मविश्वासपूर्ण आई असण्यापासून तुम्ही मैलो दूर असू शकाल. असे असले तरी तुम्ही एकट्याच तशा नाही आहात. पालक प्रशिक्षकांची मदत घेण्यामागे बहुसंख्य पालकांचे सामाईक कारण, हा विश्वास हेच असते.

आई असण्यामध्ये आपले शरीर, आपले मन, आपला आत्मा, आपले हृदय आणि त्याचबरोबर आपले लाखो वास्तविक विचार अशा कितीतरी भागांचा समावेश होतो.

आपण पुरेशा चांगल्या आई आहोत यावर विश्वास ठेवणे, हे जगभरातल्या मातांना निरंतर आव्हान वाटावे, यात काहीच आश्चर्य नाही. छोट्या बाळाला या जगात आणणे, त्याला दुधाचा पहिला घोट देण्यापासून ते तो घर सोडेपर्यंत त्याचे पालनपोषण करणे, हे आपण करत असलेल्या कामांपैकी सर्वांत जबाबदारीचे आणि आव्हानात्मक काम आहे. ते करण्याच्या आपल्या क्षमतेबाबत आपल्याला वरचेवर शंका वाटावी, यात काहीच आश्चर्य नाही. कोणत्या आईला तिच्या मुलांसाठी सर्वोत्कृष्ट व्हावेसे वाटणार नाही? जेव्हा हवे ते मुलांना पुरवता आले नाही किंवा त्यांच्यावर ओरडण्यात, आदळआपट करण्यात शेवट झाला, तर कोणत्या आईला अपराध आणि वेदना सतावणार नाही? पालकत्वाविषयी तज्ज्ञ सूचना भरपूर मिळत असतात. त्यातून स्वत:ला योग्य मार्ग स्वत:च शोधायला हवा ना? लसीकरणापासून व्हिटॅमिन्सपर्यंत प्रत्येक गोष्टीबाबत तुम्ही काय करावे हे सांगणारी पुस्तके, वेबसाइट्स आणि तज्ज्ञ उपलब्ध आहेत. सगळीकडच्या मातांना हे ज्ञान हवे असते; पण कधीकधी त्याचा शोधच इतका गोंधळून टाकतो की, त्यानंतर आपण मुलांचे संगोपन करू शकतो, या स्वत:च्या क्षमतेबद्दलच खात्री वाटत नाही.

सारांश : मातृत्वाची जबाबदारी प्रचंड आहे; परंतु तुमच्या अंतर्ज्ञानावर विश्वास ठेवा.

मातृत्वाची जबाबदारी प्रचंड आहे. म्हणूनच आपल्याला जेवढी शक्य आहे तेवढी माहिती करून घ्यावी, असे आपण ठरवतो. आपण काय करावे हे सांगणारे अनेक तज्ज्ञ, पुस्तके, वेबसाइट्स यांनी आपण वेढलेले असतो, पण यामुळे खरेच आपला त्याबाबतचा विश्वास वाढतो का उलट आपण गोंधळून जातो? ज्ञान उपयोगी आहेच परंतु त्या बदल्यात तुमचे अंदाज, तुमचे कौशल्य आणि तुमच्या मुलांच्या आयुष्यातील तुमचे एकमेवाद्वितीय स्थान यावरचा विश्वास गमावून नाही! मातृत्व हे अनेकविध कौशल्ये आणि पूर्वसंकेत याविषयी आहे. करता येईल तितके उत्तम करण्याचीच सर्व मातांची इच्छा असते. पण एकदा यासाठीच्या कामाचे वर्णन (जॉब डिस्क्रिप्शन) पाहा.

पदाचे नाव : एक आई असणे.

पाहिजेत

स्वयंसेवक

जगातील सर्वांत महत्त्वाच्या पदासाठी,
खालील कौशल्ये असलेली व्यक्ती योग्य मानण्यात येईल :

शिकविणे, स्वयंपाक करणे, घर चालवणे, शुश्रूषा करणे, वाद निकालात काढणे, सर्व प्रकारच्या अडचणी सोडवणे, सल्ला देणे, पाठीला डोळे असल्यास उत्तम, एकाच वेळी अनेक गोष्टी सफाईदारपणे हाताळणे.

अर्जदार व्यक्ती समर्पित लवचीक आणि सहनशील असावी. तिच्याजवळ अमाप ऊर्जा, विनोदबुद्धी असावी. ती प्रसंगी अतिरिक्त खर्चाची तरतूद करू शकणारी आणि वेगवेगळ्या वयातील व अवस्थेतील मुलांना समजून घेऊ शकणारी असावी.

रात्रपाळी हाही नोकरीचा एक भाग असेल. गुणवत्तेची आवश्यकता नाही.

कामाचे प्रशिक्षण दिले जात नाही; परंतु प्रत्यक्ष काम करत असताना शिकण्याची भरपूर संधी.

विश्रांतीचे दिवस – नाहीत

मोबदला – नाही

वरच्या पदाची आशा – कमी

सेवेचा किमान कालावधी – १८ वर्षे

याबाबतचा फक्त विचार करूनही तुमचे डोके गरगरायला लागेल!

अशा प्रकारचे कामाचे वर्णन वाचल्यानंतरही तुम्हाला आश्चर्य वाटतेय की, तुमच्च्या वाट्याला असेही दिवस नक्की येतील. जेव्हा हे सगळे अति होईल आणि आपण जगातली सर्वांत वाईट आई आहोत, असे तुम्हाला वाटेल? तुम्हाला अपराधी वाटेल, गोंधळल्यासारखे होईल आणि थकल्यासारखे सुद्धा वाटेल. त्यामुळे म्हणून मग तुम्ही स्वत:शीच म्हणाल, 'मी फारशी चांगली आई नाहीये.'

मातृत्वाच्या या वास्तव्याबद्दल आणि हे वास्तव तुमचा आई म्हणूनचा विश्वास कसा कोलमडून टाकते याबद्दल आणखीही बरेच सांगता येईल; पण त्यापेक्षा या ठिकाणी तुमच्या मातृत्वाच्या विश्वासाची पातळी ठरवणारी MOT चाचणी (जशी गाड्यांची करतात.) करणे जास्त उपयोगी होईल.

सारांश : आत्मविश्वासपूर्ण वाटण्याची भावना क्षणात बदलूही शकते.

आत्मविश्वासात बदल होतो. कधीकधी तुम्हाला खूप सक्षम, खंबीर, सर्व काही मजेत आणि नियंत्रणात असल्यासारखे वाटेल, तर इतर काहीवेळा आपण जगातील अत्यंत वाईट आई असल्यासारखेही वाटेल.

तुमच्या आत्मविश्वासाची पातळी कधी उंचावलेली होती आणि कधी ती नीचांकी पातळीवर होती, याचे विवरण साहाय्यकारी होऊ शकेल. येथे दिलेला तक्ता विचारपूर्वक भरून हा स्वाध्याय पूर्ण करा.

(आत्मविश्वास कमी-जास्त होत असतो, हे आपल्याला माहिती आहे, म्हणूनच तुम्हाला खास करून आज कसे वाटते आहे, यापेक्षा सर्वसाधारणत: तुमच्या भावना काय असतात, यावरून दिलेल्या प्रश्नांना उत्तरे देण्याचा प्रयत्न करा.)

आपल्या अंत:स्थ विश्वासापासून सुरुवात करू या :

सगळ्याच मातांच्या आत्मविश्वासावर परिणाम करणाऱ्या या काही अंत:स्थ भावना आणि विचारांच्या यादीचे निरीक्षण करा. तुम्हाला कितीवेळा प्रश्नातील

भावनेचा अनुभव येतो यानुसार दिलेल्या चौकटीत बरोबरची खूण करा. नकारात्मक विचारांवर लाल पेनने, तर सकारात्मक विचारांवर हिरव्या पेनने खूण करा.

विचार/भावना	दररोज	आठवड्याने	क्वचित	कधीही नाही
कमी आत्मसन्मान				
उच्च आत्मसन्मान				
मी वाईट आई आहे				
मी चांगली आई आहे				
मी पुरेशी चांगली आई आहे				
आई म्हणून मला स्वत:ची पुरेशी खात्री वाटत नाही				
आई असणे मला खूप आवडते				
मातृत्वाविषयीच्या माझ्या भावनांबाबत माझ्या मनात गोंधळ आहे				
मातृत्वाच्या माझ्या कल्पना स्पष्ट आहेत				
मातृत्वाबाबत मी सकारात्मक विचार करते				
मातृत्वाबाबत मी नकारात्मक विचार करते				
मातृत्व मी व्यवस्थित हाताळू शकते, असे मला वाटते				

मातृत्व मी व्यवस्थित हाताळू शकते, असे मला वाटत नाही				
इतर माता माझ्यापेक्षा चांगल्या आहेत, असे मला वाटते				
माझ्या मैत्रिणी किंवा माझी स्वत:ची आई जेवढी चांगली आई आहे तेवढीच मीही आहे, असे मला वाटते				
या यादीत नसलेल्या तुमच्या स्वत:च्या भावनांचा इथे समावेश करा				

तुम्ही केलेल्या बरोबरच्या खुणांवरून काय लक्षात येते?

काही विशिष्ट साचा किंवा आश्चर्यकारक काही?

कोणत्या भावनेचे आपल्यामध्ये आधिक्य असावे आणि किती प्रमाणात असावे? असे तुम्हाला वाटते.

उदाहरणार्थ, 'मी मातृत्वाबद्दल सकारात्मक विचार करते,' या वाक्यासाठी तुम्ही 'क्वचित' या चौकटीत बरोबरची खूण केली असेल आणि असे विचार वारंवार आपल्या मनात यावे असे जर तुम्हाला वाटत असेल, तर हे वाक्य पुन्हा लिहा. 'मी रोजच मातृत्वाविषयी सकारात्मक विचार करावेत अशी माझी इच्छा आहे' 'इच्छा आहे' या शब्दांची नोंद घ्या. जेव्हा माझी इच्छा काय आहे हे आपण सांगतो, तेव्हा ती इच्छा पूर्ण करण्याचे मार्ग आपण शोधून काढतो. फक्त मला काय नको हे सांगण्यापेक्षा, मनाची ही सकारात्मक आणि सर्जनशील अवस्था अंगिकारायला हवी.

मला या भावना अधिक असाव्यात (आणि कितीवेळा)

मातृत्वाविषयी तुमच्या मनात पुरेशी अंत:स्थ विश्वासाची भावना असेल, तर तुम्हाला त्याबद्दल काय वाटते? तुमच्या मुलांसाठी ते कसे असेल? तुमच्यातील कोणते बदल त्यांच्या पाहण्यात येतील?

सारांश : आई म्हणून स्वत:विषयी कोणत्या भावना तुम्हाला हव्याशा वाटतात यावर लक्ष केंद्रित करा.

आपल्या मातृत्वाबाबतच्या, आपल्या अंत:स्थ भावनांचा आपल्या विश्वास पातळीवर परिणाम होतो. मनातील नकारात्मक भावनांची जेव्हा आपण दखल घेतो तेव्हा आपला विश्वास कोलमडतो. आई म्हणून तुम्हाला स्वत:विषयी कशा प्रकारच्या भावना हव्याशा वाटतात यावर लक्ष केंद्रित करा, कशाप्रकारच्या नकोशा वाटतात यावर नाही.

बाह्यकारी विश्वास

ही आहे सुझी, जी एक काल्पनिक आई आहे. आत्मविश्वासाने ओतप्रोत! आणि हा विश्वास तिच्या वागण्यातून, बोलण्यातून नेहमी प्रतीत होतो. पाहा तर सुझी कशी आहे आणि तुम्ही तशाच आहात का याचाही विचार करा, जर तशा असाल तर कितीदा तुमचे वागणे तसे असते?

सुझी	तुम्ही			
	दररोज	आठवड्यात एकदा	क्वचित	कधीही नाही
स्वत:च्या आहाराबाबत जागरूक आहे				
तिचे स्वत:च्या खान-पानावर नियंत्रण आहे				
आपण पुरेशी झोप घेत आहोत याची काळजी घेते				
तिच्या दिसण्याचा तिला अभिमान आहे				
ती नियमित व्यायाम करते				
स्वत:साठी वेळ काढते				
तिला पर्वा असलेल्या नातेसंबंधांना वेळ देते				
ती कशात चांगली आहे, हे तिला माहिती आहे				
स्पष्ट नियोजन करते आणि त्याचे पालन करते				
सकाळी अंथरुणातून उठताना उत्साही असते				
खूप हसते				

सुझी	तुम्ही			
	दररोज	आठवड्यात एकदा	क्वचित	कधीही नाही
तिच्या मुलांसाठी तिच्याकडे ऊर्जा आहे				
तिचे त्यांच्यावर किती प्रेम आहे, याविषयी ती बोलत असते				
तिचे त्यांच्यावर किती प्रेम आहे, हे दाखवते				
त्यांच्यातील आणि इतर लोकांमधील चांगल्या गोष्टींचा शोध घेते				
सकारात्मक आणि आशावादी पद्धतीने बोलते				
काळजीपूर्वक ऐकते				
शांतपणे तोडगा काढते				
विमनस्क मन:स्थितीत स्वत:च्या रागावर नियंत्रण ठेवते				
वाईट काळातून जात असताना स्वत:ला प्रेरित करते				
स्वत:च्या घराचा अभिमान बाळगते				
तिच्याबरोबर असणे आनंददायी वाटते				

सुझी खरेच अस्तित्वात आहे का? कोण ही सुपरमम?

'परिपूर्ण माता' असे काही नसतेच. सुझीचे गुणविशेष हे तुम्हाला निराश करण्यासाठी नाहीतर तुम्हाला प्रेरित करण्यासाठी सांगितले आहेत. आई म्हणून तुम्हाला शक्य आहे तेवढे तुम्ही उत्कृष्ट करत आहात, यात कोणताच संशय नाही. काहीवेळा तुम्ही बऱ्याचशा सुझीसारख्या असता आणि काहीवेळा पळून न जाता किंवा व्होडका (एक पेय) न रिचवता तो दिवस पार करणे म्हणजे दिव्यच!

जेव्हा तुम्ही तुमच्या फ्रिक्वेन्सी यादीकडे पाहता, तेव्हा कितीवेळा तुम्ही सुझीसारख्या आहात? सुझीच्या यादीतील कोणते गुणविशेष तुम्हाला स्वत:मध्ये जास्त असलेले आवडतील? त्या गुणवैशिष्ट्यांबाबत असे काय आहे, जे त्यांना विशेष बनवते? अशा पहिल्या आठ विशेषांची निवड करा, ज्यांच्याविषयी तुम्हाला काही करता येईल आणि आई म्हणूनच्या तुमच्या विश्वासावर ज्यांचा मोठ्ठा परिणाम होईल. यामुळे तुम्ही विचारात पडलात का? आणि त्याचबरोबर आत्मविश्वासपूर्ण आईची आणखी कोणती गुणवैशिष्ट्ये तुम्हाला सुचतात, ज्यांचा या यादीत समावेश होऊ शकेल?

मुद्दा हा आहे की, तुमच्यासाठी वैशिष्ट्यपूर्ण काय आहे? कशामुळे तुमच्या आत्मविश्वास पातळीत सकारात्मक बदल होऊ शकतो?

माझे आत्मविश्वास वाढीचे चक्र

तुमचा आत्मविश्वास वाढवू शकतील, अशा आठ कल्पनांचा विचार करा आणि पुढे दिलेल्या चक्राच्या प्रत्येक भागात त्या एकेक लिहा.

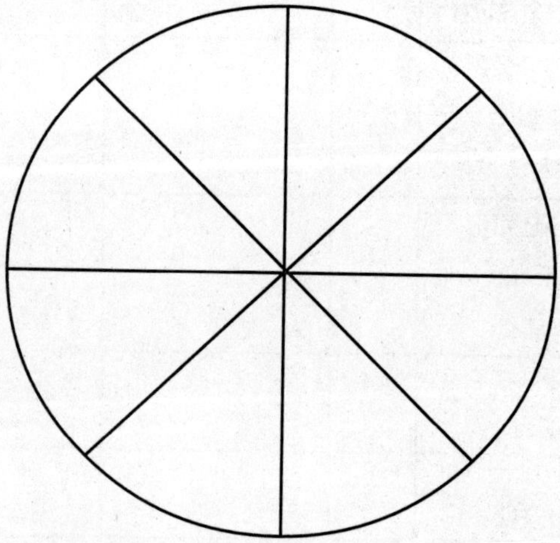

आता येत्या आठवड्यात तुम्ही करू शकाल अशी कृती ठरवा जी शक्यप्राय, सकारात्मक आणि तुमच्या आवाक्यातील असेल, तसेच आई म्हणून तुमच्या आत्मविश्वासात ज्यामुळे खरोखरच वाढ होईल. चक्राच्या योग्य भागाशेजारी ती कृती लिहा आणि ते चक्र तुमच्या डायरीत ठेवा. यशाची उत्तम संधी मिळावी म्हणून आपण हे करतो आहोत. प्रत्येक कृतीशेजारी तिच्यासाठी ठरवून दिलेला वेळ लिहिणेही गरजेचे आहे, ज्यामुळे ती प्रत्यक्षात येऊ शकेल.

एका आईला आणखी झोप मिळावी असे वाटत होते, म्हणून रोज रात्री १५ मिनिटे अगोदर झोपी जाण्याचे तिने स्वत:शी कबूल केले. दुसऱ्या एकीला आपल्या मुलांबद्दल जास्त सकारात्मक विचार असावेत असे वाटत होते, म्हणून रोज दिवस संपताना आपल्या मुलांच्या आवडलेल्या पाच गोष्टी ती लिहू लागली. तिने त्यांचे काही सुरेख फोटोही आपल्या पर्समध्ये ठेवले. तुम्ही ठरवा, या आठवड्यात तुम्ही काय आणि कधी करणार आहात?

आई म्हणून तुमचे सामर्थ्य

नीरस, तपशिलातील गोष्टी करत असताना त्यांचे महत्त्व ओळखणे, हीच तुमची शक्ती आहे. जसे की, अंघोळीचे पाणी काढून देताना किंवा पीनट बटर ब्रेडवर पसरवताना तुम्ही मोठ्याने जाहीर करता, 'आपल्या ग्रहाच्या भविष्याचा माझा वाटा मी उचलते आहे.'

– जॉइस मेनार्ड, 'मदर्स विट'

सारांश : तुमचा आत्मविश्वास वाढविण्यासाठी कृती तयार करा.

तुमच्या दैनंदिन आयुष्यात काही आत्मविश्वास वाढवणाऱ्या कृती समाविष्ट करून तुमच्या अंतर्गत भावनांमध्ये बदल घडवता येईल. छोट्या-छोट्या सहज करता येण्यासारख्या कृती ज्यायोगे तुमच्यात महत्त्वपूर्ण सकारात्मक बदल घडून येईल, अशा कृती महत्त्वाच्या आहेत.

माता या स्वत:ला कमी लेखण्यात किंवा त्या कशाकशात चांगल्या नाहीयेत हे स्वत:ला आणि ऐकणाऱ्या इतरांना सांगण्यासाठी कुप्रसिद्ध आहेत. तुम्हाला हे सर्वत्र ऐकायला मिळेल. त्या म्हणत असतात, 'मुलांचे हट्ट, त्रागा हाताळणे मला अजिबात जमत नाही', 'चांगलेसे जेवण बनवायला मला वेळच मिळालेला नाही', 'गृहपाठाशी सामना करण्याची क्लृप्ती मला मिळाली नाहीये', 'मुलांसाठी खरेदी

करायला माझी कधीच ना नसते; पण स्वत:साठी खरेदी करायला मला अगदी नको वाटते' किंवा सगळ्यात वाईट म्हणजे 'मी फक्त आई आहे', या सगळ्यांमुळे अपयशाची भावना जास्तच प्रबळ होते. थोडक्यात, आईच्या आत्मविश्वासाला हानी पोहोचवण्यास अपराधी भावनेइतकीच (Guilt – G Word) अपयशाची भावनादेखील (Failure – F Word) कारणीभूत असते. अपयशाच्या भावनांना तुमच्यावर ताबा मिळवू दिल्याने काहीही साध्य होणार नाही. अपयश हा काही पर्याय नाही; त्यामुळे आई म्हणून मी अपयशी आहे, असे स्वत:शी अजिबात म्हणू नका.

आईच्या नकारात्मक भावना अंतहीन आहेत आणि त्यांच्यामुळे कोणाचेही काहीही चांगले होत नाही. आपणच आपल्यासाठी आईपणाची जी उच्च परिमाणे समोर ठेवतो, त्यातूनच बहुधा या नकारात्मकतेचा उगम होतो. हे उच्च परिमाण, आपल्या आईसारखे, ती कशी होती किंवा आपल्याभोवतीच्या इतर मातांवर आधारित असते. परंतु रोजच्या साध्या-साध्या गोष्टी करण्यावर लक्ष केंद्रित करणे, हेच फार महत्त्वाचे असते आणि त्यांनाच तुमचे सामर्थ्य समजा. एका आईने जेव्हा असे केले तेव्हा काही निष्कर्षाप्रत पोहोचणे, सुरुवातीला तिला खूप अवघड वाटले. तथापि असा विचार करणे, हे सुद्धा आपल्यापरीने सामर्थ्यच आहे, हे तिने लवकरच ओळखले. ती काळजी घेते, तिला पर्वा आहे हेच यातून दिसून आले आणि काळजीची ही सखोलताच तिला आणि तिच्या मुलांना आयुष्यभर पुरेल. त्यांचे कपडे धुवायला हवेत, त्यांना गोष्टी वाचून दाखवायला हव्यात किंवा त्यांच्या अभ्यासेतर गोष्टींकडे लक्ष पुरवायला हवे,' असे कोणीही सांगत नाही. आपण या ज्या सर्व गोष्टी करतो त्यावर त्यांचे आयुष्य अवलंबून आहे, असेही नाही, परंतु तरीही आपण त्या करतो. कारण त्यांच्यासाठी करता येईल तेवढे सगळे करण्याची आपली इच्छा असते.

तर आई म्हणून तुमचे सामर्थ्य काय आहे? तुम्ही काय चांगले करता? कोणते स्वरूप तुम्हाला सोपे आणि मजा घेण्यासारखे वाटते?

जेनी, एक आई म्हणते, मला तीन मुले होती आणि त्यानंतर मुलगी झाली. शेवटी एकदाचे ते पऱ्यांचे ड्रेसेस आणि सुंदर हेअरबँड्स माझ्या ड्रेसिंग बॉक्समध्ये समाविष्ट करायला मिळाले म्हणून मला खूप मजा आली.

इतरांमध्ये, ज्यात आपली मुलेही आली; आपल्याला आवडणाऱ्या गुणांना शोधणे आपल्याला खूप सोपे जाते; पण त्याचवेळी स्वत:लाही पाठीवर शाबासकीची थाप द्यायला विसरू नये. तुम्ही आई म्हणून करत असलेल्या चांगल्या गोष्टी लिहिण्यासाठी येथे दिलेल्या जागेचा वापरा. तुम्हाला सहज दिसेल, अशा ठिकाणी ही यादी ठेवा आणि जसजशी तुमची मुले मोठी होत जातील, तसतशी त्यात भर घालत राहा. हे फार अवघड वाटत असेल, तर तुमच्या जोडीदाराला किंवा तुमच्या

मुलांनाच विचारा, तुमचे सामर्थ्य काय आहे असे त्यांना वाटते?

> **सारांश :** तुमच्या सामर्थ्यावर लक्ष केंद्रित करा.
>
> स्वत:वर टीका करणे थांबवा आणि तुम्हाला वाटतेय तुम्ही चुकीच्या गोष्टी करताहात अशा सगळ्या गोष्टींची नोंद करणे थांबवा. त्याऐवजी आई म्हणून तुमचे सामर्थ्य, तुमची ऊर्जा यावर लक्ष केंद्रित करा. तुम्ही तुमच्या मुलांसाठी पुरेसे कधीच करू शकत नाही, मग असे अशक्यप्राय ध्येय गाठण्याचा प्रयत्न तरी का करा?

> आई म्हणून माझे सामर्थ्य काय आहे?
>
> (उदाहरणार्थ, मी खेळासाठी वेळ काढते, मी मुलांच्या आवडीचे जेवण बनवते)

आपण करत असलेल्या गोष्टींचे आपण कौतुक करू तेव्हाच आपल्या मुलांचे कौतुक करणे आपल्याला सोपे वाटेल. आपण काय चांगले करतो, याबद्दल आपल्याला बोलताना ऐकणे आपल्या मुलांसाठीही चांगलेच आहे. हा गर्व नाहीतर आई म्हणून तुमच्या सामर्थ्याची खात्री पटवणे आहे.

कशामुळे किंवा कोणामुळे तुमचा आत्मविश्वास कोलमडतो?

आपल्याला माहिती आहे, आयुष्याचे सर्व दिवस सारखे नसतात, काही चांगले तर काही वाईट, जीवनाच्या काही भागात आपल्याला आत्मविश्वासपूर्ण वाटते, तर इतर भागात तसेच वाटत नाही. आपला आत्मविश्वास उंच राहावा, यासाठी कोण तो कोसळवतो, हे ओळखता आले पाहिजे. कोणामुळे किंवा कशामुळे आपण डगमगतो. आपण करत नाही त्या गोष्टींविषयी नकारात्मक बोलणे किंवा आपल्या नकारात्मक भावना प्रदर्शित करणे, हे मातांना चांगले जमते. आपल्या स्वत:बद्दलचा

आपला दृष्टिकोन पुन्हा शोधणे फार गरजेचे आहे, ज्याचा आपल्याला आणि आपल्या मुलांनाही फार चांगला फायदा होईल. कारण एकदा का आपण स्वत:विषयीच्या स्वत:च्याच भावनांवर, विचारांवर नियंत्रण मिळविले की, आपल्या आत्मविश्वासावर परिणाम करणाऱ्या इतर घटकांना हाताळणे खूप सोपे होईल. आपण स्वत:च आपल्याला कमी लेखतो आणि आपल्या आत्मविश्वासाला नुकसान पोहोचवतो. याव्यतिरिक्त इतरही काही महत्त्वाचे घटक येतात. आपण यथावकाश या घटकांचा ऊहापोह करूच, पण त्याअगोदर आपल्या स्वत:चीच यामधील भूमिका जवळून तपासू या.

आई म्हणून स्वतःबाबतच्या तुमच्या धारणा

आई म्हणून तुम्ही स्वत:वर किती विश्वास ठेवता, याचा तुमच्या मुलांवर थेट परिणाम होतो. हे अगदी उघड आहे, पण बऱ्याचदा आम्ही स्वत:बद्दलच्या आपल्याच नकारात्मक भावनांना स्वत:वर नियंत्रण करू देतो. ह्या नकारात्मक धारणा हानिकारक स्वगतांची निर्मिती करतात आणि त्यानुसार आपल्याला विचार करायला, वागायला प्रवृत्त करतात.

तुम्ही त्या धारणांकडे कितपत लक्ष द्यावे, हे तुम्हीच ठरवा किंवा आजपासूनच अशा चुकीच्या धारणा नष्ट करून त्याऐवजी मी काही सकारात्मक श्रद्धा बाळगेन असे ठरवा. यामध्ये तुम्ही स्वत:विषयीच्या जुनाट, कुचकामी धारणांव्यतिरिक्त काहीही गमावणार नाही. यांच्यामुळे मनात येणारे विचार, भावना, तुमचे वागणे हे तुमच्यासाठी, तुमच्या मुलांसाठी तसेच तुमच्या जोडीदारासाठीही अजिबात चांगले नव्हते.

इथे सुरुवात करा....

या अगोदरच्या पानावर तुम्ही आई म्हणून तुमच्यामध्ये असलेल्या सकारात्मक सामर्थ्याची यादी केली. आता आई म्हणून स्वत:विषयी तुमच्या मनात असलेल्या नकारात्मक धारणा लिहून काढा.

आई म्हणून माझी दुर्बलता काय आहे?

(उदाहरणार्थ, मी एक आळशी आई आहे, मी सतत त्रासलेली असते, मी पराकोटीची अव्यवस्थित (disorganized) आहे.

तुम्हाला सर्वाधिक त्रासदायक वाटणाऱ्या धारणा कोणत्या ते ठरवा. यामधून पहिल्या तीन निवडा व त्या येथे लिहा.

या धारणा कोठून आल्या?

मला त्या कोणी दिल्या?

या धारणा खरोखरच सत्य आहेत का?

माझ्या दैनंदिन आयुष्यात या धारणा बाळगण्याची कोणती किंमत मी चुकवते आहे?

या धारणांपासून मी मुक्त झाले, तर आई म्हणून माझ्या क्षमतेत काय बदल होईल?

आता या चौकटीच्या अगोदर जिथे तुम्ही आई म्हणून असलेल्या तुमच्या स्वत:च्या, स्वत:विषयीच्या नकारात्मक धारणा लिहिल्या होत्या, ते पान काढा. त्या पुन्हा वाचा आणि येथे दिलेल्या चौकटीत त्यांचे सकारात्मक धारणांमध्ये रूपांतर करून लिहा. स्वच्छ लिहा आणि साध्या भाषेचा वापर करा. यामुळे तुमच्या मेंदूतील

अर्धजागृत भागाकडे खूपच सशक्त संदेश जाईल. तुमच्या नवीन धारणांप्रमाणे वागण्यासाठी तुम्हाला त्याचा खूप उपयोग होईल.

आई म्हणून माझ्याबद्दल असलेल्या माझ्या नव्या धारणा

(उदाहरणार्थ, मी एक उत्साही आई आहे. (मी एक आळशी आई आहे; याऐवजी) –)

आता या धारणा मोठ्याने म्हणा.

शेवटी एक लाल शाईचा पेन घ्या आणि ती पहिली चौकट जिथे तुम्ही तुमच्या नकारात्मक धारणा लिहिल्या होत्या, त्यावर एक तिरपी रेघ मारून 'डिलिट' असे लिहून टाका. इथून पुढे कधीही या धारणांना त्यांच्या ताकदीचा वापर तुमच्यावर करू देऊ नका. एवढे करूनही त्या हळूच वर आल्या, तर ताबडतोब या चौकटीत सांगितलेल्या नव्या धारणांना त्यांची जागा द्या.

हे कदाचित खूपच साधे-सोपे वाटेल; परंतु बऱ्याच लोकांनी हा स्वाध्याय पूर्ण केलेला आहे आणि त्यानंतर स्वत:मध्ये प्रचंड फरक अनुभवलेला आहे.

मी नेहमी स्वत:ला सांगायचे की, मी फार नियोजनशून्य आहे आणि त्याला पाठबळ देणारे पुरावे शोधत राहायचे. हा स्वाध्याय पूर्ण केल्यानंतर आणि 'मी नियोजनबद्ध आहे', अशी माझी धारणा पुन्हा लिहिल्यानंतर माझ्यामध्ये खूपच फरक पडला. ते 'आत्मविश्वासाचे चक्र' आणि त्यानुसार कृतींचे वेळापत्रक खरोखरच काम करतात. आता मला खूपच बरे वाटते आहे, माझ्याकडे पुढच्या वर्षाचीही डायरी तयार आहे!

– रिबेका, नोकरी करणारी व दहा वर्षांच्या आतील तीन मुलांची आई

तुमच्या नव्या धारणांकडे पाहा, त्यांचा संदेश प्रस्थापित करण्यासाठी नियमितपणे त्या मोठ्याने वाचा.

तुम्ही स्वत:च्या नव्या धारणांविषयी तुम्हाला स्वत:ला अद्ययावत माहिती दिली आहे आणि आता तुमचे अर्धजागृत अवस्थेतील मन त्यासाठीचे पुरावे शोधत राहील.

हे काहीसे घराची स्वच्छता करण्यासारखे आहे. आपण थोडी मोकळी जागा निर्माण करतो, त्या मोकळेपणामुळे आपल्याला खूप बरे वाटते. त्या मोकळ्या जागेत मग आपण आपल्याला हव्या त्या गोष्टी ठेवतो. ज्यांचा आपल्याला खूप छान उपयोग होईल अशा गोष्टी. तुम्ही जेव्हा या धारणा मोठ्याने म्हणता, स्वतःला सांगता, तेव्हा तुमच्यातील बदल अनुभवा आणि प्रेरित व्हा की होय, माझ्या माझ्याविषयी असलेल्या धारणांवर मी नियंत्रण करू शकते. या प्रकरणाच्या शेवटी तुमच्या विचारांमध्ये, भावनांमध्ये आणि कृतीमध्ये दिसून येणाऱ्या कोणत्याही बदलाची नोंद करा.

अन्य कोण तुमच्या आत्मविश्वासात फेरफार करू शकते?

ती स्वतःही एक सून होती, याचा सासूला बऱ्याचदा विसर पडतो.

– अनामिक

इतर लोक आपल्याबद्दल काय बोलतात याची आपण दखल घेणे अगदी नैसर्गिकच आहे; परंतु त्याचा आपल्या मातृत्वाच्या विश्वासावर किती परिणाम होतो? मजबूत विश्वास हा आतून यावा लागतो. आई म्हणून तुम्ही चांगले काम करता आहात असे इतरांनी तुम्हाला सांगण्यावर तुम्ही अवलंबून राहत असाल, तर तुमचा आत्मविश्वास अस्थिर असण्याची शक्यता आहे. अर्थातच लोकांनी तुमची स्तुती केली तर ती मोठी प्रेरणा ठरते; परंतु तुम्हाला स्वतःलाच तुमच्या मनात खोलवर छान वाटायला हवे, इतर कोणीही तसे न सांगता! तुमचा विश्वास तुमच्याच नियंत्रणात असायला हवा. याच कारणासाठी तुमच्या आयुष्यातील इतर प्रभावी लोकांकडून जेव्हा टीकाटिपण्णी किंवा तसे कटाक्ष तुमच्या वाट्याला येतील, तेव्हा तुम्ही ठाम राहायला हवे. त्यांचा उद्देश तुम्हाला कमी लेखावे असा नसतो, एवढेच की त्यांच्या मतांना किंमत दिल्यामुळे त्यांची ताकद आणि नियंत्रण तुमचा ताबा घेते. तथापि, तुम्हाला हे असेच राहायला आवडेल?

तुमची आत्मविश्वास पातळी प्रभावित करू शकणारी ही मंडळी कोण आहेत, हे ओळखणे उपयोगी होईल. एका आईच्या यादीत पुढील लोकांचा समावेश होता : माझ्या मुलांची व्यवस्था पाहणारी बालसंगोपक (चाइल्ड माइंडर), माझे आरोग्य अभ्यागत (हेल्थ व्हिजिटर), माझी आई, मोठी बहीण, माझी सासू, गरोदरपणी माझ्या आरोग्याची काळजी घेणाऱ्या माझ्या वैद्यकीय माता (ante-natal mums), माझा नवरा आणि माझा बॉस.

तुमच्या यादीत कोण-कोण असेल?

माझ्या आत्मविश्वास पातळीत फेरफार करणाऱ्या व्यक्ती

प्रत्यक्षात या व्यक्ती काय म्हणतात किंवा काय करतात याकडे तपशिलात लक्ष द्या. उदाहरणार्थ, तुमच्या मुलांची व्यवस्थापक असे सांगत्येय किंवा तिच्या बोलण्यातून अप्रत्यक्षपणे सुचवत्येय की, तुमची मुले वाईट वागणारी आहेत? ती जर खरोखरीच तेच म्हणत असेल, तर त्यात सुधारणा करण्यासाठी तुम्ही काय करू शकता? किंवा असे तुमच्या कल्पनेत तर नाही ना? दोन मुलांची आई असलेल्या सोफीने असे गृहीत धरले आहे की, आपण पूर्णवेळ नोकरी करतो म्हणून आपल्या मुलांच्या व्यवस्थापिकेला आपण आवडत नाही; परंतु जेव्हा तिने याविषयीच्या कारणांचा, स्पष्टीकरणांचा विचार केला, तसाच विचार तिच्या मुलांच्या व्यवस्थापिकेनेही केलेला होता.

कदाचित तुमच्या सासूला तुम्ही तिच्या नातवांना फिश फिंगर्स खाऊ घालताय हे आवडत नसेल, अशा वेळी सकारात्मक आणि ठोस असे कोणते उत्तर त्यांना देता यावे असे तुम्हाला वाटते? दुसऱ्या शब्दांत सांगायचे, तर तुमचा आत्मविश्वास कमजोर करणारे प्रत्येक उदाहरण काहीशा वेगळ्या दृष्टिकोनातून पाहा, ज्यायोगे घडणारी ही गोष्ट तुमचा आत्मविश्वास कमी करू शकणार नाही. हे काहीसे यासारखे होईल – तुम्ही घरात आहात आणि बाहेर कोणीतरी दार वाजवतंय. वरच्या मजल्याच्या खिडकीतून तुम्ही त्यांना पाहू शकता; पण त्यांना माहिती नाहीये की तुम्ही घरी आहात किंवा नाही. अशा वेळी त्यांना आत येऊ द्यावे का घरी कोणी नाही हा विचार करू द्यावा. यांपैकी एकाची निवड करणं तुमच्या हातात आहे.

सारांश : तुमच्या स्वतःबद्दलच्या नकारात्मक धारणांना, सकारात्मक धारणांमध्ये रूपांतरित करा.

या जगात न मागताही भरपूर सल्ले मिळतात. कशाची दखल घ्यायची, कोणाचे ऐकायचे आणि कशाबाबत कृती करायची, हे तुम्हीच ठरवायचे आहे.

मुलांमध्ये आत्मविश्वास जागवताना

हे पुस्तक तुम्हाला चांगली आई कसे व्हावे, हे शिकविण्यासाठी लिहिले गेले आहे; पण आत्मविश्वासाच्या या प्रकरणात मुलांमध्ये आत्मविश्वास कसा निर्माण करावा, याबाबतच्या झटपट मार्गदर्शनाचा समावेश न करणेही योग्य होणार नाही. आत्मविश्वासाने ओतप्रोत मुले शाळेत चांगली कामगिरी करतात. सर्व प्रकारच्या परिस्थितीचा उत्तम सामना करतात आणि इतर मुले व मोठ्या माणसांमध्येही लोकप्रिय असतात, अशी मुले कोणाला नको आहेत? मोठ्या माणसांप्रमाणेच लहान मुलांचा आत्मविश्वासही कमी-जास्त होत असतो आणि त्यांच्याही जीवनाच्या वेगवेगळ्या भागात तो वेगवेगळा असू शकतो. तुमचे मूल असेही असू शकेल, जे शाळेत खूप उत्साही असते; पण फुटबॉल मैदानावर किंवा बॅलेट क्लासमध्ये बुजरे बनते. इतरांमध्ये मिसळायला नाखूश असते; परंतु एकंदरीत तुमच्या मुलांना ते समर्थ आहेत असे वाटते ना? ते हवेसे आहेत, त्यांच्यावर प्रेम केले जातेय ही भावना त्यांच्या अंतर्मनात जाणवते ना, ज्यायोगे त्यांना जगाचा सामना करताना सुरक्षित वाटेल?

पूर्वीच्या पिढ्यांमध्ये आत्मविश्वास असलेल्या मुलांना कदाचित 'दिखाऊ', 'स्वत:तच रमणारी' अशी विशेषणे लावली जात असतील. त्यामुळेच आजचे बरेच पालक आत्मविश्वासाला प्रोत्साहन देणे आणि त्याचबरोबर इतरांसाठी त्रासदायक होईल असे मूल न घडवणे यामध्ये समतोल साधण्याचा प्रयत्न करताना दिसतात. पुन्हा असेही होऊ शकते की, मुलांचे आजी-आजोबाच त्यांचा आत्मविश्वास हळूहळू कमी करू शकतात. जसे, जेन ही तीन मुलांची आई सांगते आहे, 'मला माझ्या पालकांना भेटायला जाताना मुलांना बरोबर घेऊन जाण्याची भीतीच वाटते, कारण माझ्या बाबांना माझी मुले थोडी जास्तच चुणचुणीत वा धीट वाटतात. त्यामुळे त्यांना त्यांची जागा दाखवून द्यायला ते जराही कचरत नाहीत.'

मुलांचा आत्मविश्वास वाढविण्यात किंवा कमी करण्यात शिक्षकांचासुद्धा खूप मोठा वाटा असतो. तुम्हाला असे किती प्रौढ लोक आठवतील जे म्हणत असतात, 'माझ्या संगीत शिक्षकांनी मला सांगितले की, मी गाऊ शकत नाही.' आणि त्यामुळे ते अजूनही गात नाहीत किंवा चित्र काढत नाहीत. आपण गणित करू शकतो, दोरीवर चढू शकतो असा आत्मविश्वास त्यांना वाटत नाही – ही यादी अंतहीन आहे. सगळीकडचे प्रौढ अजूनही त्यांच्या आयुष्यातील कितीतरी गोष्टींचा अनुभव न घेताच जगत आहेत, कारण काय तर त्यांच्या बालपणी, त्या क्षेत्रातील त्यांचा आत्मविश्वास कमी करण्याचे काम त्यांच्या शिक्षकांनी केले होते. तुमच्या मुलांच्या आत्मविश्वासास

हानी पोहोचवणार असे काही शाळेत त्यांना सांगितले जातेय, असे तुम्ही ऐकले किंवा नुसते तुमच्या ऐकण्यात आले, तरी लगेच कृती करा. तुमच्या मुलाला दाखवून द्या की कोणतीही गोष्ट करण्याची क्षमता त्याच्यामध्ये आहे, असा तुम्हाला विश्वास वाटतो.

माझ्या शाळेतले काही शिक्षक मला माझ्या नावाने बोलावण्याऐवजी 'छोटी टेसी' म्हणून हाक मारत, कारण माझ्या मोठ्या बहिणीचं नाव टेसी होतं. ती खरंच हुशार होती आणि मी तशी नव्हते.

– ल्यूसी, वय वर्ष नऊ

आपल्या मुलांचे मित्र हे त्यांच्या आत्मविश्वासावर परिणाम करणारे दुसरे महत्त्वाचे घटक आहेत. लहान मुले एकमेकांशी एवढ्या क्रूरपणे वागू शकतात आणि बोलू नये अशा गोष्टी बोलतात, जे आपण सहजी विसरू शकत नाही. ती जुनी म्हण – 'काठ्या आणि दगडांमुळे माझी हाडे मोडतील. पण कदाचित मला नावं ठेवण्याने मी कधीही दुखावला जाणार नाही' – ही चुकीची आहे. मुलांनी एकमेकांवर हिंसेचा वापर करणे अयोग्यच आहे; परंतु कोणत्याही प्रौढ माणसाला विचारा ज्याला लहानपणीच्या मित्रांनी 'जाड्या', 'ढोल्या' अशी नावे ठेवली होती. ती आजही त्यांना चिकटलेली आहेत आणि अजूनही तेवढीच दुखावणारी आहेत की नाही?

धमकावून, घाबरवून हवे ते करून घेणे, यावर मी एक स्वतंत्र पुस्तक लिहू शकेन. आणखी गरज वाटल्यास हा विषय पुढे वाढवलेल्या अनेक उपयुक्त वेबसाइट्सही तुम्हाला सापडतील. यातील महत्त्वाची गोष्ट म्हणजे धमकावणे गांभीर्याने घ्या आणि शाळेलाही याविषयी सावध करा, याबाबतचे त्यांचे धोरण काय आहे हे समजावून घ्या. तुमच्या मुलाला तुमचा आधार वाटतो आहे ना, याची खात्री करून घ्या. शाळेत मूल अवघड काळातून जात असताना घराची दुसरी युद्धभूमी होऊ देऊ नका.

सारांश : आनंदी, आत्मविश्वासपूर्ण मुले वाढविण्याचे सामर्थ्य तुमच्यात आहे.

यापुढे येणाऱ्या शीर्षकांकडे पाहा, तुमच्या मुलाचा आत्मविश्वास वाढविण्यासाठी ते सर्व महत्त्वाचे घटक आहेत, हे लक्षात ठेवा. या सर्वांत महत्त्वाचे म्हणजे त्यांच्यावर निरपेक्ष प्रेम करा.

तर आई (आणि वडीलसुद्धा) त्यांच्या मुलांमध्ये आत्मविश्वास वाढीस लागण्यासाठी काय करू शकतात, ज्यायोगे मुलांना ते प्रेम करण्यायोग्य व सक्षम आहेत, असे वाटेल?

तुमच्या मुलाला धोका पत्करू द्या

हे वयानुरूप असेल, परंतु तुमच्या मुलांना त्यांच्या क्षमता शोधण्याचा, त्या जोखण्याचा आपल्या मर्यादा ओळखण्याचा अनुभव घेण्यासाठी मदत करा, तसे मार्ग शोधा – झाडांवर, कुंपणावर चढणे, कात्री-सुरी यांचा वापर करून फळे, भाज्या कापायला शिकणे, बाईक चालवणे इत्यादी.

निर्णय घेणे आणि जबाबदारी घेणे यासाठी त्यांना प्रोत्साहित करा

त्यांनी काय घालावे, कशाप्रकारचे कपडे घालावे याची निवड त्यांची त्यांना करू द्या, त्यांच्या सर्व गोष्टींची काळजी घेण्याची जबाबदारी त्यांच्यावर सोपवा. कोणते कपडे शाळेसाठी आणि कोणते विशेष प्रसंगासाठी आहेत, हे मान्य करा. काही चूक झालीच तर तुम्हीच ठरवणारे, करणारे होतात या जाळ्यात अडकवणे सोपे जाते.

> ''माझा मुलगा नेहमी त्याचं ई कीट विसरत असे आणि मी त्याला ते शाळेत नेऊन देत असे. मी ठरवलं, आता त्याने जबाबदारी घेण्याची वेळ आलेली आहे, त्याच्यासाठी ते शाळेत नेऊन न देणं मला खूप अवघड गेलं; पण तो त्याचा धडा शिकला आणि तेव्हापासून तो ते विसरलेला नाही.''
>
> – जॅनिस, नऊ वर्षं वयाच्या मुलाची आई

जे करण्याची क्षमता मुलांमध्ये आहे ते त्यांना करू द्या आणि त्याचा नेमाने आढावा घ्या. उदाहरणार्थ – धुणे, तयार होणे, घरातील कामात मदत करणे, जवळपासच्या दुकानातून छोट्या-मोठ्या वस्तू आणून देणे. त्यांच्या प्रयत्नांसाठी त्यांचे कौतुक करण्याच्या अनेक संधीदेखील यामुळे तुम्हाला मिळतील.

काही पर्याय द्या

मुलांचे वय आणि तुम्ही वापरत असलेली भाषा याबाबत सूज्ञ असण्याविषयी हे वाक्य आहे. उदाहरणार्थ, पाच वर्षांपेक्षाही लहान मुलाला, 'तुला रात्रीच्या जेवणामध्ये काय हवं?' असे विचारणे काहीसे गोंधळात टाकणारे वाटेल, पण दोन गोष्टींपैकी एक पर्याय निवडायला सांगितले – जसे की, बेक्ड पोटॅटो किंवा पास्ता – तर त्यामुळे त्यांनाही वाटेल की, आपल्याला काही निवड आहे.

ऐका! ऐका! ऐका!

त्यांचा आत्मविश्वास वाढवण्यासाठी मदत करण्याचा सर्वोत्तम उपाय म्हणजे ऐकणे आणि जास्त काही न बोलणे. सतत तुम्ही त्यांच्या कुरबुरींचे निवारण करण्याची, सल्ला देण्याची त्यांना सवय असेल; परंतु फक्त ऐकून घेण्यामुळे त्यांना काय करावेसे वाटतेय, याबाबत ते स्वत:च्या निर्णयापर्यंत पोहोचण्याची दाट शक्यता आहे. त्यामुळे आपण आपली समस्या स्वत:च सोडवली याबद्दल त्यांना खूप छान वाटेल.

भावनांचा आदर करा

जेव्हा आपली मुले प्रखर भावनांचे प्रदर्शन करतात जसे की, रडणे, खूप मोठमोठ्याने हसणे किंवा खूप उत्तेजित होणे अशावेळी त्या भावना निपटून काढण्याचा किंवा त्यांची ताकद नाकारण्याचा मोह आपल्याला होतो. त्यांच्या भावना तुमच्यापर्यंत पोहोचण्यात हे दर्शवणे मुलांसाठी खूप महत्त्वाचे आहे. तुम्ही काय पाहत आहात याचे वर्णन करा. उदाहरणार्थ, पडल्यानंतर जर ते मोठ्याने रडत असतील, तर त्यांचे सर्वाधिक सांत्वन कशामुळे होईल, 'मूर्खपणा करू नकोस', 'एवढं काही लागलेलं नाही' यामुळे की, 'आई गं, तुला नक्कीच लागलं असेल,' यामुळे? भावनांची पोहोच पावती मिळाली की, त्यांचे व्यवस्थापन करण्यात मुले यशस्वी होतात. आपलंही कोणी ऐकतंय, आपल्यालाही समजून घेतंय या भावनेने त्यांचा आत्मविश्वास वाढतो.

मर्यादा ठरवून घ्या

या सर्व कल्पनांविषयी आपण सातव्या प्रकरणात तपशिलात बोलणारच आहोत; पण त्यांचा आत्मविश्वासाशी असलेला संबंध इथे सांगायलाच हवा. ती (मुले) कशी खातात, त्यांच्या वस्तूंची कशी काळजी घेतात, कसे वागतात याविषयी तुम्ही सतत टीका करता का? तुमच्या घरात वागण्याचे खूप सारे नियम आहेत का? 'हे करू नका, ते करू नका,' वगैरे तुम्ही कितपत सहन करू शकता आणि त्यांचे त्यांना शिकू देता, त्यासाठी तुम्ही काही मर्यादा ठरवून दिल्या आहेत का? अशा मर्यादा ठरवण्यामध्ये मुलांनाही सामील करून घ्या. त्यांना काय योग्य वाटतेय हे त्यांना विचारा, त्यांची उत्तरे तुम्हाला आनंदित आणि आश्चर्यचकित करू शकतात.

भाषा

आपण काय बोलतो आणि कशाप्रकारे बोलतो याचा आपल्या मुलांच्या

आयुष्यावर खूप मोठा परिणाम होतो. कारण आपण त्यांच्या आयुष्यातील सर्वांत प्रभावशाली व्यक्ती असतो. मुले कुठे चुकताहेत याची नोंद घेण्यात आणि अत्यंत तत्परतेने ते दाखवून देण्यात पालक वाकबगार असतात. 'तुझे शूज तिथे टाकू नकोस', 'मी सांगितलेलं तू कधीही ऐकत नाहीस', 'माझ्याशी तसं बोलू नकोस'

जेव्हा गोष्टी ठीक चाललेल्या असतात किंवा अगदी चांगल्या चाललेल्या असतात अशा मोठ्या कालावधीकडे आपण दुर्लक्ष करतो. त्यांचा आत्मविश्वास वाढवण्याच्या दिशेने पहिले उत्तम पाऊल म्हणजे त्यांनी केलेल्या प्रत्येक चांगल्या गोष्टीबद्दल टिपणी करण्याचे ठरवणे. (जसे त्यांनी त्यांचा कोट व्यवस्थित हँगरला अडकवून ठेवला, न विसरता थँक्यू म्हटले.) तसेच इतर कोणत्याही गोष्टीकडे दुर्लक्ष करा जोपर्यंत त्यामुळे खरोखर तातडीची परिस्थिती येत नाही किंवा कोणी दुखावले जाण्याची शक्यता नसेल. आणखी चांगल्या तऱ्हेने सांगायचे झाले, तर तुम्हाला त्यांनी काय करायला नकोय यापेक्षा त्यांनी काय करायला हवंय याविषयी जास्त बोला.

उत्कृष्ट टीप : 'हे करू नको' असे सांगणे सोडून द्या. त्याऐवजी 'हे कर' असे सांगा.

तुम्हाला तुमच्या मुलांच्या त्रासदायक वाटणाऱ्या दैनंदिन गोष्टींची यादी करा. जसे 'एवढा गोंगाट करू नको!' त्यानंतर तुम्ही साधारण जे काही म्हणता ते सकारात्मक भाषा वापरून पुन्हा लिहा, ज्यायोगे तुम्हाला काय व्हायला हवंय हे व्यवस्थित कळेल.

आता मी काय म्हणते	**हेच मी सकारात्मक पद्धतीने कसे म्हणू शकते.**
उदा. एवढा गोंगाट करू नकोस.	उदा. तू थोडं शांत राहावंसं असं मला वाटतं.

त्यांच्यावर प्रेम करा

लक्षात ठेवा. आपल्या मुलांवर प्रेम करण्यासाठी, त्यांचे कौतुक करण्यासाठी अगोदर आपल्या बाबतीतही ते करणे गरजेचे आहे. मागे जाऊन तुम्ही या प्रकरणाच्या

सुरुवातीला आई म्हणून तुमचे सामर्थ्य याविषयी काय लिहिले आहे, ते पुन्हा वाचा.

आता तुमच्या मुलांचा विचार करा. तुमचे त्यांच्यावर किती प्रेम आहे, याचा विचार करा. त्यांच्या अद्वितीय गुणवैशिष्ट्यांचा, तुम्हाला त्यांच्यामधील काय आवडते या गोष्टींचा विचार करा, हे असे प्रेम त्यांना मिळवावे लागत नाही, कारण हे निरपेक्ष प्रेम आहे. या सर्व गोष्टी येथे लिहा.

तुमच्या मुलांच्या अशा सर्व गोष्टी तुम्हाला खूप प्रिय आहेत आणि ज्या तुम्हाला खूप आवडतात अशा गोष्टींच्या या यादीकडे तुम्ही पाहत आहात. इथेच आपण थांबू या. आत्मविश्वासाच्या प्रकरणाचा शेवट करण्याचा यापेक्षा चांगला मार्ग कोणता?

माझ्या मुलाच्या (मुलांच्या) मला प्रिय असणाऱ्या आणि आवडणाऱ्या गोष्टी

आत्मविश्वासाबाबत लक्षात ठेवाव्यात अशा दहा सोनेरी गोष्टी

१. तुमच्या स्वत:साठी 'मातृत्वाचा विश्वास' याची व्याख्या करा.

२. मातृत्वाची जबाबदारी प्रचंड आहे; पण त्यामुळे तुमचा आत्मविश्वास कोलमडून जाऊ देऊ नका.

३. फक्त तज्ज्ञ, पुस्तके आणि वेबसाइट्स काय सांगताहेत याकडेच लक्ष द्या आणि जर तुमच्या आत्मविश्वासास मदत होत असेल, तरच इतर मातांच्या सल्ल्यांकडे लक्ष द्या.

४. स्वत:विषयी आई म्हणून तुम्हाला कोणत्या भावना हव्या आहेत, यावर लक्ष केंद्रित करा.

५. तुमचा आत्मविश्वास वाढवणाऱ्या गोष्टी करण्यावर भर द्या.

६. स्वत:चे टीकाकार होण्याचे थांबवा आणि आई म्हणून असलेल्या तुमच्या सामर्थ्यावर लक्ष केंद्रित करा.

७. आपल्या स्वत:विषयीच्या नकारात्मक धारणांना आपण सकारात्मक धारणांमध्ये बदलवू शकतो.

८. कोणाचे ऐकायचे याची निवड करणे, तुमच्या हातात आहे. इतरांना तुमच्या आत्मविश्वासाची चोरी करू देऊ नका.

९. आत्मविश्वासपूर्ण मुले वाढविण्याची क्षमता तुमच्यामध्ये आहे.

१०. तुमच्या मुलांवर निरपेक्ष प्रेम करा.

आपण काय शिकलो

येथे दिलेला प्रत्येक मुद्दा आपण शिकलो, याबाबत तुम्ही आनंदी आहात ना, हे तपासून पाहा. आणि तुमच्या जीवनात त्याचा उपयोग करण्यासाठी तयार आहोत हे अनुभवा.

* आत्मविश्वास म्हणजे काय?
* इतर मातांसाठी आत्मविश्वासाचा अर्थ आणि माझ्यासाठी आत्मविश्वासाचा अर्थ
* माझा आत्मविश्वास कशाप्रकारे वाढवता येईल.
* एक आई म्हणून माझे असलेले सामर्थ्य
* माझ्या आत्मविश्वास पातळीत कोण बदल करते?
* आई म्हणून माझ्या स्वत:विषयीच्या धारणा
* मुलांना आत्मविश्वासपूर्ण बनविण्यासाठी त्यांचे संगोपन कसे करावे.

हे प्रकरण वाचून एक आई म्हणून स्वत:विषयी मी काय शिकले?

यातील सर्वांत वैशिष्ट्यपूर्ण गोष्ट कोणती?

२

कौटुंबिक मूल्ये

या प्रकरणात तुम्ही शिकणार आहात....

* मूल्ये म्हणजे काय आणि ती कोठून येतात
* मूल्ये आणि वर्तणूक यांचा परस्परसंबंध
* इतर लोकांच्या मूल्यांचा तुमच्यावर होणारा परिणाम

तिसऱ्या इयत्तेच्या पलीकडे मी कधीही शाळेत गेले नाही; परंतु चांगले आणि वाईट यामधला फरक माझ्या आईने मला शिकवला.

– ज्यो लेविस, 'मदर्स विट'

मूल्ये म्हणजे काय?

मूल्य म्हणजे तुमच्या दृष्टीने काय चांगले काय वाईट, काय चूक काय बरोबरा, काय हवेहवेसे किंवा काय नकोसे वाटते ते. मूल्यांचा तुम्ही फक्त विचार करता असे नाहीतर तुम्ही कसे वागावे, प्रत्येकवेळी कशापद्धतीने संवाद साधावा याची माहिती तुमची मूल्ये तुम्हाला देतात.

जेव्हा तुम्ही एक आई असता तेव्हा ही मूल्ये म्हणजे परिमाणे (standards) असतात, ज्यांची पूर्तता करण्याच्या दृष्टीने तुम्ही तुमच्या मुलांना वाढवता. ती सर्व, म्हणजेच तुम्हाला महत्त्वाचे वाटणारे अंतर्गत गुणविशेष असतात. जसे – सत्य, निरपेक्ष प्रेम, प्रामाणिकपणा, आदर आणि दया असे गुणविशेष जे आपल्यासाठी खूप अर्थपूर्ण आहेत. आपण कशा पद्धतीने वागतो यावरून बाह्यस्वरूपात ही मूल्ये दर्शविली जातात. उदाहरणार्थ, जर दयाळूपणा हे तुमच्या आवश्यक मूल्यांपैकी एक असेल, तर तुमच्या आयुष्यात जाणते-अजाणतेपणी तुम्ही ते सतत दर्शवत राहाल. जर ते अनुपस्थित असेल, अयोग्य पद्धतीने दर्शविले जात असेल किंवा असमाधानकारक

असेल, तर तुम्ही तात्काळ प्रतिकार कराल. तसेच प्रामाणिकपणा हा तुमच्यासाठी खूप महत्त्वाचा आहे आणि आपले मूल आपल्याशी खोटे बोलतेय, हे तुमच्या लक्षात येईल. तेव्हा तुम्ही नाराज व्हाल आणि शक्य आहे, याबाबत तुमची प्रतिक्रिया खूपच तीव्र असेल. ज्या पालकांना प्रामाणिकपणाविषयी फारशी पर्वा नाही. त्यांची प्रतिक्रिया त्याप्रकारची असेलच असे नाही. जेव्हा तुम्हाला खूप राग येतो आणि आपल्या मुलाला त्याचे कुठे चुकतेय हे कळलंय याची तुम्हाला खात्री करून घ्यावीशी वाटते, तेव्हा तुमच्या मूल्याचे कुठेतरी अवमूल्यन झाले असण्याची शक्यता आहे.

तुमची मूल्ये म्हणजे तुमच्यासाठी खरोखरच महत्त्वाचे असलेले गुणविशेष, हे इतके सोपे आहे.

> **सारांश :** मूल्ये काय आहेत आणि त्यांचा तुमच्या भावना तसेच वर्तणुकीवर कसा परिणाम होतो; हे तुम्हाला स्पष्ट समजले आहे, याची खात्री करून घ्या.

तुमची मूल्ये कोणती आहेत असे तुम्हाला वाटते?
तुम्हाला विचार करायला उद्युक्त करणाऱ्या या काही कल्पना :

आग्रहीपणा	दयाळूपणा
आपुलकी	प्रेम
स्वच्छता	निष्ठा
सह-अनुभूती	दया
आत्मविश्वास	संयम
विचारपूर्वक	विनम्रपणा
धैर्य	आज्ञाधारकता
सौजन्य	सुव्यवस्थितपणा
निर्मितीक्षमता	सहनशीलता
अलिप्तपणा	शांततापूर्ण
निश्चय	हेतूपूर्ण
उत्साह	विश्वसनीयता
उत्कृष्टता	आदर
प्रामाणिकपणा	उत्तरदायित्व
लवचीकता	सद्भावना

क्षमाशीलता
मित्रत्व
औदार्य
सौम्यपणा
उपकारक
प्रामाणिकपणा
सन्मान
विनयशीलता
आदर्शवाद
आनंदीपणा
न्याय
स्वयंशिस्त
सेवा
ठामपणा
युक्ती
कृतज्ञता
सहनशीलता
विश्वास
विश्वसनीयता
सत्यता
एकी

मूल्ये कोठून येतात?

आई नेहमी सांगत असे की, प्रामाणिकपणा हे सर्वोत्तम धोरण आहे आणि पैसा म्हणजे सर्वस्व नव्हे. इतरही अनेक गोष्टींबाबत ती चुकत होती.

– जेराल्ड ब्रेसन, 'मदर्स विट'

तर मग ही मूल्ये येतात कोठून? एक अंदाज... होय, तुमच्या पालकांकडून तुमची सगळीच मूल्ये नाहीतरी अशी मूल्ये जी तुमच्या व्यक्तित्वाच्या केंद्रस्थानी आहेत, आयुष्यात जगताना काय चूक, काय बरोबर हे ठरवण्याच्या प्रक्रियेत केंद्रस्थानी आहेत अशी मूल्ये! खूप लहानपणापासून कोवळ्या वयात ती तुमच्यामध्ये रुजतात. पहिल्या दिवसापासून पालकांच्या मुलांशी बोलण्यातून, काही प्रमाणात या मूल्यांचा संस्कार होत असतो; परंतु खऱ्या अर्थाने आपल्या मनावर, हृदयावर त्यांचा ठसा उमटतो, ते पालकांच्या वर्तणुकीतून आपली स्वत:ची मूल्ये तयार करणाऱ्या अन्य घटकांमध्ये शिक्षण आणि धर्म हे महत्त्वाचे घटक आहेत. तुमच्या कोणी शिक्षकांनी त्यांच्या विषयावरील त्यांच्या ध्यासामुळे तुम्हाला त्या विषयात गोडी निर्माण केली असेल आणि जर तुमच्या मुलाला त्या विषयात त्याच्या शिक्षकांकडून वाईट अनुभव आला, तर तुम्ही चिंतीत होता किंवा खराब हस्ताक्षरासाठी तुम्ही बोलणी खाल्लेली असतील, तर आपल्या मुलांचे हस्ताक्षर सुवाच्च व सुंदर असावे याबाबत तुम्ही आग्रही असाल – तुमच्याप्रमाणे त्याला बोलणी बसू नयेत असेच तुम्हाला वाटत असणार, जगातील सर्व महत्त्वाचे धर्म त्यांच्या उपासकांमध्ये जगण्यासाठी आधारभूत ठरतील असे नैतिक नियम प्रस्थापित करतात. अनेकांना

काय चूक, काय बरोबर, कशाला महत्त्व द्यावे आणि कशाला महत्त्व देऊ नये, हे ठरवताना त्यांच्या श्रद्धेचीच मदत होते. बऱ्याचशा धर्मात अशा पुस्तिका दिल्या जातात, ज्या जगण्यासाठी आधारभूत होतील. काही लोकांना अशा स्पष्ट नियमावलीमुळे 'कसे वागावे,' हे अगदी सुस्पष्ट सरळसोपे वाटते.

धर्म, शिक्षक आणि इतर प्रौढ लोक ज्यांचा आपल्या कोवळ्या वयात आपल्यावर प्रभाव असतो. हे सर्व, आपल्या मूल्य पद्धतीस आकार देण्यामध्ये महत्त्वाची भूमिका बजावतात. तथापि, आपण सगळेच, कळत-नकळतपणे आपल्या पालकांनी त्यांचे आयुष्य कसे घालवले आहे याचीच जास्त दखल घेतो.

आपल्या आईला आपण घर स्वच्छ, नीटनेटके ठेवताना पाहिलेले असते. आपल्या लक्षात येते की, तशा पद्धतीने घर आवरलेले असणे तिच्यासाठी खूप महत्त्वाचे आहे. आपण दुरुत्तरे केल्यावर आपले वडील रागावतात याचीही आपण नोंद घेतलेली असते. त्यांच्या मुलांनी त्यांच्याशी नम्रतेने बोलणे त्यांच्यासाठी खूप महत्त्वाचे होते, उलटून बोलताना आदराची भावना जाणवत नाही. बहुधा खूपच कमी प्रेम दर्शवले गेले, तर त्यामुळे प्रेमळ असणे आपल्या पालकांसाठी तितकेसे महत्त्वाचे नाही, हा संदेश आपल्यापर्यंत पोहोचायचा. आपल्यापैकी काही जणांसाठी, ज्या मूल्यांसह ते मोठे झालेले असतात. त्यांचा हानिकारक प्रभाव पडलेला असतो, त्यामुळे त्यांची स्वतःची मुले वाढवताना बरोबर विरुद्ध स्वरूपाची मूल्ये त्यांच्यासाठी महत्त्वाची ठरतात. इतरांसाठी त्यांच्या आई-वडिलांकडून चालत आलेली मूल्ये त्यांना अर्थपूर्ण वाटत असतात आणि आपल्या मुलांमध्येही तीच मूल्ये रुजवताना त्यांना आनंद होतो.

मूल्यांबाबत आईचे विचार

माझ्या मुलांना वाढवतानाची माझी मूल्ये ही मूल म्हणून मला आलेल्या अनुभवातून जन्माला आलेली आहेत. माझं एक नंबरचं मूल्य हे माझ्या मुलांसाठी प्रेम आणि मायेची ऊब निर्माण करणे, हे आहे. कारण माझे आई-वडील काहीसे थंड, प्रेम न करणारे होते. मला खात्री आहे त्यांचा तसा अर्थ नव्हता; पण ते तसे होते. तसेच आपल्या भावनांबद्दल बोलण्यामध्ये काहीही गैर नाही, हे माझ्या मुलांना कळावे अशी माझी इच्छा आहे. कारण माझ्या लहानपणी माझ्या भावनांविषयी बोलणे, हे माझ्यासाठी ठीक नव्हते, अजूनही नाही आहे.

– एली, सात आणि पाच वर्षं वयाची दोन मुलं

जसजशी मुलं मोठी होतात आणि इतरांच्या कुटुंबात काहीवेळ व्यतीत करू लागतात, तसतसे इतर कुटुंबांमध्ये असणाऱ्या वेगळ्या मूल्यांची त्यांना जाणीव

होऊ लागते. कदाचित त्या मूल्यांचा त्यांच्या स्वत:साठी अंगीकार करण्याचाही ते निर्णय घेऊ शकतात.

मला माझ्या मैत्रिणीच्या घरी जायला खूप आवडायचे, कारण ते सर्व जण नेहमी, एक कुटुंब म्हणून खेळ खेळत असत. एकत्रित मजा करणे, हे त्यांच्यासाठी खूप महत्त्वाचे आणि नैसर्गिक होते. माझ्या कुटुंबाची नेमकी याविरुद्ध परिस्थिती होती.

– तानिया, सर्व बारा वर्षांच्या आतील तीन मुली

पुढच्या उदाहरणातील आईला आपल्या पालकांची मूल्ये आवडतात आणि ती मूल्ये आपल्या मुलांमध्ये रुजवण्याचीही तिची इच्छा आहे.

माझ्या पालकांसाठी इतर कोणत्याही गोष्टींपेक्षा प्रामाणिकपणाचे मूल्य सर्वाधिक होते. काहीवेळा ते पाळणे जरी अवघड होते, विशेषत: आम्ही टीनएजर्स असताना, तरीही मला वाटते त्यांचे बरोबर होते. अप्रामाणिकपणाशी जुळवून घेणे, मला नेहमीच अस्वस्थ करते आणि मला वाटते, ही नक्कीच चांगली गोष्ट आहे.

– अँजेला, बारा वर्षांच्या आतील तीन मुले

तुमच्या स्वत:च्या बालपणाविषयी विचार करून, या प्रश्नाचे उत्तर द्या.

ज्या कुटुंबात मी लहानाची मोठी झाले, त्या कुटुंबात हे महत्त्वाचे होते.

१.
२.
३.
४.
५.
६.
७.
८.
९.
१०.

(या प्रकरणाच्या सुरुवातीला दिलेल्या यादीवरून नजर फिरवण्याने कदाचित तुम्हाला मदत होईल.)

एकाच कुटुंबामध्ये, त्या कुटुंबातील सदस्याचे वय, लिंग, स्थान व व्यक्तिमत्त्व या अनुसार काय महत्त्वाचे आहे, यामध्येही मोठा फरक असू शकतो. तुम्ही ज्या घरात लहानाचे मोठे झालात त्याच घरात तुमचे भाऊ-बहिणी वाढलेल्या असतील; परंतु तरीही त्यांची मूल्ये तुमच्यापेक्षा वेगळी असू शकतात.

एखादी व्यक्ती आरोग्यसंपन्न राहणे हे मूल्य मानत असेल, तर ती नियमित व्यायाम करेल, आपल्या आहारावर लक्ष ठेवेल. तथापि, त्याच्या भावंडांना हे तितकेसे महत्त्वाचे वाटणार नाही. ते आनंदाने डोनट्स खातील आणि व्यायामाची कल्पनाही त्यांच्या डोक्यात येणार नाही. तुम्हाला जर भावंडे असतील तर कल्पना करा त्यांनी याअगोदरच्या चौकटीत काय लिहिले असते? आणि त्यांची उत्तरे ही तुमच्या उत्तरांपेक्षा कशाप्रकारे वेगळी असती?

पालकत्वाची मूल्ये ही काही प्रमाणात पालकांच्या व्यक्तिमत्त्वाने प्रभावित असतात. तुम्हाला खूप दक्ष, शिस्तप्रिय आई आणि खुल्या मनाचे, निवांत असे वडील असतील, तर वर-वर पाहता वडिलांपेक्षा आईकडे अधिक मूल्ये होती, असे सुचवणे सोपे वाटेल. फक्त ते व्यक्त करण्याची तिची पद्धत वेगळी होती. कदाचित नियम तयार करणे आणि त्यांचे पालन होते आहे याची खात्री करून घेणे, हे त्यांच्यापेक्षा तिच्यासाठी जास्त महत्त्वाचे होते.

लक्षात ठेवा : उभय पालकांची असलेली वेगवेगळी मूल्ये हे कौटुंबिक वादाचे एक कारण असू शकते, याविषयी सविस्तर नंतर पाहू.

सारांश : आपल्या पालकांसाठी काय महत्त्वाचे आहे या अनुभवातून, निरीक्षणातून आपली मूल्ये ही खूप लहानपणीच तयार होतात. नंतर इतर प्रभावशाली प्रौढ व्यक्ती, जसे की शिक्षक, गट नेते, धार्मिक नेते, हिरो वगैरे यांचासुद्धा आपल्या मूल्यांवर प्रभाव पडतो. एकाच कुटुंबामधील भावंडांमध्ये वेगवेगळी मूल्ये विकसित होऊ शकतात. त्यांची मूल्ये कशाप्रकारे प्रदर्शित केली जातात, यावर त्या पालकांच्या स्वभावाचाही बराच प्रभाव असतो. आक्रमक पालक ओरडतील, तर निष्क्रिय पालक पटकन प्रयत्न सोडतील.

योजना आणि कृती यावर मूल्यांचा परिणाम

तुमच्या एखाद्या विशिष्ट दिवसाचा विचार करा आणि तुमच्या किती योजना, कृती या तुमच्या मूल्यांमुळे तयार झाल्या होत्या याची दखल घ्या. आपण आपली डायरी, आपल्या मुलांच्या डायऱ्या (आणि आपल्या जोडीदाराची सुद्धा!) अशा अनेक कृतींनी भरवून टाकतो. कारण आपल्याला वाटत असते, त्या महत्त्वाच्या

आहेत. आपल्या मुलांना आपण फुटबॉल, बॅलेट किंवा पियानो शिकण्यासाठी घेऊन जावे, असे आपल्याला कोणीही सांगत नाही; पण तरीही खूपशा माता या गोष्टी करतात. कारण त्यांना वाटत असते की, मुलांच्या शिक्षणाचा विस्तार करणे महत्त्वाचे आहे. कदाचित यामागे त्यांना वाटत असलेले सरावाचे वा व्यायामाचे महत्त्व किंवा त्यांच्या स्वत:च्या पालकांनी अभ्यासेतर गोष्टींना दिलेले महत्त्व हेही कारण असू सकेल. आपल्या मूल्यांवर आधारित सामाजिक व्यवस्था आपण तयार करतो. पैसे खर्च करण्याचा निर्णय – दररोजच्या किराण्यापासून ते वॉशिंग मशीनच्या खरेदीपर्यंत. यावरही आपल्या मूल्यांचा प्रभाव असतो. आपल्या फावल्या वेळेचे काय करावे, आपल्या आरोग्याच्या गरजा, आपले छंद याबाबतचे निर्णय घेतानाही आपली मूल्येच आपल्याला प्रेरित करत असतात. अशाप्रकारे आयुष्याच्या सर्वच क्षेत्रांमध्ये आपल्याकडे मूल्ये असतात जी आपल्यासाठी महत्त्वाची असल्याने, 'आई' म्हणजे जे-जे काही आपल्याला महत्त्वाचे वाटत असते, त्यात मिसळून जातात. कौटुंबिक नातेसंबंधांवर प्रकाश टाकणाऱ्या यापुढील प्रकरणात, आपण या गोष्टीचा कुटुंबाच्या परिपूर्णतेवर होणारा परिणाम अभ्यासणार आहोत.

मूल्ये बदलू शकतात?

थोडक्यात सांगायचे तर होय. तुमची मूलभूत तत्त्वे बदलली नाहीत, तरी त्यामध्ये आणखी काही मूल्यांचा समावेश होण्याची शक्यता असतेच असते. आपले ज्ञान आपल्या जाणिवा विस्तारतात, अग्रक्रम बदलतात त्यामुळे पूर्वी बिनमहत्त्वाच्या असलेल्या काही गोष्टी आता महत्त्वाच्या होतात. जॅकी हे याचे उत्तम उदाहरण आहे – "मला मूल होण्यापूर्वी आपल्याकडील कचऱ्याचे रिसायकलिंग करणे मला तितकेसे महत्त्वाचे वाटत नसे; परंतु आता मात्र ते माझ्यासाठी खूप महत्त्वाचे वाटत नसे; परंतु आता मात्र ते माझ्यासाठी खूप महत्त्वाचे झालेय, कारण आता पर्यावरण व त्यासंबंधित बाबींविषयी मी जागरूक झाले आहे. रिसायकल करता येण्याजोग्या गोष्टी मुलांनी कचराकुंडीत फेकून दिल्यानंतर मी खूप चिडते."

मातांसाठी, आणखी काही मूल्यांचा स्वीकार करणे किंवा मूल्यांचा प्राधान्यक्रम बदलणे, हे जसजशी मुले वाढतात, त्याची व्यक्तिमत्त्वे विकसित होतात. त्यांच्या गरजा बदलतात किंवा सभोवतालची परिस्थिती बदलते, तेव्हा या सर्वांशी जुळवून घेणेच आहे.

नुकत्याच चालायला लागलेल्या छोट्याशा बाळाच्या आईसाठी 'सुरक्षितता' या मूल्याचा प्राधान्यक्रम सर्वांत वरचा असेल; परंतु आठ वर्षे वयाच्या मुलाच्या आईला सुरक्षिततेचे महत्त्व अजूनही वाटत असले, तरी या वयाच्या अनुषंगाने 'शिक्षण' तिला जास्त महत्त्वाचे वाटते. मूल तारुण्यात पदार्पण करू लागते, तेव्हा त्या

कुमारवयात सुरक्षिततेचा मुद्दा पुन्हा ऐरणीवर येतो.

मातृत्वाच्या पहिल्या दोन वर्षांत, इंटरनेटचे विचार किंवा माझे मूल इंटरनेट कशापद्धतीने वापरेल असं माझ्या मनात कधीच आलं नाही; पण आता जेव्हा तो नऊ वर्षांचा झालाय तेव्हा या तंत्रज्ञानाबाबत गांभीर्याने विचार करायची वेळ आली आहे. या बहुउपयोगी तंत्रज्ञानाबाबत स्वत:ला अवगत करायलाच हवे; पण मुलांनी मात्र अतिशय समजुतीने त्याचा वापर करायला हवा.

– जॅकी, दहा वर्षांच्या आतील दोन मुले

सारांश : फक्त पालकत्वाच्या नाहीतर जीवनातील इतर क्षेत्रातही आपण आपली मूल्ये प्रदर्शित करतो. आपले ध्यास आणि आवड-निवड बदलते तशी काळानुरूप तीही बदलतात. आपली मुले मोठी होतात, त्यांच्या गरजा बदलतात तशी आपली मूल्येही बदलतात.

नातेसंबंधातील मूल्ये

संदर्भानुसार मूल्ये वेगवेगळ्या प्रकारे सादर केली जातात. उदाहरणार्थ, नातेसंबंधांबाबतची तुमची मूल्ये जसे की विश्वास, प्रामाणिकपणा, वचनपूर्ती ही तुमच्या कामासंबंधीच्या मूल्यांपेक्षा वेगळी असू शकतात. जसे की, निर्मितीक्षमता, आर्थिक बक्षिसे किंवा नीतिमत्ता. आयुष्यातील वेगवेगळ्या घटना. घटस्फोट, वेगळे होणे किंवा जवळच्या व्यक्तीच्या मृत्युमुळे आलेला एकाकीपणा यामुळेसुद्धा आपल्या मूल्यांमध्ये आणि त्यांच्या प्राधान्यक्रमामध्ये बदल घडू शकतो. घटस्फोटाचा परिणाम म्हणून तिच्या मुलांना खूप साऱ्या दुःखाचा सामना करावा लागलेला आहे, अशा घटस्फोटीत आईसाठी 'आनंद' हे नंबर एकचे मूल्य असू शकते. घटस्फोटाअगोदर कदाचित फार वेगळीच मूल्ये तिच्या यादीत वरच्या क्रमांकावर असतील. जसे की, दयाळूपणा, आरोग्य आणि शिक्षण.

आपण 'आई' आहोतच परंतु त्याचबरोबर आपण मुलगी, बहीण, बायको, मावशी, काकू, जोडीदार, शेजारी, मैत्रीण, नोकरदार किंवा मालकही आहोत अशा सर्व नातेसंबंधांसाठी आपली मूल्यांची यादी वेगवेगळी असू शकते.

मूल्ये आणि धारणा एकच आहे का?

धारणा वेगळ्या असतात परंतु आपल्या मूल्यांचा आपल्यावर जसा परिणाम

होतो तसाच परिणाम आपल्या धारणा, आपल्या जगण्याच्या नियमांवर करत असतात. 'धारणा' म्हणजे आपल्या स्वत:ला आपल्याबाबतीत जे काही खरे आहे असे वाटते ते आणि आपली तशी धारणा असते म्हणून आपल्या विचार करण्यावर, वागण्यावर तिचा परिणाम होतो. 'मातृत्वाचा विश्वास' या प्रकरणात नोंद केल्याप्रमाणे आपल्या स्वत:बाबत सकारात्मक आणि नकारात्मक गोष्टींवर आपण विश्वास ठेवतो. नकारात्मक बाजू पाहता, आपली धारणा असू शकते की, मी आळशी आहे, पुरेशी सक्षम नाही, स्वार्थी आहे किंवा माझे गणित चांगले नाही वगैरे. आपल्या सकारात्मक धारणादेखील असू शकतात. जसे की स्वत:ला आनंदी, आत्मविश्वासपूर्ण किंवा संवेदनशील समजणे. आई म्हणून संवेदनशील असणे महत्त्वाचे आहे, हे तुमचे मूल्य असू शकते; पण त्याचा अर्थ मी संवेदनशील व्यक्ती आहे, अशी तुमची धारणा आहे असा होऊ शकत नाही.

आपल्या धारणा या आपल्या विश्वाला आकार देत असतात आणि आपल्या वर्तणुकीवरही त्यांचा परिणाम होतो. नकारात्मक धारणा आपल्या क्षमतांना सीमित करतात आणि त्यामधून बाहेर पडण्यासाठी त्यांना सकारात्मक धारणांमध्ये बदलावे लागते.

मागे जा आणि पहिल्या प्रकरणातील 'आई म्हणून माझ्या स्वत:विषयीच्या धारणा या धारणांविषयीच्या स्वाध्यायाकडे पुन्हा पाहा. तुम्हाला स्वत:च्या नकारात्मक धारणांची जाणीव असणे, किती महत्त्वाचे आहे. त्यांना आव्हान देण्यासाठी काय किंमत द्यावी लागते, तसेच सकारात्मक भावना रुजवण्याची क्षमता आणि स्वातंत्र्य याविषयी पुरते समजले आहे ना, हे तपासून पाहा.

जेव्हा तुम्ही तुमच्या धारणा बदलता तेव्हा तुम्ही तुमच्या निद्रिस्त मनाला, आता येथून पुढे या गोष्टी कशा असणार आहेत, याबाबत सूचना देता.

– जेफ आर्चर, लाइफ कोच

सारांश : मूल्ये आणि धारणा यामधील फरक स्पष्ट समजून घ्या. मूल्ये हे तुमचे नैतिक प्रेरणा स्रोत असतात, तर धारणा म्हणजे तुम्हाला तुमच्या स्वत:बद्दल जे वाटते ते आणि त्याची सुरुवात नेहमी 'मी अशी आहे' किंवा 'मी अशी नाही' याप्रकारे होते.

आई म्हणून किंवा पालक म्हणून तुमची मूल्ये तुम्हाला अगोदरच माहिती असतीलही; परंतु येथे दिलेला स्वाध्याय तुम्हाला ती मूल्ये जाणून घेण्यासाठी किंवा त्यांचा प्राधान्यक्रम ठरवण्यासाठी मदत करेल. जेव्हा तुमच्या मूल्यांकडे दुर्लक्ष केले जाते किंवा ती पायदळी तुडवली जातात, त्यांचा योग्य तो सन्मान राखला जात नाही

तेव्हा परिणामस्वरूप आपण नाराज होतो आणि त्याप्रमाणे वागतो.

पालकत्वाची मूल्ये

पालक म्हणून कोणती मूल्ये तुमच्यासाठी खरोखरच महत्त्वाची आहेत?

ती मूल्ये : दयाळू, मजेदार, हुशार, सहनशील, सर्जनशील, उत्स्फूर्त किंवा नियंत्रण असणारा ही असू शकतात. तुमची मूल्ये ओळखण्याचा सोपा उपाय म्हणजे कशामुळे तुम्ही नाराज होता, हे शोधून काढणे. उदाहरणार्थ : स्वतःचा राग अनावर झाल्यामुळे तुम्ही दुःखी झाला आहात किंवा मजेशीर वागणे, तुमच्यासाठी महत्त्वाचे असेल, तर जेव्हा तसे वागण्याचा उत्साह तुमच्याकडे नसेल तेव्हा तुम्हाला अस्वस्थ वाटेल. येथे दिलेल्या चौकटीत ती मूल्ये लिहून काढा – अशी तुम्हाला महत्त्वाची वाटणारी १० मूल्ये लिहा.

तुमच्या जीवनात यांपैकी प्रत्येक मूल्याचा कसा आदर केला जातो? १ ते १०च्या स्केलवर तुमच्यासाठी योग्य असणाऱ्या अंकाला गोल करा. (१ – आदर राखला जात नाही आणि १० – संपूर्ण आदर राखला जातो. सुधारणा करण्यास वाव नाही.)

आई म्हणून असलेली मूल्ये	**सध्याचा स्कोअर**									
१	१	२	३	४	५	६	७	८	९	१०
२	१	२	३	४	५	६	७	८	९	१०
३	१	२	३	४	५	६	७	८	९	१०
४	१	२	३	४	५	६	७	८	९	१०
५	१	२	३	४	५	६	७	८	९	१०
६	१	२	३	४	५	६	७	८	९	१०
७	१	२	३	४	५	६	७	८	९	१०
८	१	२	३	४	५	६	७	८	९	१०
९	१	२	३	४	५	६	७	८	९	१०
१०	१	२	३	४	५	६	७	८	९	१०

सहापेक्षा कमी गुण दिलेले आहेत, त्याठिकाणी तुम्हाला जास्त लक्ष देण्याची गरज आहे, ज्यायोगे आई म्हणून तुम्ही अधिक समाधानी व्हाल.

आता तुमची दहा मूल्ये, तुम्हाला सर्वाधिक महत्त्वाचे कोणते वाटते या क्रमाने

लिहा. तुमच्या काय लक्षात येते? जर खात्री वाटत नसेल, तर प्रत्येक मूल्याची आपापसात तुलना करा. उदाहरणार्थ, जर तुम्हाला 'विश्वास' मिळवता येईल, पण त्याचवेळी 'मजा' मिळवता येणार नाही. तर दोहोंपैकी तुम्ही कशाची निवड कराल? अशाप्रकारे तुमचे समाधान होईपर्यंत तुम्ही त्यांचा क्रम त्यांच्या महत्त्वानुसार ठरवा.

तुमची सर्वांत वरच्या क्रमांकाची तीन मूल्ये कोणती आहेत? ती येथील चौकटीत लिहा. ही तुमची मूलभूत मूल्ये आहेत आणि जेव्हा त्यांचा अवमान केला जातो तेव्हा तुम्हाला नाराज वाटते, भीती वाटते, तुम्ही निराश होता, रागावता किंवा उद्विग्न होता.

आई म्हणून माझी तीन मूलभूत मूल्ये

१.

२.

३.

आता त्यांच्यासमोर तुम्ही त्यांना तुमच्या आयुष्यात किती सन्मान देता यासाठी दिलेले आत्ताचे गुण लिहा.

हा स्वाध्याय पूर्ण केल्यानंतर आता माझ्या लक्षात येतंय, मुलांना मारामारी करताना पाहून मी एवढी नाराज का होते. त्यांनी एकमेकांशी व्यवस्थित जमवून घ्यावे आणि घरात शांतता असावी, हे माझ्यासाठी खूप महत्त्वाचं आहे. मला खात्री आहे याचं मूळ माझ्या स्वतःच्याच लहानपणात असलं पाहिजे. माझी मोठी भावंडं सतत भांडत असायची. ज्यामुळे माझी आई रागावलेली असे. जे मला बिलकूल आवडायचे नाही. म्हणूनच जेव्हा माझी मुलं भांडतात तेव्हा मी मधे पडते. ते भांडण मिटवण्यासाठी काहीही करायला मी तयार असते. याउलट माझ्या नवऱ्याच्या ते लक्षातही येत नाही, जर कोणाला लागलं, रक्त वगैरे आलं तरच! याचा परिणाम म्हणजे मधे पडून भांडण मिटवण्याची अपेक्षा माझ्याकडूनच केली जाते. मला वाटते, मीच अडचणी वाढवून ठेवल्या आहेत.

– हन्नाह, एक आई

सारांश : तुमची स्वत:ची मूल्ये विशेषत: सर्वाधिक महत्त्वाची तीन मूल्ये ओळखणे अत्यंत आवश्यक आहे, ज्यायोगे तुमचे विचार, तुमच्या भावना आणि तुमची वर्तणूक यांचा उगम समजून घेण्यास मदत होईल. आपण त्यांचा स्वीकार केला, तरच त्यात बदल करणे आपल्याला शक्य होईल.

जेव्हा तुमची पालकत्वाबाबतची मूलभूत मूल्ये अवमानित होतात तेव्हा तुमची वर्तणूक आणि तुमच्या भावना काय असतात, हे लक्षात घ्या.

मूल्ये	**वर्तणूक**	**भावना**
उदा. आदर	मदत करण्यासाठी मी मुलांच्यामागे लागते.	राग, चीड
१.		
२.		
३.		

आता हे अधिक खरे आणि प्रॅक्टिकल करण्यासाठी तुमच्या कौटुंबिक जीवनातील साधारण दहा तरी उदाहरणे शोधून काढा. जेव्हा तुमच्या मूल्यांकडे दुर्लक्ष झाले होते आणि त्यांचे असे अवमूल्यन तुम्हाला आव्हानात्मक वाटत होते.

तुम्ही काय पाहिले वा ऐकले	**मूल्य**	**माझे आचरण**
१. उदा. अव्यवस्थित बेडरूम्स	व्यवस्थितपणा किंवा नियंत्रण	मी चिडून मोठ्याने ओरडते, बोलते.
२.		
३.		
४.		

५.

६.

७.

८.

९.

१०.

मूल्ये वर्तणूक ठरवतात

मागील पानावर तुम्ही केलेली यादी ही, आई म्हणून तुमच्या वर्तणुकीवर तुमच्या मूल्यांचा कसा परिणाम होतो, हे तुम्हाला समजून घेण्यासाठी उपयोगी ठरेल. एक गोष्ट मनात असू दे, जसे आपण वागतो तसे वागण्यामागे मूल्ये हे एकमेव कारण नाही. अव्यवस्थित खोली पाहून तुम्ही चिडता, ओरडता कारण तुम्ही खूप दमलेल्या होता किंवा तो तुमच्या पाळीच्या अगोदरचा दिवस होता किंवा तुमच्याकडे पाहुणे येणार असतील आणि मुलांच्या अशा अव्यवस्थित खोल्या पाहून ते तुमच्याबद्दल आणि मुलांबद्दल काय विचार करतील याबाबत तुम्हाला काळजी वाटली असेल. हा स्वाध्याय, तुमच्या वागणुकीच्या पॅटर्नबाबत तुमची जाणीव वाढवण्यासाठी आहे, ज्यायोगे काहीतरी वेगळे वागण्याची संधी तुम्ही निर्माण करू शकाल. वरवर कोणतेही कारण दिसत नसतानाही तुमच्या रागाचे स्फोट होत असतात. तेव्हा त्याचा सरळ अर्थ आहे की, तुमचे कोणतेतरी मूल्य पायदळी तुडवले गेले आहे. आपण कशाची तरी प्रतिक्रिया म्हणून अचानक असे स्वतःवरचे नियंत्रण घालवणे आपल्यासाठी आणि आपल्या मुलांसाठी, दोहोंसाठीही त्रासाचे आहे. आपण असे का वागतोय, हे आपल्याला समजले नाहीतरी त्याचा उगम कशात तरी असतोच आणि बहुधा तुमच्या मूल्याचा अवमान किंवा त्याच्याकडे झालेले दुर्लक्ष हे त्यामागचे कारण असू शकते.

वर्तणुकीमागे नेहमी काहीतरी अर्थ असतोच

– टोनी हंपरीज, आयरिश मानसशास्त्रज्ञ

तुमच्या मूल्यांचा तुमच्या वर्तणुकीवर कसा प्रभाव पडतो, हे समजून घेण्याचे उत्तम उदाहरण म्हणजे लिंडा. स्वत:ची आई म्हणून असलेली मूलभूत मूल्ये कोणती हा विचार करण्यात तिने काहीवेळ घालवला आणि मग ती मूल्ये – प्रेम, नंतर संरक्षण आणि त्यानंतर आनंद या निष्कर्षाप्रत ती पोहोचली. तिच्या लक्षात आले की, तिच्या मुलीला खूप घरकाम असल्यामुळे मला तुझ्याबरोबर खेळायला अजिबात वेळ नाही, हे सांगून-सांगून ती कंटाळली होती. याचा अर्थ घर व्यवस्थित असावे हे लिंडाचे मूल्यं होते; परंतु आपली मुलगी शाळेतून आल्यानंतर तिच्याबरोबर खेळण्यासाठी थोडावेळ काढून तिच्यावर प्रेम दर्शवण्यासाठी तिच्याबरोबर खेळणे हे जास्त महत्त्वाचे आहे, हे लिंडाने ओळखले (त्यासाठी घरकामाकडे थोडं दुर्लक्ष झाले तरीही!). त्यामुळे त्या दोघींनाही खूप आनंदी वाटले, जे आई म्हणून लिंडाचे दुसरे मूल्य होते.

सारांश : तुमच्या वर्तणुकीमागे तुमची मूल्ये असतात हे समजून घ्या; परंतु तुम्हाला तसे वागायला उद्युक्त करणारे तेच एकमेव कारण नसते. भिन्न परिस्थिती, तुमची मन:स्थिती, कोणाशी संबंधित आहे, तुमच्याकडे किती वेळ आहे, तुमची ऊर्जेची पातळी आणि यांसारख्या कितीतरी गोष्टींचा तुमच्या वर्तणुकीवर प्रभाव पडतो. चांगला आणि वाईट!

इतर लोकांची मूल्ये

भिन्न मूल्ये असणे, हे कौटुंबिक मतभेदांमागील सामान्य कारण आहे, हे समजून घेतले की, तुम्ही मतभेद जास्त चांगल्या प्रकारे हाताळू शकाल आणि दोन्ही बाजूने आदर, सहनशक्ती व धीर साध्य करता येईल. आपण जाणतोच, आपली मूल्ये शक्यतो आपल्या पालकांकडून आलेली असतात. त्यांचे निरंतर पालन करण्यासाठी बरेच प्रयत्न करावे लागतात किंवा आपल्या मुलांना वाढवताना ती मूल्ये बदलायची म्हटले तरी बरेच प्रयत्न करावे लागतात. आपण आपल्या आयुष्याचा जोडीदार निवडतो तेव्हा आपण कुठे राहायचे, कुठे काम करायचे याबद्दल तसेच आपल्या परस्परांवरील प्रेमाबद्दल एकमेकांशी खूप काही बोलतो, पण क्वचितच आपण जन्म देणाऱ्या मुलांमध्ये कोणती मूल्ये रुजवावीत याबद्दल काही बोलतो. इतर लोकांची मूल्ये विचारात घ्या – ज्यांचा, आई म्हणून तुमच्यावर

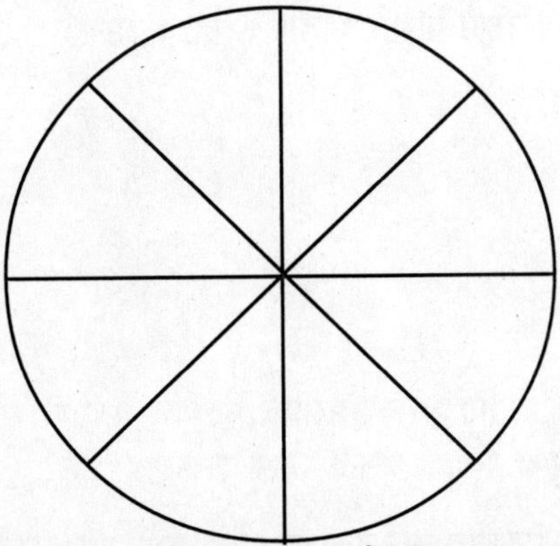

सर्वांत जास्त प्रभाव आहे. ती व्यक्ती तुमचा जोडीदार किंवा पती आहे? ते तुमचे स्वत:चे पालक किंवा त्याचे पालक आहेत? ते तुमचे मित्र किंवा भावंडांपैकी कोणी आहे? येथे दिलेल्या चक्रात त्यांची नावे लिहा.

माझ्यावर परिणाम करणारी इतर लोकांची मूल्ये

एक आई म्हणून तुमच्यावर नकारात्मक परिणाम करणारी मूल्ये असलेली 'अन्य व्यक्ती' कोणती?

अशी कोणती परिस्थिती किंवा कोणती उदाहरणे आहेत, ज्यामुळे तुम्ही या व्यक्तीची निवड केलीत? तुमची उदाहरणे अगदी छोट्या गोष्टीशी – जसे की बटर नाइफ वापरणे, संबंधित असू शकतील किंवा मोठ्या गोष्टी जसे तुमच्या पतीचे, तुमच्या मुलांनी खाजगी शाळेत शिक्षण घ्यावे, असे आग्रही मत आहे. याउलट तुम्हाला मात्र राज्य शिक्षणमंडळाच्या शाळांतूनच त्यांनी शिकावे, असे प्रकर्षाने वाटते. जेव्हा तुमचे भांडण होते तेव्हा तुम्हाला वाईट वाटते. ताण, चीड, संताप जाणवतो.

कमी महत्त्वाच्या मूल्यांवरून होणारे भांडण (उदा. बटर नाइफ)

१.

२.

३.

महत्त्वाच्या मूल्यांवरून होणारे भांडण (उदा. शिक्षण)

१.

२.

३.

ही व्यक्ती आणि तुमच्यामधील मूल्यांचे भांडण सोडवले गेले, तर तुमचे आयुष्य किती वेगळे असू शकेल?

अशा पाच सकारात्मक बदलांची यादी तयार करा, सर्व वाक्य प्रथम नामाच्या स्वरूपात लिहा.

उदाहरणार्थ – तुमच्या पतीबरोबर असलेला बटर नाइफचा वाद तुम्ही सोडवू शकलात, तर न्याहरीच्या वेळी तुम्हाला अधिक स्वस्थ, निवांत वाटेल तर लिहा – 'मला न्याहरीच्या वेळी अधिक आनंदी, अधिक स्वस्थ वाटेल.'

१.

२.

३.

४.

५.

अशा प्रकारे बोलून दाखवलेले आणि न बोलून दाखवलेले अनेक ताण, आपण वर्षानुवर्षं बाळगत राहातो, आपल्यासाठी आणि आपल्या मुलांसाठी ते अत्यंत हानीकारक ठरू शकतात.

सारांश : तुमच्या जोडीदाराबरोबर तुम्हा दोघांच्या वेगवेगळ्या असलेल्या पालकत्वाच्या मूल्यांविषयी बोलण्यासाठी वेळ काढा, ती मूल्ये समजून घ्या. त्यांचा स्वीकार करा. तुम्ही विभक्त झालेला असाल, तर हे काहीसे अवघड वाटेल; परंतु तरीही तुम्हा दोघांनाही मान्य होईल, असे पाहा. ज्यायोगे तुमच्या मुलांनाही एकसारखेपणा जाणवेल. दुर्दैवाने अनेक कुटुंबात, आपल्या एक्स जोडीदाराच्या मूल्यांना मान्य करण्यास त्यांच्या जोडीदाराचा विरोध असतो. तुमच्याबाबत हे खरे असेल, तर मुलांच्या वयास अनुरूप त्यांना समजावण्याचे मार्ग शोधा आणि त्यांना सांगा की, बाबांबरोबर असताना वेगळे नियम असतील, तरी तुम्हा दोघांचेही मुलांवर खूप प्रेम आहे आणि तुमच्याबरोबर असतील तेव्हा मुलांनी तुमच्या मूल्यांचा आदर करावा, अशी तुमची इच्छा आहे.

तुमच्या विशेष नातेसंबंधामध्ये, मूल्यांची टक्कर झाल्यानंतर काय परिणाम होतो हे पाहण्याची, ही एक चांगली संधी आहे. तुमच्या लक्षात येईलच की, याविषयी काहीतरी करायला हवे, इतके ते महत्त्वाचे नक्कीच आहे. याविषयी आपण तिसऱ्या प्रकरणात अधिक तपशिलाने पाहणार आहोत. जे कौटुंबिक नातेसंबंधांवरील प्रकरण आहे.

आत्ता या मूल्यांची टक्कर टाळण्यासाठी किमान पाच मार्ग शोधून काढा. जसे साराने केले होते :

दरवर्षी नाताळ सणासाठी माझ्या सासरी सासू-सासऱ्यांकडे जाण्याचा मला कंटाळा आला होता; परंतु माझा नवरा आपल्या आईसमोर, आम्हाला आमच्या घरी नाताळ साजरा करावेसे वाटते, असे स्पष्टपणे सांगायला नाखूश आहे हेही मला माहिती होते. आपले स्वतःचे काही रीतिरिवाज सुरू करणे महत्त्वाचे आहे, असे मला वाटत होते, मनातून खोल कुठेतरी माझ्या नवऱ्यालाही ते पटत होते. मग एके रात्री आम्ही एकत्र बसलो, मी माझ्या भावना स्पष्ट केल्या आणि आता आपण काय करावे, हे ठरवण्यासाठी त्याची मदत मागितली. त्याच्या आईशी याबाबत बोलण्याची माझी तयारी होती; परंतु शेवटी त्यानेच आपल्या आईला सर्व सांगितले आणि त्याचवेळी आई-वडील दोघांनाही आमच्याकडे नाताळसाठी येण्याचे आमंत्रण दिले. त्या काहीशा नाराज झाल्या; परंतु माझ्या नवऱ्याने आपले म्हणणे सोडले नाही आणि आईने येताना पुडिंग आणावे असेही सुचवले. तो खूपच छान दिवस होता. माझ्या सासूबाई काहीशा अस्वस्थ होत्या; पण एक-दोन शेरीचे पेग पोटात जाताच त्या ठीक झाल्या आणि त्यांना करण्यासारख्या भरपूर गोष्टी त्यांच्यासमोर राहतील ज्यायोगे त्या कामात मग्न होतील, याकडे मी लक्ष दिले. नेहमीचा तो नाताळचा

ठरावीक पॅटर्न मोडल्यामुळे मला सुटल्यासारखे वाटले आणि माझा नवराही याबाबत खूश झाला.

येथील तक्ता भरण्यापूर्वी तुमची डायरी घेऊन या.

'मूल्यांची टक्कर', ज्यांचा माझ्यातल्या आईवर खूप जास्त परिणाम होतो, त्याविषयी येत्या आठवड्यात मी काय करू शकते?	
मी काय विचार करेन, कृती करेन किंवा (उदा. बटर नाइफ हे चांगले उदाहरण म्हणून पाहा.)	**केव्हा बोलेन** (उदा. उद्यापासून)
१.	
२.	
३.	
४.	
५.	

आमच्या मुलांना मूल्ये देऊन जात आहे

मुले त्यांच्या आयुष्यात काही मोलाचे योगदान देतात.

– अनामिक

आपली मुले जन्माला येतात तेव्हा कोऱ्या कॅनव्हासप्रमाणे असतात. पालकांनी ब्रश घेऊन रंग, आकार आणि त्यांचे आयुष्याचे पॅटर्न यांनी तो कॅनव्हास भरण्याची ते वाट पाहतात. पालक मुलांच्या आयुष्याचे संपूर्ण चित्र रेखतात की, मुले जन्माला येण्याअगोदरच त्याचा काही भाग रंगवून झालेला असतो, याबाबत वैज्ञानिक जगात अंतहीन वाद सुरू आहेत. हा वाद सुरूच राहणार, कारण मूल जन्माला येण्याअगोदर काय असते हे कोण खरे सांगू शकेल? जुळ्यांचा अभ्यास केला असता हे दिसून येते की, एकाच वेळी जन्मलेली दोन मुले, ज्यांचे पालनपोषण एकसारखे केले आहे, अशी मुले वेगवेगळ्या व्यक्तिमत्त्वाची होतात. त्यांचे वागणेही परस्परांहून भिन्न असू शकते. इतर अभ्यासातून असेही दिसून आले आहे की, मिनिटभराच्या फरकाने जन्मलेल्या दोन मुलांमध्येही पालक अगोदर जन्मलेल्याला मोठे मूल म्हणून वागवतात. त्याच्याकडून वेगळ्या अपेक्षा करतात आणि जुळ्यांमधील लहानग्याला

'बाळ' म्हणून संबोधतात. मोठी होऊन मुले कशी बनणार आहेत, यावर शक्तिशाली प्रभाव असणारे पालकच असतात आणि यातील महत्त्वाचा भाग हा पालकांची मूल्यपद्धती मुलांना काय चांगले – काय वाईट – योग्य-अयोग्य –याचे जे धडे देत असते, त्यातून प्रदर्शित होते.

आपल्याला कशाचे महत्त्व जास्त वाटते, हे आपण दिवसातून दहा वेळा घोकत असतो. त्यामुळे आपल्या मुलांच्या मनात याविषयी कोणतीही शंका राहत नाही. याव्यतिरिक्त आणखीही अनिर्बंध मार्गांनी आपल्या पालकांची तत्त्वे आपल्याकडे येत असतात. त्यांच्या साध्या दृष्टिक्षेपातून किंवा पुसटशा कानावर येणाऱ्या सुस्काऱ्यामधून त्यांची पसंती-नापसंती आपण ओळखू शकतो

माझ्या पालकांनी कधीही मला थेट काहीही सांगितलेले नाही, तरीही मला माहिती आहे – लग्नाच्या रात्री अगोदरच मी माझे कौमार्य संपवले, तर ते प्रचंड निराश होतील.

– स्टुअर्ट, तीन मुले असलेली विवाहिता

तथापि, आपल्या मुलांना योग्य आणि अयोग्य गोष्टींमधील फरक स्पष्ट करून सांगण्याकडे आपण दुर्लक्ष केले तर समाज, त्यांचे मित्र (आपण स्वत: आणि ते मूलही.) यांना याचे परिणाम भोगावे लागतील. विशेषत: कुमारवयाबाबत तर हे खूपच लागू होते. ज्या वयाविषयी या पुस्तकात जास्त सांगितलेले नाही. आपण जन्माला आल्या क्षणापासून आपल्या पालकांच्या मूल्यांवर आधारित आपले पोषण होत असते म्हणूनच. आपली मूल्ये मुलांकडे हस्तांतरित करणे, यासाठी विचारपूर्वक मार्ग ठरवायला हवा. आपण स्वत: त्या मूल्यांनुसार जगायला हवे. नुसतेच त्यांच्याविषयी बोलणे उपयोगाचे नाही. ती जुनी म्हण, 'मी सांगतो तसे कर ना की मी जसे करतो तसे,' ही मुलांच्या बाबतीत कुचकामी आहे. संपूर्ण वेळ ते आपले निरीक्षण करत असतात आणि आपले शब्द आपल्या कृतीशी मेळ खात नसतील, तर त्यांना त्या शब्दांचे महत्त्व वाटत नाही. जसे एका जोडप्याने सांगितले : 'आम्ही आमच्या मुलांना नेहमी त्यांचे कपडे हँगरला लावून ठेवण्याविषयी सांगत असू आणि एके दिवशी अचानक आमच्या लक्षात आले की, आपण स्वत:वर आपले कपडे कधीच तशाप्रकारे ठेवत नाही, मग त्यांच्याकडून अशी अपेक्षा करणे योग्य होईल का?'

जर तुमच्या बाबतीतही असेच होत असेल, तर याठिकाणी तुम्हाला वाटते, त्या दहा सामान्य गोष्टी, ज्या तुम्ही बोलता एक आणि करता दुसरेच. ज्यायोगे मुलांना संदिग्ध संदेश मिळतो, अशा दहा गोष्टी शोधून काढा. आपण जीवनात जे सहन करतो तेच आपल्या मुलांनी सहन करत राहू नये अशी अपेक्षा असणे, अगदी

नैसर्गिक आहे. स्वत:च्या स्वत:विषयीच्या शंकाकुशंकांमधून बाहेर पडण्यासाठी तुम्ही आयुष्याभर झगडत राहिलात हे माहिती असणे, हीच मुलांना ते ज्याठिकाणी तुमच्यासारखे होत आहेत असे वाटते, तेव्हाच थांबवण्याची प्रेरणा देते; परंतु आपली मुले हे स्वतंत्र व्यक्तिमत्त्वे आहेत आणि ते आपल्यासारखे होऊ शकत नाहीत. आपले सर्वोत्तम ध्येय म्हणजे आपली मूल्ये आपल्या मुलांसाठी अशाप्रकारे जगावीत की, ज्यायोगे आपण कोण आहोत, हे त्यांना खऱ्या अर्थाने कळेल. जसजशी आपली मुले बदलतात तसतसा नवनव्या मूल्यांचा अंगीकार करण्याचा खुलेपणा आपण दाखवायला हवा. असे करण्याने मुलांना तुमच्याबद्दल आदर वाटेल आणि तुम्ही स्वत:शी प्रामाणिक राहू शकाल.

सारांश : इतरांना हानीकारक होणार नाहीत, अशाप्रकारे तुमच्या मूल्यांचा अंगीकार करा. पालक म्हणून आपली जी ताकद आहे, त्यामुळे मुले आपली महत्त्वाची मूल्ये सहज उचलतील. पालकत्वाच्या कामाच्या तपशिलाचाच हा एक भाग आहे. ज्याद्वारे तुम्ही, मुले योग्य गोष्टी आपोआप शिकतील ही फक्त अशा न बाळगता, योग्य व अयोग्य यामधील फरक मुलांना समजावून सांगावा. जेव्हा आपण मूल्यांबाबत एकसारखे असतो (धरसोड करत नाही.) आणि अर्थपूर्णरितीने त्यांचे पालन करतो, तेव्हा आपली मुलेही नक्कीच त्यांच्याबद्दल आदर बाळगतात. आपण परिपूर्ण नाही; परंतु आपल्यासाठी काय महत्त्वाचे आहे, हे आपण स्पष्ट करू शकतो. भले मग ते कितीही अतार्किक वाटो. आपण जेव्हा अवाजवी प्रतिक्रिया देतो किंवा आपल्याबरोबर राहणाऱ्यांना गोंधळात टाकणारी प्रतिक्रिया देतो तेव्हा आपण त्यांची क्षमा मागायला हवी.

मी काय म्हणते उदा. त्यांनी न्याहरी करायलाच हवी असे त्यांना सांगते.	**मी काय करते** उदा. मी स्वतः मात्र न्याहरी करत नाही.
१.	
२.	
३.	
४.	
५	

मूल्यांबाबत लक्षात ठेवाव्यात अशा दहा सोनेरी गोष्टी

१. मूल्ये म्हणजे काय आणि ती कोठून येतात, हे तुम्हाला समजले आहे याची खात्री करून घ्या.
२. आपले विचार, भावना आणि वर्तणूक हे आपल्या मूल्यांचाच परिपाक असतात हे समजून घ्या.
३. आपण जसे वागतो, तसे वागायला प्रवृत्त करणारी मूल्ये हीच एकमेव नसतात तर त्यामागे आपल्या धारणा, आपले मूड्स, प्रसंग कोणाशी संबंधित आहे, आपल्याजवळ असलेला वेळ, ऊर्जा आणि आपली पालकत्वाची शैली या गोष्टीही समाविष्ट असतात.
४. मूल्ये आणि धारणा यामधील फरक समजून घ्या.
५. काही काळानंतर मूल्ये बदलू शकतात, जसजशा आपल्या मुलांच्या गरजा बदलतात किंवा आपणही वेगळे ध्यास आणि वेगळी आवड विकसित करतो, तसतशी मूल्ये बदलतात.
६. आपली मूल्ये आपल्या पालकांच्या मूल्यांच्या किंवा आपल्या जीवनातील इतर महत्त्वाच्या व्यक्तीच्या मूल्यांविरोधात उभी राहतात. ती परिस्थिती फारच आव्हानात्मक असते.
७. दोन्ही पालकांनी मुलांना वाढवताना मूल्यांबाबत समान सूत्र ठेवण्याचा प्रयत्न करणे फार महत्त्वाचे आहे, जेणेकरून त्यांच्या मुलांचा गोंधळ होणार नाही आणि त्यांना एकसारखेपणा जाणवेल.
८. सातत्याने तुमच्या मूल्यांना धरून वर्तणूक ठेवा ज्यायोगे तुमच्या मुलांना ती मूल्ये अर्थपूर्ण वाटतील.
९. तुमच्या मूल्यांविषयी मुलांबरोबर बोलत राहा, योग्य व अयोग्य यामधील फरक मुलांना स्पष्ट करून सांगणे, हे पालकांचे कामच आहे.
१०. तुमच्यासाठी अतिशय महत्त्वाची मूल्ये ज्यांच्याशिवाय जगण्याची तुम्ही कल्पनाच करू शकत नाही, अशी मूल्ये ठरवा. त्यानंतर तुम्ही ती मूल्ये तुमच्या मुलांपर्यंत कशी पोहोचवणार आहात, हेही ठरवा.

आपण काय शिकलो

येथे दिलेला प्रत्येक मुद्दा आपण शिकलो, याबाबत तुम्ही आनंदी आहात ना, हे तपासून पाहा. आणि तुमच्या जीवनात त्याचा उपयोग करण्यासाठी तयार आहोत हे अनुभवा.

* मूल्य म्हणजे काय? आणि ती कोठून येतात?
* आपली मूल्य आणि आपले आचरण यामधील दुवा.
* आई म्हणून असलेली तुमची मूल्य कशी ओळखावीत?
* तुम्हाला प्रभावित करणारी इतर लोकांची मूल्य.
* तुमची मूल्य तुमच्या मुलांमध्ये कशा प्रकारे रुजवावीत?

हे प्रकरण वाचल्यानंतर एक आई म्हणून स्वतःविषयी मी काय शिकले आहे?

यातील सर्वांत वैशिष्ट्यपूर्ण गोष्ट कोणती?

३

कौटुंबिक नातेसंबंध

या प्रकरणात तुम्ही शिकणार आहात....

* नातेसंबंधांचे मूल्यांकन कसे करावे?
* कौटुंबिक व्हिजन कसे निर्माण करावे?
* तुमची आई म्हणून शैली (स्टाइल) कोणती आहे?
* तुमच्या जोडीदारालाही वेळ द्या
* दूरदृष्टीने रेखलेले कल्पनाचित्र (व्हिजन)

कोणाचेही कुटुंब 'इथे काहीच बिघडत नाही,' असा फलक लावून राहत नाही. कशानेच फरक पडत

– चीनी म्हण

मातांना कौटुंबिक नातेसंबंधांनी फरक का पडतो?

केस स्टडी – केट,

सकाळचे ६:३० वाजलेत, घड्याळाचा गजर वाजतो. दिवसाची चांगली सुरुवात व्हायला हवी असेल, तर मुलांनी उठण्यापूर्वीच, तुम्ही अंथरुणातून उठायला हवे. तुमचा दोन वर्षांचा छोटा तुमच्या शेजारीच अस्ताव्यस्त झोपलेला आहे. भल्या पहाटे तो तुमच्या रूममध्ये आला होता. त्याला उलटी झाल्यानंतर तुम्ही त्याची जी काळजी घेतल्यामुळे त्याला बरं वाटू लागलं, तेव्हा तुम्हीच एवढ्या दमलेल्या होता की, पुन्हा त्याच्या रूममध्ये नेऊन झोपवण्याऐवजी तो तुमच्याजवळच झोपला. तुमचा पती जिम शॉवर घेतो आहे. काल रात्री, तुम्ही थकलेल्या असल्यामुळे त्याला पुन्हा एकदा दूर लोटलंत, त्यामुळे तो बहुधा तुमच्यावर नाराज आहे. तुम्ही जड पावलांनी जिना उतरता आहात. जाता-जाता इथे-तिथे पडलेले धुण्याचे कपडे गोळा

करून नेत आहात. चहाची किटली गॅसवर चढवता आहात. कपडे धुण्यासाठी वॉशिंग मशीन लावत आहात, हे सर्व एकाचवेळी चाललंय. न्याहारीच्या वस्तू बाहेर काढल्या जात आहेत. दुधाचा वास घेऊन ते तापवण्यासाठी ठेवत आहात. मांजरीलाही मोकळं सोडलं आहे.

यानंतर तुम्ही प्रसाधनगृहाकडे जात आहात. तुम्हाला झोपेतून उठून २० मिनिटे झालेली आहेत आणि तेव्हापासून ही पहिली गोष्ट आहे, जी तुम्ही फक्त तुमच्यासाठी म्हणून केली आहे.

प्रसाधनगृहात अनेक गोष्टी तुमचे लक्ष वेधून घेतात. ज्यामध्ये भिंतीवर लावलेल्या काही कौटुंबिक छायाचित्रांचा समावेश आहे. ही छायाचित्रे तुम्हाला ख्रिसमस ट्री भोवती तसेच समुद्रकिनारी व्यतीत केलेल्या चिंतामुक्त दिवसांची आठवण करून देतात. काही क्षण तुम्ही त्यांमधील चेहऱ्यांकडे पाहत राहता. तो प्रत्येक चेहरा आता त्या मुलाला तुमच्याकडून काय हवंय याची टोचणी तुम्हाला देतो. त्यांच्याकडे पाहून तुम्ही त्यांच्यावर किती प्रेम करता याऐवजी ही टोचणी तुम्हाला जाणवते. डेसीला खेळण्यासाठी एक सवंगडी हवाय; पण तिच्या आत्ताच्या प्रिय मित्रांबाबत तुम्ही तितक्याशा जागरूक नाही. त्या छायाचित्रात टॉम आनंदी दिसतोय; पण आताशा तो किती चिडखोर झालाय, शाळेत तो ठीक असतो ना, याविषयी त्याच्या शिक्षिकेला विचारायला हवं. त्या फोटोंमध्ये एक फोटो तुमच्या आईचाही आहे. काल तिला परत फोन करायचा राहून गेला म्हणून तुम्हाला अपराधीपणाची तीव्र वेदना जाणवते. शेवटी तुमचे डोळे तुमच्या विवाहप्रसंगीच्या तुमच्या आणि जिमच्या एकत्रित फोटोवर स्थिरावतात. दोघेही आनंदाने चमकत आहात. एवढ्यातच डेसीने धुंडाळलेली आणि डाग पडलेली तुमची मेकपबॅग शेल्फवर ठेवलेली तुम्हाला दिसते. आणि तुम्ही मग आरशात पाहता, अरे! तुमच्याकडे पाहणारी ही आरशातील छबी कोणाची आहे? कोणीतरी खूप थकलेली, डागाळलेल्या नाइटड्रेसमधली स्त्री – हा नाइटड्रेस तुमच्या सासूने तुम्हाला ख्रिसमसला भेट दिलेला होता. (त्यांचं वाढदिवसांचं शुभेच्छा पत्र आठवणीने पोस्ट करायला हवं!) मी कशी होते आणि आता कशी झालीये, याचं तुम्हालाच आश्चर्य वाटतं. ती उत्साही, आकर्षक, बुद्धिमान केट जी काहीही करू शकत असे, ती गेली तरी कुठे? ओह येस! मला माहिती आहे ती कुठे गेली. ती मातृत्वाच्या राज्यात गेली आहे. जेव्हा इतर कोणासाठी तरी तुम्ही करण्याच्या गोष्टींची तुम्ही स्वत:शीच उजळणी करता, तेव्हा तुमच्या मनात विचार येतो की, तुमच्या वयाच्या काही स्त्रिया जिममध्ये गेल्या असतील, काही सुट्टीवर जाणार असतील किंवा काही जणी त्यांच्या आवडीचे काम करण्यासाठी नोकरीच्या ठिकाणी गेल्या असतील.

आजच्या दिवसासाठी त्यांच्याबरोबर परस्परांच्या जागांची अदलाबदल करता

आली तर? तुम्ही कल्पना करता. अत्यंत व्यवस्थित चकचकीतपणे तयार होऊन तुम्ही ऑफिसला निघाला आहात. या कल्पनांमागे तुमचं मन भरधाव धावत असतानाच वरच्या मजल्यावरून येणारे रडण्याचे आवाज त्याला लगाम घालतात – 'आ ऽ ऽ ऽ ऽ ई मला माझ्या शाळेचा ड्रेस सापडत नाहीये,' टॉयलेट पेपरसाठी तुम्ही हात मागे नेता, तो तर केव्हाच संपलेला आहे.

मातृत्वाच्या राज्यात तुमचे स्वागत असो!

आई असणे, म्हणजे प्रत्येकालाच तुमच्याकडून काहीतरी हवे असते. आता वर सांगितलेल्या आईचे, केटचेच उदाहरण घ्या ना. दिवसाची नुकती कुठे सुरुवात होत्येय आणि केट तिच्या नवऱ्याच्या गरजा, तिच्या तीन मुलांच्या, तिच्या आईच्या, सासूच्या, घराच्या, घरातील मांजरीच्या गरजांविषयी आणि शेवटी स्वत:विषयी विचार करते आहे. यानंतरच्या तासाभरात तिच्या या यादीत आणखी मोठ्या ग्रुपचा समावेश होईल. जसे की, तिचे वरिष्ठ किंवा सहकारी (जर ती कामावर जात असेल तर) तिचे शेजारी, तिचे मित्रमैत्रिणी, तिच्या मुलांचे मित्रमैत्रिणी, त्यांचे शिक्षक आणि असेच इतरही. लक्षात घ्या, यादीमध्ये नवीन लोकांचा समावेश होईल असे म्हटलेय म्हणजेच केट तिच्या जवळच्या कुटुंबीयांचा विचार क्षणभरासाठी विसरलेली नाही. इतक्या सगळ्या नातेसंबंधांची काळजी घ्यावी लागते की, खरोखरच त्यासाठी मातांना बराच वेळ आणि शक्ती खर्च करावी लागते. तिने एवढ्या सगळ्या नातेसंबंधांची काळजी केली नाहीतर बरे होईल, पण ती ती करतेच. जगातल्या इतर कोणत्याही गोष्टीपेक्षा तिला आपले कुटुंब प्रिय आहे. त्याचबरोबर हे सर्व नातेसंबंध नेहमीच आव्हानात्मक, कशाकशाची तरी मागणी करणारे असतात. तिला वाटले होते, तसे बक्षीस देणारे नसतात.

सारांश : कुटुंबातील प्रत्येकाच्या मागणीचा आणि गरजांचा समतोल राखण्याचा प्रयत्न माता सतत करत असतात. तेच एक संपूर्ण वेळेचे काम आहे. याबरोबरच कमी-अधिक महत्त्व असणारे अनेक नातेसंबंध असतात, ज्यांच्याबद्दल ती विचार करते आणि त्यांना सांभाळण्यासाठी वेळ व शक्ती खर्च करते.

या अगोदरच्या मूल्यांविषयीच्या प्रकरणात आपण पाहिले – एक आई म्हणून असलेली आपली मूल्ये कशाप्रकारे आपले वागणे ठरवतात. आता ही मूल्ये आपल्या नातेसंबंधांवर कसा परिणाम करतात, हे आपण पाहूयात.

सर्वप्रथम येथील चौकटीमधील कौटुंबिक नातेसंबंधांविषयी महत्त्वाची अशी

कोणती मूल्ये तुमच्या मनात येतात, त्याची यादी करा. लक्षात घ्या, मूल्य म्हणजे वेगवेगळे गुणविशेष जे आपल्यासाठी महत्त्वाचे आहेत. जसे की, प्रेम, सहनशीलता, मैत्री, मजा आणि निष्ठा. (तुम्हाला विचारांना उद्युक्त करणाऱ्या आणखी कल्पना हव्या असल्यास दुसऱ्या प्रकरणाची सुरुवात पाहा.)

कौटुंबिक नातेसंबंधांतील मूल्ये

या यादीमधून तुमच्या दृष्टीने सर्वाधिक महत्त्वाची तीन मूल्ये निवडा, अशी तीन मूल्ये. ज्यांच्याशिवाय तुम्ही आपल्या नातेसंबंधांची कल्पनाही करू शकत नाही.

माझी कौटुंबिक नातेसंबंधाबाबतची सर्वाधिक महत्त्वाची तीन मूल्ये –

१.

२.

३.

तुमच्या मूल्यांसह जगताना तुमच्या कुटुंबासाठी तुम्ही ती मूल्ये मागे ठेवत असता, जेव्हा तुम्ही तुमच्या मूल्यांशिवाय जगता तेव्हा तुम्ही नाराज, दुःखी, थकलेले आणि तणावाखाली राहता. म्हणूनच तुमची मूल्ये ओळखणे आणि तुमच्या रोजच्या आयुष्यात त्यांचा सन्मान राखणे, हे फार महत्त्वाचे आहे.

तुमच्या कौटुंबिक नातेसंबंधांचे मूल्यांकन

तुमच्या कौटुंबिक नातेसंबंधाबाबतची मूल्ये कशाप्रकारे सांभाळली जातात, हे

तपासून पाहण्यासाठी येथील उदाहरणांची तुम्हाला मदत होईल.

केटची मूल्ये – प्रेम, निष्ठा आणि मजा यांचा वापर करून तिचे जवळचे कौटुंबिक नातेसंबंध कशाप्रकारे काम करत आहेत, हे ती अशाप्रकारे तपासून पाहू शकते.

या चौकटीत 'मी' समोर मार्क देण्यासाठी मोकळी जागा आहे. जिथे केट स्वत:चे स्वत:बरोबर असणारे संबंध तिच्या मूल्यांनुसार तपासून गुण देईल. या अत्यंत महत्त्वाच्या संबंधांचा समावेश करणे फार आवश्यक आहे. तुमचे तुमच्या स्वत:बरोबर असणारे संबंध ०-१०च्या गुणपट्टीवर प्रत्येक मूल्य प्रत्येक नातेसंबंधानुसार तपासून गुण द्यायचे आहेत. १० म्हणजे त्या नातेसंबंधांमध्ये ते मूल्य पूर्णत्वाने आहे आणि ० म्हणजे विनाश.

केटचे उदाहरण :

नातेसंबंध	प्रेम	निष्ठा	मजा
मी	५	२	२
जिम (पती)	७	३	२
टॉम (वय ८वर्ष)	९	९	३
डेसी (वय ५ वर्ष)	९	९	८
ल्युक (वय २ वर्ष)	९	९	६

इथे केटच्या लक्षात येईल की, ज्या ठिकाणी तिचे गुण ६पेक्षा कमी आहे, तिथे नातेसंबंधांतील ते मूल्य वर्धित करणे, तिला आवश्यक वाटायला हवे. उदाहरणार्थ, मुलांबरोबर मजा करणे हे मूल्य तिला महत्त्वाचे वाटते; परंतु आपल्या मुलीबरोबरच्या नातेसंबंधात ती या मूल्यानुसार ८ गुण देते, तर मुलगा टॉमबरोबरच्या नातेसंबंधांत फक्त ३ गुण. याचा परिणाम म्हणून की काय; परंतु यापुढे प्रत्येक शनिवारी आपला मुलगा टॉम याच्यासह काहीतरी मजा करण्याचे ती ठरवते. जिमबरोबरच्या तिच्या नातेसंबंधात निष्ठा खूपच कमी गुणांवर आहे. तिचे जिमवर खूप प्रेम आहे, पण कधीकधी तिला खरेच वाटते की, सर्व कुटुंब तिच्या म्हणण्याप्रमाणे चालवता आले असते, तर तिचे आयुष्य अधिक सुस्पष्ट सरळ तऱ्हेने चालले असते. आपण जिमला जरा जास्तच गृहीत धरतो, हे तिच्या लक्षात आले. ती ठरवते, ज्या गोष्टींसाठी आपण जिमच्या कृतज्ञ आहोत, त्या सर्व गोष्टी लिहून काढायच्या आणि एक

आठवडाभर आपल्या नजरेसमोर राहतील, अशा ठिकाणी ते लिखाण ठेवायचे. शेवटी जिमबरोबरच्या नातेसंबंधातही मजेला खूपच कमी गुण आहेत म्हणून तिने मुलांना सांभाळण्यासाठी एक बेबी सीटर ठरवलीये, ज्यायोगे त्या दोघांना एक संध्याकाळ मोकळी मिळू शकेल. आपण दोघे असे एकत्र बाहेर जाऊ (डेटसाठी) तेव्हा फक्त सुरुवातीची १५ मिनिटेच आपण मुलांबद्दल बोलू शकतो, हे तिने त्याला सांगितले.

तिचे स्वत:बरोबर असलेले नातेसंबंध तिला खूप दुखावून जातात. इतर प्रत्येकाने तिच्याकडे इतक्या सगळ्या मागण्या केलेल्या असताना आपल्या गरजेला प्राधान्य देणे, तिला खूप अवघड वाटते. परंतु असे वाटणारी ती एकमेव आई नाही हेही ती ओळखून आहे. कारण तिच्या अनेक मैत्रिणींनीही हेच सांगितले होते. स्वत:ला जास्त उत्साही आणि चांगले वाटावे म्हणून तिने काहीतरी कृती करणे गरजेचे आहे, हे तिला माहिती आहे. स्वत:बरोबर असणारी निष्ठा हे मूल्य प्रोत्साहित करायला तिला सर्वांत जास्त आवडेल हे तिने ठरवलेय. स्वत:चे थोडे लाड करण्यासाठी या आठवड्यात ती वेळ काढणार आहे. तिच्या हेअरकटचे बुकिंग करून वर्तमानपत्र विकत घेऊन ते वाचवण्यासाठी वेळ देऊन स्वत:ला उत्साहित करणार आहे.

सारांश : कौटुंबिक नातेसंबंधांभोवतीची तुमची मूल्ये ओळखण्यासाठी वेळ द्या. तुम्ही त्या नातेसंबंधांत किती आनंदी आहात याचे परीक्षण, तुम्हाला कोणता बदल हवा आहे आणि तुम्ही तो बदल कशाप्रकारे करू इच्छिता हे ठरविण्यास मदत करेल.

आता तुमची पाळी आहे. तुमची सर्वांत महत्त्वाची तीन मूल्ये निवडा आणि तुमची स्वत:ची अशी चौकट तयार करा. इथे फक्त तुमचे तुमच्याबरोबरचे नाते एवढी एकच चौकट लिहून दिली आहे. कारण तुमचे तुमच्याबरोबर असणारे संबंध तुम्ही इतरांशी कसे संबंध ठेवता, यावर प्रत्यक्ष परिणाम करतात. लक्षात घ्या, हा फक्त या क्षणी असणारा तुमचा दृष्टिकोन आहे. तुमच्या नातेसंबंधातील दुसऱ्या व्यक्तीचेही त्याबाबत सारखेच मत असेल असे नाही.

माझे कौटुंबिक नातेसंबंध आणि मूल्य यांचे ०-१० या गुणपट्टीवरील गुण			
नाते	मूल्य १	मूल्य २	मूल्य ३
मी			

केटप्रमाणेच ६ किंवा त्यापेक्षा कमी गुण असणाऱ्या मूल्याकडे लक्ष द्या. ज्यांच्याकडे सर्वांत अगोदर लक्ष द्यायला हवे अशा त्या गोष्टी आहेत. इथे त्यांची यादी करा आणि अशी एकतरी गोष्ट शोधून काढा. पुढचा आठवडाभर ती गोष्ट केल्यामुळे तुमचा संबंधित मूल्यातील स्कोअर १० पर्यंत वाढायला मदत होईल. काहीतरी सकारात्मक, वास्तवदर्शी, खरेखुरे ठरावीक कृत्य करायचे ठरवा. त्यावर तारीख लिहिलेली असू दे. म्हणूनच सर्वांत अगोदर तुमची डायरी बाहेर काढा.

प्रोत्साहित करावयाचे नातेसंबंध	त्यासाठी मी काय करेन	जेव्हा
१.		
२.		
३.		
४.		
५.		

तुम्ही तुमच्या कौटुंबिक नातेसंबंधांबाबत अशा प्रकारची कृती केल्यानंतर त्याचे काय परिणाम झालेत, हे नोंदवून ठेवल्यास तुम्हाला जास्त बरे वाटेल म्हणूनच प्रत्येक कृती पूर्ण झाल्यानंतर पुढे दिलेले कोष्टक पूर्ण करण्यास काहीवेळ द्या. हे कोष्टक म्हणजेच तुम्ही मिळवलेला पुरावा आहे. तुमच्याच शहाणपणाचे मोती ज्याचा संदर्भ तुम्हाला भविष्यातही उपयोगी पडेल.

केलेली कृती / कोणत्या मूल्याच्या पूर्ततेसाठी	चांगले काय होते	पुढच्या वेळी वेगळेपणाने	आताचे गुण
१.			
२.			
३.			
४.			
५.			

या एका आठवड्यापुरते करून टाकायचे असे हे झटपट उत्तर नाही. कल्पना करा 'एकत्रित वेळ घालवणे,' हे तुमचे मूल्य होते. म्हणून तुमच्या मुलाला टीव्हीसमोर बसवण्याऐवजी तुम्ही त्याच्याबरोबर खेळलात. हे नियमित व्हायला हवे, ते तसे होते आहे. तुमच्या मूल्यानुसार होते आहे, हे वेळोवेळी तपासायला हवे. त्यामुळे अशा मौल्यवान नातेसंबंधांबाबत काहीतरी सकारात्मक आणि स्तुत्य करण्याची संधी मिळेल.

केटच्या उदाहरणात आपण पाहिले की, तिच्या अत्यंत जवळच्या कौटुंबिक नातेसंबंधांबरोबरच इतर महत्त्वाचे नातेसंबंधही होते, ज्यांचा तिच्यावर मजबूत परिणाम होत होता. तुम्हाला जर हाच स्वाध्याय तुमच्या इतर नातेसंबंधांबाबत उपयोगात आणायचा असेल जसे की तुमची सासू, तुमची भावंडे किंवा तुमचे मित्रमैत्रिणी, तर सरळ एक पेपर-पेन्सिल घ्या आणि सुरू करा. यामध्ये गमावण्यासारखे काहीच नाही; परंतु मिळवण्यासारखे मात्र भरपूर आहे. तुमच्या कोणत्याही महत्त्वाच्या नातेसंबंधाबाबत मोकळेपणाने बोला, अपवाद तुमच्या जोडीदाराबरोबरच्या नातेसंबंधाचा. कारण या प्रकरणाच्या शेवटी आपण त्यांच्याकडेच लक्ष वेधणार आहोत.

तुमचे स्वतःचे स्वतःबरोबर असलेले नाते

या अगोदरच्या स्वाध्यायात 'मी' विभागासाठी तुम्ही जरी चांगले गुण मिळवले असले, तरी आई झाल्यापासून तुमची स्वतःची ओळख काहीशी धुसर झाली आहे याची तुम्हाला जाणीव आहे. अन्य कोणत्या कारणासाठी नाहीतरी तुमच्या कुटुंबासाठी तुम्हाला स्वतःबद्दल चांगले वाटणे फार महत्त्वाचे आहे. तुमच्याजवळ उपलब्ध असणारी ऊर्जा आणि वेळ यामध्ये गुंतवा. खरे पाहता वेळ आणि ऊर्जा गुंतवण्याचा हा सर्वोत्तम मार्ग आहे. संपूर्ण सहावे प्रकरण या विषयालाच वाहिलेले आहे.

तुमच्यापैकी कोणी हे पुस्तक वाचताना सहावे प्रकरण सर्वप्रथम वाचायला घेतले, तर खूपच आश्चर्यकारक होईल. कारण सामान्यत: माता आपला विचार सर्वांत शेवटी करण्यातच धन्यता मानतात. परंतु मी तुम्हाला पूर्वसूचना देते आहे – स्वत:कडे दुर्लक्ष करण्याची फार मोठी किंमत चुकवावी लागते.

सारांश : तुमच्या गरजांना अग्रक्रम देणे, हे कधीकधी तुम्ही तुमच्या कुटुंबासाठी करू शकाल, असे सर्वांत प्रेमळ कृत्य असेल. काही-काही मातांना हे इतरांपेक्षा हे फार सहज जमते. तुम्ही जर तुमच्या स्वत:साठी काही करत असाल, तर अपराधीपणाच्या भावनेने ग्रासून त्यातली मजा घालवू नका.

संपूर्ण कुटुंबाला सामावून घ्या

माता या डिंकाप्रमाणे असतात, त्या सगळ्या कुटुंबाला एकत्रित ठेवतात. तथापि, हे करण्याची पद्धत एवढी कष्टप्रद असते की, त्या आणि कुटुंब वेगवेगळे होऊ शकतात. परंतु संपूर्ण कुटुंबाला आनंदी ठेवणे, त्यांच्यात सूर जुळवणे, ही फक्त तुमचीच जबाबदारी नाही आणि सर्वांनी मिळून आपल्या कुटुंबाचे चित्र रंगवण्यासाठी कोणतीच वेळ फार लवकर होत्येय' अशी नसते.

हे असे केल्याशिवाय कुटुंबातील सदस्यांना त्यांच्यासाठी काय महत्त्वाचे आहे, त्यांना कसे जगायला आवडते, या गोष्टी उघडपणे सांगण्याची संधीच मिळणार नाही. कुटुंबाचे लहान, मध्यम, मोठे असे दररोजचे प्रश्न सोडवण्यासाठी – ज्यामध्ये आज कचरा बाहेर टाकून येण्याची पाळी कोणाची आहे इथपासून ते मोठे वादविवाद हाताळण्यासाठी – कुटुंबाला स्वत:चे कल्पनाचित्र असणे, सर्वांना मान्य असतील असे नियम असणे, या गोष्टी फार महत्त्वाच्या आहेत. (नियमांविषयी अधिक प्रकरण ९मध्ये येईलच.)

तुमच्याकडे छोटे बाळ असेल, तर तुमच्या जोडीदारासह या समस्येकडे पाहणे फायद्याचे ठरेल, ज्यायोगे तुम्हाला तुमचे मूल कशाप्रकारच्या कुटुंबात वाढविणे आवडेल हे कळून येईल.

तुमच्या कुटुंबाचे एक कल्पनाचित्र तयार करण्यापूर्वी तुमच्या मुलाच्या (मुलांच्या) वयानुसार तुमचा दृष्टिकोन असणे गरजेचे आहे. पुढे दिलेल्या, वर सांगितलेल्या सगळ्या अवस्था वाचून काढा आणि मग ठरवा, या स्थितीत तुमच्या कुटुंबासाठी योग्य काय आहे ते.

सारांश : कौटुंबिक नातेसंबंध जपणे, ही कुटुंबातील प्रत्येकाची जबाबदारी आहे. सर्वांनी मिळून रंगवलेले कुटुंबाचे कल्पनाचित्र असणे, हे कोणतीही समस्या सोडवण्यासाठी मोलाची मदत करेल; परंतु त्यासाठी तुम्ही आता कृती करण्यांची, तसे कुटुंबाचे कल्पनाचित्र निर्माण करण्याची गरज आहे. तुम्हाला शक्य असेल, तर काही कौटुंबिक बैठका घ्या. या बैठकींमध्ये कोणतीही कृती मान्य करण्याअगोदर सर्वांना आपापली मते मांडता येतील.

स्टेप १ : कौटुंबिक बैठक ठरवा.

स्टेप २ : कुटुंबाचे कल्पनाचित्र निर्माण करा.

स्टेप ३ : कृती करा, त्यानुसार वागा.

स्टेप ४ : नियमितपणे पुनर्परीक्षण करा.

१. कौटुंबिक बैठक ठरवा

कशासाठी ही तसदी?

* तुमच्या मुलांमध्ये आदरपूर्वक संवाद साधण्याचे, तडजोडीने बोलणी करण्याचे आणि एक कुटुंब म्हणून राहण्याचे कौशल्य रुजवण्यासाठी, हे एक चांगले व्यासपीठ आहे. जिथे या गोष्टी प्रोत्साहित करता येतील.
* आपल्यापुढील समस्या या बैठकीत सौहार्दपूर्ण व उपयोगी साच्यामध्ये (फ्रेमवर्क) हाताळल्या जातील. फक्त मोठी आपत्ती आल्यास तिच्या व्यवस्थापनासाठी अशा बैठका घ्यायला हव्यात असे थोडेच आहे?
* आपली मूल्ये इतरांना सांगणे, त्यांच्याबरोबर शेअर करणे, फार आवश्यक आहे. जर तुम्ही असे करत नसाल तर तुम्ही वाद आणि असमाधान निर्माण करत असल्याची दाट शक्यता आहे.
* निर्णय घेण्यामध्ये तसेच नियम तयार करण्यामध्ये मुलांना सहभागी करून घेतल्याने मुले स्वत: त्यांच्या स्वत:बाबत विचार करू शकतात, तसेच आपल्या कुटुंबाला आपल्या मताची किंमत आहे, हे त्यांच्या अनुभवास येते.
* जसजशी मुले मोठी होतात आणि बदलतात तसतसे नियम व काळजीच्या

गोष्टी याही बदलतात. नियमित बैठका घेतल्यामुळे हे बदल करण्याची उत्तम संधी मिळते.

* जर व्यवस्थितपणे ठरवली आणि त्याचप्रकारे घेतली, तर कौटुंबिक बैठक प्रत्येकासाठी एक सकारात्मक अनुभव होण्याची शक्यता आहे.
* सकारात्मक प्रतिक्रिया आणि प्रोत्साहन पुरवण्याची संधी कौटुंबिक बैठकीमध्ये मिळते.
* या कौटुंबिक बैठकीचा नक्की फायदा होतो आहे आणि बैठकीत ठरविलेल्या गोष्टी प्रत्यक्ष कृतीत आणल्या जात आहेत, याचा पुरावा प्रत्येकालाच हवा असेल.

कौटुंबिक बैठक कशाप्रकारे ठरवावी?

सुरुवात करताना...

जेव्हा जेवणासाठी तुम्ही सर्व एकत्रित जमलेले असाल तेव्हा ही कल्पना मांडा, यासाठी बोलताना काहीतरी चांगला विषय निवडा – जसे तुमचा पुढचा वाढदिवस किंवा सहल वगैरे. बैठकीसाठी सर्वांना एकत्र येता येईल, अशी वेळ ठरवा. बैठकीची सुरुवात आणि शेवट ठरावीक वेळेनुसारच होईल, याची सर्वांना हमी द्या. प्रत्येकाला बैठकीसाठी येताना त्यांना आवडलेली एखादी गोष्ट आणि ज्या गोष्टीत बदल व्हावा अशी त्यांची इच्छा आहे अशी एखादी गोष्ट यांसह येण्यासाठी प्रोत्साहित करा. बैठकीचा अजेंडा साधा असू दे. सुरुवातीला त्यामध्ये अनेकविध कल्पनांचा समावेश करू नका. बैठकीचे नियम सर्वांना मान्य करून घ्या. या काही कल्पना आहेत.

* एकावेळी एकाच व्यक्तीने बोलावे. यासाठी तुम्ही बोलण्याची छडी वापरू शकता, (एका कुटुंबाने मिरपुडीचे भांडे वापरले.) जेव्हा ती छडी तुमच्या हातात असेल, तेव्हा इतर कोणालाही बोलता येणार नाही.
* कोणतेही निष्कर्ष/अंदाज याशिवाय ऐकण्याचा प्रयत्न करा.
* कोणतेही दोषारोप, टीका किंवा बोचरी भाषा नको. (उदाहरणार्थ, तू एवढी आळशी आहेस, तू कधीच मदत करत नाहीस.)
* मूर्ख कल्पना किंवा मूर्ख प्रश्न असे काही नसतेच.

प्रत्यक्ष बैठकीच्या वेळी

* बैठकीचे विषय लिहिलेले असू देत आणि त्यानुसार बैठकीत घेतलेल्या महत्त्वाच्या निर्णयांची नोंद करण्याचे काम कोणालातरी नेमून द्या.

* मुद्द्यांनुसारच बोला.
* लहान मुलांना कंटाळा येत नाही ना याकडे लक्ष द्या.
* शक्य आहे तेथे विनोदाची पाखरण करा.
* काही बाबतीत पालकांचा शब्द अंतिम असू शकतो; परंतु लोकशाहीचे ध्येय ठेवा.
* परिस्थिती नियंत्रणाबाहेर जाते आहे? बैठक थांबवा आणि त्यामागचे कारण तसेच बैठक पुन्हा केव्हा सुरू करणार आहात, हे स्पष्ट करा. उगीचच मोठे व्याख्यान देऊ नका, उपयोग होणार नाही. फक्त काय स्वीकारले जाईल आणि काय स्वीकारले जाणार नाही, हे दाखविण्यासाठी या क्षणाचा उपयोग करा. (उदाहरणार्थ, व्यत्यय किंवा सूचनांचे महत्त्व कमी लेखणे.)
* बैठकीला पर्याय काय असू शकतो, याची तुमच्या कुटुंबाला आठवण करून द्या. हे पर्याय ओरडणे, वाद घालणे, अजिबात काहीही न ऐकणे, चिडखोर पालक आणि मुले, मेजवानी रद्द करणे... इत्यादी. यांपैकी काहीही असू शकतात.

बैठकीचा शेवट करताना...

* ज्याविषयी चर्चा होते आहे, त्याबाबत बोलण्याची प्रत्येकाला संधी मिळाल्यानंतर त्या बाबीवर तोडगा शोधण्यासाठी प्रत्येकाला प्रोत्साहित करा. या सर्वांनी सुचविलेल्या उपायांची यादी करा आणि मग ते सर्व उपाय तपासून पाहा. त्यासाठी 'आपण काय करावे? असे तुम्ही सुचवाल किंवा याठिकाणी काय केलेले सर्वोत्तम ठरेल? असे तुम्ही विचारू शकता.
* सर्व गोष्टींचा विचार करता कशाचा उत्तम उपयोग होईल, हे सर्वानुमते ठरवून घ्या. ज्यामुळे कोणती कृती करण्याची गरज आहे, याबद्दल तुम्ही साशंक नसाल. उदाहरणार्थ, प्रत्येकाने मान्य केल्याप्रमाणे एक तास टीव्ही पाहिला आहे, हे त्यांना कळावे म्हणून प्रत्येकाचे लक्ष जाईल, अशा ठिकाणी घड्याळ लावणे.
* बैठकीतील सहभागाबद्दल प्रत्येकाचे अभिनंदन करा.

कोणत्याही कारणासाठी घ्यावयाच्या कौटुंबिक बैठकीचा एक बराचसा आराखडा आता तुमच्याजवळ तयार आहे.

सारांश : द्विधा मन:स्थिती दूर करण्यासाठी आणि त्यासाठी प्रत्येकाचे ऐकून घेतले जाईल, अशाप्रकारे तो मुद्दा स्पष्ट करण्यासाठी कुटुंबाची एकत्रित बैठक हा एक उत्तम मार्ग आहे. ही बैठक हलकीफुलकी, मुद्देसूद आणि काहीतरी निष्पन्न करणारी हवी. ज्यायोगे या बैठकीतून काही चांगले घडेल. मुलांना उपदेश देऊन त्यांच्याबरोबर दुरावा निर्माण होईल, असे यामधून घडू नये.

जेव्हा तुमची तयारी पूर्ण झालेली असेल, तेव्हा आपल्या कुटुंबाचे छानसे कल्पनाचित्र निर्माण करण्यासाठी सखोल चर्चा करता यावी म्हणून बैठकीचे आयोजन करा. असे करता यावे म्हणून पुढील स्वाध्याय करून पाहा. ही बैठक यशस्वी करण्यासाठी तुमच्या कुटुंबाने काय करायला हवे? कधी आणि कुठे, या बैठकीचे आयोजन कशाप्रकारे करता येईल? या बैठकीची कल्पना सर्वप्रथम कोणासमोर मांडायला हवी?

२. आपल्या कुटुंबाचे कल्पनाचित्र तयार करा

एक मोठा पेपर घ्या. त्याच्या मधोमध एक हृदय काढा. तुमच्या कुटुंबातील सर्व सदस्यांची नावे त्यामध्ये लिहा. त्यानंतर या हृदयापासून बाह्य दिशेने निघणाऱ्या सात रेषा काढा.

हृदयाच्या सभोवती असलेल्या प्रश्नाचा क्रमांक लिहून त्याचे उत्तर लिहा.

१. आपल्या कुटुंबाचा उद्देश काय आहे?
२. कशाप्रकारचे कुटुंब आपल्याला हवे आहे?
३. आपल्याला कशाप्रकारच्या गोष्टी कराव्याशा वाटतात?
४. कशाप्रकारच्या भावना तुम्हाला आपल्या घरामध्ये हव्याशा वाटतात?
५. घरातील सदस्यांनी परस्परांना कसे वागवावे, कशाप्रकारे एकमेकांशी बोलावे असे तुम्हाला वाटते?
६. आपल्यासाठी खरोखर महत्त्वाच्या गोष्टी कोणत्या?
७. कोणत्या कुटुंबाकडून आपल्याला प्रेरणा मिळते? का?

तुम्ही तुमच्या कुटुंबाच्या हृदयाकडे पाहा. प्रत्येक अणकुचीदार टोकाच्या शेवटी प्रत्येक प्रश्नासाठी सर्वानुमते मान्य केलेले उत्तर लिहा.

उदाहरणादाखल केट आणि जिमची उत्तरे पाहा, ज्यामुळे तुमच्या विचारांना चालना मिळेल.

१. आमच्या कुटुंबाचा उद्देश एकमेकांना प्रेम आणि आधार देणे, हा आहे.

२. आम्हाला एक आनंदी आणि साहसी कुटुंब बनायला आवडेल.

३. आम्हाला मजा करण्यासाठी, एकत्रितपणे नवनव्या गोष्टी अनुभवण्यासाठी जसे छंद किंवा परदेशप्रवास यासाठी एकत्रित वेळ हवा आहे.

४. आम्हाला आमच्या घरात शांतता व सुरक्षितता हवी आहे.

५. आम्ही परस्परांशी सन्मानाने वागू आणि प्रत्येकाला आवडेल अशा प्रकारची वागणूक त्यांना देऊ.

६. प्रामाणिकपणा, मजा आणि निष्ठा या भावना आमच्या कुटुंबासाठी खरोखरच महत्त्वाच्या आहेत.

७. आमचे मित्र स्मिथ आणि कुटुंबीय हे त्यांच्या घरात आमच्यापेक्षा अधिक आरामशीर राहतात. कारण त्यांचे घर काहीसे अव्यवस्थित, अस्ताव्यस्त असते.

३. कार्यवाही करा, त्याप्रमाणे वागा

शब्दांचा आणि कल्पनांचा हा उत्तम संग्रह म्हणजे एक कुटुंब म्हणून तुम्हाला तुमचे कुटुंब कसे हवे आहे, हे ओळखण्याचा पहिला लिखित आराखडा आहे. तुम्हाला त्याचे एक किंवा दोन वाक्यांत रूपांतर करता आले तर पाहा. जी वाक्ये सर्वसमावेशक असतील आणि तुमच्या कुटुंबाचे ध्येयवाक्य बनू शकतील. कदाचित हे एका शब्दानेही व्यक्त करता येईल किंवा एखाद्या चिन्हाने, असे चिन्ह जे तुमच्या कुटुंबाचे एकोप्याने एकत्र राहण्याचे ध्येय दर्शविते – आत्ताच्या काळात कसे ते हातात हात गुंफलेले दाखवतात तसे.

तुम्ही हे कशाप्रकारे अभिव्यक्त करा; परंतु आता त्याप्रमाणे वागण्याची गरज आहे. ते फक्त कागदावरच राहायला नको. वेळोवेळी त्यात सुधारणा करण्याची किंवा काही तडजोड करण्याचीही गरज लागू शकते; परंतु त्यामागील उद्देश हा आहे की, ते ध्येय साधे तरीही मजबूत हवे आणि त्यामुळे तुमच्या कुटुंबाची भरभराट होण्यास मदत होईल (To help your family thrive.).

> **उपयुक्त सूचना**
>
> प्रेरणादायी सूचनांचा तक्ता फ्रीजला (फ्रीज मॅग्नेट) चिकटवून कोणीतरी त्यांची दखल घेईल, ही अपेक्षा बाळगणे व्यर्थ होईल. त्याऐवजी या सूचनांचे पालन तुमच्या दैनंदिन आयुष्यात करता आले, तर जास्त परिणामकारक होईल.

४. नियमित आढावा घ्या

तुम्हाला अशी एखादी पद्धत विकसित करावी लागेल, ज्यामुळे कुटुंबातील प्रत्येकाला, आपल्या मतालाही काही किंमत आहे, इथे फक्त आई आणि बाबाच नियम निश्चित करू शकतात किंवा बदलू शकतात असे नाही, असे वाटेल. हे करण्याचा सर्वांत साधा उपाय म्हणजे सर्व काही सुरळीत चालले आहे, हे तपासून पाहण्यासाठी आणि आढावा घेण्यासाठी काहीवेळ बाजूला काढणे. हे नियमितपणे केले जाईल, याची खबरदारी घेणे.

तुम्ही या कल्पनेकडे दुर्लक्ष करू शकता किंवा हे तर कुटुंब चालविण्यापेक्षा जास्त कंपनी चालविण्यासारखे आहे असाही विचार करू शकता. तथापि, कुटुंब वाढतात, वेळेनुसार बदलतात आणि जर कौटुंबिक बैठक ही एक सकारात्मक, फलदायी गोष्ट वाटत असेल, तर ती अशी असावी, जी प्रत्येकाला स्वागतार्ह असेल. शेवटी कुटुंब चालविणे हे थोडेसे कंपनी चालविण्यासारखेच आहे आणि बऱ्याचदा माता ह्याच व्यवस्थापक संचालक (Managing Director) असतात.

तुमची पालकत्वाची शैली काय आहे?

आत्तापर्यंत, हे पुस्तक वाचणाऱ्या कोणाच्याही, ते कशाप्रकारचे पालक आहेत यानुसार इथे दिलेल्या कल्पनांवर वेगवेगळ्या प्रतिक्रिया असू शकतील. शिस्त-कठोर पालक असा विचार करण्याची दाट शक्यता आहे की, हे मुलांना बैठकांमध्ये आणि निर्णयप्रक्रियेमध्ये सामील करून घेणे, म्हणजे बरेच काही त्यांच्या नियंत्रणात देण्यासारखे आहे किंवा उघडपणे ते कठोर नसतीलही; परंतु तरीही मुलांनी त्यांचे वागणे बदलावे किंवा सहकार्य करावे म्हणून 'लज्जित करणे आणि दोषारोप ठेवणे' (shaming and blaming techniques) तंत्राचा वापर करत असतील. यालाच 'निष्क्रिय आक्रमकता' असे म्हणतात. एखादे मवाळ किंवा खंबीर नसलेले पालक शक्यतो, यामध्ये फार काही अडचण आहे, असा विचार करणार नाहीत आणि प्रत्येकासाठी प्रत्येक गोष्ट करत राहतील. आक्रमक पालक हे कठोर आणि मवाळ

अशा दोन्ही प्रकारच्या पालकत्वाच्या शैलींच्या मधोमध कुठेतरी असतील.

कुटुंबातील प्रत्येकाला लाभ व्हावा म्हणून याठिकाणी काहीतरी प्रयत्न करण्याची गरज आहे, हे ते समजू शकतात. ते त्यांच्या मुलांचा दृष्टिकोन ऐकून घेतील, पण त्यांच्याशी सहमत असतीलच, हे आवश्यक नाही.

तुमची पालकत्वाची शैली काय आहे हे ओळखणे, हे पालक असण्याशी जुळवून घेण्यात उपयोगी पडणारे आणखी एक हत्यार आहे. इथे दिलेल्या पालकत्वाच्या शैलीची काही उदाहरणे पाहा आणि आता तुम्ही कोठे आहात, असे तुम्हाला वाटते ते पाहा. त्याचबरोबर तुम्हाला कुठे पोहोचायला आवडेल ते ठरवा.

शैली	**आता मी कशी आहे**	**मला कसे असावेसे वाटते**
कठोर वा मवाळ नियंत्रण ठेवणे, ओरडणे, ऐकून न घेणे, त्यांनी माझे ऐकावे म्हणून दमदाटी करणे. मुलांना त्यांचे ऐकून घेतले जात नाही असे वाटते आणि तुमची भीती वाटते		
मवाळ वा खंबीरपणाचा अभाव असलेली स्वत:च्या गरजांबाबत स्पष्टता नाही. प्रत्येक गोष्टीला जागा बदलू देते, आव्हानात्मक वर्तणूक समस्यांचा सामना करत नाही, कधीकधी रागाचा उद्रेक होतो, पण नंतर क्षमा मागते. मुलांना फक्त थोडेसे कण्हल्यासारखे करावे लागते (दु:खी व्हावे लागते.) आणि त्यांना हवे ते मिळते.		

हातचलाखी वा लबाडी करणारी काम वा गरज भागवण्यासाठी भावनिक ब्लॅकमेल करणे, लोकांना चाणाक्षपणे क्षीण करणे, ज्यायोगे अपराधी वाटून ते सहकार्य करतील. संदेश संमिश्र असल्या कारणाने मुलांना अस्वस्थ वाटते.		
ठाम वा आग्रही ठाम आणि स्पष्ट असली तरीही उबदार असते. थेट संवाद साधते आणि गरज पडल्यास ओरडतेही. मुलांना सुरक्षित वाटते, त्यांचे ऐकून घेतले जाते, असे वाटते आणि त्यांच्याकडून काय अपेक्षित आहे हे त्यांना माहिती असते.		

बहुसंख्य पालक हे तीनही वेगवेगळ्या शैलींचे असू शकतात; परंतु तुमच्यावर सर्वाधिक पकड असणारी शैली कोणती आहे आणि तुम्हाला काय बदलायचे आहे हे ओळखण्यासाठी या स्वाध्यायाची मदत होईल. तुमची शैली ओळखण्यामधील महत्त्वाचा घटक म्हणजे जेव्हा प्रसंग अडचणीचे आणि आव्हानात्मक असतात तेव्हा तुम्ही कसे वागता, कशा प्रकारे संवाद साधता हे पाहणे होय. उदाहरणार्थ – रात्रीच्या जेवणाची वेळ झालेली असतानाही तुमची मुले खेळत आहेत आणि तुम्ही त्यांच्यासाठी जो स्वयंपाक केला आहे, त्याबाबत तक्रार करत आहेत. (आणि त्यांना आवडेल असे जेवण बनवण्यासाठी तुम्ही परिश्रम घेतलेले आहेत.) किंवा कदाचित जेव्हा तुम्ही बाळाबरोबर रात्रभर जागल्यामुळे दमलेला असता तेव्हा किंवा कामाच्या ठिकाणी एक कठीण दिवस घालवल्यानंतर; तुम्ही त्यांच्यावर ओरडता का?

तुम्ही दुःखी स्वरात त्यांना सांगता किंवा त्यांच्या विनवण्याकरता का हे सांगण्यासाठी की, त्यांनी रात्रीचे जेवण केले तर आईला खूप आनंद होईल किंवा तुम्ही हार मानत, बनवलेले जेवण टाकून देता आणि तासाभराने जेव्हा ते भूक लागली म्हणतात. तेव्हा त्यांना बिस्किट देता?

पालकत्वाची ठाम शैली अशी आहे, जी मुलांना सुरक्षिततेची भावना देते. कारण इथे नियम काय आहेत, हे त्यांना माहिती असते. ठाम असल्याने आपणांस शांत वाटण्यास मदत होते, तसेच आयुष्यातील आव्हानांना सामोरे जाताना कुटुंबातील आपले स्थान आपल्या नियंत्रणात आहे असे वाटते; म्हणूनच रात्रीच्या जेवणाचेच उदाहरण द्यायचे झाले, तर ठाम आई आपली बाजू लावून धरेल आणि युद्धप्रसंग उभा न करता, मुलांना जेवून घेण्यास प्रोत्साहित करेल. ती त्यांना शांतपणे लक्षात आणून देईल की, तिने त्यांच्यासाठी जे काही बनवले आहे त्याशिवाय दुसरा पर्याय नाही. कदाचित, दुसऱ्या दिवशी रात्रीच्या जेवणासाठी काय बनवता येईल, याबाबत ती मुलांना त्यांच्या सूचना विचारेल.

आग्रही वा ठाम पालकांचे स्वभावविशेष

ते कशाप्रकारे संवाद साधतात

आग्रही पालक :

* स्पष्ट आणि थेट बोलतात.
* न लाजता किंवा आरोप न करता, (मुलांच्या) वागणुकीमुळे काय वाटते आहे, ते सांगतात.
* सत्याची कास धरतात.
* सकारात्मक भाषा वापरतात.
* मुलांबाबतच्या कोणत्या गोष्टींवर त्यांचे प्रेम आहे आणि कोणत्या गोष्टींचे त्यांना कौतुक वाटते, हे ते मुलांना सांगतात.

कौटुंबिक नातेसंबंधांनी मातांना खूप काळजी असते; परंतु त्यांनी जबाबदाऱ्यांना वाटून घेतले पाहिजे, जेणेकरून प्रत्येकाचे नीट चालले आहे ना, हे पाहण्याच्या ताणाखाली त्याच मोडून पडणार नाहीत. कौटुंबिक प्रेरणाशक्तीवर परिणाम करणाऱ्या काही बाह्य घटकांची यादी येथे दिलेली आहे. त्या सर्वांची यामधील भूमिका मोठी आहे; परंतु ते क्वचितच एखाद्या आईमुळे घडून येतात. तसेच त्यांच्यापासून सुटका मिळवणे, ही देखील एकट्या आईची जबाबदारी नाही.

कौटुंबिक प्रेरकशक्तीवर परिणाम करणारे हे काही महत्त्वाचे घटक :

* कुटुंबाचे एखाद्या क्षेत्रात होणारा बदल किंवा नाराजी (वैवाहिक समस्या, मृत्युमुळे होणारी हानी, बदली, आजार, एखादी गोष्ट गरजेपेक्षा जास्त असणे, परीक्षा, नवीन बाळाचे आगमन इत्यादी.) इतर सर्वांवरच याचे टाळता न येण्यासारखे अप्रत्यक्ष परिणाम होतात.
* कौटुंबिक वाद सामान्य आहेत. महत्त्वाची आहे, ती तुमची क्षमता ज्यामुळे तुम्ही काही सकारात्मक बदल करू शकाल आणि कुचकामी वागणुकीच्या प्रकारात अडकून पडणार नाही.
* आपली संस्कृती कौटुंबिक नातेसंबंधांना मदत करत नाही. कामाचे लांबलचक तास, दूर असणारे नातेवाईक, संगणक, टीव्हीसमोर खूप जास्त वेळ घालवणे, घराच्या काळज्या आणि पालक म्हणून यशस्वी होण्याचा दबाव.
* गरजा बदलतात, आपले वय वाढत जाते, लोक येतात आणि जातात आणि आपल्यालाही आयुष्यात चढ-उतार यांचा सामना टाळता येत नाही.
* इतरांच्या भावना आणि कल्पना समजल्याचे दर्शवतात.
* त्याचे मूल त्यांना आव्हान देते, तेव्हा अत्यंत शांत, ठाम स्वरात बोलतात.
* त्यांच्या स्वत:च्या गरजा जाणतात, त्या व्यक्त करतात आणि त्या पूर्ण करण्याचे मार्ग शोधतात.
* इतरांच्या गरजा लक्षात घेतात आणि त्या पूर्ण करतात.

ते काय करतात

आग्रही पालक

* ऐकतात, ऐकतात आणि ऐकतात.
* मिठी मारतात, कुशीत घेतात, कुरवाळतात, चुंबन घेतात आणि हसतात.
* डोळ्यांत पाहून बोलतात.
* मुलांशी/मुलाशी त्याच्या पातळीवर येऊन बोलतात.
* काय बोलून दाखवलेले नाही याकडे लक्ष देतात.
* इतरांसाठी वेळ काढतात आणि त्यांच्या स्वत:साठीही वेळ काढतात.
* त्यांना आव्हान दिले असता शांत राहतात.
* लोकांमध्ये चांगले काही सापडण्याची अपेक्षा करतात.

या गुणविशेषांकडे पाहता, तुमच्याकडे अगोदरच आहेत अशी वैशिष्ट्ये कोणती?

यातील कोणती वैशिष्ट्ये वाढविणे तुम्हाला आवडेल आणि कोणाबरोबर?

लक्षात घ्या, हे तुम्हाला प्रेरित करण्यासाठी आहे. तुम्हाला अपराधी वाटावे म्हणून नाहीतर मग आजच बिनकामाचे वागणुकीचे आणि संवाद साधण्याचे प्रकार बदलून टाकण्याचा निश्चय करा आणि मग पाहा, स्वत:बद्दल आई म्हणून तुम्हाला किती चांगले वाटते ते.

सारांश : तुमची पालकत्वाची शैली, विशेषत: दबावाखाली असताना, कशी असते हे ओळखता आले, तर तुम्हाला कोणत्या शैलीचे पालक होणे आवडेल हे कळणे सोपे जाईल.

आपल्या सगळ्यांनाच आग्रही पालक होणे आवडेल आणि असे दिवस असणेही नैसर्गिकच आहे. जेव्हा तुम्ही ओरडण्याचा किंवा हार मानण्याचा आश्रय घेता. तुम्हाला आग्रही पालकांचे जे गुणविशेष स्वत:मध्ये जास्त असावेत असे वाटते ते सतत मनात बाळगा आणि ते मिळविण्याच्या प्रयत्नात राहा.

कौटुंबिक प्रेरणाशक्तीची जबाबदारी वाटून घ्या

केटच्या नेहमीच्या दिवसाची सुरुवात कशी असते, हे उदाहरण आठवते आहे ना, कशाप्रकारे ती स्वत:च कुटुंबातील प्रत्येकाचे कसे चालले आहे, आणि त्यांच्या गरजा काय आहेत, याची जबाबदारी स्वत:वर घेत होती. ही एक अशी जागा आहे तिथे माता वास्तव्य करतात आणि तो ऊर्जेचा खूप मोठा अपव्यय आहे. माता नेहमीच दमलेल्या असतात याबद्दल आश्चर्य वाटायचे कारणच नाही. अनेक व्यावहारिक गोष्टी करण्याबरोबरच प्रचंड भावनिक ओझे त्या वाहत असतात.

माझी मुले त्यांना संभाळायला असणाऱ्या आयाबरोबरचा वेळ मजेत घालवतात. कारण तिला फक्त त्यांच्याचकडे लक्ष द्यायचे असते. जेव्हा मी त्यांच्याबरोबर असते तेव्हा एकाचवेळी मी इतर अनेक गोष्टी करण्याचा प्रयत्न करते आणि ते एकमेकांशी कसे वागताहेत, याबाबत मला काळजी असते. आम्हाला सगळ्यांना एकत्र राहायचे असते. माझ्या मुलांची भांडणे झाली म्हणून आयाचा दिवस चांगला किंवा वाईट जात नाही. तिला त्या गोष्टीचा राग येतो; परंतु मला मात्र ती खोलवर दुखावणारी, चिंतायुक्त गोष्ट वाटते. जिचा आमचा कुटुंबाच्या

प्रेरकशक्तीवर परिणाम होतो.

– सारा, सहा आणि चार वर्षे वयाच्या दोन मुलांची आई

तुमचा जोडीदार (जर तुम्हाला असेल तर –) हाही कुटुंबाच्या प्रेरकशक्तीला आधार देणारा महत्त्वाचा सदस्य आहे आणि जेव्हा त्याचे तुमच्याबरोबरचे संबंध चांगले असतील तेव्हाच तुमच्याबरोबरच्या इतर कौटुंबिक नातेसंबंधांमध्ये त्याला रुची असण्याची शक्यता जास्त असते. जेव्हा जोडीदार हे आपल्या यादीतील शेवटच्या स्थानावर असतात तेव्हा त्यांना नाकारल्यासारखे वाटते किंवा आपल्या मुलांबरोबरच्या नातेसंबंधांबाबत मत्सर वाटतो. कधीकधी तुमचा जोडीदार म्हणजेही तुमचे दुसरे मूल आहे. ज्याची तशीच काळजी घ्यावी लागते, असेही तुम्हाला वाटेल!

सारांश : कौटुंबिक प्रेरकशक्तींवर अनेक गोष्टींचा परिणाम होतो. कुटुंबाला आनंदी ठेवणे, हे फक्त तुमचेच काम नाही. कुटुंबातील वाईट घटना व्रण निर्माण करू शकतात; परंतु त्याचबरोबर त्या तुम्हाला एकत्र आणतात आणि काही शिकवणही देऊन जातात.

तर आता आपण कौटुंबिक नातेसंबंध या प्रकरणाच्या शेवटच्या टप्प्यात आहोत, तुम्हाला जोडीदार असेल, तर येथे दिलेला भाग काळजीपूर्वक विचारात घ्या.

लक्ष असू दे! मी तुझा जोडीदार!

सर्वप्रथम कशामुळे तुम्ही तुमच्या जोडीदाराकडे आकर्षित झालात?
आता तुमचा जोडीदार म्हणून त्याच्या कोणत्या गोष्टीचे तुम्हाला कौतुक वाटते?

तुमच्या जोडीदाराचे गुणविशेष

१.

२.

३.

४.

५.

वडील म्हणून त्यांचे गुणविशेष

१.

२.

३.

४.

५.

तुमच्या नातेसंबंधांबाबत सर्वोत्तम गोष्टी कोणत्या आहेत?

१.

२.

३.

४.

५.

तुम्हाला काय बदलावेसे वाटते?

१.

२.

३.

४.

५.

उपरोक्त यादीमध्ये तुमचे नियंत्रण नाही आणि तुम्हाला बदलाव्याशा वाटतात अशा गोष्टींशेजारी चांदणीची खूण करा. (जर अशा कोणत्याच गोष्टी नाहीत, तर

तुमच्या नियंत्रणात आहेत आणि तुम्हाला बदलाव्याशा वाटतात, अशा गोष्टी लिहून पुन्हा यादी तयार करा.)

एकत्र वेळ घालवा

जोडप्यांनी एकत्र वेळ घालवणे, हे तीन कारणांसाठी आवश्यक आहे –

१) घर आणि मुले यांच्यामुळे तुमचे चित्त विचलित होत नाही आणि तुम्ही एकमेकांवर पूर्ण लक्ष केंद्रित करू शकता.

२) घराबाहेर पडून काहीतरी एकत्रितपणे करण्यामुळे तुमच्या नातेसंबंधाची जोपासना होते.

३) एकमेकांसाठी वेळ न काढता तुम्ही एकमेकांना दुरावता आणि तणाव, गैरसमज तसेच राग वाढीस लागतो.

तुमच्या जोडीदाराबरोबर काहीवेळ बाहेर जाता यावे, यासाठी तुम्हाला कोणत्या गोष्टी योग्य जागी हव्या आहेत?

* त्याच्याबरोबर संवाद, कुठे जायचे आणि काय करायचे हे ठरविण्यासाठी (तो एक शांत फिरायला जाणे, एखादे पेय घेणे यांसारखा कार्यक्रम असू शकतो, आठवडा सुट्टीसाठी पॅरिसला जाणे वगैरे असायला हवे असे नाही, परंतु जर ते शक्य असेल तर जरूर जा.)
* दोघांनाही मान्य असलेली तारीख आणि वेळ
* बेबीसिटर
* त्यादिवशी मुलांविषयी बोलण्याच्या वेळेवर तुम्ही मर्यादा घालून घेण्याची कल्पना चांगली आहे.
* मनाची आनंदी अवस्था. त्या दिवसाची वाट पाहा.

आम्हाला मुले होण्यापूर्वी मी आणि माझा नवरा आम्ही दोघेही चर्चमधील समूह गायनामध्ये सहभागी होत असू. दोघांचाही छंद सारखाच असणे आम्हाला आवडायचे, परंतु आमच्या नातेसंबंधातील तो भाग निपटून टाकला आहे. कारण आता आम्ही क्वचितच बाहेर जातो. तथापि, एवढ्यातच अशी काही गायकमंडळी नियमितपणे भेटतात हे आम्हाला कळले. ते ठिकाण आमच्या घरापासून फार लांबही नव्हते. मग आम्ही निश्चयाने पुढाकार घेतला आणि एका आयाला आरक्षित केले. एकत्रितरीत्या पुन्हा आमच्या छंदाच्या संपर्कात येणे, आमच्यासाठी खूप चांगले झाले. आम्ही मुलांविषयीही बोलत नाही. आयाला दिलेला प्रत्येक पैसा खूप काही कमावून देतो.

– एली, आठ आणि पाच वर्षे वयाची दोन मुले

ही कल्पना प्रत्यक्षात येण्यासाठी काय घडण्याची गरज आहे, ह्याची नोंद करा.

आमची 'डेट'ची रात्र

आम्हाला कशाप्रकारची 'डेट' आवडेल?

आयाचे आरक्षण केले आहे का?

अन्य काही?

एकदा झाली आणि संपली अशा प्रकारची ही 'डेट' नाही, अशा प्रकारचे नियमित लक्ष देण्यायोग्य तुमचे नातेसंबंध निश्चितच आहेत. तुम्ही एकमेकांच्या ज्या गोष्टींवर प्रेम करत होता. त्या गोष्टींच्या पुन्हा संपर्कात येण्यासाठी ही एक दमदार सुरुवात आहे. ही भेट तुम्हाला तुमच्या जीवनाच्या इतर भागांसाठी जास्त ऊर्जा आणि बांधिलकी देईल. एके दिवशी (आणि तो दिवस फार पटकन येईल.) मुले आपापल्या घरी गेलेली असतील आणि तुम्ही दोघे एकमेकांकडे पाहात, काय करावे, काय बोलावे याचा विचार करत असाल. जर तुम्ही या सगळ्या वर्षांमध्ये इतर गोष्टींनाच संपूर्ण समर्पित असाल, जसे की मुले आणि काम, तर तुमच्या नात्यातील ही संध्याकालीन वर्षे खूपच अवघड जातील. म्हणूनच ही गुंतवणूक योग्यच आहे आणि तुमच्या मनात खोलवर कुठेतरी तुम्हालाही ती जाणीव आहे. ज्याचा आनंद वाटेल, असे प्राधान्य तुमच्या नातेसंबंधांना देणे, हे तुमच्या दोघांवर (फक्त तुमच्यावर नाही.) अवलंबून आहे.

सारांश : मी प्रशिक्षण दिलेल्या बऱ्याच माता म्हणतात : त्यांचे जोडीदार हे त्यांच्या यादीत शेवटच्या स्थानावर असतात आणि त्यांना याबाबत खूप अपराधी वाटते. जर तुम्ही कौटुंबिक रोजनिशी लिहीत असाल तर परस्परांसाठी काहीवेळ राखून ठेवा. आपल्याला सगळ्यांनाच हा विचार करायला आवडेल की, आपण एकत्र वेळ घालवून कितीतरी महिने लोटले आहेत, याची आपला जोडीदार दखल घेईल. परंतु त्याऐवजी मलाच बेबीसिटर बुक करावी लागेल म्हणून रागावू नका. बाहेर जाण्याचे आणि तुमच्यामधील ते बंध पुन्हा निर्माण करण्याचे तुम्हाला किती लाभदायक आहे, यावर लक्ष केंद्रित करा.

कौटुंबिक नातेसंबंधांबाबत लक्षात ठेवाव्यात अशा दहा सोनेरी गोष्टी

१. प्रत्येकालाच तुम्ही हव्या आहात.
२. कौटुंबिक नातेसंबंधांमधील तुमची मूल्ये ओळखा आणि ज्या नात्याला त्यांची जास्त गरज आहे, तिथे कृती करा.
३. जसे इतर प्रत्येकाबरोबरचे तसेच तुमचे तुमच्याबरोबरचे नातेसंबंध जोपासणेही गरजेचे आहे.
४. कुटुंब आनंदी ठेवणे, ही घरातील प्रत्येकाची जबाबदारी आहे. फक्त तुमची नाही.
५. सगळ्यांच्या विचाराने तुमच्या कुटुंबाचे कल्पनाचित्र तयार केल्यास त्यामुळे तुमच्या कुटुंबाचा पाया मजबूत होईल. तुमचे कुटुंब कशाचे निर्देशक आहे आणि तुम्हाला एकमेकांशी कशाप्रकारे जोडले जाणे आवडेल, यावर ही मजबुती अवलंबून आहे.
६. कौटुंबिक बैठका या वाद सोडविणे, निर्णय घेणे आणि एकमेकांचे कौतुक करण्यासाठी वेळ काढणे, यादृष्टीने पुढे टाकलेले पाऊल आहे.
७. कौटुंबिक प्रेरकशक्ती या बदल किंवा वाईट घटनांनी प्रभावित होतात. गरजा बदलल्यामुळे आणि मुले मोठी झाल्यामुळेही त्यांच्यावर परिणाम होतो.
८. आपला समाज कुटुंब व्यवस्थेला आधार देत नाही. कामाचे जास्त तास, घराच्या आणि पैशाच्या चिंता आणि संगणक/टीव्हीच्या पडद्यासमोर घालवलेला जास्त वेळ कौटुंबिक आयुष्याला हानिकारक आहे.
९. कुटुंबामध्ये वाईट घटना घडणे हे सामान्य आहे; पण आपण त्यातून बाहेर कसे पडतो, हे महत्त्वाचे.
१०. तुमच्या जोडीदारासाठी वेळ ठेवा.

आपण काय शिकलो?

येथे दिलेला प्रत्येक मुद्दा तुम्ही शिकलात आणि तुमच्या जीवनात त्याचा उपयोग करण्यास आनंदाने तयार आहात. हे तपासून पाहा –

* प्रत्येकालाच तुम्ही हव्या आहात, हे लक्षात घ्या आणि ते कशाप्रकारे करता येईल ते शिका.
* नातेसंबंधांचे मूल्यांकन कसे करावे.
* तुमच्याबाबत काय घडले आहे आणि तुम्ही स्वत:विषयी कसा विचार करता याची सवय करा.
* कौटुंबिक कल्पनाचित्र तयार करा.
* तुम्ही कशाप्रकारच्या शैलीची आई आहात, हे समजून घ्या.
* तुमच्या जोडीदारासाठी वेळ काढा.

हे प्रकरण वाचल्यानंतर मी स्वत:बाबत काय शिकले आहे?

सर्वाधिक विशेष गोष्ट काय आहे?

भाग २

कामावर रुजू व्हावे
किंवा
घरी राहावे?

४

पूर्णवेळ मातृत्व

या प्रकरणामध्ये तुम्ही शिकणार आहात....

* पूर्णवेळ मातृत्व म्हणजे काय?
* मुलांबरोबर घरी राहण्याविषयी
* घरकामाकडे पाहण्याचा आरोग्यपूर्ण / निकोप दृष्टिकोन
* बदल करण्याची ही वेळ योग्य आहे का – कामावर पुन्हा जाण्याबाबत विचार करणे.

पूर्णवेळ मातृत्व म्हणजे काय?

पूर्णवेळ मातृत्वाची व्याख्या कशाप्रकारे करता येईल?

'एक अशी आई जिला आपल्या मुलांना वाढवण्याव्यतिरिक्त दुसरी नोकरी नसते असे म्हणता येईल? अशी आई जी पूर्ण दिवस घरी असते आणि तिची मुले शाळेत गेल्यानंतर जी घरकाम करते? ती गृहिणी असते? की फक्त आई! तिला कितीही इच्छा असली तरी जी पैसे मिळवून देणारे काम करू शकत नाही, अशी आई?'

खूपशा माता ज्या या ना त्या प्रकारचे पैसे मिळवून देणारे काम करत असल्या तरी स्वत:ला 'पूर्णवेळ माता' म्हणवतात. कारण त्या जरी काम करत असल्या, तरी त्या वेळीही त्या आईच असतात. त्यांच्या मुलांचे विचार आणि त्यांच्या गरजा याबाबत त्या नेहमी विचार करत असतात म्हणूनच या प्रकरणात पूर्णवेळ मातृत्वाची व्याख्या म्हणजे, 'अशी आई जिला पैसे मिळवून देणारी नोकरी नाही,' अशी केलेली आहे. कोणत्यातरी कारणासाठी (या प्रकरणात आपण कारणांचा विचार करणार आहोत.) तिने नोकरी न करण्याचे तसेच प्रत्येक दिवशी आपल्या मुलांकडे जातीने लक्ष द्यायचे असे ठरवले आहे. ती स्वत:हून काही काम करेलही पण कदाचित त्या कामाची वेळ मुद्दामच मुले शाळेत गेल्यानंतर असेल हे पाहिले जाईल, ज्यायोगे मुले

शाळेतून आल्यानंतर त्यांची देखभाल करण्यासाठी दुसऱ्या कोणाची नेमणूक करावी लागणार नाही. ती याकामी इतरांची मदत घेऊ शकते. ज्यामुळे तिच्यावरील कामाचा ताण वाटला जाईल किंवा तिला हवा असलेला तिचा स्वत:चा वेळ मिळेल.

या प्रकरणामध्ये पुढे आपण 'पूर्णवेळ माता' असणे हे कसे वाटते, त्यातील आनंद आणि त्यामधील आव्हाने याबाबत पाहणार आहोत. आपण घरकामाचा आढावा घेऊ आणि बघू या. आठवड्याचा तुमचा कितीवेळ हा पती आणि मुलांपेक्षाही व्हॅक्युम क्लिनरसोबत व्यतीत होतो. आपण करू शकू अशा अनेक गोष्टी विकसित करण्याबाबत या प्रकरणात एक भाग आहे. मुलांची देखभाल करण्याबरोबर इतर काही करण्याची आपली तयारी आहे, असे तुम्हाला वाटेल. तेव्हा या गोष्टींचा विचार होऊ शकतो.

या प्रकरणाचा शेवट हा पूर्णवेळ किंवा अर्धवेळ नोकरी करण्याची किंवा पुन्हा नोकरीवर रुजू होण्याची योग्य वेळ कोणती यावर भाष्य करतो. 'पूर्णवेळ माता' असणाऱ्या अनेकांचे त्याबाबतचे उद्‌गार येथे दिले आहेत. आपले अनुभव इतरांना सांगायला त्या आनंदाने तयार आहेत. याशिवाय ज्या 'पूर्णवेळ माता' होऊ इच्छितात अशा स्त्रियांना त्यामधील बारीक-सारीक गोष्टींबाबत टिप्सही दिलेल्या आहेत.

पूर्णवेळ मातृत्वाचा निर्णय घेताना

मातृत्वाचा अनुभव पूर्णपणे घेण्याची माझी वैयक्तिक इच्छा पूर्ण करावी. तसेच नेहमी माझ्या मुलीची काळजी घेता यावी. हे मला हवे होते.

– जेड, आठ महिन्यांच्या बाळाची आई

मातृत्वामधील आनंद आणि आव्हान, आर्थिक गरजा व तुमच्या करिअरचा पुढील प्रवास या सर्वांचा विचार करता पुन्हा कामावर रुजू व्हावे की घरीच बाळाबरोबर थांबावे, हा निर्णय घेणे खूप गुंतागुंतीचे आहे. तुम्ही पहिल्याच बाळाला जन्म देत आहात की, हे तुमचे पुढील बाळंतपण आहे यावरही तुम्हाला काय वाटते हे वेगवेगळे असेल. पहिल्या बाळाला जन्म देण्यापूर्वी अनेक मातांना मनातून खात्री असते की, त्या पुन्हा कामावर येतील किंवा येणार नाही; परंतु काही माता मात्र असा काही निर्णय घेण्यापूर्वी वाट पाहतात. प्रत्यक्ष बाळ जन्माला आल्यानंतर काय अनुभव येतो, त्यावर ठरवू या असे म्हणतात. अर्थात हा पर्याय नेहमीच शक्य असतो असे नाही. बऱ्याचदा यामध्ये आर्थिक बाजूही विचारात घ्यावी लागते. तुमची मिळकत कमी होणे किंवा पूर्णपणे थांबणे याचा अर्थ तुम्हाला उकडलेल्या शेंगा खाऊन जगावे लागेल, गाडी विकावी लागेल. लहान घरात राहायला जावे लागेल.

सुट्यांचा विचार देखील करता येणार नाही, यांपैकी काहीही किंवा हे सर्व असा तर नाही ना? एकेकट्या राहणाऱ्या मातांसाठी हे विशेष अवघड असेल. कारण पुन्हा कामावर रुजू होण्याशिवाय त्यांच्यासमोर पर्यायच नाही किंवा खूप कमी शक्यता आहे. दुसऱ्या किंवा त्यानंतरच्या बाळाला जन्म देताना पहिल्या मुलाच्या वेळी घेतलेला निर्णय बऱ्याचदा बदलला जातो. जेव्हा तुम्हाला एकच मूल होते, तेव्हा पुन्हा कामावर रुजू होणे तसे तुलनेने सोपे होते; परंतु दोन किंवा त्यापेक्षा जास्त मुले असताना त्यांच्या गरजा पूर्ण करणे अवघडच! याचाच अर्थ बऱ्याचशा माता या दुसऱ्या मुलाच्या जन्मानंतर घरी राहण्याचाच निर्णय घेतात.

सारांश : मोबदला देणाऱ्या कामावर पुन्हा रुजू व्हावे किंवा नाही हे ठरवणे कधीही फक्त पैशांवर अवलंबून नसते. अनेक बाबी विचारात घ्याव्या लागतात आणि तुम्हाला किती मुले आहेत, यानुसार त्या बदलतात. हा एक मोठा निर्णय आहे, तुम्हाला हवा तेवढा वेळ घ्या. तुमच्या हक्कांची माहिती करून घ्या आणि शक्य असेल तर तुमच्या हृदयाचे ऐका.

काही वास्तव प्रश्न समोर येतील. तुमच्या मुलाची देखभाल कोण करेल? जर तुमची मुले किंवा त्यांची देखभाल करणारी व्यक्ती आजारी असेल तर? आणि शाळांना सुट्ट्या असतील तेव्हा काय? पाळणाघराच्या सुविधेचा विचार काळजीपूर्वक करायला हवा, याबाबतचे विवेचन आठव्या प्रकरणात येईलच. त्याचबरोबर हा एक भावनिक निर्णयही असतो. काही माता जाणतात की, त्यांच्या बाळाबरोबर घरी राहायचे म्हणजे जगापासून दूर गेल्यासारखे नाही आणि त्यांच्या करिअरची वर्षे ही त्यांच्या विस्तारत जाणाऱ्या कमरेपेक्षा जास्त दराने संपून जाणार नाहीत. तुम्ही शाळेत, विद्यापीठात उत्तम कामगिरी केलेली असेल आणि अनेक दिवसांच्या मेहनतीने चांगले करिअर उभे केलेले असेल, तर तरुणवयात आई झालेल्या इतर स्त्रियांपेक्षा जास्त गोष्टींचा तुम्हाला त्याग करावा लागेल. आपल्या मातांनी काय केले होते, याचाही आपल्यावर प्रभाव असतो. आपली काळजी घेण्यासाठी आईकडे वेळ होता. ती घरी असायची या स्वतःच्या आईबाबतच्या उबदार आठवणींनी अनेक पूर्णवेळ मातांना तेच सुख आपल्या स्वतःच्या मुलांना देण्यासाठी प्रेरित केले आहे. परंतु तरीही, पूर्णवेळ माता होण्याचे ठरवण्यामागे काहीही कारण असले, तरी एक गोष्ट सत्य आहे ती म्हणजे काम करण्यासाठी तुमच्याकडे पुढचे सगळे आयुष्य आहे. मात्र तुमच्या मुलाच्या सुरुवातीच्या वर्षांत त्याची काळजी घेणारी पहिली व्यक्ती असण्याचे काम आयुष्यात पुन्हा कधी करता येणार नाही.

हा निर्णय घेणे खूपच अवघड आहे आणि बऱ्याचशा मातांना वाटतं की, पुन्हा

कामावर रुजू होण्याशिवाय इतर पर्यायच त्यांच्यासमोर नाही.

पूर्णवेळ मातांचे हे काही विचार आहेत, ज्या माता आता असा निर्णय घेण्याच्या प्रयत्नात आहेत, त्यांच्यापर्यंत हे विचार पोहोचावेत म्हणून....

तुमचा आतला आवाज तुम्हाला सांगतो आहे तसे जरूर करा; परंतु तुमचे कुटुंब तुम्हाला आधार देऊ शकेल इतपत मोठे असेल, तर बाळ दोन वर्षांचे झाल्यानंतर पुन्हा कामावर रुजू व्हा. किमान अर्धवेळ नोकरी तरी करा. या समाजात नोकरी असणे फार महत्त्वाचे आहे. आर्थिकदृष्ट्या टिकाव न लागू शकणे, ही अनेक वेगवेगळ्या पातळींवरील तीव्र समस्या आहे.

– कलॅरी, १८, १६ आणि ७ या वयाची तीन मुले

तुमच्या कायेदशीर हक्कांचा फायदा घ्या आणि परत कामावर रुजू होण्याचे ठाम वचन देण्यापूर्वी थोडी वाट पाहा. तुम्हाला तुमच्या भावना काय असणार आहेत हे अगोदरच माहिती असणे शक्य नाही. म्हणूनच तुमचे कमीतकमी नुकसान होईल याची काळजी घ्या.

– जेड, आठ महिन्यांच्या बाळाची आई

जर पैशाचे बंधन नसेल, तर तुम्ही तुमच्या मनाचे ऐकायला हवे. फक्त तुमच्या मुलांची देखभाल करणारी व्यवस्था उत्कृष्ट आहे ना, याची खात्री करून घ्या. मग ती व्यवस्था म्हणजे तुम्ही स्वत: असू दे, तुमच्या कुटुंबातील सदस्य किंवा कोणी व्यावसायिक केअरटेकर.

– ल्यूसी, ८ आणि ७ वर्षे वयाची दोन मुले

तुम्ही काय विचारात घ्यायला हवे?

'पूर्णवेळ माता' होण्याचा निर्णय घेताना माता ज्या गोष्टींबाबत विचार करतात त्या सर्व तुम्हाला येथे दिलेल्या यादीमध्ये आढळतील, त्या एकदा पाहा आणि ज्या गोष्टी तुम्हाला लागू होतात त्यांच्यासमोर बरोबरची खूण करा.

क्षेत्र	**कदाचित लागू होईल**	**लागू होईलच**
काम : माझे करिअर ठप्प होईल.		
माझी नोकरी खूपच तणावपूर्ण आहे.		
माझी नोकरी अर्धवेळ होऊ शकत नाही.		
कामाचा कालावधी सांगता येत नाही/ खूप जास्त आहे.		
कामाचे ठिकाण/स्थान गैरसोयीचे आहे.		
प्रवास जास्त करावा लागतो.		
मला माझी नोकरी आवडत नाही आणि ती सोडताना मला आनंद वाटतो		
पैसा : उत्पन्नाचे साधन गमावणे		
मुलांच्या देखभालींचा खर्च		
मुलांच्या व्यवस्थेचा खर्च		
बाळंतपणातील : पगार		
आर्थिक स्वातंत्र्य गमावणे		
भावना : विश्वास – पूर्णवेळ माता म्हणून मी चांगली असू शकेन का?		
बदलणारी स्वत:ची ओळख मी जर नोकरी सोडली तर मी कोण?		
माझ्या अपेक्षा माझ्या स्वत:कडून, माझ्या जोडीदाराकडून, माझ्या आईकडून, मित्रांकडून, इतरांकडून		
कंटाळा – मला पूर्णवेळ माता होण्यामध्ये पुरेशी रुची आहे, याची खात्री वाटत नाही.		

क्षेत्र	कदाचित लागू होईल	लागू होईलच
मुलावर/मुलांवर होणारा परिणाम		
अपराधीपणा – माझे शिक्षण आणि करिअर वाया जाते आहे		
पैसे मिळविण्याऐवजी स्वत:वर पैसे खर्च करते आहे.		
ताण		
पूर्णवेळ माता होण्यामागील अधीरता		
पूर्णवेळ माता असण्याचा आनंद		
पूर्णवेळ माता असण्याची कृतकृत्यता		
गर्व		
एकचित्त		
वास्तव/प्रत्यक्ष व्यवहार हे कितवे मूल आहे?		
प्रत्येक गोष्ट जुळवून आणणे		
थकवा		
मुलाची देखभाल		

तुम्ही केलेल्या बरोबरच्या खुणा पाहा आणि त्यानुसार वेगवेगळ्या शीर्षकांतर्गत तुम्हाला लागू होत असलेल्या गोष्टी पुन्हा लिहा.

काम :

पैसा :

भावना :

प्रत्यक्ष व्यवहार

आता, प्रत्येक क्षेत्रासाठी तुम्ही लिहिलेल्या बाबींना त्यांच्या महत्त्वानुसार क्रम द्या. उदाहरणार्थ, पूर्णवेळ माता होण्याचा निर्णय घेण्यामागे कामाचे तास ठरावीक नसणे, हे सर्वांत महत्त्वाचे कारण आहे असे तुम्ही ठरवू शकता. तुमची कारणे ही तुमच्यासाठी आणि तुमच्या परिस्थितीत युनिक आहेत. परंतु इथे ती कारणे प्राधान्य क्रमानुसार लिहिल्यामुळे तुमच्या आयुष्याच्या या क्षेत्रात तुम्ही कोणती गोष्ट विचारात घ्यायला हवी याची स्पष्ट नोंद तुमच्याजवळ तयार असेल. तुम्ही हे करायचे असे अगोदरच ठरवलेले असेल तर या नोंदी म्हणजे तुम्ही तसे का केले यामागची तुमची कारणे आहेत.

यामुळे तुम्ही काय कृती करायला हवी हे तुम्हाला स्पष्ट होईल. ही कृती – तुमच्या नोकरीच्या ठिकाणी एचआर विभागाशी संवाद साधणे, तुमच्या जोडीदारासोबत प्रामाणिक गप्पा यांपैकी काहीही असू शकते किंवा अपराधीपणाची भावना दूर सारून पूर्णवेळ माता होण्याबाबत समाधानी असण्याची ही वेळ असेल? तुम्ही ठरवा परंतु तुम्ही काही कृती करणार असाल, तर तशी इथे नोंद करा. लक्षात ठेवा कृती स्पष्ट, सकारात्मक, विशिष्ट तसेच वेळ आणि तारखेसह असायला हवी. चला तर, आता तुम्हाला तुमची डायरी हवी असेल ना?

उपरोक्त स्वाध्याय पूर्ण करण्याचा परिणाम म्हणून मी खालील गोष्टी करणार आहे.

कधीपर्यंत

उपयुक्त सूचना

तुम्हाला काय करावेसे वाटते, हा निर्णय घेण्यासाठी तुम्हाला हवा तेवढा वेळ घ्या आणि बाळाच्या जन्मानंतर तुम्हाला खूप वेगळे वाटणार आहे, या गोष्टीचे महत्त्व कमी लेखू नका. सर्वांत महत्त्वाचे म्हणजे इतर लोकांना काय वाटेल याची काळजी करू नका. गेली अनेक वर्षे मी स्वत: नोकरी न करण्याबद्दल अपराधी वाटून घेण्यात घालवली आहेत. परंतु आता मला आई असणे, हे जगातील सर्वांत महत्त्वाचे काम वाटते. आणि इतर कोणी माझ्याबद्दल काय विचार करतात, याची मी अजिबात पर्वा करत नाही.

– जॅकी, १३, ११ आणि ७ वर्षे वयाची तीन मुले

सारांश : पूर्णवेळ माता होण्याचा निर्णय घेताना अनेक गोष्टी विचारात घ्याव्या लागतात आणि तुमचा निर्णय कोणताही असो तुम्हाला बदलावा असे वाटू शकते किंवा बदलावा लागू शकतो. तुमच्या भावनांकडे लक्ष द्या. पैसा मिळविणे, ही एकमेव गरज नसते. इतर पूर्णवेळ माता काय करतात, त्यांचे आयुष्य कसे आहे, याकडे लक्षपूर्वक पाहा. त्यामुळे तुमच्यासाठी ते योग्य आहे का? हे ठरविणे सोपे जाईल.

पूर्णवेळ मातेचे जीवन

अभिनंदन! तुम्ही पूर्णवेळ माता आहात आणि अशावेळी तुम्ही असाच निर्णय घेतलेल्या स्त्रियांचे विचार, त्यांच्या भावना, त्यांच्या दैनंदिन विश्वाशी निगडित व्यवहारी गोष्टी चांगल्याप्रकारे समजू शकाल. तुम्ही पूर्णवेळ मातृत्व स्वीकारून काही काळ लोटलेला असेल, तर कदाचित यांपैकी काही गोष्टींशी तुम्ही परिचित असाल.

जर तुम्ही गरोदर असून आपल्या पहिल्या बाळाच्या प्रतिक्षेत आहात तर थोड्याच दिवसांत तुम्ही पूर्णवेळ माता असण्याची वेळ तुमच्यावर येणार आहे. भले, मग तुम्ही पुन्हा कामावर रुजू होण्यापूर्वी काही दिवसांसाठीच रजा घेतलेली असू दे. थोडक्यात, पूर्णवेळ माता होण्याच्या मार्गावर तुम्ही कुठेही असलात तरी पूर्णवेळ मातृत्वाचे आयुष्य कसे असेल हे तुम्ही विचारात घ्यावे, हाच माझा उद्देश आहे. ज्यायोगे तुमच्यासाठी काय योग्य आहे, हे तुम्हाला ठरविता येईल.

सर्व इतर नोकऱ्यांप्रमाणेच पूर्णवेळ मातृत्वाच्या कामामध्ये ही त्या कामाचे असे आनंद आणि आव्हानही आहेत. तसेच प्रत्येक आईला आनंदाच्या आणि आव्हानाच्या वाटणाऱ्या गोष्टी या वेगवेगळ्या असू शकतात. एकीला हवीहवीशी वाटणारी एखादी गोष्ट दुसरीच्या सहनशक्ती पलीकडची असू शकते. काही मातांना खेळण्याच्या मातीमध्ये कोपरापर्यंत हात भरवत मुलांबरोबर मजेत वेळ घालवायला (लिगो खेळायला.) आवडते तर इतर काही मातांना जेवढे शक्य होईल तेवढे या गोष्टींपासून दूर राहायला आवडते. काही मातांना पूर्णवेळ मातृत्वाशी निगडित प्रत्येक बाजू चांगलीच वाटते, तर इतर काही मातांना एवढे त्रासलेले, एकाकी वाटते की, त्यापेक्षा पटकन परत कामावर रुजू झालेले बरे! 'मदर आणि टॉडलर ग्रुप' ह्या एखादीसाठी आधार देणारी मित्रत्वाची जीवनरेखा असू शकतो, तर काही मातांना इतर स्पर्धक माता आणि त्यांची 'परिपूर्ण मुले' यामुळे तो एखाद्या दुःस्वप्नासारखा वाटू शकतो.

कधीकधी तुम्हाला हे सर्व हवेहवेसे वाटते आणि कधीकधी आणखी एक

जेवण बनवायचेय किंवा आणखी एक नाक पुसायचेय. हा नुसता विचारही सहन होत नाही. एकंदरीत सांगायचे तर पूर्णवेळ मातृत्वामध्ये निर्माण होणाऱ्या भावनांमध्ये तुम्हाला मोठ्ठे चढ-उतार अनुभवास येतील.

पूर्णवेळ मातृत्वाबाबत मौल्यवान काय आहे?

तुमच्या मुलांची काळजी घेणाऱ्या पहिल्या आणि महत्त्वाच्या व्यक्ती तुम्ही आहात, ही भावना फार मोठे समाधान निर्माण करू शकते.

माझ्या मुलांना मी प्रेम आणि सुरक्षिततेची अनुभूती देते आहे, त्यांना अन्य कोणाकडूनही मिळू शकणार नाही. मी त्यांना एवढी जवळून ओळखते की, अडचणीच्या वेळी त्यांना कशाप्रकारे मदत करावी, हे मला माहिती आहे. ही भावनाच मला खूप आवडते.

– जॅकी, १३, ११ आणि ७ वर्षं वयाची तीन मुले

मुले सांभाळणाऱ्या बाह्यव्यवस्थेच्या मर्यादांमुळे तुमच्या दैनंदिन आयुष्यात ज्या गोष्टी थोपल्या जातात (कराव्याच लागतात.) त्यांच्यापासून मोकळीक मिळणे माझ्यासाठी खूप किमती आहे. आम्ही आमचे दिवस आमच्या इच्छेप्रमाणे मजेत घालवू शकतो. मुलांच्या प्रत्येक छोट्या-छोट्या विकासाची साक्षीदार म्हणून आणि त्यांना प्रोत्साहन देण्यासाठी मी त्यांच्याबरोबर असते.

– जेड, आठ महिन्यांच्या बाळाची आई

माझ्या मुलांसाठी सतत हजर असणे आणि त्याचवेळी नोकरीशी जुळवून घेण्याचा प्रयत्न करण्याचा ताण नसणे, हे मला खूप आवडते. सामान्यत: मला आयुष्य शांत, तणावरहित आणि माझ्या आवाक्यातले वाटते.

– ल्यूसी, ८ आणि ६ वर्षं वयाची दोन मुले

पूर्णवेळ माता असण्यामध्ये तुम्हाला सर्वांत मौल्यवान काय वाटते, असे तुम्ही सांगाल?

आव्हाने कोणती आहेत?

पूर्णवेळ माता असण्याला वाईट बाजूच नाही, असे म्हणणारी माता सापडणे अवघडच. कारण अशा परिस्थितीत आव्हानांनी त्रासून जाणे, अगदी सामान्य आहे.

मी म्हणेन वेळेचा अभाव आणि थकवा ही माझ्यासमोरील दोन मोठ्ठी आव्हाने आहेत.

– जेड, आठ महिन्यांच्या बाळाची आई

माझी कोणाला किंमतच नाहीय आणि मी आपल्या आत्मविश्वास गमावलाय ही भावना.

– ल्यूसी, ८ आणि ६ वर्षं वयाची दोन मुले

जरी आपण काय करतो आहोत हे मी जाणून होते, तरी दुसऱ्या आणि तिसऱ्या वेळी त्यात काही नवीन आव्हानांचा समावेश झाला होता. विरोधाभास असणाऱ्या गरजांशी जुळवून घेण्याचा प्रयत्न करणे आणि कधीकधी तर मी स्वत: किंवा माझी मुले किंवा अन्य कोणीही कशातही यशस्वी होऊ शकणार नाही, ही भावना दूर करणे मला आव्हानात्मक वाटते.

– जॅकी, १३, ११ आणि ७ वर्षं वयाची तीन मुले

घरातले कपडे धुणे, अन्न तयार करणे, शाळेतून ने-आण करणे आणि शालेय अभ्यासाची, गृहपाठाची मागणी पूर्ण करणे यामुळे कधीकधी दडपून जायला होते.

– कलॅरी, १८, १६ आणि ७ वर्षं वयाची तीन मुले

पूर्णवेळ माता असण्यामध्ये तुम्हाला सर्वांत जास्त आव्हानात्मक काय वाटते?

(काहीतरी संदिग्ध उत्तर देण्यापेक्षा नेमके काय ते सांगण्याचा प्रयत्न करा. उदाहरणार्थ, या सगळ्या पसाऱ्याचा मला अगदी कंटाळा आलाय. हे उत्तम संदिग्ध आहे, याऐवजी दररोज खेळणी आवरून ठेवण्याचा मला कंटाळा आलाय, हे नेमके उत्तर आहे.)

> **सारांश :** पूर्णवेळ मातृत्वामध्ये चांगले आणि वाईट दिवस अनुभवणे हे सामान्य आहे. तुम्ही अडचणींचा सामना कशाप्रकारे करता, हे सर्वांत महत्त्वाचे!

अडचणींशी दोन हात करताना...

पहिल्या बाळाची, नवीनच आई झालेल्या स्त्रीचा दिवस हा चालायला लागलेल्या लहानग्याची आई, दहा वर्षांच्या आतील जुळ्यांची आई किंवा कुमारवयातील मुलांची आई यांच्यापेक्षा खूप वेगळा असणार आहे. तिच्याकडे कोणत्या प्रकारची संसाधने आहेत, यानुसार तो दिवस वेगवेगळा असू शकेल. पैशांची चणचण असणाऱ्या मातांपेक्षा बँकेत भरपूर पैसे असणाऱ्या मातांना त्यांनी त्यांचा वेळ कसा घालवावा याबाबतचे जास्त पर्याय उपलब्ध असतील. एखाद्या आईला तिच्या कुटुंबातील जवळच्या नातेवाइकाचा आधार असेल, मित्र-शेजाऱ्यांचे मजबूत नेटवर्क मदतीला असेल, तर एकाकी परिस्थितीत राहणाऱ्या आईपेक्षा, आपला दिवस कशाप्रकारे व्यतीत करावा, याचे जास्त पर्याय तिच्यासमोर उपलब्ध असतील. एकाकी परिस्थिती म्हणजे ती प्रत्यक्षात एकाकी जागी राहत असेल किंवा मोठ्या शहरात राहत असूनही तिला एकाकी वाटत असेल. तुम्हाला कामाची सवय असेल तर बाळाबरोबर घरी राहणे एकटेपणाचे वाटू शकते. गरज आहे ती तुम्ही स्वतःच्या चांगल्या मूडमध्ये स्वतःला टॉडलर क्लब सदस्य करून घेण्याची. जर तुम्ही स्वतःच असा प्रयत्न केला नाहीतर दुसऱ्या कोणीतरी पुढाकार घेऊन तुमची भेट घेईपर्यंतचा भयाण कालावधी तुम्ही वाट पाहण्यात घालवाल.

'मदर आणि टॉडलर ग्रुप' – या ग्रुपमध्ये सामील होणे खूपच मस्त असते. माता एकत्र येतात आणि तेच जुने गाऱ्हाणे आपल्या मुलांबद्दल, घराबद्दल, आपापल्या नवऱ्यांबद्दल आणि त्यांच्या वजनाबद्दलचे (कारण त्या चॉकलेट, बिस्किट्स खातात.), त्यांच्या कुटुंबीयाबद्दलचे सांगत असतात. हे तसे वाईट नाहीये. कारण तुमच्या मनावरचे ओझे उतरल्यानंतरच त्या मनात नव्या कल्पना आकाराला येऊ शकतात आणि आपले कोणीतरी ऐकून घेतेय, ही भावनाही तितकीच मौल्यवान असते. मातांचे असे ग्रुप तुमच्यासाठी माहितीची खाण ठरण्याबरोबरच अनेक उपयुक्त टिप्सदेखील मिळतात. शिवाय तुम्हाला आपले जुने गाऱ्हाणे मांडण्याची संधीही मिळते.

कधीकधी हे बेबी आणि टॉडलर ग्रुप्स भीतीही घालतात. आपण सोडून इतर सर्व माता या मातृत्वाच्या उच्च स्थानी आहेत, असे वाटू शकते. तुमच्या मुलाला सर्वांत शेवटी दात आले किंवा तो रात्रभर झोपत नसेल, तर तुमचा आत्मविश्वास

कमी होत असल्याचे तुम्हाला जाणवेल. कदाचित तो ग्रुप तुमच्यासाठी योग्यच नसेल असे असेल, तर इतर मातांबरोबर संपर्कात येण्यासाठी दुसऱ्या मार्गाचा अवलंब करा, अशा माता ज्या तुमचे मनोबल कमी करण्याऐवजी ते वाढवतील.

एककीपणा ही मोठीच समस्या आहे आणि त्यामुळे तुमच्यामध्ये मानसिक शैथिल्य निर्माण होते. त्यामधून बाहेर पडून लोकांना भेटणे अवघड होऊन बसते, हे समजण्यासारखे आहे. तुमच्यासमोरही हीच समस्या असेल आणि इतरांशी मिळून-मिसळून वागणे तुम्हाला अवघड वाटत असेल, तर इंटरनेट वापरायला काय हरकत आहे? जगभरातल्या हजारो मातांशी तुम्ही इंटरनेटद्वारा संपर्क करू शकता, त्यांच्याशी गप्पा मारू शकता, एकमेकींमध्ये नवनव्या कल्पनांची देवाणघेवाण करू शकता, एकत्र मजा करू शकता.

अशाही काही माता असतात ज्या सदैव घाईत असतात, सर्व गोष्टींची व्यवस्था पाहणे, डायरीतील इतर कामे पूर्ण करणे वगैरे आणि काही माता फक्त आपले घर सांभाळतात. मुलांच्या सहवासात समाधानी असतात. काही माता अगदी व्यवस्थित कामे करतात. वेळेचा सदुपयोग करतात, तर काही माता फक्त दिवस घालवतात. एकानंतर दुसरा आणि आठवड्यातला तो नेमका कोणता दिवस आहे, याचाही त्यांना काही फरक पडत नाही.

उपयुक्त सूचना

एकाकी वाटतेय? आत्मविश्वासाचा अभाव जाणवतोय? कंटाळा आलाय?

तुमच्या येथील स्थानिक 'मदर आणि टॉडलर ग्रुप'चा शोध घ्या. तो कदाचित जवळच असू शकेल किंवा इंटरनेटवर असे अनेक ग्रुप्स तुम्हाला सापडतील ज्यांचा आधार आणि शेअरिंग तुम्हाला आठवड्याचे सातही दिवस, चोवीस तास घरबसल्या आरामात उपलब्ध असेल.

येथे काही कल्पना सांगितल्या आहेत. ज्यांचा आव्हानांबाबत काहीतरी कृती करण्यासाठी किंवा त्यांच्याकडून मन दुसरीकडे वळवण्यासाठी उपयोग होईल.

ठरावीक वेळानंतर तिच्या वडिलांकडे तिला सोपवणे. जेव्हा ती छोट्याछोट्या डुलक्या घेत असते, तेव्हा योगा आणि पिलेट्‌सचा सराव करणे. जेव्हा ती झोपलेली असते, तेव्हा भरपूर वेळ घेत मस्त सुखावणारी अंघोळ करणे.

– जेड, आठ महिन्यांच्या बाळाची आई

ज्यांच्याशी बोलता येईल असे लोक आसपास असणे, अर्थात तरीही तुम्हाला ते अवघड जातेय हे मान्य करणेही अवघडच. विशेषत: आपण सोडून इतर सर्वांचे व्यवस्थित चाललेय, हे पचवणे जर कठीणच वाटते. खरेतर बऱ्याचदा हा फक्त आतील शक्तीचा प्रश्न असतो. हे सर्व ठीक होईल, गोष्टी सुधारतील, हा विश्वास तेवढा हवा.

– जॅकी, १३, ११ आणि ७ वर्षं वयाची तीन मुले

मुले तर खूप छोट्याछोट्या गोष्टी करतात आणि सांगतात. मी शक्य ते सर्व चांगलेच करेल, हे माहिती असणे पुरेसे आहे.
मला वाटते आपल्या जोडीदाराला त्याच्या करिअरमध्ये पाठिंबा देणे, हे सुद्धा जास्त ताण वाढू न देण्यासाठी महत्त्वाचे आहे. आम्ही एक टीम आहोत.
जर मी प्रत्येकच गोष्ट धरून ठेवण्याचा प्रयत्न केला, तर मी एक तणावग्रस्त, नोकरी करणारी आई असेल. शिवाय कोणत्याच आघाडीवर (घरी आणि नोकरीच्या जागी) मी आपले पुरेसे समर्पण देऊ शकत नाही. या भावनेने मलाच त्रास होईल. याची आठवण ठेवणे. मातृत्वाने मला एक शांत छान व्यक्ती बनवलेय आणि जर मी पुन्हा कामावर गेले तर ते बदलेल, असे मला वाटते. कामावर जाणाऱ्या माता शांत, स्थिर नसतात, असे मला म्हणायचे नाही; परंतु मी तशी असू शकणार नाही एवढेच!

– जेनी, १२, १० आणि ७ वर्षांची तीन मुले

मुलांसह किंवा मुलांना सोडून, परंतु ठरावीक काळाने नियमितपणे घराबाहेर पडणे. मी प्रत्येक आठवड्याचे नियोजन करण्याचा प्रयत्न करते. जे अतिशय लवचीक ठेवण्याची तयारी हवी – कोणी आजारी पडू शकते किंवा हवामान खराब असू शकते. आपण सर्व जण बागेत जाणार आहोत, मित्रांना भेटणार आहोत किंवा बाहेर जेवायला जाणार आहोत असा कार्यक्रम ठरलेला असणे, हे एखाद्या आकारहीन दिवसापेक्षा कितीतरी चांगले आहे.

– नटाली, १०, ६, ४ आणि १ वर्षं वयाची चार मुले

सारांश : जर तुम्ही तुमच्यासमोरील आव्हानांना उद्देशून काहीही केले नाहीत, तर तुम्ही तुम्हाला खाली खेचणाऱ्या त्याच जुन्या भावना, विचार आणि वागणुकीचे ओझे वाहत राहाल; परंतु कोणताही बदल करण्याअगोदर प्रथम आपल्याला त्यांची कबुली द्यायला हवी. पूर्णवेळ माता असण्याचा काही भाग किंवा सगळाच भाग आवडला नाहीतर त्यात काहीच चूक नाही; परंतु तुम्हाला जे अवघड वाटते ते करायला घेणे, हे तुमच्यातील शक्तीचे द्योतक आहे.

तुमचे उपाय शोधणे

पूर्णवेळ माता म्हणून तुमच्यासमोरील आव्हानांबाबत यामुळे तुम्हाला काय वाटते? आव्हाने सोपी व्हावीत म्हणून काही गोष्टी वेगळ्याप्रकारे करण्यासाठी प्रेरित झाल्यासारखे वाटते का? तुमच्या दृष्टिकोनाचे काय? आव्हाने ही तुम्हाला अनुल्लंघनीय आणि पूर्णवेळ मातृत्वाच्या व्यवस्थेचा एक भाग वाटतात का? तुम्ही काही बदल केलेत, तर त्यानंतर तुमचे आयुष्य कसे असेल? मातांचे खरे अनुभव वाचल्यानंतर कोणाबरोबर तुम्हाला स्वत:चे साधर्म्य आढळले? त्या जे काही सांगतात त्यामध्ये असे काय आहे जे तुम्हाला पटते?

तुमच्या आव्हानांबाबत तुम्हाला खरोखरच काय करायला आवडेल? तुम्ही तुमच्या यादीत काय लिहिले आहे ते पाहा. आणि प्रत्येक आव्हानावर मात करण्यासाठी तीन वेगवेगळ्या मार्गांचा शोध घ्या आणि तुम्ही आव्हानांकडे वेगळ्या नजरेतून पाहा. तुमचा त्याबाबतचा दृष्टिकोन बदला किंवा या दोन्हीचे मिश्रण उपयोगात आणा, असा निर्णय घेण्याचा पर्यायही तुम्ही निवडू शकता. काय करणे चांगले होईल हे ठरवा आणि पुढे दिलेले कोष्टक पुन्हा पूर्ण करा. तुम्हाला तुमची डायरी हाताशी ठेवावी लागेल आणि हे सर्व बदल प्रत्यक्षात येतील, याची काळजी घ्यावी लागेल. अन्यथा ते फक्त 'इच्छापूर्तीचे विचार' होतील.

शेवटी या सर्व बदलांचा तुमच्यावर काय परिणाम होतो, हे नोंदविण्यासाठी तुम्हाला एक कॉलम दिलेला आहे. तुमच्या मुलांवर आणि जोडीदारावरही सकारात्मक परिणाम होतो आहे, असे कदाचित तुमच्या निदर्शनास येऊ शकते, अशाप्रकारे काही कृती केल्याने प्रत्येकालाच लाभ का होणार नाही?

यात तुम्हाला गमावण्यासारखे काहीही नाही फक्त ती भीतिदायक आव्हाने जी तुम्हाला थोपवून ठेवत आहेत. आता ही एक तुम्हाला संधी आहे. पूर्णवेळ मातृत्वापासून जे हवे ते जास्तीत जास्त मिळविण्याची आणि जे नको ते कमीत कमी घेण्याची. ती संधी अवश्य घ्या!

माझी आव्हाने	त्यांचा सामना करण्याचे तीन मार्ग	केव्हा	माझ्यावर होणारा परिणाम
उदाहरणार्थ : नीरसपणा	१. वर्तमानपत्र विकत घ्या आणि वाचा.	उद्या	मी कंटाळ्यावर नियंत्रण मिळविते आहे आणि माझे डोके वापरते आहे
	२. मैत्रिणीला तिच्या बाळासह तुमच्याकडे आमंत्रित करा.	आज रात्री फोन करा	
	३. हा वेळ भराभर जाईल याची स्वत:ला आठवण करून द्या.	दररोज	

सकारात्मक विचार करा

पूर्णवेळ माता असण्याची तुमच्यासमोर असलेली आव्हाने तुम्ही झेलली आहेत. तथापि, बराच वेळ त्यांच्यावर लक्ष केंद्रित करणे, हा तुम्ही हे पुस्तक वाचण्यासाठी काढलेल्या तुमच्या अमूल्य वेळेचा सदुपयोग होणार नाही.

प्रत्येक आईला घरी राहून तिच्या मुलांची देखभाल करण्याचा पर्याय उपलब्ध असतोच असे नाही. जर तुम्हाला पर्याय असेल, तर अडचणी आणि दबाव कितीही खरे असले तरी, तुम्ही त्यांचे कृतज्ञ आहात, त्यांच्यावर लक्ष केंद्रित करा.

जेव्हा आपण कृतज्ञ आणि सकारात्मक असतो, तेव्हा आपल्याला आयुष्याबाबत ते जसे असावे असे वाटते किंवा जे आवडत नाही, त्याऐवजी आयुष्य जसे प्रत्यक्षात आहे, तसेच खूप चांगले वाटते.

पूर्णवेळ माता म्हणून तुम्ही ज्यासाठी कृतज्ञ आहात, अशा पाच गोष्टी लिहा आणि त्यांना नियमितपणे पुन्हा वाचा. यापेक्षा चांगले म्हणजे त्या गोष्टींची आणखी एक प्रत बनवा आणि तुम्हाला सहजपणे दिसेल, अशा जागी ठेवा. एका आईची कृतज्ञता यादी अशासारखी दिसत होती.

मी यासाठी कृतज्ञ आहे....

* घरी राहून माझ्या मुलांना मोठे करण्याचा पर्याय उपलब्ध असण्यासाठी
* दररोज त्यांना विकसित होताना पाहता येते म्हणून
* त्यांच्याबरोबरचा हा वेळ खास आहे, याची मला जाणीव आहे.
* त्यांची काळजी घेण्याची क्षमता माझ्यात निर्माण करणाऱ्या माझ्या स्वत:च्या आरोग्याची.
* माझ्या जोडीदाराकडून मला मिळणारा आधार आणि आदर यासाठी

पूर्णवेळ माता म्हणून तुम्ही कशासाठी कृतज्ञ आहात....

पूर्णवेळ माता म्हणून मी यासाठी कृतज्ञ आहे...

१.

२.

३.

४.

५.

सारांश : आपल्यापैकी कोणीही भविष्यात डोकावू शकत नाही आणि आपल्याबरोबर काय घडेल, हे कोणालाही माहिती नाही म्हणूनच प्रत्येक दिवसाचा पूर्ण लाभ घेण्यासाठी पूर्णवेळ मातृत्वाच्या आनंदावर लक्ष केंद्रित करणे खरोखर महत्त्वाचे आहे. जसजसा एकेक दिवस पुढे सरकतो तसतसे तुम्ही पूर्णवेळ माता म्हणून घालवण्याचा एकेक दिवस कमी होतो आणि तुम्ही तुमचे मन बदलून, मग ते कोणत्याही कारणांसाठी असो, पुन्हा कामावर रुजू होता, त्या दिवसाचा एक-एक दिवस जवळ जाता.

इतरही कारण असू शकते ज्यामुळे पूर्णवेळ मातृत्व नेहमीच शक्य होत नसेल, जसे की माझी मैत्रिण लिन हिच्याबरोबरच्या हृदयद्रावक परिस्थितीत घडले.

मला स्तनांचा कर्करोग आहे आणि निदान चांगले नाही म्हणूनच आता मी आहे तोपर्यंत माझ्या मुलांबरोबर एकत्र वेळ घालवता यावा म्हणून मी शक्य ते सर्व काही करते आहे.

घरकामाचा प्रश्न

प्रत्येक दिवशी माता नेमके काय करतात, हे तुम्ही कशा प्रकारची आई आहात, तुमच्या मुलांची वये आणि त्यांची स्थिती, तुम्हाला उपलब्ध असलेला संसाधने यावर अवलंबून असेल. घरी असणाऱ्या अनेक माता जे भरपूर करतात ते म्हणजे घरकाम. जरी त्या याबाबतीत सुदैवी असल्या आणि सफाई करणारा कोणी त्यांच्यासाठी ते काम करत असेल, तरीही त्याच्या येण्याच्या फक्त काहीच वेळ अगोदर घर आवरून ठेवण्यात, स्वच्छ करण्यात घरी असणाऱ्या माता खूप वेळ घालवतात. किती वेडेपणा आहे हा!

तुम्ही घरकामाची किती पर्वा करता? जर तुम्ही काहीच घरकाम केले नाहीत तर तुम्हाला सहन होऊ शकणार नाही आणि तुम्ही व्हॅक्यूम क्लिनर बाहेर काढाल यासाठी ते किती वाईट व्हावे लागेल? घरकामाबाबत वास्तव हे आहे की, बऱ्याचदा ते आपला ताबा घेते, खरेतर बरोबर त्याच्या विरुद्ध घडायला हवे.

आपल्याला धुण्याचे ढीग दिसतात, स्वच्छ करण्यासाठी डिशेस, आवरून ठेवण्याच्या अनेक गोष्टी, भिंतीवर पडलेले डाग-खुणा, सोफ्याखालची धूळ, आपली मुले ज्यावर लिहितात असे धुळीने माखलेले पृष्ठभाग, बोटांनी रेघोट्या ओढलेल्या खिडक्या. अस्वच्छ आणि सांगता येणार नाही, अशा गोष्टी ठेवलेले बाथरूम्स आणि टॉयलेट्स. आपण घराचा एक भाग व्यवस्थित करतो न करतो तोच पुढचा भाग हा धुण्यासाठी आणि स्वच्छतेसाठी तयार असतो. हे कधीच संपत नाही, याचा मातांवर होणारा परिणाम. तुम्ही उद्रेक होण्यापूर्वी किती सहन करू शकता यानुसार वेगवेगळा असतो; परंतु यामुळे तणावाची भावना नकळत निर्माण होतेच, कारण तुम्हाला करायला हवे असे सततच काहीतरी समोर असते.

परंतु, एक क्षण थांबून तुम्ही थोड्या मोठ्या चित्राचा विचार केलात – तुमच्या मुलांना त्यांचे बालपण कसे आठवावे असे तुम्हाला वाटते, भविष्यात तुमची मुले जर म्हणाली की, घरकाम सर्वप्रथम महत्त्वाचे आहे असे त्यांचे मत बनेल आणि तुम्ही त्यांना वेळ आणि लक्ष देऊ शकत नव्हता. इतक्या तुम्ही घरकामात व्यग्र होता तर तुम्हाला कसे वाटेल? अनेक पालकांचे हेच म्हणणे आहे. घरकाम हा सर्वांत मोठा घटक आहे, ज्यामुळे ते त्यांच्या मुलांबरोबर वेळ घालवू शकत नाही. पोलंडमध्ये एक म्हण आहे –

'कोळ्याचे जाळे हे आनंदी घराचे द्योतक आहे.' मग तुम्हाला खरोखर काय हवे आहे. खूप कोळ्याची जाळी आणि खूप आनंद की, नाममात्र कोळ्याची जाळी आणि पालक म्हणून मुलांबरोबर मौज करण्यासाठी कमी मिळालेला वेळ?

जेव्हा घरकाम वरचढ झालेले असते, तेव्हा पुन्हा समतोल प्राप्त करण्यासाठी

तुम्ही किती वेळ घरकामात घालवता आणि तेवढ्या वेळात नेमके काय करता, याचे मूल्यांकन करण्यापासून सुरुवात करा. आजपासून तुम्ही करत असलेल्या घरगुती कामांची एक आठवड्याकरता नोंद ठेवा. वेळ कुठे जातो, हे तुमच्या लक्षात येईल. या प्रकरणाच्या शेवटी तुम्हाला पूर्ण करण्यासाठी एक कोष्टक दिलेले आहे.

घरकाम काय असते याविषयी लोकांच्या वेगवेगळ्या कल्पना आहेत – तुमच्यासाठी ते काय आहे?

तुम्हाला विचारप्रवृत्त करणाऱ्या या काही कल्पना....

* धुणे : कपडे गोळा करणे, वेगवेगळे करणे, धुणे, वाळवणे, घड्या घालणे, इस्त्री करणे, ठेवून देणे.
* ड्रायक्लिनिंग : प्रकारानुसार वेगवेगळे करणे, घेणे, गोळा करणे, बाजूला काढणे
* दुरुस्ती करणे : शिवणे, दुरुस्त करणे, दुरुस्तीकरता देणे
* अन्न : नियोजन, खरेदी, शिजविणे, वाढणे, जेवणानंतरची स्वच्छता
* साफसफाई : धूळ झटकणे, चमकवणे, व्हॅक्युम क्लिनरने स्वच्छ करणे, झाडून घेणे, फरशी पुसणे, घासणे, रिसायकलिंग करणे.
* आवरणे : प्रकारानुसार वेगवेगळे करणे, आवरणे, गोष्टी पुन्हा आणून त्यांच्या जागी ठेवणे, बिछाणे बनवणे.
* बागकाम : नियोजन, खरेदी, रोपे लावणे, तण काढणे, स्वच्छ करणे, आवरणे, खत देणे.

यांपैकी अनेक गोष्टी दररोज केल्या जातात आणि याशिवाय तुमच्या मनात मागे कुठेतरी किंवा तुमच्या यादीवर दुसरी मोठी, वेळखाऊ कामे असतील, जसे की मोठी दुरुस्ती आणि सुस्थितीत ठेवणे, कपाटे स्वच्छ करणे, कपडे त्यांच्या प्रकारानुसार वेगवेगळे करणे, तसेच शूज, खेळाची आणि छंदाची साधने प्रकारानुसार वेगळी करणे, पावसाळ्याची स्वच्छता इयादी.

तर, तुम्ही कशाची नोंद करता हे तुमच्यावर आहे; परंतु मुद्दा हा आहे की, शेवटी तुमचा वेळ कुठे जातो, याचे वास्तव चित्र समोर यायला हवे. हे पुस्तक वाचणे चालू ठेवा, पण जेव्हा तुमच्या नेहमीच्या घरगुती कामांची आठवडाभराची नोंद पूर्ण होईल तेव्हा या भागाकडे परत या.

घरकामाचा ताबा घ्या

तुमच्या घरकामाच्या डायरीकडे पाहून तुमच्या काय लक्षात आले? तुम्ही घरकामावर किती वेळ घालवता आहात? आणि घरकामाला किती वेळ देण्याची तुमची इच्छा आहे?

येथे दिलेल्या तक्त्यात, आठवड्याच्या दिवसांना तुम्हाला घरकामामध्ये किती वेळ देण्याची इच्छा आहे, ते लिहा आणि त्या वेळात करण्यासारख्या सर्वाधिक महत्त्वाच्या गोष्टी कोणत्या असतील, तेही लिहा. किती काम तुम्ही काढून टाकू शकता किंवा इतरांवर सोपवू शकता?

खरेच, तुम्ही एकमेव व्यक्ती आहात, जी बिछाने घालू शकते?

शेवटच्या कॉलममध्ये, प्रत्येक दिवशी घरकामाऐवजी तुम्ही तुमच्या मुलांबरोबर कोणती सकारात्मक गोष्ट करू शकता याचा विचार करा.

उदाहरणार्थ,

मंगळवारी – तीन तास स्वयंपाकघरातील खरेदीसाठी, लाँड्री, जेवण बनवणे, व्हॅक्युम क्लिनरने स्वच्छता करणे, खेळणी आवरून ठेवण्याऐवजी तुम्ही गोष्ट वाचून दाखवू शकता.

	घरकामासाठीचे तास	**करण्याची कामे**	**घरकामाऐवजी करावयाची गोष्ट**
सोमवार			
मंगळवार			
बुधवार			
गुरुवार			
शुक्रवार			
शनिवार			
रविवार			

हा तक्ता यशस्वी होण्यासाठी तुम्ही तो कोठे ठेवायला हवा, ज्यामुळे तुम्ही त्याचे पालन करण्यास विसरणार नाही? आपण एवढ्या दिवसांपासून घरकाम करत

आलो आहोत की, अनेकदा आपण ते करतो आहोत, याची आपण दखल घेत नाही; परंतु आपली मुले ती घेतात.

आणखी कशाप्रकारे तुम्ही तयार केलेल्या या सुंदर नियोजनाला दुष्टपणे नष्ट करण्याचा धोका तुम्हाला वा इतरांना असू शकतो? एक आठवडा या नियोजनाला अनुसरून वागा आणि पाहा काय होते ते. तुमचे विचार तुमच्या पुस्तकात नोंदवून ठेवा, जसे या आईने केले आहे.

धुण्याला ओलांडून पुढे चालत जाणे आणि माझ्या मुलीबरोबर काही वेळ घालवणे हे मला खूप कठीण वाटले; पण जेव्हा मी ते करते तेव्हा मला खूप छान वाटते. धुणे हे नेहमीच असणार आहे, पण माझी मुलगी नसेल, ती बदलते आहे आणि किती भराभर मोठी होते आहे.

– लिंडा, सात वर्षांचे एक मूल

सारांश : लहान मुलं आणि नीटनेटके आवरलेले घर या किती विरुद्ध ध्रुवावरील गोष्टी आहेत. घरकाम हे प्रमाणात ठेवा आणि घर एखाद्या अंतर्गत सजावटीच्या मासिकात दाखवतात. तसे ठेवण्याचा आग्रह धरून प्रत्येकाला वेडं करू नका. कधीकधी कपडे धुणे हे मुलांना अंघोळ घालण्यापेक्षा जास्त साद घालणारे असू शकते. पण ते नेहमीच तिथे असणार आहे आणि तुमची गोड मुले, ज्यांना तुमच्या वेळेची आणि मदतीची गरज आहे, ती मात्र नसतील.

पूर्णवेळ माता म्हणून तुम्ही इतर काय करू शकता?

पूर्णवेळ मातांच्या समोर असलेल्या आव्हांनापैकी एक म्हणजे त्यांची ओळख हरवत जाणे. पूर्णवेळ माता असण्याव्यतिरिक्त इतर काही असण्याचा विश्वास हरवणे. विशेषत: जेव्हा कामावर पुन्हा रुजू व्हायचे असते, तेव्हा मी जाऊ शकते ना. कधी आणि कसे या विचारात तुम्ही गुरफटता तेव्हा हे खूप बरे असते. कंटाळा हे दुसरे आव्हान आहे. म्हणूनच तुम्ही तुमच्या आठवड्याचे नियोजन काय करू शकता, ज्यायोगे तुम्ही ज्या खऱ्या तुम्ही आहात त्या भागाची, आई म्हणून असलेल्या तुमची नाही, जोपासना करू शकाल. असे करत असताना, अनेक लाभ तुमच्या पदरात पडतील....

* आत्मविश्वास : जेव्हा तुम्ही नवे कौशल्य, नवा छंद किंवा जबाबदारी घ्याल, तेव्हा तुमच्या आत्मविश्वासाची पातळी वाढत असल्याचे तुम्हाला जाणवेल.
* कंटाळा कमी करणे : घरकामाचे आणि मुलांचे विश्व तुम्हाला काहीसे कंटाळवाणे वाटत असेल, तर यापलीकडे असलेले तुमचे व्यक्तित्व जोपासून तुम्ही हा कंटाळा कमी करू शकता.
* तुमचे संभाषण चमकदार बनवा : तुमच्यासाठी काहीतरी नवीन विकसित केल्याने किंवा नवनवीन गोष्टी करत राहिल्याने, मुले आणि चहाच्या किमती याव्यतिरिक्त इतर काही गोष्टींबाबत तुम्ही बोलू शकाल.
* अनुकरणीय आदर्श (रोल मॉडेल) : तुम्ही जे काही करत आहात – तुमची मुले त्यांची दखल घेतील आणि तुम्ही स्वत:साठी काही स्वतंत्र आयुष्य ठेवले आहे, हे त्यांना दाखवण्यासाठी ते तुमचा आदर करतील.
* तुमचा सीव्ही : एके दिवशी पुन्हा तुम्ही स्वत:चा सीव्ही बनवत असाल, कदाचित तुमचा कुमारवयातील मुलगा तो तुमच्यासाठी संगणकावर तयार करत असेल.

तुमच्या कुटुंबाचे संगोपन करत असताना तुम्ही शिकलेले छंद, तुमच्या आवडीनिवडी यांचा समावेश करून तुम्ही तुमचा अर्ज अधिक विस्तृत करू शकता.

घरी माझ्या मुलांबरोबर राहाण्याच्या आव्हानांचा सामना करण्यासाठी, मी करत असलेल्या स्वयंसेवकाच्या कामाची तिथे माझी किंमत आहे, माझ्या मेंदूची गरज आहे, या भावनेची मला खूप मदत होते.

– ल्यूसी, नऊ आणि सहा वर्षांची दोन मुले

> **सारांश :** आई असणे, या परिघाबाहेर तुमची ओळख विस्तारित करा. कोणतातरी छंद लावून घ्या, स्वयंसेवक व्हा, जुन्या मित्रमैत्रिणींबरोबर संबंध ठेवा. याचा प्रत्येकाला विशेषत: तुम्हाला लाभ होईल.

मला काय झाले आहे?

घराबाहेरील इतर गोष्टींमध्ये रुची निर्माण करा. त्यासाठी वेळ काढा असे म्हणणे घाबरवून टाकणारे वाटते. कारण माता खूप व्यग्र असतात आणि क्वचितच आता काय करावे, या विचाराने बसून राहतात.

तथापि, नियमितपणे तुमच्या आवडी-निवडींना प्राधान्य द्यायचे ही तुमच्यासाठी, तुमच्या जोडीदारासाठी आणि तुमच्या मुलांसाठी चांगली बातमी आहे. येथे विचारलेल्या प्रश्नांची उत्तरे द्या आणि पाहा तुम्हाला काय सापडतेय ते.

घर आणि मुलांची देखभाल करणे, याव्यतिरिक्त सध्या मी काय करते?

उदाहरणार्थ – क्वचित प्रसंगी मी इतर मातांबरोबर बाहेर एखादे ड्रिंक घ्यायला जाते.

मुले मोठी होतील तसे मला काय करायला जास्त आवडेल?

उदाहरणार्थ – मुलांच्या शाळेत वाचनासाठी मदतनीस म्हणून स्वयंसेवी काम करणे किंवा स्थानिक समाज केंद्राच्या समितीत जाऊन बसणे.

मी या गोष्टी केल्यास मला कशाप्रकारे लाभ होईल?

उदाहरणार्थ – समाजामध्ये मी कांही सकारात्मक गोष्टींचा सहभाग देते आहे असे मला वाटेल आणि असे काहीतरी माझ्या वेळेत केल्यामुळे माझा आत्मविश्वास वाढीस लागेल.

जेव्हा मी या गोष्टी करते, माझ्या मुलांना कशाप्रकारे लाभ होईल?

उदाहरणार्थ, ते पाहतील की माझ्या आयुष्यात मला अन्य गोष्टींमध्येही रस आहे, ज्या मी मातृत्वाबरोबर एकत्रित करते.

मी या गोष्टी करते तेव्हा माझ्या जोडीदाराला कशाप्रकारे याचा लाभ होईल?

उदाहरणार्थ – माझा आत्मविश्वास वाढतो आहे हे त्याच्या लक्षात येईल आणि मला बोलण्यासाठी वेगळे विषय मिळतील.

मी कशामध्ये सामील होऊ शकते?

इथे असे काही उपक्रम (ॲक्टिव्हिटीज) दिले आहेत, ज्यामध्ये पूर्ण वेळ माता सामील होऊ शकतात. तुम्हाला आवडेल, असा एखादा उपक्रम त्यात आहे का?

* स्वयंसेवी काम : शाळा, धर्मादाय संस्था, स्काउट वा गाइड, खेळाचे ग्रुप्स, आर्ट क्लब, नृत्य आणि नाट्य मंडळ
* पालकत्वाचा आधार : घरून सुरुवात करता येईल आणि नवीन पालकांना खात्रीशीर आधार आणि मार्गदर्शन देता येईल. आठवड्यातून एक तास नवीन आईला घरी जाऊन भेटण्यापासून सुरुवात करता येईल.
* शाळा : पालकांच्या संयुक्त समितीमध्ये, निधी संकलन, वर्गामध्ये मदत, शालेय सहली, करिअरचा अनुभव.
* आई आणि लहानग्यांचा ग्रुप : एखादा ग्रुप तयार करा, तिथे उपस्थित राहा, समिती सदस्य व्हा, ग्रुप चालवायला मदत करा.
* धार्मिक ग्रुप : पालक मुलांचा क्लब चालवा, सहलींचे आयोजन करा.
* प्रचार : तुमच्या साबणाच्या खोक्याकडे पाहा आणि जर असे काही तिथे असेल ज्याविषयी तुम्हाला तीव्रतेने वाटते, तर त्याचा प्रचार करा.
* राजकीय गट : स्थानिक आणि राष्ट्रीय निवडणूक प्रचार मोहिमेत सहभागी होणे.
* छंद लावून घ्या : खेळ, संगीत किंवा कला तुमच्या आवड वा रुचीस काय झाले आहे?
* अन्य : तुमच्या क्षेत्रात काय चालले आहे? तुम्ही कसे शोधू शकता? वाचनालय ही नेहमी सुरुवात करण्यासाठी चांगली जागा असते.

उपरोक्त यादीमधील एखाद्या गोष्टीत तुम्हाला रस वाटला असेल, तर तशी नोंद करा. तुमच्यातल्या जुन्या तुम्ही पुन्हा मिळविण्याकरता केव्हा सुरुवात करणार आहात?

कामावर पुन्हा रुजू होण्याबाबत विचार करत आहात?

माझ्या लहान मुलांबरोबर खूप वेळ घालवणे, हे फार सुंदर आणि मन मोहून घेणारे होते. माझ्या हेही लक्षात आले की, खूप मोठ्या कालावधीसाठी कामापासून दूर राहिल्यानंतर पुन्हा कामावर रुजू होण्याचे दूरगामी परिणाम काय असू शकतात याचा मी नीट विचारच केलेला नव्हता.

– जेनी, १२, १० आणि ८ वर्षांची तीन मुले

याठिकाणी तुम्हाला लगेचच पाचव्या प्रकरणावर उडी मारायचा मोह होईल, जे नोकरी करणाऱ्या मातांसाठी आहे. या प्रकरणाच्या शेवटच्या भागात, तुमचे मन कसे बदलता येईल आणि कोणत्याही कारणासाठी असेना; परंतु आता तुम्ही पुन्हा कामावर रुजू होण्याची वेळ आली आहे हे तुम्ही ठरवावे, यावर भर देण्यात आला आहे.

तुम्ही तुमच्या जुन्याच नोकरीवर पुन्हा जाण्याच्या विचारात आहात की, नवी नोकरी शोधणार आहात? अनेक जणींना आर्थिक कारणांसाठी कामावर पुन्हा रुजू व्हावे लागेल आणि इतरांसाठी ते कारण म्हणजे त्यांनी मातृत्व आणि नोकरी यांची सांगड घालण्याच्या पर्यायाची निवड केली. दोन्ही कारणांसाठी, तुमच्यासमोर अनेक आव्हाने असतील.

हरवलेला आत्मविश्वास

हा शब्द पुन्हापुन्हा येतो आहे. कारण सगळ्या माता ज्याच्याशी लढतात ती ही पहिल्या क्रमांकाची समस्या आहे. पूर्णवेळ मातृत्वानंतर पुन्हा कामाच्या ठिकाणी परत जाण्याबाबत मला पुरेसा विश्वास वाटतो आहे का, या नुसत्या विचारानेच तुम्ही त्याबाबत काहीही करण्याचे टाळता. अनेक मातांनी ही नोंद केली आहे की, त्यांचा विश्वास फार पटकन नाहीसा होतो आणि मुले होण्यापूर्वी त्यांची जितकी वरिष्ठ भूमिका असेल, तितका हा प्रकार वाईट असतो. पुरुष जेव्हा कामावर जाणे थांबवतात तेव्हा त्यांनाही हाच अनुभव येतो. तुम्ही एकट्या नाही आहात.

हरवलेली कौशल्ये

जेवढा जास्त कालावधी तुम्ही कामाच्या ठिकाणापासून दूर असता तेवढे जास्त तुम्हाला इतर प्रत्येक जण तुमच्या पुढे जात आहे आणि तुमचे मूलभूत कौशल्य कमी झाले आहे, असे वाटते. घर चालविणारी आई म्हणून तुम्ही मिळविलेली आणि चकचकीत केलेली कौशल्ये यांना किंमत देणे तुम्हाला कठीण वाटते. त्याऐवजी तुमची कौशल्ये कालबाह्य झाली आहेत आणि म्हणून कामाशी जुळवून घेणे अवघड असणार आहे, असे मानणे सोपे वाटते.

मुलांची देखभाल

जेव्हा मुलांची देखभाल करणारे पर्याय खर्चिक, कमी गुणवत्तेचे किंवा विश्वासार्ह नसतात तेव्हा कामावर पुन्हा परत जाण्याचे समर्थन करणे, मातांना खरोखरच

कठीण वाटते. वरिष्ठ पदाच्या भरपूर मागण्या मातांपुढे मुलांच्या देखभालीचे आणखी आव्हान उभे करतात. कारण या मातांनी जास्त वेळ किंवा पूर्वानुमान नसेल इतके तास काम करावे, अशी अपेक्षा असते. अनेक मातांना जर त्यांचे कुटुंबीयच मुलांची देखभाल करणार असतील, तर जास्त सुरक्षित वाटते. परंतु आपल्या सतत वाढणाऱ्या फिरत्या आणि वयोवृद्ध लोकसंख्येमुळे हे नेहमीच शक्य होत नाही.

माझ्या पतीच्या करिअरइतकेच माझे स्वत:चे करिअरदेखील सर्वसमावेशक क्षमतेचे होते. जेव्हा वरिष्ठ पदावरील कामाची जबाबदारी घेणे आणि त्याचबरोबर कुटुंबाकडेही लक्ष देणे, या दोन्ही कामांची सांगड घातली जाते, तेव्हा कुटुंबाचा आधार आणि मदत असणे, फार आवश्यक असते, अपरिहार्यपणे दृश्यमान होणाऱ्या त्रुटींचे निराकरण करण्यासाठीही त्यांची खूप मदत होते.

– क्लॅरी, १८, १६ आणि ७ वर्षांची तीन मुले

अपराधीपणा

पाचव्या प्रकरणामध्ये आपण याविषयी संपूर्ण अभ्यास करणार आहोत; परंतु पूर्णवेळ मातांना कामावर परत जाण्याच्या संभाव्य विचारांनीच भयंकर अपराधी वाटू लागते, हे वास्तव आहे. जेव्हा कामावर परत जाण्याशिवाय पर्यायच नसतो, आर्थिकदृष्ट्या ते अशक्य असते, तेव्हादेखील त्यांच्या मुलांना इतर कोणाकडे तरी सोडून जाण्याच्या घटनेकडे अपराधीपणा सोडून पाहू शकत नाहीत. अपराधित्व हा ऊर्जेचा फार मोठा अपव्यय आहे आणि ते कोणासाठीही चांगले नाही!

ऊर्जा पातळी

पूर्णवेळ माता त्यांच्या आतापर्यंतच्या आयुष्यातील नीचांकी ऊर्जा पातळीचा अनुभव घेतात. मुलांना वाढविण्याच्या त्यांच्या विश्वात अनेक शारीरिक मागण्या आणि अपुरी झोप यामुळे असे घडते. कामाचा पूर्ण दिवस किंवा आठवडा अंगावर घेण्याइतकी ऊर्जा मिळविण्याच्या संभाव्य अपेक्षांनीच मातांना थकल्यासारखे वाटते. त्यात पुन्हा घरी येऊन काही करणे अशक्यच! आणि बऱ्याच मातांसाठी ते तसे असते.

इतरांच्या मतांशी जुळवून घेताना

एक पत्नी / आई / जोडीदार / मुलगी / मैत्रीण / बहीण म्हणून तुमचे व्यक्तित्व हे नेहमी इतर कोणाच्या तरी दृष्टिकोनातून ठरवले जाते. (ऑलिव्हची

बायको, जेकची आई, सुसानची मुलगी, ॲनाची मैत्रीण, जेनची बहीण इत्यादी.) आणि तुम्ही कोण आहात, हे दृष्टिआड करणे अगदी सोपे जाते. तसेच तुमच्या आयुष्यातील हे महत्त्वाचे खेळाडू अपेक्षा निर्माण करू शकतात आणि तुम्ही पुन्हा कामावर जाण्याबाबत त्यांचे मत देतात.

तुला कामावर परत का जायला हवे आई? माझ्या मैत्रिणींच्या माता नोकरी का करत नाही?

– केथची मुलगी, वय वर्षं नऊ

सारांश : या सगळ्या आव्हानांविषयी गमतीशीर गोष्ट ही की, ते सगळे बहुतेक तुमच्या डोक्यात असतात प्रत्यक्ष वास्तवावर आधारलेले असतीलच असे नाही. तुमच्या यादीतील प्रथम क्रमांकाच्या आव्हानाबाबत हे जास्त खरे आहे; ते आव्हान आहे विश्वास. तुमच्या नोकरीवर पुन्हा रुजू होण्याच्या मार्गातील खरे अडथळे कोणते आहेत, ते मान्य करा तरच तुम्ही त्यांच्याविषयी काही करू शकाल.

अडथळ्यांना पार करणे

चांगली बातमी ही आहे की, स्त्रियांना पुन्हा कामावर रुजू होण्यास मदत करण्यासाठी खूप मोठ्या प्रमाणावर पाठिंबा मिळतो आहे. अनेक मालकांनी हे मान्य केले आहे की, काम करणाऱ्या माता या नेहमी खूप कार्यक्षम असतात, कामाबद्दल कृतज्ञ आणि कामावर ठेवण्यास लायक असतात. याला प्रतिसाद म्हणून वाढत्या संख्येने मालक लोक वेगवेगळ्या प्रकारे काम करण्याचे प्रस्ताव देत आहेत आणि मातांना कामावर रुजू होणे, प्रत्यक्षात आणण्यास मदत करत आहेत. काम आणि आयुष्य यांचे संतुलन हा अतिवापरात असणारा वाक्प्रचार आहे; परंतु अनेक मालकांनी तुमचे कौटुंबिक आयुष्यात त्रासाचे वाटणार नाही. एवढेच काम करण्याचे महत्त्व ओळखले आहे. स्वतंत्रपणे काम करण्याचा निर्णय घेण्यामध्ये अनेक फायदे असू शकतात, कारण कामाची वेळ आणि ते कसे करावे, हे तुम्ही ठरवता.

कामावर पुन्हा रुजू होण्याच्या मार्गातील अडथळे ओळखणे, त्यांचे विश्लेषण करणे हे फार महत्त्वाचे आहे, तरच तुम्ही त्यांना पार करण्याची आशा बाळगू शकता. उपरोक्त विचारात घेतलेल्या समस्यांपैकी कोणती तुमच्याशी संबंधित आहे असे तुम्हाला वाटते? आपल्याला माहिती आहे की, यातले पुष्कळसे हे आपल्या

कल्पनेतच असते. मग पुरावा कुठे आहे? शेवटी, तुम्ही याबाबत काय करू शकता? येथे दिलेला स्वाध्याय पूर्ण करण्याचा प्रयत्न करा.

अडथळा	**यासाठीचा पुरावा**	**मी याबाबत काय करू शकते?**
उदाहरणार्थ, मुलांची देखभाल	अन्य कोणी माझ्या मुलांची देखभाल करावी, अशी माझी इच्छा नाही.	नोकरी करणाऱ्या मातांना विचारून त्यांना कोणता पर्याय सर्वोत्तम वाटतो, त्यासाठी प्रयत्न करेन.

कामावर पुन्हा रुजू होण्याच्या मार्गातील अडथळे कोणते आणि तुम्ही त्याबाबत काय करू शकता, हे तुम्ही काळजीपूर्वक विचारात घेतले आहे. आता यापुढे तुम्ही कामावर पुन्हा गेल्यानंतर मिळणारे लाभ कोणते असतील, यावर लक्ष केंद्रित करण्याची तुमच्या मनास परवानगी द्या.

मी पुन्हा कामावर रुजू झाले, तर मला होणारा सर्वांत मोठा फायदा कोणता आहे?

मी पुन्हा कामावर रुजू होण्याचे माझ्या मुलांना मिळणारे सर्वाधिक मोठे लाभ कोणते? (प्रयत्न करा आणि तीन लाभ शोधा, ज्याचा पैसे मिळविण्याशी काही संबंध नसेल.).

मी पुन्हा कामावर रुजू होण्याने माझ्या जोडीदाराला मिळणारा सर्वांत मोठा लाभ कोणता?

या प्रक्रियेने तुम्हाला कामावर पुन्हा रुजू होण्याच्या मार्गावर उभे केले आहे. हे प्रकरण वाचल्याचा परिणाम म्हणून कामावर पुन्हा रुजू होण्याचा दबाव आणि संबंधित अडचणी या खूप मोठ्या असतात, असे तुम्ही ठरवलेले असू शकते. सध्या करता तुम्ही घरी राहण्याबाबत समाधानी आहात, तुमच्यासाठी ते चांगले आहे. हे प्रकरण वाचण्यासाठी आणि त्यामधील स्वाध्याय सोडवण्यासाठी तुम्ही जो वेळ घालवलात तो वाया गेलेला नाही. तुमच्याकडे आता तुम्ही घरी का आहात आणि त्यामुळे तुम्हाला आणि तुमच्या मुलांना कोणते फायदे मिळत आहेत, याचे स्पष्ट चित्र आहे. पूर्णवेळ माता असण्याबद्दल तुमच्यावर ज्या टिप्पणी होतील, त्यांचा सामना करण्यासाठी यामुळे तुमच्या विश्वासात वाढ होईल. तुम्ही जशा आहात त्याचा अभिमान बाळगा.

पूर्णवेळ मातृत्वाबाबत लक्षात ठेवाव्यात अशा दहा सोनेरी गोष्टी

१. पूर्णवेळ मातृत्वाचा पर्याय निवडण्यापूर्वी शक्य असेल, तर थोडा वेळ घ्या.
२. कोणत्या गोष्टी व्यावहारिकदृष्ट्या आणि कोणत्या गोष्टी भावनिकदृष्ट्या विचारात घ्यायला हव्यात, हे जाणून घ्या.
३. पूर्णवेळ मातांचे निरीक्षण करा. त्यांच्या आयुष्यातील कोणत्या गोष्टी तुम्हाला आकर्षित करतात आणि कोणत्या करत नाहीत?
४. इतरांपेक्षा मातृत्वाच्या काही कर्तव्यांना तुम्ही प्राधान्य देता हे सामान्य आहे; परंतु तुम्हाला काहीही वाटू दे. काही काळानंतर ही स्थिती बदलण्याची शक्यता आहे.
५. तुमच्यासमोरील आव्हाने ओळखा आणि तुम्हाला पाठिंबा देणाऱ्या उपाययोजनांवर लक्ष केंद्रित करा.
६. इतर मातांना भेटण्याचे परिश्रम घ्या, ऑनलाइन भेटलात तरी चालेल, तुमच्या एकटेपणावर, कंटाळ्यावर मात करण्यासाठी आणि काही कल्पना मिळवण्यासाठी, मैत्रीसाठी हे अवश्य करा.
७. घरकाम : अव्यवस्थितपणा आणि धूळ याचा अर्थ तुमच्याकडे लक्ष देण्यासाठी एक कुटुंब आहे. या परिस्थितीसाठीही अनेक लोक खूप कृतज्ञ असतील.
८. घरकाम हे तुमच्या विचारात असू दे; पण कधीकधी त्याच्याकडे दुर्लक्ष करा आणि त्याऐवजी तुमच्या मुलांबरोबर खेळा.
९. घर आणि मुले याव्यतिरिक्त अन्य गोष्टींसाठी काही वेळ आणि जागा राखून ठेवा. यामुळे तुमची आवड अबाधित राहते. तुमचा संवाद विविध विषयांना स्पर्श करतो आणि हे तुमच्या मुलांसाठी अनुकरणीय उदाहरण ठरू शकते, ज्यायोगे तुम्हाला घर आणि कुटुंब या परीघाबाहेरही आयुष्य आहे, हे त्यांना दाखवता येते.
१०. जेव्हा पैसे मिळवून देणारे काम पुन्हा सुरू करण्याची वेळ येते किंवा जर तशी वेळ आली, तर त्या मार्गातील अडथळे शोधा आणि त्यांच्यावर मात करण्यासाठी तुम्ही काय करू शकता, हेही शोधा.

आपण काय शिकलो?

येथे दिलेला प्रत्येक मुद्दा तुम्ही शिकला आहात आणि तो तुमच्या आयुष्यात लागू करण्यास आनंदाने तयार आहात, हे तपासून पाहा.

* पूर्णवेळ मातृत्व म्हणजे काय हे जाणून घ्या.
* तशी आई होण्याचा निर्णय घ्या.
* मुलांबरोबर घरी राहण्याच्या आयुष्याविषयी शिकून घ्या.
* घरकाम : एक आरोग्यपूर्ण दृष्टिकोन कसा राखता येईल, हे जाणून घ्या.
* तुम्ही अन्य काय करू शकता, यावर विचार करा.
* बदल करण्याची वेळ : पुन्हा कामावर रुजू होण्याविषयी विचार करा.

हे प्रकरण वाचल्यानंतर आई म्हणून मी स्वत:विषयी काय शिकले?

सर्वाधिक विशेष गोष्ट कोणती?

माझी सध्याची घरकामाची डायरी

कृपया तुम्ही काय करता, तुम्ही ते केव्हा करता आणि तुम्ही त्यावर किती वेळ खर्च करता, हे अंदाजे लिहा.

	सकाळ	दुपार	संध्याकाळ	एकूण तास
सोमवार				
मंगळवार				
बुधवार				
गुरुवार				
शुक्रवार				
शनिवार				
रविवार				

५

नोकरी/काम करणाऱ्या माता

या प्रकरणात तुम्ही शिकणार आहात....

* पुन्हा कामावर रुजू होण्याबाबतच्या व्यवहारी गोष्टी
* नोकरी वा काम करणारी आई असताना स्वत:ला अनुभवास येणारे चढ-उतार
* तुमच्या अपराधीपणाच्या भावनेवर (जी स्पॉट) वर आघात कसा करावा आणि त्यापासून सुटका कशी करून घ्यावी.
* नोकरी, काम करणारी आई म्हणून कसरत थांबवून काही प्राप्त करण्याची सुरुवात कशी करता येईल.

आम्ही कामाला जातो...

मला पुन्हा तशाच प्रकारे काम करणारी व्यक्ती व्हायचे होते. कारण मला माझे काम आवडायचे पण माझे माझ्या मुलीवरही तेवढेच प्रेम आहे. पुन्हा सूट आणि लिपस्टिकचे दिवस परत आले आहेत...

– हेलेना, १२ आणि ९ वर्षांच्या दोन मुली

सगळ्याच माता काम करतात आणि काही मातांना त्या कामाचा पैशाच्या स्वरूपात मोबदला मिळतो. हे प्रकरण अशा मातांसाठीच आहे. या प्रकरणाची सुरुवात या गृहीतकाने केलेली आहे की तुम्ही पुन्हा कामावर रुजू होणार आहात. मग असे घडावे म्हणून काय करावे लागेल? तुमच्यासाठी योग्य प्रकारची नोकरी, तुम्ही कशी शोधणार आहात? हे काही करिअर मार्गदर्शन करणारे पुस्तक नाही पण पुन्हा कामावर रुजू होणाऱ्या माता आपली दिशा बदलतात आणि वेगळ्या प्रकारचे काम करतात. उदाहरणार्थ, काही वकील स्त्रिया होत्या त्या आता लंचटाईम

सुपरवायझर्स आहेत, डॉक्टर होत्या त्या आता शिक्षक आहेत. काही स्त्रिया चीफ एक्झिक्युटिव्ह होत्या त्या आता शाळा सचिव आहेत. शाळा किंवा युनिव्हर्सिटी सोडल्यानंतर तुम्ही जो करिअरचा मार्ग निवडला होता, त्याऐवजी आता कदाचित वेगळ्या वाटेवर करिअर करण्याचा विचार असेल. असे करिअर ज्यामध्ये मातृत्वाच्या जबाबदाऱ्यांचा सांभाळ करता येईल, तुमच्या नवीन उद्योगाची घडी बसवता येईल, त्याचबरोबर तुमचे नवे मातृत्वदेखील सांभाळता येईल. एकदा का तुम्हाला नोकरी मिळाली आणि तिथे रोज जावे लागेल, तेव्हा सुरुवातीचे काही आठवडे, नोकरी करणाऱ्या आईच्या भावना आणि व्यावहारिक अडचणी तुम्ही कशा सांभाळणार आहात? काम करणाऱ्या आईच्या राज्यात अपराधीपणाची भावना येतेच; परंतु तिला सहन करत राहण्यापेक्षा पूर्ण नष्ट केले आणि त्याजागी अधिक सकारात्मक, उत्पादक भावना मनात प्रस्थापित केल्या तर? घर आणि कामाच्या ठिकाणच्या गरजांची पूर्तता करताना करावी लागणारी कसरत हा तर नोकरी करणाऱ्या मातांच्या कामाचा भागच आहे. जसजशा या कामात तुम्ही महिनोन्‌महिने, वर्ष घालवाल तसतशा तुम्ही त्यामध्ये तज्ज्ञ व्हाल, एक कुशल करामती जादूगर!

एकदा मी २५० लोकांसाठी एका समारंभाचे आयोजन सांभाळत होते आणि त्याच दिवशी माझ्या मुलीचा पहिला क्रीडादिन होता. मी ५० मैल अंतर पार करून गेले. तिच्या ग्रुपसमोर पेंटिंगला बसले. एका पिकनिकसाठी सगळ्या गोष्टींचा पुरवठा केला आणि तिला चीअर केले त्यानंतर पुन्हा मी माझ्या त्या समारंभाच्या आयोजनात व्यग्र झाले. कोणत्याही पक्षाला दुसऱ्या बाजूच्या कार्यक्रमाचा पत्ता लागला नाही आणि सर्वकाही व्यवस्थित पार पडले; परंतु ते सर्व अत्यंत तापदायक होते.

– मेलिसा, काम करणारी आई, दोन मुले

परंतु ही सर्व ऊर्जा जी तुम्ही कसरत हातचलाखी करण्यात खर्च करत आहात ती तुमच्या आणि तुमच्या मुलांच्या उपयोगी येते? हे प्रकरण तुम्हाला काम करणारी आई म्हणून करावी लागणारी कसरत थांबवून काहीतरी प्राप्त करण्याची संधी मिळवून देईल. शेवटी याबाबतीत येणारा ताणदेखील विचारात घ्यावा लागेल. कोणता ताण? हे प्रकरण तुम्हाला कशाप्रकारे शांत व सुव्यवस्थित, नोकरी करणारी आई बनता येईल ते शोधून काढण्यास मदत करेल.

कुटुंबासाठी अनुकूल नोकरी कशी शोधायची?

ब्रिटिश धर्मादाय फादर्सच्या निर्देशनानुसार, १९९० ते २०००मधील काळात ४९ टक्के माता या त्यांच्या मुलांच्या पहिल्या वाढदिवसापूर्वीच कामावर रुजू झाल्या. २००८मधील राष्ट्रीय संख्याशास्त्र (नॅशनल स्टॅटिस्टिक्स) अनुसार १६ वर्षांखालील, अवलंबून असणारी मुले असणाऱ्या दोन-तृतीयांशपेक्षा जास्त माता या रोजगार करणाऱ्या आहेत. या सर्व मातांना हवी आहे, एक आदर्श, कुटुंब मित्रत्व जपणारी छानशी नोकरी, जिचा पगार देखील चांगला असेल!

तुम्ही तुमच्या जुन्या कामाकडेच पुन्हा जात आहात किंवा वेगळी दिशा निवडत आहात यापैकी काहीही असले तरी प्रत्येक नोकरी करणाऱ्या महिलेला तिच्या कामाच्या वेळेमध्ये लवचीकता हवी असते, ज्यायोगे ती तिच्या मुलांच्या आणि तिच्या स्वत:च्या गरजांना सामावू शकेल. काम करणाऱ्या मातांना अवघड वाटणाऱ्या गोष्टींपैकी सर्वांत अवघड गोष्ट म्हणजे त्यांच्या मुलांच्या आयुष्यातील चढ-उताराच्या प्रसंगी त्यांच्यासोबत राहता येणे (किंवा सोबत न राहणे.) जर तुम्हाला छोटे बाळ असेल तर त्याच्या हसण्याची किंवा पहिले पाऊल टाकण्याची अपेक्षित तारीख तुम्ही तुमच्या डायरीत लिहू शकत नाही. शाळेत जाणारी त्या वयाची मुले असतील तर स्पोर्ट्स डे, पालक सभा, मीटिंग, संगीत सभा किंवा नाटकाचे दिवस तुम्ही डायरीत लिहून ठेवू शकता. अशा प्रसंगी त्या उपस्थित का राहू शकत नाहीत असे त्यांची मुले विचारतात किंवा आईच्या अनुपस्थितीबाबतची त्यांची नाराजी स्पष्टपणे दिसत असते तेव्हा नोकरी करणाऱ्या मातांना खूप अपराधी वाटते. असे क्षण हातचे निसटणे हे नोकरी करणारी आई आणि वडील दोघांसाठीही वेदनादायी असते. तसेच जेव्हा तुमचे मूल आजारी असते तेव्हा डॉक्टर किंवा डेंटिस्टकडे जाण्यासाठी कामातून वेळ काढणे हे सहानुभूती नसलेला मालक असेल, तर खूपच ताण निर्माण करणारे असू शकते. नोकरी देणारे मालक हे स्वत: पालक असले तरीही तुम्हाला आई म्हणून नेहमी पाठिंबा देण्यात त्यांना अजिबात रस नसतो.

काम आणि आजारी मूल या दोघांना सांभाळण्याची कसरत करणारे माझे एक सहकारी आहेत, ज्यांना असे करण्याचा प्रयत्न करताना अनेक अडचणी आल्या. अनेक पालकांना त्यांच्या मुलांना शाळेत न पाठवता घरी राहू द्यावे असे वाटत असताना फक्त व्यावहारिकदृष्ट्या ते शक्य नाही म्हणून मुलांना वेदनाशामक औषधे देऊन शाळेत पाठवावे लागते. मला अशा माता माहिती आहेत ज्यांनी घरी राहून आपल्या आजारी मुलाची देखभाल करता यावी म्हणून स्वत: आजारी

आहोत असे सांगितले.

– मँडी, ५ आणि ३ वर्षांच्या दोन मुलांची आई
मोठ्या धर्मादाय संस्थेसाठी काम करते

तुम्ही पुन्हा कामावर रुजू होणार आहात अशावेळी आदर्श जगात तुमच्या मालकामध्ये कोणते गुणविशेष असावेत असे तुम्हाला वाटते? ते कुटुंबाला पोषक आहेत असा विश्वास तुम्हाला कशामुळे वाटेल?

> **सारांश :** तुम्ही तुमच्या काम करण्याच्या नव्या मार्गाबाबत खुल्या आणि लवचीकपणे पाहाल, तर तुमच्या गरजांशी, तुमच्या मुलांच्या तसेच तुमच्या मालकाच्या गरजांशी जुळणारी नोकरी शोधणे सोपे जाईल. www.workingmums.co.uk या संस्थेने २००९मध्ये केलेल्या सर्वेक्षणानुसार ५४ टक्के माता या कामात लवचीकता देणाऱ्या नोकरीच्या बदल्यात कमी पगारदेखील स्वीकारतील.

कल्पना करा, तुम्ही तुमच्या वरिष्ठांसोबत किंवा तुमच्या 'एचआर डायरेक्टर'सोबत बसलेला आहात. तुम्हाला नोकरी मिळाल्याची खात्री आहे. तुम्ही विचारू इच्छित असलेल्या कोणत्याही प्रश्नाच्या आधारे तुम्हाला तपासून पाहिले जाणार नाही अशावेळी तुमच्या कल्पनाशक्तीला मोकळे सोडा. व्यावहारिक गोष्टींचा विचार करा. तुम्हाला कोणते हक्क मिळू शकतात याचा विचार करा. तुमच्या कामातील लवचीकतेचा विचार करा. पैसे आणि कामाचे तास यांचा विचार करा. आता तुम्ही काम करणारी आई आहात. तुमच्या करिअरच्या भावी प्रगतीचा विचार करा. येथे काही काम करणाऱ्या मातांचे म्हणणे दिले आहे, ते वाचा आणि त्यानंतर तुम्हाला तुमच्या मालकामध्ये कोणते गुणविशेष हवे आहेत याचा विचार करा.

तुम्हाला तुमच्या गरोदरपणाच्या रजेपूर्वीच तुमचे मालक किती खुल्या मनाचे आणि कुटुंब पोषक आहेत हे कळून येईल. हा एक मोठा घटक विचारात घ्यायला हवा. अनेक दृश्यांची कल्पना करून पाहा. असे असेल तर मी काय करेन... वगैरे.

– हेलेना, १२ वर्षांच्या आतील दोन मुले,
स्वत:च्या व्यवसायात आठवड्यातील पाच दिवस काम करते

येथे दिलेल्या चौकोनात तुमचे प्रश्न लिहा. आवश्यक वाटल्यास मोठा पेपर घेतलात तरी चालेल!

> हो नोकरी माझ्यासाठी कुटुंब पोषक असल्याची खात्री पटावी म्हणून मी माझ्या मालकाला काय विचारू इच्छिते?
>
> तुम्ही विचार करू शकाल अशा सर्व गोष्टींचा विचार करा!

काम करणारी आई म्हणून तुमच्यासाठी काय महत्त्वाचे आहे? हे तुम्ही विचारलेल्या प्रश्नांवरून लक्षात येते. या भागांकडे विशेष लक्ष देण्याची गरज आहे. जरी तुम्ही स्वत:चा व्यवसाय करत असाल, पूर्णवेळ किंवा अर्धवेळ काम करत असाल, कामाचा मोबदला घेत असाल किंवा स्वयंसेवीवृत्तीने काम करत असाल, कोणत्याही प्रकारे तुम्ही काम करणारी आई असाल तरी हे तुम्हाला लागू आहे.

तुम्ही फक्त एक प्रश्न विचारू शकता, असे असेल तर तो प्रश्न कोणता असेल? त्यामागचे कारण काय?

आता, ही कल्पनेतील यादी शक्य आहे तेवढी वास्तव करण्याची गरज आहे. तुम्ही पुन्हा कामावर रुजू होण्याचा निर्णय अमलात आणताना या सर्व महत्त्वाच्या मुद्द्यांचा परामर्श कशाप्रकारे घ्याल? कोणत्या क्षेत्रात लवचीकता दर्शविण्याची तुमची तयारी आहे? नोकरी शोधण्यापूर्वी किंवा तुमच्या मालकाबरोबर बोलणी करण्यापूर्वी या गोष्टींबद्दलचे तुमचे विचार स्पष्ट असतील तर तुम्हाला नेमके काय हवे आहे आणि कशाच्या बाबतीत तडजोड करण्याची तुमची तयारी आहे हे तुम्हाला ठरवता येईल. शक्य असेलच तर तुम्हाला तुम्ही काम करू शकाल असे वाटते त्यापेक्षा कमी तासांपासून कामाला सुरुवात करा आणि त्यानंतर गरज असेल त्याप्रमाणे किंवा तुमच्या इच्छेनुसार वाढवत न्या. तुमच्यासाठी आणि तुमच्या मालकासाठीही नंतर तुमचे कामाचे तास कमी करणे अवघड आहे म्हणूनच सुरुवात करतानाच सावकाश करा आणि नंतर तुम्हाला शक्य असेल त्या वेगाने हा वेळ वाढवा. अर्थात जर तुमचा मालक आणि तुमची पर्स तुम्हाला या पर्यायाची निवड देण्यास तयार असतील तर.

कामावर पुन्हा रुजू होण्याच्या प्रक्रियेबद्दल बरेच काही सांगता येईल आणि

तुम्हाला अगोदरपासूनच बरीचशी माहिती असण्याची शक्यता आहे. या विषयावर अनेक उपयुक्त वेबसाइट्स तसेच पुस्तकेही उपलब्ध आहेत. अनेक रोजगार संस्था आणि कार्यशाळा आहेत जिथे तुम्हाला काम मिळू शकते किंवा तुम्हाला कामासाठी तयार करण्यात येते. तुमच्या कुटुंबातील किंवा मित्र परिवारातील लोकांना विचारा. ते पुन्हा कामावर कसे रुजू झाले. तुम्हाला शक्य आहे तेवढे संशोधन करा, ज्यायोगे तुम्ही तुमच्यासाठी आणि तुमच्या कुटुंबासाठी सर्वोत्तम निर्णय घेऊ शकाल.

सारांश : काम करणे तुमच्यासाठी महत्त्वाचे का आहे, त्याबाबतचे कोणते गुणविशेष तुम्हाला महत्त्वाचे वाटतात, हे शोधण्यासाठी थोडा वेळ द्या. काल्पनिक प्रसंगांचा सराव करा. तुमच्या बालसंगोपकाने मध्येच काम सोडले, तर तुम्ही काय कराल किंवा तुमचे मूल आजारी असेल तर किंवा कामानिमित्त तुम्हाला बाहेरगावी जावे लागले तर –

कामावर पुन्हा रुजू होण्याची चेकलिस्ट

मी

अद्ययावत CV ☐

नोकरीचा शोध – कशाप्रकारे? (जाहिरात, तोंडी दिलेला शब्द निवड करणाऱ्या संस्था, इंटरनेट, नेटवर्किंग ग्रुप, शाळेचे किंवा स्थानिक वार्तापत्र, अन्य) ☐

कौशल्य अद्ययावत करणे ☐

मुलाखत कौशल्य ☐

संदर्भ ☐

बाह्यरूप – कपडे, शूज, केस, मेक-अप ☐

अन्य ☐

काम

कामाचे ठिकाण, तास, प्रवास ☐

पैसा ☐

करार ☐

अटी आणि शर्थी ☐

सुट्ट्या – सवलत, कोणती एखादी आरक्षित केली आहे का? ☐

अन्य ☐

घर

बालसंगोपन करणारे – चाइल्ड केअर (अधिक तपशील प्रकरण ८मध्ये) ☐

डायरी – शक्य आहे तेवढी भरून घ्या. शाळेच्या तारखा वगैरे लिहा. ☐

दैनंदिन कामे – कोण काय करणार आहे? घर चालवणे सोपे जावे याकरता काय करायला हवे? ☐

अर्थसहाय्य ☐

पाळीव प्राणी ☐

मुले – माझ्या पुन्हा कामावर रुजू होण्याबाबत त्यांना काय माहिती असणे गरजेचे आहे? ☐

इतर कोणत्या आधाराची/पाठिंब्याची मला गरज भासेल? ☐

अन्य ☐

आणखी काही?

तुमचा विश्वास वृद्धिंगत करा

मी समाजासाठी काही योगदान देऊ शकते हा विश्वास मला काम करण्यामुळे मिळतो.

– कॅरिस, स्वतःची तीन मुले असूनही इतर मुलांचे संगोपन करणारी पालकमाता, अर्धवेळ थेरपिस्टचा व्यवसाय करणारी

जर मुलांच्या संगोपनासाठी तुम्ही काही काळ घरी राहिलेला असाल तर तुम्हाला आत्मविश्वासाची उणीव जाणवणे किंवा काम करण्याच्या तुमच्या क्षमतेबाबत खात्री न वाटणे, हे सहज शक्य आहे. तुम्ही कदाचित दहा वर्षे घरी राहिलेल्या असाल आणि त्याकाळात कामाचे वातावरण कसे नाट्यपूर्णरित्या बदललेले आहे याची तुम्हाला जाणीव असेल, तुमची कौशल्ये काळाच्यामागे पडली आहेत आणि आता त्यांची गरज उरलेली नाही याचीही तुम्हाला जाणीव असेल. माता लंगोट बदलणे आणि बडबडगीते म्हणण्यात वाकबगार होतात; परंतु बोर्डरूम टेबलसमोर त्याचा काय उपयोग? आता आपल्याला विचार करण्यासाठी मुले आहेत त्यामुळे आपले सहकारी आणि मालक आपल्याला गांभीर्याने घेत नाहीत किंवा घेणार नाहीत अशी या मातांना काळजी वाटते. दुर्दैवाने नोकरी करणाऱ्या आईची ही भीती तिच्या पूर्वानुभवावर आधारित असू शकते. तुमचे बाह्यरूपदेखील बदललेले असू शकते. तुमच्या

जुन्या बिझिनेस सूटमध्ये पुन्हा स्वत:ला कोंबून बसवण्याच्या नुसत्या विचारानेही तुम्ही दमून सोफ्यावर बसाल. अंगावर ट्रॅकसूट आणि हातात बिस्किटांचा पुडा घेऊन!

तुम्हाला जरी तुमचा आत्मविश्वास जमिनीवर आहे असे वाटत असले तरी, तुम्ही घरी होतात तेव्हा कशाप्रकारच्या कौशल्यांचा वापर करत होतात याबाबत क्षणभर विचार करा. मुले नसणाऱ्या व्यक्तीपेक्षा आई झाल्यानंतर आपण १०० टक्के जास्त व्यवस्थापनकुशल बनतो असे मातांच्या लक्षात येईल आणि कामाच्या ठिकाणी व्यवस्थापन कौशल्याला अनन्यसाधारण महत्त्व आहे. वेळेचे व्यवस्थापन हे दुसरे कौशल्य माता खूप सगळ्या गोष्टी एका दिवसात करतात. विशेषत: जेव्हा त्यांचे सानुले झोपलेले असते किंवा मुले शाळेत गेलेली असतात.

माझा दोन वर्षांचा लहानगा जेव्हा त्याची छोटीशी डुलकी घेतो तेव्हा माझी दोन तासांची निश्चिंती ठरलेली असते, आणि त्या वेळात मी एका तत्पर यंत्रासारखी काम करते. ई-मेल्स तपासते, फोनकॉल्स करते, घरकाम करते किंवा रात्रीच्या जेवणाची तयारी करते. घड्याळाची टिकटिक सुरू असते आणि तो झोपलेला असतो तेवढ्या वेळात माझी अविश्वसनीय वाटावीत एवढी कामे करून होतात. परंतु नेहमी करण्यासारखी सर्वोत्तम गोष्ट म्हणजे मी स्वत:ही एक झोप काढणे.

– नताली, दहा वर्षाच्या आतील चार मुलांची पूर्णवेळ आई

अष्टावधानी असणे हेही तुमच्याबरोबर पुन्हा कामावर नेण्यासाठी, एक सुंदर कौशल्य आहे. पैशांचे नियोजन करण्याचे कौशल्य, तडजोडीचे कौशल्य, नातेसंबंधांचे व्यवस्थापन यांसारख्या अनेक गोष्टी तुम्ही मुलांबरोबर घरी असण्याच्या काळात घासून-पुसून लखख झालेल्या आहेत.

सारांश : तुम्ही अशी कोणती कौशल्ये वापरत आहात ज्यांचा कामाच्या ठिकाणी तुम्हाला फार छान उपयोग होईल आणि त्यामुळे तुमचा आत्मविश्वासही वाढेल? मुलांबरोबर घरी राहिल्यानंतर तुमच्या आत्मविश्वासाला हानी पोहोचणे सहज शक्य आहे; परंतु घर आणि कुटुंब चालवताना तुम्ही जी कौशल्ये मिळवलेली आहेत त्यांची स्वत:ला आठवण करून द्या.

घरातून मला मिळालेली कौशल्ये, ज्यांचा कामाच्या ठिकाणी मला फार उपयोग होईल....

तुमच्याजवळ देण्यासारखे खूप काही आहे. अशाही काही एमप्लॉयमेंट एजन्सीज आहेत, ज्यांच्याकडे काम करण्यासाठी मातांचे स्वागत आहे. कारण त्यांना माहिती आहे मातांसाठी काम करणे खूप महत्त्वाचे असते आणि त्या अतिशय तत्पर कर्मचारी असतात. इतर लोक तुमच्याबद्दल काय विचार करतील याचा किंवा अन्य कोणत्याही गोष्टीचा ज्यामुळे तुमचा विश्वासास हानी पोहोचेल. अशा गोष्टींचा विचार करण्याऐवजी तुम्ही कोणत्याही संस्थेसाठी किमती मालमत्ता सिद्ध होणार आहात याची स्वत:ला आठवण करून द्या. तुमचे विचार तुमच्या डोक्यातून बाहेर काढा आणि कागदावर उतरवा, तुम्हाला मार्गदर्शन करण्यासाठी दिलेल्या कामावर पुन्हा परत जातानाच्या चेकलिस्टचा उपयोग करून विचार करा.

ही चेकलिस्ट तुम्हाला दिसू शकेल अशा ठिकाणी ठेवा आणि त्यावर तुमच्या प्रगतीच्या खुणा करत जा. तुम्हाला एकटीलाच तडजोड करावी लागणार आहे असे नाही. अगोदर तुम्ही घरी असायच्या तितका वेळ आता घरी असणार नाही आहात त्यामुळे तुमच्या कुटुंबालाही तडजोड करावी लागणार आहे. तुम्ही जेव्हा घरी याल तेव्हाही तुमची ऊर्जा पातळी खालावलेली असणार. तुम्ही पूर्ण दिवस कामाने आणि घर ते कामाचे ठिकाण येथे जाण्यायेण्याने थकलेल्या असाल याचाच अर्थ तुमच्या कौटुंबिक गरजांची पूर्तता करण्यासाठी तुमच्याकडे खूप कमी उत्साह असणार. तुमचा जोडीदार, तुमची मुले, तुमचे कुटुंबीय आणि मित्रमैत्रिणींना कदाचित रागही येईल. त्यांच्या भावनांना प्रतिसाद देणे आणि त्याचबरोबर स्वत:च्या भावनांची काळजी घेणे हे तुम्हाला साध्य करायचे आहे; फक्त या स्थित्यंतरात जगायला शिकायचे एवढेच नाही.

तुमच्या भावनांची काळजी घ्या

जेव्हा तुम्ही पुन्हा कामावर रुजू होता, तेव्हा तुमच्या बाळाला पाळणाघरात सोडून जाण्याच्या प्रसंगातील भावनिक पैलू जीवघेणा आहे; एक नवीन आई म्हणून तो तुमच्या अंत:प्रेरणेच्या विरुद्ध आहे. तुमची मानसिक ओढाताण होते एवढेच नाहीतर समाजही तुम्हाला सांगत असतो की तुमची अशी ओढाताण व्हायलाच हवी. कामावर पुन्हा रुजू होणे तुमच्यासाठी आणि तुमच्या बाळासाठी चांगले की वाईट याबाबत वाद घालणारे अनेक संदेश मिडियामार्फत तुमच्यापर्यंत पोहोचत असतात.

– मेलिसा, पाच वर्षांच्या आतील दोन मुले
आठवड्यातून २५ तास काम करते.

अनेक मातांना मेलिसासारखेच वाटते, जेव्हा त्या त्यांच्या बाळाला सोडून पुन्हा कामावर रुजू होतात. तुमच्या अपेक्षांबाबत वास्तववादी आणि तुमच्या भावनांबाबत सौम्य राहा. ज्यांना मुले नाहीत अशा लोकांपेक्षा पालक वेगळ्या विश्वात राहात असतात. तुम्ही आणि तुमची मुले यांच्यामध्ये असलेला बंध तोडून टाकणे अशक्य आहे आणि म्हणूनच कामाशी पुन्हा जुळवून घेताना तुम्ही सर्व प्रकारच्या तीव्र भावना अनुभवता यात काहीच आश्चर्य नाही. कामावर पुन्हा रुजू झाल्यानंतरच्या सुरुवातीच्या काही आठवड्यांमध्ये काम करणाऱ्या मातांच्या अनुभवास येणाऱ्या काही विशिष्ट भावना इथे दिल्या आहेत (यातील काही भावना फार मोठ्या कालावधीसाठी तुमच्या मनात घर करतात.).

नकारात्मक भावना	**सकारात्मक भावना**
अपराधी	उत्सुकता
तणावग्रस्त	सुंदर
चिंता	स्वतंत्र
प्रमाणापेक्षा जास्त भावना	सकारात्मक
काळाच्या मागे असल्यासारखे वाटणे	आनंदी
कौशल्यांचा अभाव	उत्साही
असमाधान	विश्वासपूर्ण
कशातही रुची न वाटणे	निर्मितीक्षम
अनाकर्षक	कामुक
थकवा	मुक्त
अवाक्	सशक्त
खात्री नसलेली	संतुलित
ताण झेलणे	सक्षम
आत्मविश्वासाचा अभाव	स्वतःची आवश्यकता असल्याची भावना

नोकरी करणारी आई असण्याबाबतच्या माझ्या भावना

नकारात्मक भावना :

सकारात्मक भावना :

सारांश : तुम्हाला मूल असणे म्हणजेच उच्चतम उच्च आणि न्यूनतम न्यून गोष्टी अनुभवणे. म्हणूनच नोकरी करणारी आई म्हणून सर्व प्रकारच्या तीव्र भावना तुमच्या मनात उचंबळून येतील. स्वत:शी खूपच सौम्य रीतीने वागा, विशेषत: कामावर रुजू झाल्यानंतरचे सुरुवातीचे काही आठवडे जरा जास्तच काळजी घ्या.

'जी स्पॉट'वर आघात करणे

बहुधा, या पुस्तकाची अशी एकही वाचक नसेल, जिने 'अपराध' ही भावना तिच्या चौकटीत लिहिली नसेल. काम करणाऱ्या मातांना सर्वाधिक झगडावे लागते ते याच भावनेशी आणि त्यानंतर ताण व थकव्याची संमिश्र भावना. तथापि, सकारात्मक भावनाही आपले अस्तित्व जाणवून देत असतात आणि त्यांच्यावर लक्ष केंद्रित करायला हवे, त्या साजऱ्या करायला हव्यात जेणेकरून आपल्याला सकारात्मक भावना जास्त प्रमाणात अनुभवास येतील.

लॉरियन थॉमस आपल्या 'द सेव्हन डे पॅरेन्ट कोच' या पुस्तकात म्हणते त्याप्रमाणे अपराधीपणा आणि ताण या भावनांचा तुमच्या उर्जा पातळीवर चिंताजनक परिणाम होत असतो. त्या भावना आपली ऊर्जा पातळी निम्म्याने कमी करू शकतात याचाच अर्थ जर आपण अपराधीपणा आणि ताण व्यवस्थित हाताळू शकलो तर आपली ऊर्जा दुप्पट होईल, काम करणाऱ्या मातांसाठी ही खूपच चांगली बातमी आहे.

मला नेहमी अपराधी वाटत असते. कामाच्या ठिकाणाहून संध्याकाळी घाईघाईने बाहेर पडावे लागते आणि मला आवडले असते त्या प्रमाणात माझ्या मित्रमैत्रीणी आणि सहकाऱ्यांबरोबर मैत्रीची देवाणघेवाण करता येत नाही म्हणून अपराधी वाटते. तर घरी सकाळी घाईघाईने घराबाहेर पडावे लागते आणि त्यातही काहीतरी करायचे राहून गेलेले असते म्हणून अपराधी वाटते. घरातील प्रत्येकाला आनंदी ठेवण्यासाठी एका आईला ज्या १०१ गोष्टी लक्षात ठेवून, योग्य वेळी, योग्य जागी आणि योग्य प्रमाणात ठेवाव्या लागतात त्यापैकी एखादी गोष्ट मी विसरलेली असते!

– जो, १६ वर्षांच्या आतील तीन मुले
आठवड्यातून तीन दिवस काम करते.

आपण नोकरी करणारी आई आहोत म्हणून अपराधी वाटून घेण्यात तुम्ही तुमचा किती वेळ घालवत असाल, असे तुम्हाला वाटते? मिडियाकडूनही याबाबत कोणतीच मदत मिळत नाही. प्रत्येक आठवड्याला एक नवा अभ्यास प्रकाशित केला जातो ज्याचे निष्कर्ष असतात – नोकरी करणाऱ्या मातांची मुले अभ्यासात, शाळेत मागे पडतात, त्यांचे नवरे त्यांना सोडून जातात किंवा त्यांच्या वयस्कर पालकांना वृद्धाश्रमाचा आश्रय घ्यावा लागतो. (किंवा या तीनही गोष्टी!) या सगळ्याला त्या स्वत:च कारणीभूत असतात. होय, अपराधी वाटणे साहजिक आहे; पण आता वेळ आलेली आहे की, तुम्ही तुमच्या 'जी स्पॉट'वर आघात करायला हवा आणि तुमच्यासाठी आणि तुमच्या मुलांसाठी अत्यंत गरजेची असलेली ऊर्जा परत मिळवायला हवी. मातृत्व आणि तुमचे काम या दोहोंची सांगड घालता यावी म्हणून तुम्ही तुम्हाला शक्य आहे ते सर्वकाही करत आहातच आणि त्यात परिपूर्णता आणण्याचा ध्यास घेण्यात काहीच अर्थ नाही. कारण असे काही अस्तित्वातच नसते. तथापि, अनेक माता असे सांगतात की नोकरी/काम करण्यामुळे त्यांच्या मनाला समाधान मिळते. घराबाहेर त्यांचे असे स्वतंत्र अस्तित्व आहे या गोष्टीची स्वप्रतिमा उंचावण्यास मदत होते. विशेषत: जास्त वयाच्या मातांनी त्यांची कामाची कौशल्ये विकसित करण्यासाठी, अनुभव मिळविण्यासाठी खूप वर्षे घालवलेली असतात. काम करत राहिल्यामुळे ही कौशल्ये वापरण्याची तसेच भावी प्रगतीची संधी मिळू शकते. तसेच तुम्ही तुमच्या मुलांना घर आणि काम दोन्ही कसे सांभाळता येते हे प्रत्यक्ष दाखवू शकता याचाही विचार करा. तुमच्या मुलीने कसे मोठे व्हावे असे तुम्हाला वाटते? तुमच्या अपराधीपणाची जाणीव ठेवून की काम करणे आणि स्वत:चे कुटुंब सांभाळणे या दोन्ही गोष्टी शक्य आहेत या जाणिवेसह? तुम्हाला तुमच्या मुलालाही असेच वाढवावे असे वाटत नाही का? मोठा झाल्यावर तोही स्वत:च्या भावी जोडीदाराची निवड करेल आणि नंतर तिला 'काम करणारी आई' असण्यामध्ये पाठिंबा देईल, कारण असे करता येऊ शकते हे त्याला माहिती आहे, त्याच्या स्वत:च्याच आईने ते उत्तमरित्या सांभाळलं आहे.

नोकरी/काम करणारी आई असण्याचे फायदे

कितीतरी पालकांसमोर त्यांनी नोकरी करावी किंवा नाही करावी हा पर्यायच नसतो. म्हणूनच जर घरी राहणे हा पर्याय उपलब्ध नाही आणि तुम्हाला काम करावेच लागणार आहे तर अपराधी वाटून घेण्यात वेळ वाया घालवणे थांबवा आणि त्याऐवजी काम करणारे पालक असण्याचे फायदे काय असू शकतात यावर लक्ष केंद्रित करा. तुम्हाला विचारप्रवृत्ती करण्यासाठी इतर मातांनी सांगितलेली त्यांचे फायदे पाहा.

घराबाहेरील व्यावसायिक वातावरणात माझी संपूर्णत: वेगळी ओळख आहे, जिथे माझी कौशल्ये आणि अनुभवाच्या जोरावर माझे महत्त्वाचे स्थान आहे. ही गोष्ट मला खूप आवडते.

– जो, १६ वर्षांच्या आतील तीन मुले
आठवड्यातून तीन दिवस काम करते.

तुम्ही काम केल्यामुळे तुमच्या मुलांसमोर आदर्श निर्माण करू शकता. हे सांगण्यासाठी की 'तुम्ही स्वत:ला हवा तो पर्याय निवडू शकता' असा मला विश्वास वाटतो. कधीकधी हे सर्व करणे खूप कठीण वाटते; पण ते नक्कीच करण्यायोग्य आहे.

– मेलिसा, पाच वर्षांखालील दोन मुले
आठवड्यातून चार दिवस काम करते.

आव्हान स्वीकारणे, नव्या उत्कंठावर्धक प्रकल्पांमध्ये सामील होणे आणि स्वत:च्या कौशल्यांचा आवडीचा विकास साधणे, या गोष्टी माझ्यासाठी खूप महत्त्वाच्या आहेत.

– करेन, पूर्णवेळ काम करते, अडीच वर्षाचे एक मूल

मला एक स्वतंत्र आयुष्य आहे, जिथे मी इतर लोकांच्या संपर्कात येते. ज्यांना मला मुले आहेत किंवा नाही याविषयी काहीही कल्पना नसते. कारण मी चांगले काम करते किंवा नाही, याच्याशी या गोष्टीचा काहीही संबंध नसतो. या कामामुळे मला स्वत:बद्दल चांगले वाटते आणि त्याचाच परिणाम म्हणून मी घरीदेखील जास्त चांगली व्यक्ती असते.

– हेलेना, १२ वर्षांच्या आतील दोन मुले
पूर्णवेळ काम करते.

या सर्व माता (ज्यांना अनेक वेगवेगळी कामे, वेगवेगळे कामाचे तास आणि वेगवेगळ्या वयाची मुले आहेत.) काम करणारी आई असण्याचे जे फायदे सांगत आहेत, ते वाचल्यानंतर या सर्वांमधील कोणता पैलू/मुद्दा तुम्हाला विशेष महत्त्वाचा वाटतो?

काम करणारी आई असण्याबाबत मला काय महत्त्वाचे वाटते?

जेव्हा तुम्ही तुमच्या मुलांबरोबर असता तेव्हा याचा त्यांना खरेच फायदा होतो का की, तुम्ही कामावर जावे लागणार याविषयीच्या अपराधी भावनेला तुमच्यामध्ये प्रवेश करू देता? त्याऐवजी जेवढा वेळ तुम्ही एकत्र आहात तेवढा वेळ सत्कारणी लावा आणि काहीतरी साध्या सोप्या गोष्टी करा, ज्याचा तुम्हाला एकत्रित आनंद घेता येईल. त्यांना कुशीत घ्या, त्यांच्याबरोबर हसा, खेळा, स्वयंपाक करा. दोघे एकत्र स्नान करा (खूप सगळा फेस आणि बुडबुडे तयार करा). तुम्हाला त्यांच्याविषयी काय वाटते, काय आवडते ते त्यांना सांगा. त्याचप्रमाणे तुम्हाला तुमचे काम का आवडते हे त्यांना सांगा, तुम्ही किती थकलेल्या आहात आणि ताण सहन करत आहात हे सांगू नका.

प्रत्येक आठवड्याला तुम्ही अशा शेकडो गोष्टी करता ज्यामधून तुम्ही किती प्रेमळ आणि काळजी घेणारे पालक आहात हे लक्षात येते आणि त्यामधील काही गोष्टी या तुम्ही काम करत असल्यामुळे शक्य होतात.

पालक असण्याबाबतच्या कोणत्या गोष्टींचा तुम्ही आनंद घेता?

(त्या अत्यंत साध्या गोष्टी असू शकतात जसे की, तुमच्या मुलांना काही वाचून दाखवणे किंवा त्यांच्या आवडीचे जेवण बनवणे.)

तुम्ही काम करणाऱ्या पालक असण्याबाबतचे कोणते पैलू तुमच्या मुलांसाठी फायदेशीर आहेत?

(पैसे मिळविणे या गोष्टींचा समावेश नसावा.)

तुमच्या 'जी स्पॉट'वर आघात करणे, हे तुमच्याच हातात आहे. पालक म्हणून कोणत्या गोष्टी तुम्ही अतिशय चांगल्या करत आहात आणि तुमच्या काम करण्याचे तुमच्या कुटुंबाला कोणते फायदे होतात हे स्वत:ला नियमितपणे सांगत राहा. पैसा ही आवश्यक गोष्ट असू शकते; परंतु अन्य फायदे काय आहेत याविषयी विचार करणेही तुम्हाला उपयोगी होईल. तुम्ही मातृत्वाव्यतिरिक्त इतर कौशल्येही विकसित करत आहात किंवा आपल्या मुलांसमोर आदर्श निर्माण करत असाल या भावनांनी तुम्हाला चांगले वाटेल.

कधीकधी मला अपराधी वाटते कारण मी त्याला सोडून जाते – जरी त्याला खूप छान आया आहे, तो तिच्याबरोबर मजेत राहू शकतो. तरीही मला माहितीये, मी माझ्या मुलासाठी मला शक्य आहे तेवढे सर्वोत्तम करते आहे आणि हे काही कायम असे असणार नाही.

– ॲना, पूर्णवेळ शिक्षिका, आठ महिन्यांचा एक मुलगा

सारांश : काम करणाऱ्या आईवर अपराधीपणाचा पगडा बसणे सोपे आहे. त्याऐवजी तुमच्या काम करण्यामुळे तुम्हाला आणि तुमच्या कुटुंबाला होणाऱ्या सर्व फायद्यांवर लक्ष केंद्रित करा. फक्त आर्थिक फायदाच नाहीतर अन्यदेखील विचारात घ्या.

कसरत थांबवा, जगणे सुरू करा!

आठवड्याच्या १६८ तासांपैकी, जर आपण दर आठवड्याचे तीन दिवस काम केले तर आपल्या एकूण वेळेच्या १५ टक्के वेळ आपण कामाच्या ठिकाणी घालवतो. तथापि, आपल्यावर येणारा ताण पाहता आपल्याला असे वाटते की, ९० टक्के वेळ आपण काम करतो आहोत! यामागचे कारण असे आहे की आपण कधी कधी काम करत असतो आणि कधी करत नसतो याविषयी आपल्याला स्पष्टता नसते. उपलब्ध वेळ भरून काढण्याकरता काम वाढतच राहील, म्हणून जर आपल्याला आपल्यावरील ताण कमी करायचा असेल तर आपल्याला कामाच्या वेळेबाबत स्पष्ट मर्यादा घालून घेणे गरजेचे आहे. करण्यापेक्षा बोलणे सोपे आहे ना? नाही, खरेच नाही. आपल्याजवळ जरी ब्लॅकबेरी असला ज्यामुळे दिवसाचे २४ तास आठवड्याचे सात दिवस. आपण ई-मेल्स पाहू शकतो, फोन करू शकतो तरीही तो चालू करावा किंवा नाही हे ठरवणे अद्याप आपल्याच हातात आहे. दहा वर्षांपूर्वी अनेक काम करणाऱ्या मातांना घरी ई-मेल्स किंवा मोबाईल फोनची सोय नव्हती.

आज आपण सतत उपलब्ध होऊ शकतो आणि काम करणाऱ्या पालकांच्या दृष्टीने हे नेहमीच चांगले असेल असे नाही.

बऱ्याचदा, व्यवस्थापकीय पदावर असल्यानंतर तुम्ही अर्धवेळ काम करत असलात तरी तुम्ही फोन कॉल्स घेण्यासाठी, ई-मेल्सना उत्तर देण्यासाठी सतत हाताशी असावे अशी अपेक्षा केली जाते. तुमच्या कामाच्या वेळेबाहेर असे करणे हे अर्धवेळ काम करण्याचे भाग्य किंवा तुम्हाला द्यावे लागत असलेले बलिदान असे समजले जाते. अर्थात तुम्हाला पगार अर्धवेळ काम करण्याच्या तासांसाठीच दिला जातो.

– मेलिसा, चार दिवस काम करते
पाच वर्षं वयाच्या आतील दोन मुले

तुमचे व्यावसायिक आयुष्य हे तुमच्या घरगुती आयुष्यावर कसा परिणाम करते? कामाशी संबंधित किती कामे तुम्ही घरी करायला आणता? ही यादी काम करणाऱ्या पालकांच्या उदाहरणांमधून पुढे आलेली आहे. यातील किती गोष्टी तुम्हाला लागू होतात, आठवड्यातून एकदा किंवा जास्त वेळा?

यांपैकी कोणतीही गोष्ट चुकीची आहे असे नाही; परंतु तुमच्या स्वत:च्या वेळेत. तुमची मुले सभोवती असताना तुम्ही किती काम करता हे तपासून पाहणे महत्त्वाचे आहे. मुले संध्याकाळी झोपलेली असतात तेव्हाही अनेक काम करणाऱ्या माता तो वेळ स्वत:साठी किंवा स्वत:च्या जोडीदारांसाठी उपयोगात न आणता राहिलेल्या कामासंबंधीच्या गोष्टी करण्यात घालवतात. खरे तर तसे न करणे त्यांच्याच फायद्याचे आहे. तुम्ही जरी घरून काम करत असलात तरी ही यादी तुम्हाला लागू होते. मग तुमचे घरचे 'ऑफिस' म्हणजे तुमच्या स्वयंपाकघरातील टेबलवरचा लॅपटॉप असेल तरीही.

माझ्या कामाशी संबंधित गोष्टी ज्या मी घरी, माझी मुले सभोवती असताना करते.

* फोन कॉल्स घेणे आणि करणे.
* ई-मेल्स लिहिणे आणि वाचणे.
* याद्या लिहिणे.
* माझ्या ऑफिस बॅगची तपासणी करणे.

* कामासंबंधीचे साहित्य, कागदपत्र वाचणे.
* मीटिंग्ज/अपॉइंटमेंट्सचे नियोजन करणे.
* कामाचा विचार करणे.
* कामाशी संबंधित गोष्टींची काळजी करणे.
* माझ्या सुट्टीचे तास किंवा दिवसांची पुनर्आखणी करणे.
* नोट्स/रिपोर्ट्स लिहिणे.

आता तुमची स्वत:ची कामे इथे लिहा.

सारांश : संध्याकाळच्या निवांत वेळी ई-मेल्स पाहणे किंवा इतर व्यवस्थापकीय कामे पाहण्याचा मोह होऊ शकतो; परंतु प्रत्येक रात्री असे करणे लज्जास्पद आहे. संध्याकाळचा वेळ कुंपण घालून बंदिस्त करा. जेव्हा तुम्ही स्वत:साठी किंवा स्वत:ला आवडेल असे काहीतरी करू शकाल.

जेव्हा काम घरात शिरते तेव्हा आपल्या मुलांवर त्याचा काय परिणाम होतो? आजपर्यंत तुम्ही कोणा मुलाला असे बोलताना ऐकलेय, 'आई फोनवर बोलत असते. ते मला खूप आवडते. मला माहिती आहे अशावेळी तिला शांततेची गरज असते. म्हणून मी दुसऱ्या खोलीत जातो आणि माझ्या भावाबहिणींशी शांतपणे खेळतो?'

उपरोक्त यादीमधील क्रमाने पहिल्या तीन गोष्टी कोणत्या आहेत ज्या तुम्हाला तुमच्या मुलांवर लक्ष केंद्रित करण्यापासून विचलित करतात? कामाला घरात शिरकाव करू देण्याशिवाय आपल्याकडे दुसरा पर्यायच नाही असा तुम्हाला विश्वास वाटू लागतो. पण खरेच तसे आहे का? तुम्ही जरी वरिष्ठ पदावर कार्यरत असाल किंवा तुमच्या वरिष्ठांची, तुम्ही दिवसाचे २४ तास, आठवड्याचे सातही दिवस उपलब्ध असावे अशी अपेक्षा असेल, ठीक आहे. तुम्ही नसाल तर काय होईल? तुम्हाला नोकरीवरून काढून टाकतील का? आणि जर काढले तर तुम्ही काय कराल? जर तुम्हाला जाणवते आहे की तुमचे काम तुमच्या मुलांबरोबरच्या अनमोल वेळेवर अतिक्रमण करते आहे तर तुम्ही त्याबाबत काय कराल?

बहुतेक संध्याकाळी मुलांच्या दिवसाचा एखादा तास बाकी असताना मी कामावरून घरी येते. त्या एका तासात माझा ब्लॅकबेरी निरंतर ब्लीप करत असतो आणि

तेव्हा मी फोनकॉल्सना उत्तरे दिलेली माझ्या मुलांना अजिबात आवडत नाही. माझा ताण खूप वाढलेला असतो आणि अशावेळी मुलांसाठी परत एक डीव्हीडी लावायची जेणेकरून मला तातडीच्या ई-मेल्सना उत्तर देता यावे याबाबत मला खूप अपराधी वाटते. काहीतरी बदलायला हवे होते. मग मी ठरवले की घरी आल्यानंतर माझा ब्लॅकबेरी मी बंद करून ठेवेन आणि मुले झोपेपर्यंत पुन्हा त्याच्याकडे पाहणारही नाही. यामुळे मला आणि त्यांनाही खूप फरक पडला. मी माझ्या वरिष्ठांना शब्द दिला की सकाळी कामावर येण्यापूर्वी मी मेसेजेस, मेल्स वाचून येईन. ते म्हणाले, 'ठीक आहे. तुझ्यासाठी चांगले होईल.' मला हे अगदीच अनपेक्षित होते.

– हेलेन, एका फर्ममध्ये सिनियर पार्टनर
१० वर्षांच्या आतील ३ मुलांची आई

बदल करा

हळूहळू काम कसे तुमच्या घरात शिरकाव करते आहे हे तुमची यादी पाहून लक्षात आलेच असेल, आता या यादीतील पहिल्या तीन गोष्टी ज्यांचा तुमच्या घरावर सर्वाधिक वाईट परिणाम होतो, त्यांच्याबाबत काहीतरी ठरवा. या अशा गोष्टी आहेत ज्यांच्याबाबत तुम्ही काही बदल केले तर त्यामुळे तुमच्या मुलांच्या चेहऱ्यावर, तुमच्या चेहऱ्यावर अधिक हास्य फुलेल आणि तुम्हाला तुमच्या कुटुंबाबरोबर जास्त वेळ व्यतित करता येईल. तुम्हाला शांत, निश्चिंत, स्वस्थ वाटेल.

माझ्या पहिल्या तीन गोष्टी	मी काय वेगळे/वेगळ्या प्रकारे करेन
१.	
२.	
३.	

दुसऱ्या दिवशी तुम्ही ऑफिसला जाल तेव्हा या तीन कृती करण्याचा निश्चय करा आणि सगळे कुटुंबीय त्याची फळे चाखतील.

कामाच्या ठिकाणी अधिक प्रगती कशी करावी?

घर आणि काम यांची सांगड घालताना कराव्या लागणाऱ्या अंतहीन कसरतींनी तुमच्यावर एक प्रकारचा दबाव येतो आणि त्यामुळे तुम्हाला सतत आपण चुकीच्या

ठिकाणी आहोत असे वाटू लागते. जेव्हा तुम्ही कामाच्या ठिकाणी असता तेव्हा तुम्ही तुमच्या मुलांबरोबर त्या वेळी काय करत असला असता किंवा काय करू शकता या कल्पनेने तुम्हाला अपराधी वाटते. घड्याळ पुढे पुढे सरकते. तुम्ही पाहता, ऑफिसचा शेवटचा अर्धा तास उरला आहे आणि तुमच्या राहिलेल्या कामाच्या विचाराने तुम्ही दु:खी होता, पुन्हा तुम्ही जर ठीक पाचच्या ठोक्याला ऑफिस सोडले नाहीतर बालसंगोपन करणाऱ्याला (चाइल्ड केअर) कोण मोकळे करेल? आता आपण याच विषयाबाबत बोलतो आहोत तर मी तुम्हाला सांगते, या काम करणाऱ्या माता कामाची बरीचशी मिनिटे. त्यांच्या मुलांची देखभाल कोण करेल याची किंवा बालसंगोपन करणाऱ्या व्यवस्थेबाबतची काळजी करण्यास वाया घालवतात. जर हे तुमच्याबाबतीत खरे असेल तर आत्ताच स्वत:ला विचार मुलांच्या देखभालीबाबत तुम्ही तुम्हाला शक्य आहे ती, तुम्हाला परवडेल अशी सर्वोत्तम व्यवस्था केली आहेत ना? काम करणाऱ्या पालकांसाठी ही एक मोठी समस्या आहे. म्हणूनच आठव्या प्रकरणाचा अर्धा भाग बालसंगोपन या विषयाला समर्पित आहे.

तुमच्या मुलांना न्यायला जाण्यासाठी तुम्ही ऑफिसबाहेर पडता तेव्हा तुमच्या सहकाऱ्यांसमोरून जे अजूनही कामात मग्न आहेत, त्यांच्यासमोरून जावे लागते. ते क्षणदेखील फार सुंदर नसतात. काम करणाऱ्या खूपशा मातांना हा अनुभव येतो आणि तुम्हालाही तसे वाटत असेल तर एक पाऊल मागे या आणि असा विचार केल्याने तुम्हाला, तुमच्या मालकाला किंवा तुमच्या मुलांना काही उपयोग आहे का याचा जरा विचार करा.

काम करण्यामागे तुमचे कारण काहीही असो; परंतु जोपर्यंत कामाची वेळ संपून घरी तुमच्या मुलांकडे परत जाण्याची वेळ होत नाही तोपर्यंत तुम्ही कामावरच लक्ष केंद्रित करायला हवे. तुम्ही स्वत:साठी एवढे करायलाच हवे. ताण, अपराध आणि कामावर लक्ष केंद्रित न केल्याच्या भावनेने प्रत्येकाचेच नुकसान होते. असे काय आहे जे तुम्हाला कामावर लक्ष केंद्रित करू देत नाही? कशाचा ताण येतो? कोणते व्यावहारिक दबाव किंवा कठीण भावना जाणवतात? तुमची यादी तयार करा.

> **सारांश :** कामाच्या दबावाखाली पिचण्यापेक्षा किंवा तुम्हाला कोणते बदल करावेसे वाटतात याबद्दल अवास्तव कल्पना करत राहण्यापेक्षा तुम्ही कोणते चांगले बदल करू शकता त्याचा ताबा घ्या आणि तसे बदल घडवून आणा.

माझे कामाच्या ठिकाणचे दबाव

व्यावहारिक समस्या

उदाहरणार्थ – दिवसाच्या शेवटी अगदी थोडा वेळ अगोदर जर मला एखाद्या मीटिंगला हजर राहावे लागणार असेल, तर मी हवालदिल होते.

कठीण भावना

उदाहरणार्थ – आता मला मूल झाले आहे म्हणून माझे वरिष्ठ माझ्याकडे गांभीर्याने पाहत नाहीत.

कृती करा

या प्रकरणाच्या सुरुवातीला नोकरी करणाऱ्या मातांचे, नोकरी करण्याविषयीचे फायदे सांगणारे उद्‌गार दिलेले आहेत आणि तुम्ही तुमच्या स्वतःच्या फायद्यांची यादीही तयार केलेली आहे. आता तीच कल्पना पुढे नेऊन सांगा, तुम्हाला मनःस्वास्थ्य लाभेल आणि आपण चुकीच्या जागी आहोत असे वाटणे थांबेल, असे तुम्ही काय करू शकता? कोणत्या व्यावहारिक गोष्टीत तुम्ही बदल करू शकता असा तुम्हालाच विश्वास वाटणे महत्त्वाचे आहे; अन्यथा तुम्ही जशा आहात तशाच राहाल.

कामाच्या ठिकाणी असण्यामुळे त्यांच्यासमोर असलेल्या आव्हानांचा सामना करण्यासाठी, नोकरी करणाऱ्या मातांनी त्यांना उपयोगी पडतील, अशा काही कल्पना पुढे दिल्या आहेत.

मित्र, कुटुंबीय आणि बालसंगोपक यांचे तुम्हाला शक्य आहे तेवढे परिणामकारक आधार नेटवर्क तयार करा आणि महत्त्वाच्या मीटिंगच्या वेळी तुमच्या मुलाच्या स्पेलिंग चाचणीचा कागद तुमच्या ब्रीफकेसबाहेर काढू नका!

– जो, तीन मुले

घरातून मिळणारी लवचीक मदत, घरगुती मदतीचे मोठे नेटवर्क आणि घरी राहून काम करणारा सपोर्टिव्ह नवरा – मी टाकेन ते उचलून ठेवू शकतो असा!

– जेन, दहा वर्षांच्या आतील चार मुले

कामांची यादी आणि एक डायरी! कामांच्या याद्या ऑफिस आणि घरासाठी वेगवेगळ्या, ज्या 'रोजची यादी'मध्ये एकत्र होतील (तेही वेळेसह) जी मी शक्यतो आदल्या रात्री तयार करते. विशेषत: अशा दिवसांसाठी ज्यांना डायरीत भरपूर कामे करण्याबाबत लिहिलेले असते. सगळेच काही मी डोक्यात ठेवू शकत नाही त्यामुळे या याद्यांची मला खूप मदत होते. संपूर्ण कुटुंबासाठी देखील मी एका आठवड्याचे स्प्रेडशीट तयार करते आणि ते फ्रीजवर लावून ठेवते. जेणेकरून नेमकी अडचण कुठे आहे ते आम्हा सगळ्यांच्या लक्षात येईल. आम्ही या स्प्रेडशीटवर कोण, कोणत्या वेळी, कुठे असेल, कोणत्या उपकरणांसह असेल, कोणते पाहुणे अपेक्षित आहेत, कोणती वाढदिवस शुभेच्छापत्रे पाठवायची आहेत आणि त्या रात्री आम्ही काय जेवणार आहोत अशा सर्व गोष्टी लिहितो. त्यानंतर ती एक सामायिक जबाबदारी बनते.

– हेलेना, दोन मुली

ऑफिस आणि घर या दोन्ही ठिकाणी तुम्हाला काही प्राप्त करता यावे, त्यासाठी तिथे लक्ष केंद्रित करता यावे म्हणून तुम्हाला स्वत:ला काही कल्पना सुचाव्यात यासाठी हे उद्‌गार दिलेले आहेत. प्रत्येकालाच मदत करणारा जोडीदार असेल असे नाही किंवा प्रत्येकालाच बालसंगोपन करणाऱ्यावर थोडे जास्त पैसे खर्च करणे शक्य होईल असे नाही. तुम्ही काय करू शकत नाही याविषयी खंत करत बसण्यापेक्षा, तुमच्या नियंत्रणातील सहा गोष्टी, ज्यांचा तुम्ही अगोदर केलेल्या, 'कामाच्या ठिकाणचे दबाव' या यादीतील गोष्टींवर मोठ्ठा परिणाम होईल अशा सहा गोष्टींचा विचार करा.

या सहा गोष्टी येथे दिलेल्या तक्त्यात भरा. तुमच्या कृती योजना सकारात्मक तसेच तुमच्या नियंत्रणातील असणे आवश्यक आहे. 'मला वाटते, माझ्या सहकाऱ्यांनीही जायला निघावे' असे लिहिण्यात काही अर्थ नाही कारण तसे घडण्याची शक्यता नाही; परंतु जर तुम्हाला असा सहकारी आहे, जो तुम्ही नोकरी करणारी आई आहात किंवा तुम्हाला पाच वाजता निघावे लागते म्हणून अपराधित्वाची भावना देत असेल तर या उदाहरणामुळे तुम्ही वेगळ्याप्रकारे कसे पाहाल, जेणेकरून त्याचा तुमच्यावर नकारात्मक परिणाम होणार नाही?

माझ्या कामाच्या ठिकाणचा दबाव	मी त्यांना कशाप्रकारे हाताळे	केव्हा
१.		
२.		
३.		
४.		
५.		
६.		

हुर्रे! ऑफिसमध्ये तुमची ताणाची पातळी आणि तुमच्या नकारात्मक भावना यामध्ये उल्लेखनीय बदल करू शकतील असे सहा उपाय तुम्ही पाहात आहात जेव्हा तुम्ही या कल्पना प्रत्यक्षात आणाल तेव्हा तुमचे आयुष्य कसे असेल याची कल्पना करा. तुम्हाला आणि तुमच्या कुटुंबाला यामुळे कोणते फायदे होतील याचा विचार करा.

नोकरी करणारी आनंदी आई कशी बनते?

एका नोकरी करणाऱ्या आईवरचे दबाव कोणते आहे? ते हलके करण्याकरता तुम्ही काय करू शकता याचा शोध या प्रकरणात घेण्यात आला आहे. ज्यामधून नोकरी करणारी आई असण्याचे वास्तव कसे हाताळावे हे समोर येते. या पुस्तकासाठी ज्यांची मुलाखत घेतली गेली अशा बहुतेक आनंदी मातांनी घर आणि काम दोन्ही सांभाळण्याचा सर्वांत समाधानकारक मार्ग म्हणजे अर्धवेळ नोकरी करणे; हे सांगितले.

तुमची मुले लहान आहेत तोपर्यंत शक्य असेल तर अर्धवेळ नोकरी करा. तुमची मुले एकदाच लहान असणार आहेत याउलट 'गहाण' हे २५ वर्षांसाठी असणार आहे!

– कॅरीस, तीन मुलांची आई आणि पालकमाता, अर्धवेळ थेरपीस्ट

प्रत्येकालाच अर्धवेळ काम करणे जमू शकेल किंवा तशी इच्छा असेल असे नाही; परंतु हे प्रकरण तुम्हाला काम आणि मातृत्व या दोहोंची सांगड घालण्याचे

नवे मार्ग सुचावेत यासाठी प्रोत्साहित करण्याच्या उद्देशाने लिहिले आहेत. चाकोरीत अडकून पडणे आणि दुसरा काही पर्यायच नाही आहे असे वाटून घेणे सोपे आहे; परंतु पर्याय आहे आणि तुम्ही तो बदल घडवून आणू शकता असा विश्वास तुम्हाला वाटणे गरजेचे आहे. तुमचे मूड्स आणि तुम्ही चांगल्या आहात या जाणिवेबाबत तुमची मुले खूप संवेदनक्षम असतात. तुम्ही तुमचा थकवा आणि कामाच्या ठिकाणचा ताण किंवा कामाबाबतची अनास्था त्यांच्यापासून लपवण्याचा प्रयत्न करालही कदाचित; परंतु ते तुम्हाला अत्यंत जवळून ओळखतात, त्यांच्या झोपताना वाचायच्या गोष्टीपेक्षाही जास्त चांगल्या प्रकारे ते तुम्हाला वाचू शकतात!

तुमच्यासाठी जे योग्य वाटते ते करणे, या गोष्टीचा तुमच्या मुलांनाही खूप चांगला फायदा होणार आहे. जर तुम्ही आनंदी असाल (नोकरी करणारी आई किंवा पूर्णवेळ आई) तर तुमचे शब्द आणि कृती एकसमान असतील. याचाच अर्थ तुमच्या भावना, तुमचे विचार यांच्याशी ते सुसंगत असतील. तुम्ही आनंदी आहात म्हणून तुमच्या मुलांना – अगदी तान्ह्या बाळांनासुद्धा – जास्त सुरक्षित, जास्त स्वस्थ वाटेल. तुमच्या कामाबाबत त्यांच्याशी बोला. त्यांच्या वयानुसार योग्य त्या प्रकारांनी शक्य असेल तर तुमच्या कामात सामील करून घ्या. पुढे ते जेव्हा कुमारवयात असतील तेव्हा त्यांच्या शाळेत तुम्हाला कामाचे अनुभव सांगण्यासाठी किंवा त्या करिअरच्या संधी विशद करण्यासाठी आमंत्रित केले जाऊ शकते.

पुन्हा वास्तव हे आहे की आपली मुले सतत आपल्याकडे पाहत असतात. आपण आपले घर आणि काम या दोन्ही ठिकाणचे आयुष्य समोर येईल तसे सहन करत राहण्याऐवजी आपल्या फायद्याचे बदल करू शकतो. तसे पर्याय निर्माण करू शकतो याची ते दखल घेतील. काम आणि घर यांचे संतुलन राखणे एवढ्यापुरतीच ही गोष्ट मर्यादित नाही. यामुळे तुम्ही कशा आहात हे त्यांना कळेल मग तुम्ही कोठेही असा... घरी किंवा ऑफिसमध्ये.

सारांश : काम आणि आयुष्य यांचे संतुलन हा सामान्य वाक्प्रचार आहे, जो मला वाटते दोन्ही ठिकाणची तडजोड दर्शवतो. तुम्ही ऑफिसमध्ये असाल तेव्हा आणि घरी असाल तेव्हा, दोन्ही ठिकाणी आनंदात कशा राहू शकाल यासाठीचे नवनवे मार्ग शोधणे हा तुमच्या वेळेचा आणि कल्पनाशक्तीचा उत्तम उपयोग आहे. तुम्ही ज्यांच्यावर प्रेम करता त्या प्रत्येकालाच याचा फायदा होईल.

नोकरी/काम करणाऱ्या मातांबाबत लक्षात ठेवाव्यात अशा दहा सोनेरी गोष्टी

१. पुन्हा कामावर रुजू होण्याबाबत लवचीक राहा आणि काम करण्याच्या तुमच्या आदर्श व्यवस्थेच्या नियोजनासाठी काही वेळ द्या.

२. प्रत्येकाच्या गरजांचा विचार करता, तुमचे कामाच्या ठिकाणचे आयुष्य कशा प्रकारचे असेल याविषयी वेगवेगळ्या कल्पनांचा खुल्या मनाने स्वीकार करा.

३. तुमच्या कामाच्या व्यवस्थेबाबत तुम्हाला हवे असलेले सर्वाधिक महत्त्वाचे गुणविशेष विचारात घ्या. जसे की वेळेबाबत लवचीकता, घरातून काम करणे किंवा कामाच्या ठिकाणी पाळणाघर असणे – यांपैकी तुम्हाला काय आवश्यक वाटते?

४. तुमच्या बाळंतपणाच्या रजेचे काही दिवस, प्रसंगांची कल्पना करून तसे नियोजन करण्यात खर्च करा – माझ्या मुलांची देखभाल करणारी व्यक्ती आजारी पडली तर किंवा मला कामासाठी बाहेरगावी जावे लागले तर मी काय करेन?

५. कदाचित, तुमच्या कामाच्या कौशल्यांना पुन्हा उजाळा देण्याची गरज असेल, परंतु घर आणि कुटुंब चालविण्याचे अनमोल कौशल्य तुम्ही प्राप्त आहे हे लक्षात ठेवा.

६. काम/नोकरी करणाऱ्या मातांना मोठ्या प्रमाणात बदलणाऱ्या मूड्सचा अनुभव येतो. अशावेळी स्वत:शी प्रेमाने वागा. विशेषत: कामावर रूजू झाल्यानं तरच्या सुरुवातीच्या काही आठवड्यांत अशी सतत बदलती मन:स्थिती अनुभवास येते.

७. अपराधी भावना तुम्हाला थकवते, काळजी करायला लावते. ती मनातून काढून टाका आणि त्याऐवजी नोकरी करणारे पालक असण्याबाबत चांगले काय आहे यावर लक्ष केंद्रित करा.

८. तुम्ही केव्हा काम करणार आहात आणि केव्हा नाही याबाबतच्या तुमच्या स्वत:च्या स्पष्ट मर्यादा तयार करा. तुमच्या कौटुंबिक वेळेवर कशाचेही अतिक्रमण होणार नाही याची काळजी घ्या.

९. कामाबद्दलचे दबाव तुम्हाला भोवंडून टाकतील, हवालदिल करतील

परंतु तुम्ही परिस्थितीवर नियंत्रण मिळवा आणि तुम्हाला चांगले वाटावे यासाठी आवश्यक ते बदल करा. भले मग ते बदल छोटे छोटे असले तरीही.

१०. कामाच्या ठिकाणी आणि घरी तुम्हाला आनंदी ठेवण्याचे मार्ग शोधा. प्रत्येकालाच त्याचा फायदा होईल.

आपण काय शिकलो?

येथे दिलेला प्रत्येक मुद्दा तुम्ही शिकला आहात याचा तुम्हाला आनंद वाटतो. तसेच तुम्ही तो तुमच्या जीवनात लागू करण्यास तयार आहात, हे तपासून पाहा.

* पुन्हा कामावर रुजू होणे – व्यावहारिक सत्य
* काम/नोकरी करणारी आई म्हणून वाट्याला येणारे चढउतार सांभाळणे.
* अपराधी भावना – तुमच्या अपराधी भावनेवर प्रहार करणे आणि तिच्यापासून सुटका करून घेणे.
* कसरत थांबवा आणि काम करणारी आई म्हणून काहीतरी साध्य करण्याचा प्रयत्न करा.

हे प्रकरण वाचल्यानंतर आई म्हणून मी स्वतःबाबत काय शिकले आहे?

यामधील सर्वाधिक विशेष गोष्ट कोणती?

६

तुमची काळजी घेताना...

या प्रकरणात तुम्ही शिकणार आहात....

* आई निभावत असलेल्या शेफ ते शोफरपर्यंतच्या भूमिकांविषयी
* तुमचे जीवनमान कशाप्रकारे उंचावता येईल.
* ताणावर नियंत्रण कसे मिळवावे.
* तुमची स्वत:ची स्पेस तयार करण्याविषयी

आपण आता एकविसाव्या शतकात आहोत; परंतु सगळ्या इतिहासातल्या माता आपल्या मुलांना वाढवताना याआधारे वाढवित होत्या की, जरा मुले आनंदी असतील त्यांच्या खाण्यापिण्याची व्यवस्थित काळजी घेतली जात असेल, तर आयादेखील आनंदी असतात. तिचा पती किंवा जोडीदार ही दुसरी व्यक्ती आहे. ज्याच्या गरजा पूर्ण व्हायला हव्यात आणि त्यानंतर नंबर लागतो, तो कुटुंबातील इतर सदस्यांचा. याशिवाय कुटुंबातील पाळीव प्राण्यांना विसरूनही चालणार नाही. माता, जर त्या जागरूक नसतील, तर त्या दिवसाचे प्रत्येक मिनिट इतरांच्या गरजा पूर्ण करण्यात घालवतील, अगोदर इतर प्रत्येकाचा विचार करतील आणि मग आपल्या स्वत:च्या गरजांचा त्या हे काम इतके चांगल्याप्रकारे करतात की, तुम्हालाही या प्रकरणाकडे लक्ष देण्यासाठी आणि इच्छाशक्ती पणाला लावावी लागेल, नाहीतर हे प्रकरण स्कीप करण्यातच तुम्हाला चांगले वाटेल. कृपया, असे करू नका. हे प्रकरण वाचून स्वत:साठी थोडी वेळेची गुंतवणूक केलीत, तर ते तुमच्यासाठी आणि तुमच्यावर प्रेम करणाऱ्यांसाठी फायद्याचे ठरेल.

मातांना आपला स्वत:चा विचार सर्वांत शेवटी करण्याची सवय का असते, यामागील कारणांचा आपण अभ्यास करू या. वास्तव हे आहे की आई असणे, हा खूप व्यग्र ठेवणारा आणि मागणी असणारा उद्योग आहे. (घरकुटुंब चालविण्यासाठी काय-काय करावे लागते, हे ९व्या प्रकरणात दिलेले आहे.) दिवसाचे २४ तासही

अपुरे पडतात. इतर प्रत्येकाच्या मागण्या पूर्ण करणे, त्यांच्याकडे लक्ष देणे, हे सोपे आणि पटकन करण्यासारखे वाटते. त्याउलट स्वत:साठी थोडा वेळ काढणे खूपच अवघड! आणि तुम्ही तसा वेळ काढलात, तरी तुम्हाला स्वत:लाच त्याबद्दल अपराधी वाटण्याची शक्यता जास्त आहे.

क्वचित कधीतरी इतर मातांबरोबर पेयपानासाठी मी बाहेर जाते; पण तेव्हाही आम्ही मुलांविषयीच बोलत राहतो आणि रात्री साडेनऊच्या आसपास आपण आता घरी जावे, लवकर झोपावे असे आम्हाला वाटू लागते. ज्यायोगे रात्री आमच्या एखाद्या लहानग्याला आमची गरज लागली तर उठता यावे. मग त्या पेयाचा परिणाम (हँगओव्हर) दुसऱ्या दिवसापर्यंत राहण्याची जोखीम घेण्याची गोष्टच सोडा. माझा पतीही त्याच्या मित्रांबरोबर बाहेर जातो आणि माझी खात्री आहे, ते आपल्या मुलांबद्दल बोलत नसतील किंवा त्यांच्या पिण्यावर कोणते बंधन असेल. एवढ्यासाठी की, रात्री त्यांच्या मुलांना त्यांची गरज लागली तर अडचण नको.

– जून, तीन मुले

माता या कुटुंबातील डिंकासारख्या असतात त्यामुळेच त्या सुट्या असतात. तेव्हा इतर प्रत्येक जणही तसाच असतो; परंतु तुम्ही तुमची स्वत:ची काळजी घेतली नाहीत, तर तसाही तुमच्या डिंकाचा चिकटपणा गमावून बसाल. जेवढ्या जास्त काळासाठी तुम्ही स्वत:च्या गरजा आणि स्वत:ची ओळख दुर्लक्षित कराल तेवढा जास्त तुम्हाला थकवा, त्रागा, पस्तावा, सुस्ती आणि मन:स्थितीतील चढउतारांचा त्रास होईल. अशा आईबरोबर किंवा अशा जोडीदाराबरोबर राहावे, असे कोणाला वाटेल?

जरी तुमच्या मुलांच्या फायद्यासाठी म्हणून फक्त तुम्ही स्वत:कडे लक्ष देणार असलात, तरी काहीच न करण्यापेक्षा एवढे केलेत तरी बरेच आहे. हे प्रकरण संपेपर्यंत, इतर कोणी नाहीतर तुम्ही स्वत: तुमच्या स्वत:कडे प्राधान्यक्रमाने लक्ष देणे किती महत्त्वाचे आहे, हे तुमच्या लक्षात येईलच.

सारांश : विमानामध्ये सुरक्षा प्रात्यक्षिक दाखविताना मुलांचे ऑक्सिजन मास्क बसवण्यापूर्वी पालकांनी त्यांचे स्वत:चे ऑक्सिजन मास्क लावावेत असे पालकांना सांगण्यात येते. हे असे का असेल असे तुम्हाला वाटते? तुमच्यासाठी ऑक्सिजन म्हणजेच तुमच्या मुलांना वाचविण्यासाठी तुम्ही सक्षम असाल. आपल्या दैनंदिन आयुष्यात हे लक्षात ठेवणे फार अवघड आहे; परंतु मोठ्या कालावधीसाठी तुमच्या स्वत:च्या गरजा दुर्लक्षित करण्याचा परिणाम थकवा, आजारपण आणि नैराश्य यांना आमंत्रण देणारा ठरतो.

या प्रकरणात 'मी कोण आहे?' या प्रश्नाकडेही लक्ष दिले जाणार आहे. आपली ओळख फक्त आई असण्यामध्येच सामावली आहे आणि कधीकाळी आपण ज्या एक व्यक्ती होतो ते व्यक्तित्व आपण आता गमावलेय असं मातांना वाटणे अगदी स्वाभाविक आहे. आपण आता पालकत्वाच्या सतत बदलणाऱ्या भूमिकांच्या अडचणीत सापडलो आहोत, या बदल्यात भूमिका न्यायाधीशांपासून जादूगारापर्यंत, शिक्षकांपासून मनोरंजन करणाऱ्यांपर्यंत कोणाचीही असू शकते. काही-काही भूमिका या आपल्या परिचयाच्या असल्याने आपल्यासाठी सोप्या वाटतात, तर काही भूमिका या आपल्याला अकुशल, चकित किंवा चीड, संताप या भावना देणाऱ्या असतात. आपल्यासाठी गरजेची असणारी ही सारी कौशल्ये कधीकधी आपल्यालाच खूप अनोळखी वाटतात. आपण स्वत:ला जे काही समजत असतो, त्या प्रतिमेशी त्यांचा दूरान्वयेही संबंध नसतो. एक आई जी स्वत: घड्याळानुसार वागत नाही आणि तिला वाटेल तेव्हा ती बिछान्यावर लोळू शकते, अशा आईसाठी मुलांना मोठे करण्याच्या प्रवासातील दैनंदिन गोष्टी करणे म्हणजे शिकण्याचा अवघड चढउतार करण्यासारखेच आहे. याउलट ज्या माता स्वतः स्वभावतः वेळेबाबत काटेकोर असतात त्यांना या गोष्टी तुलनेने सोप्या वाटतात. मुलांची देखभाल करणे म्हणजे किती कंटाळवाणे काम, ते बिलकुल माझ्या टाईपचे काम नाही असा विचार करणाऱ्या माता आहेत, त्याचप्रमाणे मातृत्वाचा क्षण न क्षण आठवणीत जपून ठेवणाऱ्या माता आहेत.

तुमची ओळख पुन्हा मिळवण्याचा आणि तुमच्या गरजांना अग्रक्रम देण्याचा एक मार्ग म्हणजे तुमच्या आयुष्याच्या वेगवेगळ्या क्षेत्रांकडे लक्षपूर्वक पाहा. कोणत्या क्षेत्रांवर लक्ष केंद्रित करण्याची तसेच जास्त वेळ देण्याची गरज आहे, हे ठरवा. तुमचे सर्वाधिक ताण असलेले क्षेत्र कोणते? घरी? कामाच्या ठिकाणी? का महत्त्वाच्या नातेसंबंधांमध्ये? हा ताण महिन्याच्या काही ठरावीक काळात असतो का? किंवा तुमची सासू तुमच्याकडे राहायला येणार असते तेव्हा असतो का? हे प्रकरण संपेपर्यंत तुम्ही स्वत:च स्वत:चा ताण नष्ट करण्याचे तंत्र निर्माण केलेले असेल; ज्यायोगे तुम्ही ज्या प्रकारची आई बनू इच्छिता तशी आई बनणे, तुम्हाला सोपे जाईल.

तुम्ही इथपर्यंतचे सर्व वाचलेत तर? छान वाचत राहा. तुम्ही निश्चितच त्यायोग्य आहात.

सारांश : आधुनिक कौटुंबिक आयुष्य हे खूप धावपळीचे आहे आणि म्हणूनच काही प्रमाणात ताण येणे अपरिहार्य आहे, परंतु अतिप्रमाणातील ताण हा तुमच्यासाठी तसेच तुमच्या कुटुंबासाठीही चांगला नाही. ताण असणे, थकवा जाणवणे, भावनिकदृष्ट्या गळून गेल्यासारखे वाटणे, या

गोष्टी खूप दमवणाऱ्या आहेत. अशावेळी बहुधा सुट्ट्या हाच एकमेव पर्याय असतो, जेव्हा आपल्याला तणावरहित आणि दबावरहित वाटते; परंतु सुट्ट्या नसतील तेव्हा हा दबाव कसा कमी करावा? हे आपल्याला शोधायला हवे.

मातृत्वाची बदलती भूमिका

तुम्ही तुमची आई नाही आहात आणि हे १९६५ साल नाहीये. इतिहासातले हे क्षण, ज्या क्षणी तुम्ही तुमच्या मुलांना वाढवता आहात ते भरधाव गतीने जात आहेत आणि पणाला लागलेल्या गोष्टी फार महत्त्वाच्या आहेत.

कुटुंब ही सर्व प्रकारच्या मापात आणि आकारात असू शकतात जिथे कितीतरी लहान मुले वेगवेगळ्या वयाच्या प्रौढ व्यक्तींबरोबर तसेच सावत्र-अर्ध सावत्र भावंडाबरोबर मोठी होत असतात. याशिवाय आजकाल निम्म्या माता या त्यांच्या बाळाचे पहिले वर्ष पूर्ण होण्याअगोदरच कामावर रुजू होतात. आता वडील हेच घरातील मिळवती व्यक्ती असतील, हेही आवश्यक नाही. आम्ही लहान होतो तेव्हा आयुष्य बरेच सोपे होते आणि आमच्यावर आहे, त्याच्या निम्म्यानेही ताण आमच्या मातांवर नव्हता याबाबत बरेच वाद घालता येतील. त्या सर्व जणी आपल्या मुलांना कशाप्रकारे वाढवत होत्या? शिवाय क्वचित त्यातील काही जणी कामावरही जात, आजच्या २१व्या शतकातील पाश्चिमात्य स्त्रियांना त्यांच्या रोजच्या आयुष्यात वेडेपिसे करणारी ही जोरदार वावटळ, हा झंझावात त्यांना स्पर्शही करत नसे. आमच्या पिढीला अनेक गोष्टी एका स्वीचच्या ओढण्याने, एका बटणाला दाबून किंवा माउसच्या एका क्लिकवर उपलब्ध आहेत. आपले कष्ट वाचवणारी अनेक उपकरणे, यापूर्वी कधीही नसेल एवढे जलद काम करून वेळ वाचवणारी उपकरणे आपल्याकडे आहेत. परंतु खरेच आपल्याकडे वेळ आहे? आजही दिवसाचे २४ तासच आहेत. तरीही आपल्या मातांपेक्षा आपण त्यात जास्त गोष्टी बसवू शकतो. यासाठी आधुनिक तंत्रज्ञान आणि आपल्या स्वतःचे आदर्श यांचे आभार! आपले वॉशिंगमधील आपण मध्यरात्रीही प्रोग्रॅम करू शकतो. एकमेकांना पत्र लिहिण्यापेक्षा आपण ई-मेल्स करू शकतो. वापरून फेकून देण्याचे नॅपीज, लंगोट आपण वापरू शकतो. त्यामुळे तासन्‌तास ते कपडे भिजवणे, ब्रशने घासणे यात वेळ जात नाही. घरी आल्यानंतर पुढच्या पाच मिनिटांत आपण डब्यातील वाफाळते रुचकर जेवण करू शकतो. मायक्रोव्हेव अव्हनचे आभार. हेच जेवण तयार करण्यासाठी आपल्या मातांना पूर्ण दुपार द्यावी लागली असती. आपल्यासमोर खर्च करता येईल इतके उत्पन्न आणि ते खर्च करण्याच्या संधी दिवसाचे २४ तासांसाठी उपलब्ध असतात. जर आपण तसे करायचे ठरवले तर, पण आपण सुखी आहोत?

अनेक माता एकप्रकारचे असमाधान अनुभवत असतात. ज्याचे कारण आहे – पालक म्हणून माझे काम मी दररोज खूप प्रयत्न करूनसुद्धा पुरेसे चांगले करत नाहीये, ही भावना ते पालकत्वावरील पुस्तके वाचतात, सल्ला विचारतात आणि त्यांच्या मुलांचे आयुष्य सुखकारक करणारे प्रत्येक उत्पादन विकत घेतात. इतर मातांना याच्या विरुद्ध वाटते. एक चांगले पालक होणे सोडा एक ठीक पालक बनवण्यासाठीसुद्धा किती परिश्रम करावे लागतात म्हणून त्या चिडतात आणि त्या जे काही परिश्रम घेतात त्यासाठी कोणाला त्यांचे कौतुकही वाटत नाही.

एक चांगले पालक होण्यासाठी आपण अंतर्गत आणि बाह्य दबाव अनुभवत असलो तरीही आपल्या मुलांच्या प्रती आपले प्रेम आणि बांधिलकी (आणि त्यांची आपल्याप्रती) ही सतत असणार आहे, मग आपले भूतकाळातले क्षण कसेही असले तरीही.

माझ्या आईच्या सगळ्या आठवणी माझ्या डोळ्यात साठवल्या आणि माझा अश्रूंचा बांध फुटला.

– हेरी व्ही, विल्यम शेक्सपिअर

तुमचे बालपण

तुमच्या बालपणाचा विचार करता, तुमच्या आईचे आयुष्य कशाप्रकारे वेगळे आणि कशाप्रकारे तुमच्यासारखे होते?

फरक :

साम्य :

आपली मुले मोठी होतात, तशी पालक म्हणून आपली भूमिका बदलते. पालकांसाठी हे सामान्य आहे. आपल्या मुलांच्या विकासातील एखादी स्थिती आताशी कुठे कळायला लागली आहे, असे वाटते न वाटते तोच सगळ्या गोष्टी बदलतात आणि पुन्हा ते समजून घेण्यासाठी ते धडपडत असतात. सुरुवातीच्या वर्षांमध्ये आपण प्रामुख्याने आपल्या मुलांची जोपासना करत असतो. त्यांना सुरक्षित ठेवत असतो.

मला वाटायचे की, सुरुवातीची काही वर्षे मुले मरणार तर नाहीत ना याची खबरदारी घेण्याची गरज असते. त्यांच्या पलंगावर ते अजूनही श्वासोच्छ्वास करत आहेत हे तपासून पाहायचे, त्यांना रस्त्यावर पळत जाण्यापासून थांबवायचे किंवा पोहण्याच्या तलावात बुडू द्यायचे नाही. बापरे! अनेकदा खायला घालणे आणि नॅपी बदलणे – आता त्यांच्या मूलभूत जगण्याची ते काळजी घेऊ शकतात. मोठ्यांच्या जगात त्यांना मार्गदर्शन करणे आणि प्रशिक्षण देणे, एवढीच माझी भूमिका आहे.

– ॲलन, दोन किशोरवयीन मुले आणि एक आठ वर्षांचा मुलगा

सारांश : कालानुरूप वाढते उत्पन्न आणि प्रगत तंत्रज्ञान यांच्यामुळे पालकांची भूमिका बदलली आहे. या बदलांनी आपले आयुष्य अधिक सोपे व्हायला हवे, पण ते तसे झाले आहे का? तसेच, तुमची मुले मोठी होतील तशी तुमची भूमिका बदलेल. कधीकधी मातांना वाटते की, कुमारवयातील मुलांना सांभाळण्यापेक्षा लहान मुलांना सांभाळणे त्यांना चांगले जमत होते; परंतु अशा गुलाबी छटेच्या चश्म्यातून भूतकाळाकडे पाहणे नेहमीच सोपे असते. मुलांना वाढवण्याच्या आनंद आणि त्यातील आव्हाने ही वाढीच्या प्रत्येक स्थितीत आणि प्रत्येक पिढीसाठी असतात.

माता घालतात त्या वेगवेगळ्या हॅट्स

मुले मोठी होतात तेव्हाही आपण त्यांचे पोषणकर्ते असतोच; परंतु त्याचवेळी आपण सल्लागार, प्रशिक्षक किंवा श्रोताही बनत असतो. आपल्या काळज्यांचा परीघ विस्तारतो, जसे की ड्रग्ज, प्रभाव किंवा परीक्षा अशा गोष्टी, ज्यांचा पूर्वी काळजीच्या घटकात समावेश नव्हता.

मातांना दररोज वेगवेगळ्या कौशल्यांचा वापर करावा लागतो. जरा याबाबत विचार करा; तुम्ही आचारी आहात, परिचारिका, शोफर, कपडे धुणारी बाई, शिक्षक, प्रशिक्षक, सोयी पुरविणारी, आराम देणारी, पोलीस अधिकारी, न्यायाधीश, सीमा निश्चित करणारी, मनोरंजन करणारी, आरोग्यावर लक्ष ठेवणारी, चुंबन आणि मिठीत कुशीत घेणारी, पार्टीचे आयोजन करणारी, गृहकृत्यदक्ष, संगीत सरावावर लक्ष देणारी, पाळीव प्राण्यांच्या काळजीबाबत दक्ष असणारी आणि कितीतरी... ही यादी अंतहीन आहे!

तुम्ही कोणकोणत्या भूमिका करता?

आई म्हणून माझी सध्याची भूमिका

माझी मुले कुमारवयाची होतील तेव्हा मी इतर कोणकोणत्या भूमिका करेन? (कदाचित तुम्हाला यापेक्षा मोठा कागद लागेल!)

पहिल्या प्रकरणात 'पालक असणे' या नोकरीच्या कामाचा तपशील काय असेल आणि ते योग्य प्रकारे व्हावे म्हणून तुमच्यावर केवढा मोठा दबाव निर्माण करू शकते हे आपण पाहिले. तुम्हाला कराव्या लागणाऱ्या भूमिका हा आणखी एक दबाव. पालक असणे सोपे असते असे आजपर्यंत कोणीही म्हटलेले नाही आणि तुम्हाला कोणकोणत्या दिव्यातून जावे लागते हे समजून नेहमीच प्रोत्साहन दिले आहे, हा विश्वास दिला आहे की ठीक आई असणे हेदेखील चांगले आहे, परिपूर्ण असायला नको.

मातृत्व ही जगातील सर्वांत चांगली नोकरी/काम आहे. इतर कोणतेही करिअर तुम्हाला प्लंबर, ड्रील सार्जंट, नर्स, स्वयंपाकी, अम्पायर, बँकर, टेलिफोनिस्ट आणि आंतरराष्ट्रीय मुत्सद्दी एवढे होण्याची परवानगी देणार नाही आणि हे सर्व सकाळी साडेनऊच्या आत.

– अनामिक

मी कोण आहे?

तुम्हाला स्वत:ला हा प्रश्न विचारा आणि तुमचे उत्तर काय आहे? ते 'हो, मी आई आहे' असे आहे की, ते 'मी सेक्रेटरी, डॉक्टर, दुकान साहाय्यक (दुसऱ्या शब्दांत सांगायचे तर तुमच्या कामाचे नाव!) आणि आई आहे.' असे आहे? किंवा 'मी पत्नी आणि आई आहे' असे?

इतरांच्या संदर्भात आपली व्याख्या करणे हे फार सोपे असते. येथे दिलेली यादी पाहा आणि तुमच्या बाबतीत काय लागू होते आहे, याचा विचार करा.

मी आहे...

आई	पालक माता
सावत्र आई	धर्ममाता
पत्नी	भावंडे
भागीदार	भाची
मुलगी	मित्र
सून	शेजारी
मावशी/काकू/आत्या	मालक
बहीण	नोकर/सेवक
नणंद	अन्य
सावत्र बहीण	

या सर्व नात्यांच्या गरजा आहेत आणि इतरांच्या गरजांबरोबर आपल्या गरजांचा समतोल साधणे हे फार अवघड काम आहे. अनेक माता जे काम करणे त्यांना आवडते ते काम जोडीदार येताच किंवा लग्नानंतर नसल्यानेही होते (जसे की वेळ, उर्जा किंवा पैसा) परंतु हे सर्व तुमच्या गरजांकडे गांभीर्याने पाहण्याच्या तुमच्या प्रवृत्तीचे निर्देशक आहे. मुले होण्याअगोदर तुम्ही ज्याप्रकारची स्त्री होता, तिला आता काय झाले आहे? तिला काही प्रमाणात पुन्हा मिळवायला तुम्हाला आवडेल का? फक्त तुमच्यासाठी म्हणून कोणत्या प्रकारच्या गोष्टी करणे तुम्हाला आवडेल? तुम्हाला याबाबत मदत करण्यासाठी येथे दिलेला तक्ता पूर्ण करा. तुम्हाला आता घाई असेल, तर स्वत:शीच एक तारीख ठरवा. जेव्हा तुम्हाला २० मिनिटे स्वस्थ बसून हा स्वाध्याय सोडवता येईल.

हा स्वाध्याय तुमच्यामध्ये दु:ख किंवा संताप, उत्साह किंवा उत्सुकतेची भावना जागवू शकतो म्हणून तुमच्याकडे शारीरिक आणि मानसिक स्वस्थता असणे गरजेचे आहे. ज्यामुळे तुम्ही त्या भावनेचे स्वागत आणि व्यवस्थापन करू शकाल.

सारांश : इतरांच्या संदर्भात स्वत:ची ओळख सांगणे किती सोपे असते हे लक्षात घ्या. तुम्ही स्वत: जे आहात तसेच राहा किंवा तमुच्यातील विशेष गुण पुन्हा मिळवता यावेत म्हणून काही कृती करा. तुमचा आत्मविश्वास वाढविण्यासाठी आणि तुम्हालाही तुमची स्वत:ची ओळख आहे हे तुमच्या मुलांना दाखवून देण्यासाठी, असे अवश्य करा.

पार्ट A				
मुले होण्यापूर्वी मी गोष्टी केल्या आहेत किंवा ज्या करायला मला आवडते उदाहरणार्थ, सिनेमाला जाणे	**नेहमी**	**कधीकधी**	**क्वचित**	**यामध्ये असे ज्या काय होते, जे मला आवडायचे** सिनेमाच्या गोष्टीत हरवून जाणे; सुटका
१.				
२.				
३.				
४.				
५.				
६.				
७.				

पार्ट B

'तुम्हाला ती गोष्ट (तुमची आवडती ॲक्टिव्हिटी) करण्याविषयी काय सर्वाधिक आवडत असे' या कॉलममध्ये तुम्ही काय लिहिले आहे, ते काळजीपूर्वक पाहा. कदाचित आता तुम्हाला सिनेमाला जाणे खूप अवघड जात असेल. कारण पाळणाघर, वस्ती किंवा मोजावे लागणारे पैसे. परंतु आणखी कशाप्रकारे तुम्ही तुमच्या आयुष्यात त्या आवडत्या गोष्टीचा समावेश करू शकता? वर दिलेल्या उदाहरणातील गोष्टीत हरवून जाणे किंवा सुटका अनुभवणे, या बाबी तुम्हाला वाचनातून किंवा भाड्याने डीव्हीडी आणूनही मिळविता येतील.

तुमची डायरी घेऊन या आणि नंतर येथे दिलेली चौकट पूर्ण करा. म्हणजे मातृत्वाच्या डोंगराखाली, तुमचे जे व्यक्तिविशेष, बऱ्याच काळासाठी, तुम्ही खोलवर पुरून टाकले होते, ते काही प्रमाणात परत मिळविता येतील.

मला काय आकर्षित करते?	**अन्य कोणत्या प्रकारे मी ती गरज पूर्ण करू शकते.**	**माझी पहिली पायरी ही असेल**	**केव्हापासून**
उदा. सुटका/ गोष्ट	प्रत्येक आठवड्याला एक डीव्हीडी भाड्याने आणणे	माझ्या पतीला सिनेमाची निवड करण्यास सांगणे	आज रात्री
१.			
२.			
३.			
४.			
५.			
६.			
७.			

तुमची चौकट भरण्याचा आनंद घ्या आणि ती काम करेल यासाठी तुम्ही वचनबद्ध व्हा. असे करत असताना तुम्ही तुमच्यातले गमावलेले स्वभाव/गुणविशेष पुन्हा मिळवण्याचे सात मार्ग शोधले असतील. तुमच्यातले हे भाग गंजलेले असतील किंवा त्यांना अधिक प्रेम, अधिक लक्ष देण्याची गरज असेल. तुम्ही त्यायोग्य आहात. अपराधीपणा किंवा इतर कोणतीही गोष्ट तुमच्या मार्गात येऊ देऊ नका. स्वतःला सांगा की, अशाप्रकारे 'माझा वेळ' घालवल्यानंतर जी एक छान भावना अनुभवास येते. ती अनुभवण्याची माझी पात्रता आहे आणि त्याविषयी अपराधी वाटावे असे अजिबात नाही. तरीही तुम्ही अपराधीपणा डोकावू दिलात तर तुमचा 'खास वेळ' बिघडून जाईल.

तंदुरुस्त राहणे मला आवडत असे आणि मुले होण्यापूर्वी आठवड्यातील अनेक क्लासेसना मी जायचे. आता या क्षणी मी कमावत नसल्यामुळे जिमचे सदस्य होण्याचे समर्थन करू शकत नाही; परंतु ही चौकट भरताना नियमित व्यायामाचे महत्त्व माझ्या लक्षात आले. मी मुलांना शाळेत सोडायला पायी जाते त्यामुळे

फक्त घरी येऊन त्यांचा उरलेला नाष्टा खाण्याऐवजी मी काही प्रशिक्षण घेण्यामध्ये पैसे गुंतवले. ज्यायोगे तुमच्या पायाच्या स्नायूंना दुप्पट व्यायाम मिळतो. अशाप्रकारे पैसे खर्च केल्याने मला अपराधी वाटले असते; परंतु मला छान वाटले, कारण जिमच्या फीपेक्षा हे बरेच स्वस्त होते, तर आता आठवड्यातून तीन दिवस मुलांना शाळेत सोडल्यानंतर, घरी जाण्यापूर्वी मी माझ्या सर्वांत धाकट्या मुलासह अर्धा तास भरभर चालण्यासाठी जाते. आम्हा दोघांनाही ते खूप आवडते आणि माझ्या पोटरीचे स्नायू छानच दिसत आहेत! माझ्या पतीलाही, मी स्वत:च्या स्पेअर टायरसारख्या दिसणाऱ्या पोटाबद्दल दु:खाने बोलण्याऐवजी माझ्या वाढलेल्या एनर्जीबद्दल बोलताना ऐकणे जास्त सुखकारक वाटते आहे.

– जेनीस, तीन मुले

या आईने शारीरिक व्यायामाला पुन्हा तिच्या आयुष्यात परत आणले आहे आणि तेही जिममध्ये जाण्यासाठी वेळ नसताना. ती काहीतरी आनंद घेण्याजोगे आणि आवाक्यातले करते आहे जे ती पूर्वी करत असलेल्या गोष्टीमधूनच पुढे आले आहे. तुम्ही जे बदल करणार आहात त्यामध्ये कल्पकता आणि लवचीकता आणण्याचा प्रयत्न करा. छोटे पाऊल टाका, शक्य असेल तर आजच आणि ताबडतोब त्याचे लाभ उठवा.

सारांश : तुम्हाला जे करणे आवडते ते पुन्हा तुमच्या आयुष्यात परत आणण्याचे मार्ग शोधा, किंवा तीच गरज पूर्ण करू शकतील असे वेगळे मार्ग शोधा. थोडक्यात, काहीतरी नवीन करण्याचा प्रयत्न करा. पूर्णपणे वेगळे असे काहीतरी करणे हे तत्क्षणी ऊर्जा वाढवू शकते.

तुमच्या पूर्ण आयुष्य वरच्या पायरीवर न्या

तुमच्या आयुष्यातील 'मी' भागावर बरीच तपासणी केल्यानंतर आणि दुरुस्तीयोग्य बाबींवर विचार केल्यानंतर, संपूर्ण आयुष्यालाच वरच्या पायरीवर नेण्यासाठी तुमच्या आयुष्यातील अन्य महत्त्वाच्या घटकांकडे वळू या. या कल्पनेने उत्साहित व्हा, त्रासून जाऊ नका हे काही खूप मोठा बदल सुचवणारे नाहीतर छोटी सकारात्मक आणि रचनात्मक पावले टाकण्याबाबत आहे. ही पावले तुम्हाला तुमचे आयुष्य हव्या त्या दिशेला वळवण्यास मदत करतील. हे काहीसे तुमची कार MOT साठी नेण्यासारखे आहे. जिथे ते गाडीच्या इंजिनाचे मुख्य भाग तपासतात आणि गाडी

रस्त्यावर धावण्यास तंदुरुस्त आहे याची खात्री देतात. अशी चाचणी यशस्वीरित्या पार करण्यासाठी काय असणे गरजेचे आहे?

पुढे येणारा 'आयुष्याचे चाक' हा स्वाध्याय तुम्हाला तुमच्या आयुष्यातील महत्त्वाचे घटक ठरविण्यावर आणि तुम्ही त्यांच्याविषयी काय करू इच्छिता याबाबत विचार करण्यासाठी मदत करेल. जीवन प्रशिक्षक त्यांच्या ग्राहकांना, त्यांच्या आयुष्यातील कोणते भाग व्यवस्थित कार्यरत आहेत आणि कोणत्या भागांकडे लक्ष देण्याची गरज आहे हे ठरविण्यासाठी या स्वाध्यायाचा उपयोग करतात. अशासारखे काही कदाचित पूर्वी तुम्ही केलेले असेल; पण तुम्ही तसे एवढ्यातच केलेले असले तरी आता शक्य असेल तर पुन्हा करा. हा स्वाध्याय पूर्ण करायला तुम्हाला अंदाजे अर्धा तास लागेल परंतु तुम्ही या पुस्तकाच्या वाचनामध्ये जो संपूर्ण वेळ घालवणार आहात, त्यातील सर्वोत्तम अर्धा तास हा असेल.

आयुष्याचे चाक

पुढे दिलेले आयुष्याचे चाक लक्षपूर्वक पाहा आणि ते कसे भरायचे हे समजून घ्या. परंतु तुमच्या स्वतःच्या कल्पना आणि स्वतःचे गुणांकन लिहा. यासाठी तुमचा स्वतःचा पेपर घ्या. कमीतकमी A4 आकाराचा आणि तुमचे स्वतःचे चाक काढा. उदाहरणात दाखवल्याप्रमाणे त्यामध्ये रेषा काढा.

१. *चाकाच्या केंद्रस्थानी 'गुणधर्म' लिहून सुरुवात करा आणि या सहा भागात तुमच्या आयुष्याचे सहा महत्त्वपूर्ण भाग लिहा. ते यासारख्या गोष्टी असू शकतात. जसे की, कुटुंब, काम, चैन/ऐषोआराम, आरोग्य, अर्थसाहाय्य, मी, वैयक्तिक विकास किंवा ते काही विशिष्ट नातेसंबंध जसे की मुले, लग्न असे असू शकतात. तुमच्यासाठी जे योग्य आहे त्यांची निवड करा परंतु तुम्ही आरोग्याचा समावेश केला आहे ना याची खात्री करून घ्या. जर सहा भाग पुरेसे वाटत नसतील तर तुम्ही आठ भागांसह चक्र पुन्हा काढू शकता.*

२. *आता पुढच्या बाह्यगोलात जे तुमचे अंतिम ध्येय यासाठी आहे तिथे एका वाक्यात, यावर्षी तुमच्या आयुष्यातील या भागांमध्ये संपूर्ण समाधान कशामुळे मिळेल ते लिहा. ते नेमक्या स्वरूपात आणि तुमच्या आवाक्यातील असायला हवे. तर मग, 'अर्थसाहाय्य' या भागात तुम्हाला कदाचित श्रीमंत व्हावेसे वाटते असे लिहाल; परंतु हे खूपच अस्पष्ट होईल. श्रीमंत म्हणजे नेमके कसे? सर्व गहाण वस्तूंचे मूल्य चुकते केले आहे? कर्ज नाही? तुम्हाला किती पैसे मिळवावेसे वाटतात? किंवा तुम्ही 'कुटुंब'*

असे लिहिलेत तर तिथे अप्रतिम समाधान काय असेल? ते 'आनंदी असणे' असू शकते का? चांगली कल्पना आहे पण तुम्हाला कसे कळेल की तुम्हाला अप्रतिम समाधान मिळाले आहे? आता अस्पष्ट, धूसर कल्पना आणि काहीतरी नेमके वस्तुनिष्ठ या दोहोतील फरक तुमच्या लक्षात आला का?

३. *पुढे संख्यांच्या स्वरूपात, कल्पना करा तुमच्या 'अंतिम ध्येय' विभागातील ध्येयाप्रत पोहोचणे म्हणजे १० पैकी १० गुण. मग, तुमच्या प्रत्येक भागातील सद्य:स्थितीला तुम्ही किती गुण द्याल? उदाहरणार्थ, तुमचे अंतिम ध्येय 'आरोग्य' या विभागासाठी, मॅरेथॉन पळता येणे हे असेल आणि अद्याप तुमच्याजवळ स्वत:ची ट्रेनर्सची एक जोडीदेखील नसेल तर तुम्ही एक किंवा दोन गुण मिळवाल.*

चाकाच्या सभोवती, गोलाकार, प्रत्येक भागाकडे जा आणि १ ते १०च्या गुणपट्टीवर तुमचे गुण द्या. प्रत्येक भाग त्याच्या गुणांनुसार रेखांकित करा.

तुमचे प्राधान्य घटक आतील वर्तुळात लिहा –

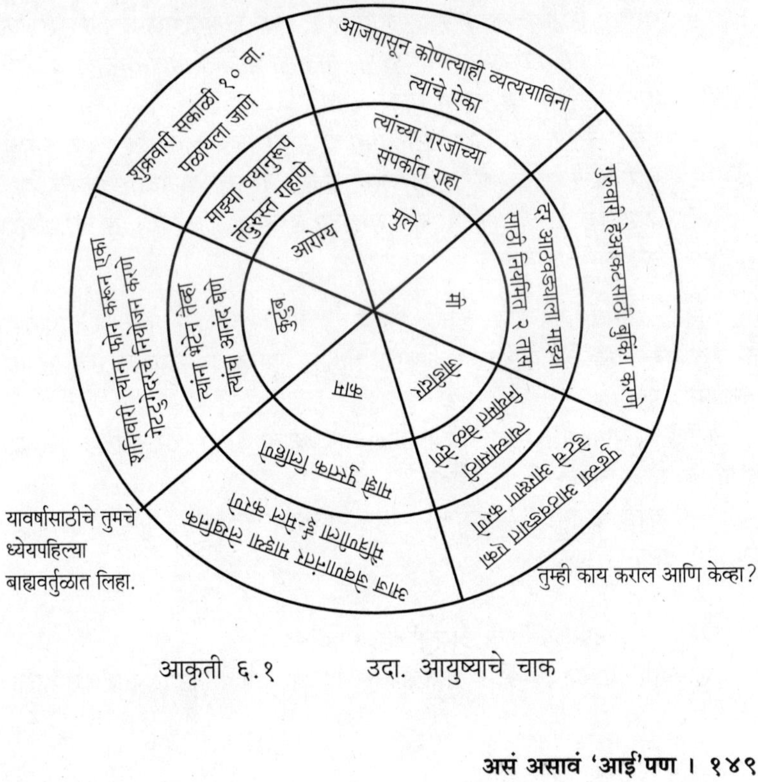

आकृती ६.१ उदा. आयुष्याचे चाक

हे कशासारखे दिसते आहे? चाक एकसारखे रेखांकित झाले आहे की खूप गुंता वाटतो? कुठेतरी मोठे छिद्र वाटते आहे का? तुम्ही कशाने आश्चर्यचकित झालात?

४. *यापुढे तुम्हाला अंतिम ध्येयाकडे नेणारी आणि तुम्हाला आत्ता मिळालेले गुण आणि दहापैकी दहा गुण यांच्यातील तफावत संपवणारी, पहिली पायरी कोणती असेल? प्रत्येक भागासाठी तुमची ही पहिली पायरी बाह्य वर्तुळात लिहा – 'तुम्ही काय कराल आणि केव्हा?'*
५. *त्यानंतर तुम्हाला ही पहिली पायरी चढण्यापासून परावृत्त करू शकतील अशा गोष्टी कोणत्या आहेत? उदाहरणार्थ – 'माझी मुले आजारी पडू शकतात' किंवा कधीकधी मला खूप आळस येऊ शकतो' असे काही अडथळे असल्यास त्यांची आणि त्या अडथळ्यांवर मात करण्यासाठी तुम्ही कोणते पाऊल उचलाल याची नोंद करून ठेवा.*
६. *पुढे, तुम्ही प्रत्यक्षात काय करणार आहात ते लिहा. अडथळ्यांचा तुमच्यावर होणारा प्रभाव लक्षात घेऊन आणि तशी एक प्रमाणित तारीख ठरवणे फार महत्त्वाचे आहे. त्यामुळे ते एक सकारात्मक आणि ठरावीक वेळात पूर्ण करण्याचे ध्येय होईल. तुम्हाला माहिती आहे याचा अर्थ काय होतो ते... तुमची डायरी बाहेर काढा.*
७. *अंतिमत: प्रत्येक भागासाठी तुम्हाला मदत करू शकतील, असे तुमचे सामर्थ्याचे मुद्दे लिहा. उदाहरणार्थ, जिद्द, तुमच्या मुलांवरील तुमचे प्रेम, कौटुंबिक आधार, पैसे, कार तुम्हाला प्रोत्साहित करेल असे जे काही तुम्हाला आठवते ते.*

पुन्हा सर्व नंबर्सकडे पाहा. कोणत्या नंबरला वाढीव डोस देण्याची गरज आहे? तुम्ही त्याबद्दल काहीतरी केलेत तर कोणत्या भागाचा तुमच्यावर सर्वाधिक सकारात्मक परिणाम होईल?

कोणत्या भागाचा, जर तुम्ही त्याच्याबाबतीत काही केलेत, तर तुमच्या मुलांवर सर्वाधिक सकारात्मक परिणाम होईल?

छान काम केलेत! तुम्ही आत्ताच एक महत्त्वाचा स्वाध्याय पूर्ण केला आहे; ज्यायोगे तुम्हाला समजेल....

१) तुमचे आयुष्य किती असंतुलित आहे आणि
२) तुमच्या आयुष्यातील महत्त्वाच्या भागांची प्रगती करण्यासाठी तुम्हाला

काय करावेसे वाटते.

तुम्ही करत असलेल्या गोष्टींचा/कृतींचा आनंद घ्या आणि त्यातून समोर येणारे परिणाम तुम्हाला निश्चित आवडतील.

सारांश : आयुष्याचे चाक हे तुमच्या आयुष्याच्या एका भागाभोवती पुन्हा करता येईल. जसे की, काम किंवा अर्थसाहाय्य. हे चाक म्हणजे, तुमच्या आयुष्याच्या त्या भागाकडे एखाद्या फोटोप्रमाणे पाहण्याचा आणि तुम्हाला प्रत्यक्षात हवे आहे, त्या दिशेने ते फिरविण्यासाठी काय बदल करायला हवे ते जाणून घेण्याचा, हा एक उत्तम मार्ग आहे. उत्तम ध्येय ही तुमच्या 'कम्फर्ट झोन'बाहेर असतात; परंतु तुमच्या आवाक्यात आणि ठरावीक वेळेच्या चौकटीत ठरवलेली असतात.

ताणाचा सामना करताना

आई असणे, मुलांना वाढवणे, कुटुंब चालविणे आणि त्याचबरोबर बहुधा नोकरीही करणे, हे ताण निर्माण करण्याचे सुंदर मिश्रण आहे. 'ताण' हा अशा शब्दांपैकी एक आहे, जे आपण मातांना नियमितपणे उच्चारताना ऐकतो. वेगवेगळ्या लोकांसाठी त्याचा अर्थ वेगवेगळा आहे. आपल्याला कसे वाटते आहे या गोष्टीचा त्या अर्थावर खूप मोठा प्रभाव असतो. कधीकधी आपल्यासमोर एक खरोखरच कठीण दिवस असतो तरीही आपण त्यातून व्यवस्थित पार पडतो तर कधीकधी तशाच अडचणी असताना आपला ताण उच्च पातळीवर पोहोचल्याचा आपल्याला अनुभव येतो. याठिकाणी आपण ताणाच्या चुकीच्या स्थितीत पोहोचतो, गोष्टी नियंत्रणाबाहेर गेल्यासारखे वाटते आणि याचा परिणाम म्हणून घाबरून केलेला श्वासोच्छ्वास, चिडखोर संवाद, नकारात्मक विचार, तसेच नंतर ज्यांचा पश्चात्ताप वाटेल अशा गोष्टींचा उच्चार, हे घडते. आपल्याला ताण सर्वत्र जाणवतो – आपल्या घरात, कुटुंबात, आपल्या कामाच्या ठिकाणी, आपल्या शेजारी, आपल्या मुलांच्या शाळेत – वस्तुतः प्रत्येक ठिकाणी जिथे आपण जातो आणि प्रत्येक गोष्ट जी आपण करतो, ती आपल्या आयुष्यात ताण आणू शकते. आपल्या आयुष्यातील ज्या घटकांची आपल्याला काळजी वाटते, त्यांच्याठायी ताण असतो कारण आपण जर पर्वाच केली नाहीतर ताण वाटण्याचे कारणच नाही. मातांसाठी ताण हा लहरींच्या स्वरूपात असतो. आपल्याला कसे वाटते आहे, प्रसंग कोणाभोवती आहे आणि दिवसाची वेळ कोणती आहे, या अनुषंगाने तो कमी-जास्त प्रमाणात असतो.

तुमची ताणाची पातळी ही वेळोवेळी नियंत्रणाबाहेर वाढते, हे तुम्हाला माहिती असेल तर तुमचा सामान्य दिवस कशाप्रकारचा असतो हे पाहण्यासारखे आहे, ज्यायोगे 'प्रेशर कुकर' क्षण कोणते, जे तुमच्या उद्रेकास कारणीभूत होऊ शकतात ते समजेल. हे तुमच्या फायद्यासाठी आहे कारण आपण अजूनही तुमच्यावरील प्रकरणामध्ये आहोत, परंतु तुमच्या तणाव पातळीबाबत तुम्ही काही करू शकलात तर तुमच्या कुटुंबासाठी ते कसे असेल? प्रत्येकाला याचा लाभ होणार नाही का?

तुम्ही कोठे ताण अनुभवता आहात?

तुमच्या आयुष्यातील मुख्य भागांचा विचार करा आणि त्यामधील प्रत्येक भागात तुम्ही किती तणावग्रस्त असता, हे लक्षात घ्या. अनेक गोष्टींचा ताणावर प्रभाव असू शकतो; परंतु प्रत्येक भागाबद्दल आज तुम्हाला कसे वाटते आहे, याचा विचार करा. त्याठिकाणी एक 'मी' प्रकार असतो, कारण बऱ्याचदा आपल्याला आपल्या स्वत:कडून उच्च अपेक्षा असल्याने आपणच आपल्या ताणाची निर्मिती करत असतो. आपण अपेक्षा कमी केल्या, तर तत्क्षणी आपली ताणाची पातळी खाली येईल.

तुम्हाला जे गुण तुमच्या तणाव पातळीस लागू होतात असे वाटते; त्या गुणांभोवती गोल करा. (१० म्हणजे उच्च ताण आणि ० म्हणजे ताण नाही.)

माझ्या आयुष्याचे मुख्य भाग	**सद्य:स्थितीत या भागांमुळे माझ्यावर येणाऱ्या ताणाची पातळी**
माझी मुले	० १ २ ३ ४ ५ ६ ७ ८ ९ १०
माझा जोडीदार	० १ २ ३ ४ ५ ६ ७ ८ ९ १०
माझे घर	० १ २ ३ ४ ५ ६ ७ ८ ९ १०
माझे काम	० १ २ ३ ४ ५ ६ ७ ८ ९ १०
माझे मित्र	० १ २ ३ ४ ५ ६ ७ ८ ९ १०
माझे विस्तृत कुटुंब	० १ २ ३ ४ ५ ६ ७ ८ ९ १०
माझे आरोग्य	० १ २ ३ ४ ५ ६ ७ ८ ९ १०
मी (माझ्या अपेक्षा)	० १ २ ३ ४ ५ ६ ७ ८ ९ १०
अन्य	० १ २ ३ ४ ५ ६ ७ ८ ९ १०

तुमच्या गुणांबाबत तुमच्या काय लक्षात आले? एखादे आश्चर्य? तुमचे सर्वाधिक

गुण मिळवणारे ताण सर्वप्रथम या क्रमाने तुमचे गुण पुन्हा लिहा. उदाहरणार्थ, तुमचे सर्वाधिक गुण 'माझे घर' या भागासाठी असतील, तर ते पहिल्या स्थानावर लिहा.

माझ्या आयुष्याचे भाग	**ताण निर्मितीचे गुण**
१.	
२.	
३.	
४.	
५.	
६.	
७.	
८.	
९.	

तुमच्या सर्वाधिक ताण निर्माण करणाऱ्या भागांकडे लक्ष द्या – ते भाग ज्यांच्याबाबत खरोखरच काही करण्याची गरज आहे. जर तुम्ही सहापेक्षा जास्त गुण मिळवलेले असतील तर कल्पना करा. हे गुण २ किंवा ३ असे कमी झाल्यानंतर तुमचे आयुष्य कसे असेल? कशाप्रकारच्या भावना तुमच्याकडे असतील? (आणि कोणत्या भावना कमी?)

मला माहिती आहे, जेव्हा डायरीमध्ये खूप जास्त गोष्टी असतात तेव्हा माझी ताणाची पातळी वाढत असल्याचे मला जाणवते म्हणून आता मी 'ब्लँक' या वेळात लिहिते आणि जेव्हा मला अनावश्यक गोष्टी करण्यासाठी सांगितले जाते, (जसे की, शाळेतील यात्रेच्या आयोजनात मदत करणे.) तेव्हा 'नाही' म्हणण्यासाठी मला या गोष्टींची मदत व्हावी म्हणून ते सुरक्षित ठेवते. सुरुवातीला मला अपराधी वाटले, परंतु आता माझ्या ताणाची पातळी कमी करणे हे जास्त महत्त्वाचे आहे, हे मी ओळखले आहे.

– ल्यूसी, नोकरी करणारी आई, १० वर्षांच्या आतील दोन मुले

कधीकधी आपल्या नियंत्रणाबाहेरील गोष्टींमुळे ताण निर्माण होतो. आपण मुलाला शाळेतून आणण्यासाठी निघालेले आहोत आणि रस्त्यातच गाडी बिघडते किंवा अपघात झालेला असतो किंवा तुम्ही ऑफिसला जायला निघालेले आहात आणि तेव्हाच तुमचे मूल डोके दुखत असल्याबद्दल तक्रार करते. तुम्ही पाहता तो

काय त्याचा ताप १०० डिग्री फॅरनहीटच्या पुढे गेलेला आहे. अशी परिस्थिती निर्माण होण्यासाठी तुम्ही काहीही केलेले नाही; परंतु तुमच्यावर त्यांचा उल्लेखनीय परिणाम होतो आणि तुमची ताणपातळी वाढते. म्हणूनच, तुम्ही ताण वाढविणाऱ्या कोणत्या गोष्टींबाबत काही करू शकता आणि केव्हा या गोष्टी तुमच्या नियंत्रणाबाहेर असतात हे ओळखता येणे महत्त्वाचे आहे. हे सगळे सांगितल्यानंतर, तुम्ही कसा प्रतिसाद द्यायचा हे अजूनही ठरवू शकता.

मला आठवते, मी एकदा एका ट्रॅफिक जॅममध्ये अडकले होते. माझ्या मुलीला शाळेतून घरी आणण्यासाठी मी निघाले होते आणि मला भयानक उशीर झालेला आहे हे मला माहिती होते. माझ्या मोबाईल फोनची बॅटरी संपलेली होती. माझे तळहात घामेजले होते आणि माझी ताण पातळी वाढत असल्याचे मला जाणवत होते. अचानक माझ्या डोक्यात प्रकाश पडला, चिंताग्रस्त होण्याने ट्रॅफिक जॅममध्ये काहीही फरक पडणार नव्हता, त्यामुळे माझी स्थिती मात्र अधिकच बिघडत होती. मी स्वत:ला सांगितले, शाळा माझ्या मुलीची काळजी घेईल. शक्य तितक्या लवकर पोहोचण्याचा मी प्रयत्न करेन आणि मधल्या काळात फोन शोधेन. मी शाळेत पोहोचले तेव्हा मी क्रीडांगणावरील शेवटची पालक होते आणि माझी मुलगी समजण्यासारखे आहे, रागावलेली होती. तथापि, मी शांत होते आणि तणावमुक्त होते, त्यामुळे माझ्याकडे माझ्या मुलीचा मूड आणि नाराजीची वागणूक यांना हाताळण्याइतकी ऊर्जा होती.

– जेनी, नोकरी करणारी आई, १६ वर्षांच्या आतील तीन मुले

सारांश : काही वेळा 'नाही' म्हणायला आणि त्याबद्दल अपराधी न वाटू द्यायला शिका. तसेच केव्हा, तुम्ही तुमच्या नियंत्रणाबाहेरील गोष्टींना तुमची ताण पातळी वाढवण्याची परवानगी देत आहात, हे ओळखा. ज्यामुळे तुम्ही शांत आणि तर्कशुद्ध राहण्याची निवड कराल.

माझ्या नियंत्रणाबाहेरील ताणाचे उदाहरण

तुम्ही खरोखरच तणावग्रस्त झाला होता, जशी जेनी झाली होती, असा प्रसंग आठवतो? आणि तुम्हाला आठवते का की तणावग्रस्त होण्याने परिस्थिती बदलायला मदत होणार नाही हे तुम्हाला कळले होते?

तुम्ही हा प्रसंग पुन्हा आठवाल तसे तुम्ही तुमच्यावरील ताण हलका करण्यासाठी कोणत्या गोष्टी वेगळ्या प्रकारे करू शकला असता ते इथे लिहा. (तुमचे कुटुंब सोडून द्या किंवा स्पामध्ये जा, ही उत्तरे फारशी वास्तवास धरून वाटत नाहीत.)

ताणाचे निराकरण करण्याचे मार्ग

तुमच्या स्वत:च्या आणि तुमच्या कुटुंबाच्या मानसिक निरोगीपणासाठी ताणाचे निराकरण करण्याचे मार्ग शोधायलाच हवेत. तुमच्यासाठी काय योग्य ठरेल हे शोधायला तुम्हाला मदत करणारी अनेक पुस्तके, संकेतस्थळे, वर्कशॉप्स आणि प्रशिक्षक उपलब्ध आहेत. मातांसाठी ताण कमी करण्याचे सोपे आणि वास्तववादी मार्ग शोधणे आवश्यक आहे. त्यांना उपयोगी वाटतील अशा काही कल्पना येथे दिलेल्या आहेत.

* पाच मिनिटांसाठी बाहेर जा आणि खोल श्वास घ्या.
* रूमबाहेर जा.
* शांत, प्रसन्न संगीत ऐका
* मेणबत्ती लावा
* तुम्हाला आवडते असे काहीतरी खा (आणि ते फारसे अपायकारक नसावे!) किंवा प्या (कदाचित तुम्हाला लो-ब्लड प्रेशरचा त्रास असावा ज्यामुळे तुम्ही ताणाला लवकर बळी पडता.)
* मित्राला/मैत्रिणीला फोन करा.
* काहीतरी लिहा – फक्त पाच मिनिटांसाठी जे काही तुमच्या मनात येते ते लिहून काढा.
* थोडासा व्यायाम करा. घराभोवती गोल चक्कर मारा.
* तुम्ही करत असलेले काम थांबवा आणि बाळाला कुशीत घ्या.
* टॉयलेटला जाऊन या.
* रडून घ्या.
* स्वत:ला छानशी मेजवानी द्या.
* विश्रांती घ्या किंवा ध्यान करा.
* कशामुळे ताण जाणवतो आहे, हे स्वत:शी मान्य करा. (उदाहरणार्थ, थकल्यामुळे, निराश झाल्यामुळे, मासिक पाळी अगोदरच्या स्थितीमुळे)
* माफी मागा
* संताप करण्याऐवजी कृतज्ञ राहा.

* तुमचे कपडे बदला.
* छानशी अंघोळ करा.
* टीव्ही पाहा किंवा रेडिओ ऐका.
* नृत्य करा.

येथील तक्त्यात, तुम्हाला कोणत्या गोष्टींमुळे ताण येतो आणि त्याबाबत तुम्ही काय करू शकता हे लिहून काढा.

ते तुमच्या डोक्यातून काढून टाका आणि या पेपरवर उतरवा. तुम्हाला कशाची मदत होईल?

तुम्हाला सर्वाधिक ताण जाणवणारी तीन क्षेत्रे निवडा (तुम्ही आधी ती लिहिलेली आहेत.) आता याठिकाणी तुमच्या ताणाची पातळी खाली आणू शकतील, अशा पाच गोष्टी लिहा. यासाठी वर दिलेल्या कल्पनांचा उपयोग करा किंवा तुम्ही स्वत: नवीन शोधा.

माझ्या आयुष्यातील क्षेत्रे	**ताण घालविणाऱ्या पाच गोष्टी**
उदा. माझे घर	सिंकवरील लाइट फिटिंग दुरुस्त करणे
१	१
	२
	३
	४
	५
२	१
	२
	३
	४
	५
३	१
	२
	३
	४
	५

पाहा तर, तुम्ही काय तयार केले आहे! तुमच्या आयुष्यातील सर्वाधिक ताण असलेली तीन क्षेत्रे व त्या क्षेत्रातील ताण कमी करण्याचे १५ मार्ग आता

तुमच्याजवळ तयार आहेत. तुमच्यासाठी हे मस्तच आहे. या गोष्टी तुमच्यासाठी फार परिणामकारक सिद्ध होणार आहेत आणि तुम्ही त्यासाठी योग्य आहात. अशाच प्रकारे काम करत राहा.

> **सारांश :** ताणाने तुमच्यावर नियंत्रण मिळवण्याऐवजी तुम्ही ताणावर नियंत्रण मिळवा. तुमच्या मुलांच्या वयाला अनुरूप पद्धतीने हे तुमच्या मुलांनाही समजावून सांगा. ज्यामुळे तुम्ही किती परिणामकारक रितीने ताणाशी लढता हे पाहत ते मोठे होतील.

तुमच्या स्वतःचे उत्तम मित्र बना

तुम्ही तुमचे मित्र निवडू शकता, कुटुंब नाही. आपण ज्यांच्याबरोबर राहतो, ज्यांच्यावर प्रेम करतो, त्यांच्यापेक्षा कितीतरी चांगली वागणूक आपण आपल्या मित्रांना देतो. आपण आपल्या मित्रांशी नम्रतेने, रुचीपूर्ण आणि प्रेमाने बोलतो. त्यांना गरज असते, तेव्हा मदतीचा हात पुढे करतो. त्यांच्यासाठी शुभेच्छापत्र, भेटवस्तू देऊन त्यांच्याबरोबर बाहेर फिरायला जाण्याचे बेत ठरवून, स्तुती करून आपण त्यांना आश्चर्यचकित करतो. या सर्व गोष्टी आपण आपल्या कुटुंबासाठीही करतो; परंतु मित्रांसाठी करताना त्या काहीशा वेगळ्या पद्धतीने केल्या जातात. आपले विचार, भावना, शब्द आणि कृती आपल्या मैत्रीला जोपासणाऱ्या असतात. कारण ती आपल्यासाठी अनमोल असते म्हणूनच तुमच्यासंबंधी असलेल्या या प्रकरणाच्या शेवटच्या भागात, कृपया चांगल्या मित्राची गुणवैशिष्ट्ये कोणती, यावर थोडा विचार करा. ही गुणवैशिष्ट्ये दयाळूपणा, मजा, आधार, प्रामाणिकपणा ऐकून घेणारा किंवा बऱ्याच गोष्टी तुमच्यासारखा असणारा सोबतीही असू शकतील. जेव्हा तुम्हाला ही गुणवैशिष्ट्ये तुमच्या मित्रामध्ये आढळतात तेव्हा तुमच्यातीलच काही भाग तुम्हाला सांगतो की हा मित्र/मैत्रीण माझ्यासाठी खास आहे. त्याला चांगली वागणूक दे. कारण ही मैत्री मला जपायची आहे.

> **मी चांगल्या मित्राशी कसे वागते**
>
> मी त्यांच्याबाबत काय विचार करते
>
> मी काय करते
>
> मी काय म्हणते

तुमच्या जवळच्या मित्राइतकेच तुम्हीही महत्त्वाचे आहात आणि 'चांगल्या मित्राशी वागणूक' याच पद्धतीने तुम्ही दररोज स्वत:ला वागवले पाहिजे. तुम्ही त्यासाठी पात्र आहात. एक छानसे ड्रिंक बनवण्यासाठी आणि अर्धवट न ठेवता, पूर्ण पिण्यासाठी तुम्हाला कदाचित फक्त ५ मिनिटे लागतील किंवा मुलांना शाळेतून आणण्यापूर्वी तुम्ही स्वत: २० मिनिटांची छानशी डुलकी घेऊ शकता किंवा तुमच्याकडे थोडा जास्त वेळ असेल, तर मैत्रिणीची भेट ठरवा किंवा छानसा हेअरकट करून या. स्ट्रेस (stress) या शब्दातच रेस्ट्स (rests) हा शब्द दडलेला आहे म्हणूनच तुमच्या आयुष्यात काही 'rests' निर्माण करण्यासाठी हीच तुमची संधी आहे.

दररोज मुलांना शाळेत सोडून आल्यानंतर मी स्वत:साठी एक कप छानशी कॉफी बनवते. तिचा तो सुगंध ती बनवण्याचा आणि पिण्याचा रोजचा ठरलेला कार्यक्रम हे सगळेच मला खूप आवडते. खास 'माझ्या' अशा या क्षणांसाठी माझ्याकडे माझा आवडता मग आहे.

– ल्यूसी, नोकरी करणारी आई, दोन मुले

ताणाचे निराकरण करणाऱ्या कल्पनांच्या यादीमधून तुम्हाला काही कल्पना मिळतीलही; परंतु अशा ट्रीट्समुळे तुमची काळजी घेणे, याव्यतिरिक्त दुसरा कोणताही उद्देश साध्य होत नाही. ते फक्त एवढ्यासाठी कारण तुम्ही समाजाचे मौल्यवान सदस्य आहात. पुढच्या पिढीसाठी तुमचे विशेष योगदान आहे. जशी तुम्ही तुमच्या मुलांची जोपासना करता तशा आणि तितक्याच जोपासनेची तुम्हालाही गरज आहे. तुम्ही स्वत:ला दररोज, दर आठवड्याला, दर महिन्याला कशाप्रकारे सोपी ट्रीट देऊ शकता याचा विचार करा.

माझ्यासाठी दररोजची ट्रीट काय असू शकते.

आठवड्याची ट्रीट

महिन्यातील ट्रीट

आणि शेवटी सांगायचे म्हणजे...**कधीही अपराधी वाटून घेऊ नका.**

सारांश : 'ट्रीट' या शब्दातून असे काहीतरी जे दुर्मीळ आहे, असा भाव प्रतीत होतो; परंतु कामात गढलेल्या मातांसाठी, ज्यांचा दररोजचा दिवस खूप व्यग्र आहे, अशा मातांसाठी रोजची ट्रीट आवश्यक आहे

तुमची काळजी घेण्याबाबत लक्षात ठेवाव्यात अशा दहा सोनेरी गोष्टी

१. तुमच्या स्वत:च्या गरजांकडे तुम्ही पुरेसे लक्ष देत आहात, याची खात्री करून घ्या. ज्यायोगे तुमचे मातृत्वाचे काम करण्यासाठी तुम्ही फिट राहाल.

२. जेव्हा आपण खूप तणावग्रस्त असतो तेव्हा रोजचे कौटुंबिक जीवनही दमवणारे, तुमच्याकडे बरेच काही मागणारे वाटते.

३. समाजाच्या विकासाशी निगडित असलेले बदल मातृत्वानेही अनुभवले आहेत.

४. तुमची मुले जसजशी अवलंबून असण्यापासून स्वतंत्र होण्यापर्यंत मोठी होतील तसतशी आई म्हणून तुमची भूमिका बदलत राहील.

५. तुमची स्वत:ची ओळख पुन्हा मिळवा आणि त्याचबरोबर इतरांच्या संदर्भातून तुम्हाला ओळखायला शिका.

६. तुम्हाला करायला आवडतात अशा गोष्टींना तुमच्या आयुष्यात पुन्हा स्थान देता येईल, यासाठीचे मार्ग शोधा किंवा काही नव्या गोष्टी शोधून काढा.

७. तुमच्या जीवनाचे चक्र, जे मागे काढलेले आहे ते पुन्हा एकदा पाहा आणि आयुष्याच्या कोणत्या क्षेत्रात जास्त लक्ष देण्याची गरज आहे ते शोधा.

८. कधीकधी 'नाही' म्हणण्याची सवय करा. ज्यामुळे तुम्हाला तुमचा वेळ आणि अवकाश मिळू शकेल.

९. ज्या गोष्टींमुळे तुम्हाला ताण जाणवतो त्या गोष्टींवर नियंत्रण मिळविण्याचा प्रयत्न करा आणि अशा प्रकारच्या ताणाचे निराकरण करण्यासाठी तुमचे स्वत:चे तंत्र विकसित करा. तुम्हाला तसे करताना पाहणे तुमच्या मुलांसाठीही चांगले आहे.

१०. आठवड्याचा शेवटचा दिवस स्पामध्ये घालवायला मिळावा म्हणून वर्षभर वाट पाहण्यापेक्षा नियमित अंतराने स्वत:साठी छोट्या-छोट्या ट्रीटची व्यवस्था करा.

आपण काय शिकलो...

येथे दिलेला प्रत्येक मुद्दा तुम्ही या प्रकरणात शिकला आहात, हे तपासून पाहा आणि तुमच्या आयुष्यात तो उपयोगात आणण्यासाठी तयार राहा.

* मातांची बदलती भूमिका समजून घ्या.
* शेफपासून शोफरपर्यंतच्या वेगवेगळ्या भूमिका ज्या एका आईला कराव्या लागतात, त्या माहिती करून घ्या.
* तुमचे जीवनमान कसे उंचावता येईल, हे जाणून घ्या.
* ताणावर नियंत्रण कसे मिळवावे, हे जाणून घ्या.
* तुमच्यासाठी 'अवकाश' निर्माण करा, त्यासाठी योग्य ती कृती करा.

हे प्रकरण वाचल्यानंतर एक आई म्हणून मी स्वत:बद्दल काय शिकले?

यामधील सर्वांत वैशिष्ट्यपूर्ण गोष्ट कोणती?

भाग ३

मुले
आणि
कुटुंबाचे विश्व

७

वर्तणूक नेहमीच काहीतरी सूचीत करते

या प्रकरणात तुम्ही शिकणार आहात....

* मुलांच्या वर्तणुकीवर प्रभाव असणाऱ्या घटकांबाबत
* तुमच्या वर्तणुकीचा प्रतिसाद कशावर ठरतो?
* भावंडे आणि इतर प्रतिस्पर्ध्यांविषयी
* जेव्हा वाईट गोष्टी घडतात तेव्हा सत्यपरिस्थितीला सामोरे कसे जावे – जसे की घटस्फोट, मृत्यू, चीड वा संताप आणणाऱ्या गोष्टी

हे एक खूप मोठे आणि वाचताना गुंतवून ठेवणारे प्रकरण आहे. हे एक संपूर्ण पुस्तक होऊ शकेल, कारण वर्षातला प्रत्येक दिवस मुलांच्या वागणुकीशी जुळवून घेणे हेच मातांचे मोठे काम असते; परंतु आपल्या कुटुंबामध्ये काय घडते आहे, यावर फक्त मुलांच्या वागणुकीचाच प्रभाव असतो, असे नाहीतर आपली वर्तणूकही तितकीच महत्त्वाची असते. आपल्या मुलांसारखेच आपणही हट्ट करत असतो आणि आपल्या सगळ्या वाईट कृत्यांची ते नक्कल करतात यात काहीच आश्चर्य नाही. आपल्या मुलांनी ओरडून बोलणे थांबवावे म्हणून पालक त्यांना ओरडून सांगत आहेत हे तुम्ही पाहिले आहे ना?

हे खूप मोठे प्रकरण आहे आणि कदाचित ते वाचण्याइतकी आणि त्यातील स्वाध्याय करण्याइतकी एनर्जी आपल्यामध्ये नाही असे तुम्हाला वाटू शकते. तथापि, मुलांच्या मोठे होण्याबरोबरच त्यांच्या वर्तणुकीसंबंधित आव्हानांकडे पुरेसे लक्ष न दिल्याची किंमतही वाढत जाते. अगदी तुमच्या कुटुंबाचे खाण्याचे बिल वाढते तसेच जर मुलांच्या आयुष्याच्या पहिल्या दहा वर्षांमध्ये तुम्ही या गोष्टीवर काम केलेत तर त्यांच्याकडून कशाप्रकारच्या वर्तणुकीची अपेक्षा आहे, नियम काय आहेत हे त्यांना समजेल आणि नंतरच्या दहा वर्षांत हे तुमच्यासाठी खूप सोपे होऊन जाईल. एक मूल ज्याला पाचव्या वर्षी कळते की, तुम्ही एकदा नाही म्हटलेत म्हणजे त्याचा अर्थ 'नाही' असाच होतो. त्याला पंधराव्या वर्षीही हे सांगावे लागणार

नाही. त्यांना हे कदाचित आवडणार नाही, पण तुम्ही नेहमी तसेच केले असल्यामुळे तुम्ही 'नाही' म्हणताहात म्हणजे 'नाही' हे त्यांना कळते.

मुलांच्या वागणुकीवर परिणाम करणारे चार मुख्य घटक :

१. संवाद
२. स्व-प्रतिमा (सेल्फ एस्टीम)
३. भावना
४. मर्यादा

सारांश : पहिली पायरी ही मुलांच्या वर्तणुकीमागील कारणे ओळखणे ही आहे. तुम्ही मूल असा किंवा पालक, जे तुम्ही स्वत:शी मान्य करत नाही त्यात तुम्हाला बदल करता येत नाही.

जेव्हा तुमची मुले आव्हाने उभे असतील तेव्हा नेमके काय होतेय, हे शोधून काढायला हे प्रकरण तुम्हाला मदत करेल जेव्हा त्यांच्या वर्तणुकीचे कारण तुम्ही ओळखू शकता तेव्हाच त्याच्या निराकरणाची चांगली संधी तुम्हाला मिळते. न्याय्य वागण्याचे उद्दिष्ट ठेवा, तुम्ही ठाम राहण्याची गरज असेल तिथे ठाम राहा आणि कृपया ठरवलेल्या गोष्टीत बदल करू नका. (नाहीतर प्रकरण आणखी बिघडेल.) तुमची स्वत:ची पालकत्वाची स्टाईल असेल – जी कठोर, मवाळ, ठाम किंवा खंबीरपणाचा अभाव असलेली किंवा सगळ्यांमधील थोडे-थोडे असलेली अशी असू शकते. आपण कोणत्या प्रकारचे पालक आहोत आणि कोणत्या गोष्टीने आपले तंत्र बिघडते हे माहिती असेल, तर तुम्ही स्वत:च्या वागणुकीबाबतचे प्रश्न परिणामकारकरित्या हाताळू शकाल. पालकत्वाच्या शैलीबाबत तपशिलात जाणून घेण्यासाठी पुन्हा तिसरे प्रकरण पाहा.

असे म्हणतात की, पहिल्या मुलाबरोबर आपण केलेली सर्वांत वाईट गोष्ट म्हणजे दुसऱ्या मुलाला जन्म देणे, जरी त्याच्या भल्यासाठीच आपण त्याला भाऊ किंवा बहीण आणत असलो तरीही. भावंडे बऱ्याचदा भांडतात आणि कुटुंबात सगळीकडे मत्सर भरलेला असतो. पुन्हा या विषयावर एक पुस्तक लिहिता येईल. परंतु या प्रकरणामध्ये भावंडांमधील वादाची मुख्य क्षेत्रे कोणती असू शकतात, हे दर्शवले आहे. त्याचबरोबर भावंडांमधील मत्सर कशाप्रकारे हाताळावा याबाबत मातांच्या काही सूचना येथे दिलेल्या आहेत.

शेवटी कुटुंबात वाईट घटनाही घडतात. ज्यांच्यावर आपण जिवापाड प्रेम करतो त्यांना अपघात होऊ शकतो, गंभीर आजार होऊ शकतो आणि यापेक्षाही भयंकर म्हणजे त्यांना मृत्यू येऊ शकतो. नातेसंबंध कोलमडून पडतात, कुटुंबाचे

विभाजन होते ज्यामुळे कुटुंबामध्ये अनेक वर्षांसाठी दु:ख, ताण आणि इतर व्यवहारी अडचणी निर्माण होतात. चिडचिड, संताप यामुळेसुद्धा कुटुंबात अनिश्चितता आणि चिंतेचे मोठे तरंग उमटतात. मुलांना त्यांच्या मित्रमैत्रिणींकडून अत्यंत नकारात्मक अनुभव येऊ शकतात आणि शाळा हे दु:खाचे ठिकाण असू शकते. जेव्हा आयुष्यात अशा अवघड घटना घडतात तेव्हा पालक त्या कशाप्रकारे हाताळतात? ते मुलांना अशा परिस्थितीत सामील करून घेतात की त्यांना दूर ठेवतात? कोणत्याही प्रकारे असो परंतु दुर्घटनेचा तडाखा बसल्यानंतर मुलांवर त्याचा काय परिणाम होईल याचीच पालकांना काळजी वाटते. जरी तुमची पहिली दहा वर्षे होऊन गेलेली आहेत आणि त्यानंतर केव्हातरी काही अतिशय वेदनादायी, अवघड प्रसंग/घटना तुमच्या कुटुंबात घडते अशावेळी त्यांची आई म्हणून मुले तुमच्याकडे येतील का? त्यांना आयुष्याच्या या अंधाऱ्या बाजूचा अर्थ जाणून घ्यायला तुम्ही मदत कराल, असे त्यांना वाटेल का, अर्थात तो खूप वेदना देणारा असला तरीही किंवा अशी वाईट गोष्ट घडते तेव्हा ज्यांच्याशी बोलता येऊ शकेल, अशांपैकी तुम्ही शेवटच्या व्यक्ती आहात असे त्यांना वाटते?

वर्तणुकीमागील चार कारणे

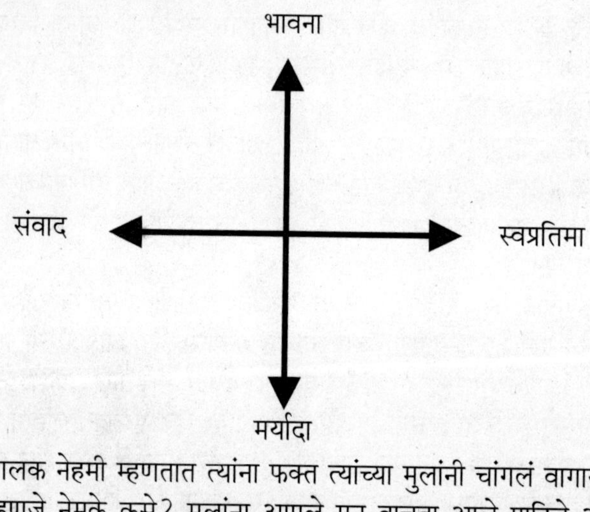

पालक नेहमी म्हणतात त्यांना फक्त त्यांच्या मुलांनी चांगलं वागायला हवंय, पण म्हणजे नेमके कसे? मुलांना आपले मन वाचता आले पाहिजे आणि जेव्हा आपण 'नीट वागा' असे म्हणते तेव्हा आपल्याला त्यांनी काय करायला हवेय हेही त्यांना कळले पाहिजे, असे तर नाही ना? 'नीट वागा' अशी गोंधळात टाकणारी सूचना ओरडून सांगण्याऐवजी सर्व संबंधित लोक जर मुलांच्या अशा वागण्यामागचे (जे वागणे त्यांनी बदलावे असे आपल्याला वाटते त्या वाटण्यामागचे.) कारण

ओळखायला शिकले, तर जास्त चांगले होईल ना? कधीकधी ती अगदी उघडपणे दिसतात. तर कधी ती तुमच्या लक्षात येतात, कारण आई म्हणून तुम्हाला तुमच्या मुलांना जाणून घेण्याची चांगली संधी मिळते, त्यांच्या वागण्यामागची सिग्नल्स ओळखण्यात तुम्ही तज्ज्ञ बनून जाता. एक मूल जेव्हा बागेतून बाहेर पडायलाच तयार नसते तेव्हा ते खूप थकलेले, भुकेलेले असण्याची शक्यता आहे. म्हणूनच ते किंचाळते जमिनीवर आडवे होऊन ओरडते, आपल्या बग्गीत बसायला तयार होत नाही किंवा या तीनही गोष्टी करते; परंतु अशा वागण्यामागचे कारण कदाचित हे असू शकेल की तुम्ही त्यांना आता थोड्यावेळातच घरी जायची वेळ होईल, हे सांगितले नसेल (संवाद) किंवा तुम्ही त्यांना खूप वेळा सांगितलेही असेल, पण नेहमीप्रमाणे तुम्हाला खरेच तसे म्हणायचे नाहीये हे त्यांना माहिती असेल (मर्यादा) किंवा आपण मुलाला त्याच्या बग्गीत बसवून घरी नेऊ शकू हा तुम्हाला विश्वासच वाटत नसेल; त्यासाठी लागणारी जास्तीची ऊर्जा आणायची कुठून? तुमच्या मनाच्या कोपऱ्यात कुठेतरी तुम्हाला काळजी सतावतेय की, तुम्हाला त्यांचे सहकार्य मिळवण्यात आत्ताच एवढ्या अडचणी येताहेत तर त्यांच्या कुमारवयात कसे होणार?

बागेत खेळणाऱ्या या लहान मुलाच्या उदाहरणामध्ये वर्तणुकीवर परिणाम करणाऱ्या चार महत्त्वाच्या घटकांपैकी एक किंवा अनेक घटक परिणाम करत असतील, एक आई म्हणून तुमच्यासाठी यातील योग्य घटक कोणता हे ओळखण्याचे काम तुमचे आहे, अशी परिस्थिती असेल तर तुमचे मूल कशाप्रकारचे आहे, तुम्ही कशाप्रकारचे पालक आहात आणि अशावेळी तुम्हाला काय वाटत असेल – केवढे आव्हान आहेत!

चांगली बातमी म्हणजे तुमची वर्तणूक व्यवस्थापन अवजारे वापरण्याची वा तशी अवजारे तयार करण्याची भरपूर संधी तुमची मुले तुम्हाला देतील. यामध्ये 'परिपूर्णता' मिळवणे, हा तुमचा उद्देश नसणारच (आपल्याला माहितीये की, 'परिपूर्ण' असे काही नसतेच.) परंतु अशी विश्वासार्ह अवजारे जवळ असल्यामुळे तुम्हाला आव्हानांशी लढा देताना किती छान वाटू शकेल?

सारांश : एवढ्या सगळ्या वर्षांत तुमची आणि तुमच्या मुलांचीही वर्तणूक समजून घेण्याचा भरपूर सराव तुम्हाला झालेला असेल. संवाद, स्वप्रतिमा, भावना किंवा मर्यादा हे एखाद्या ट्रिगरचे काम करतात. जेव्हा एखादी गरज पूर्ण होत नाही तेव्हा मुलांच्या वागणुकीमागे अनेक गोष्टी एकत्रितपणे कारणीभूत असतात किंवा मुले विशिष्ट प्रकारे का वागत आहेत यामागचे कारण शोधणे खूप अवघड वाटते. जेव्हा तो प्रसंग होऊन जातो, त्यामागच्या भावना शांत होतात, त्यानंतर त्या प्रसंगामागची कारणे शोधून काढण्यासाठी त्या प्रसंगाची मनातल्या मनात उजळणी करणे तसे बरेच सोपे आहे.

तुमचा पालकत्वाचा टूलबॉक्स

तुमचा टूलबॉक्स भरण्याअगोदर, तुमच्या समस्या काय आहेत आणि त्यांचा तुमच्यावर किती परिणाम होतो हे विचारात घेणे उपयोगी ठरेल. तुम्हाला विचारप्रवृत्त करण्यासाठी इथे काही सामान्य उदाहरणे दिली आहेत. त्यांच्याखाली तुम्हाला स्वत:च्या उदाहरणांची भर घालता यावी म्हणून काही मोकळी जागा दिलेली आहे. उदाहरणामध्ये एक संख्या दिलेली आहे. त्या आईवर होणारा परिणाम या संख्येने दर्शविला आहे आणि त्या प्रसंगाची वारंवारता दर्शवण्यासाठी फुलीचा वापर केला आहे. या तक्त्यामध्ये तुम्हाला लागू होणारी संख्या आणि फुली त्या-त्या रकान्यात लिहा. इथे चार रकाने दिलेले आहेत. संवाद, स्वप्रतिमा, भावना आणि मर्यादा.

संवादविषयक समस्या

१. संवाद				
संवाद	**१ ते १०च्या गुणपट्टीवर लिहा याचा तुमच्यावर होणारा परिणाम**	**किती वारंवार असे घडते?**		
		वरचेवर	**कधीतरी**	**कधीही नाही**
उदा. मुले उलट उत्तर देतात	८		×	
माझे ऐकत नाही	९	×		
ओरडतात	६		×	
मी त्यांचे ऐकत नाही	९	×		
माझ्या स्वत:च्या संवाद समस्या				

२. स्वप्रतिमा				
संवाद	१ ते १०च्या गुणपट्टीवर लिहा याचा तुमच्यावर होणारा परिणाम	किती वारंवार असे घडते?		
		वरचेवर	कधीतरी	कधीही नाही
उदाहरणार्थ – मूल छानसे खेळत नाही	७		×	
मूल शाळेत असमाधानी आहे	९	×		
मुलांच्या वागण्यातील आव्हान कशाप्रकारे हाताळावे याबाबत मला खात्री वाटत नाही	८		×	
याबाबतच्या माझ्या स्वत:च्या किंवा मुलांच्या समस्या				

३. भावना				
संवाद	१ ते १०च्या	किती वारंवार असे घडते?		
	गुणपट्टीवर लिहा याचा तुमच्यावर होणारा परिणाम	वरचेवर	कधीतरी	कधीही नाही
मुलाला अंधाराची भीती वाटते	९			×
मूल नेहमी रागावलेले असते	९	×		
मला दमल्यासारखे वाटते	९	×		
माझ्या स्वत:च्या किंवा माझ्या मुलांच्या भावना				

४. मर्यादा				
संवाद	१ ते १०च्या	किती वारंवार असे घडते?		
	गुणपट्टीवर लिहा याचा तुमच्यावर होणारा परिणाम	वरचेवर	कधीतरी	कधीही नाही
उदा. मुले माझी आज्ञा पाळत नाहीत.	८		×	
मुले घरात मदत करत नाहीत	५	×		
माझ्या वागण्यात सारखेपणा नसतो	९	×		
माझ्या स्वत:च्या किंवा माझ्या मुलांच्या मर्यादाविषयक समस्या				

तुमच्या निकालाकडे बारकाईने पाहणे महत्त्वाचे आहे आणि त्याचबरोबर तुमच्यावर कोणत्या गोष्टीचा किती परिणाम होतो आणि ती गोष्ट घडण्याची वारंवारता यामधील संबंधही पाहायला हवा. उदाहरणार्थ, जर तुम्ही मर्यादांच्या रकान्याकडे पाहिलेत, तर उदाहरणामधील आमच्या आईला तिची मुले घरात मदत करत नाही, असे नेहमी घडते. परंतु त्याचे तिला फारसे वैषम्य वाटत नाही. म्हणून तिने या समस्येसमोर परिणामांच्या रकान्यात ५ गुण दिले आहेत. तथापि, भावनांच्या रकान्यात तिच्या मुलीला क्वचितच अंधाराची भीती वाटते पण जेव्हा तिला तशी भीती वाटते तेव्हा तिच्या आईला ती मोठी समस्या वाटते. (कदाचित ती याचा संबंध तिच्या स्वत:च्या बालपणाशी तेव्हा वाटलेल्या अंधाराच्या भीतीशी आणि पालकांनी तिची भीती फारशी गांभीर्याने घेतली नव्हती या बाबींशी लावत असेल.) म्हणूनच तिने इथे नऊ गुण दिले आहेत.

तुमच्या निकालाबाबत तुम्ही काय पाहिलेत?

ज्या गोष्टींचा तुमच्यावर सर्वाधिक परिणाम होतो तिथेच सर्वाधिक गुण दिलेले आहेत ना?

हे असे का असावे असे तुम्हाला वाटते?

सारांश : लक्षात घ्या. आपली स्वत:ची मूल्ये, आपण इतरांच्या वर्तणुकीस कसा प्रतिसाद देतो, हे ठरवत असतात. त्याचबरोबर आपल्या जोडीदाराचीही मूल्ये. जर आदर हे तुमच्यासाठी अति महत्त्वाचे मूल्य असेल तर तुमच्या मुलाने उलट उत्तर देणे ही तुमच्यासाठी मोठी समस्या असेल. याउलट तुमचा जोडीदार फक्त तिकडे दुर्लक्ष करण्यात आनंद मानेल. त्याविषयी नाराज होणार नाही.

ज्ञानाचे मोती

प्रत्येक कुटुंब वेगळे असते आणि या एका पुस्तकात वर्तणुकीच्या सर्व समस्या सोडविण्याचा प्रयत्न करणे अशक्य आहे. तथापि, पालकत्वाच्या सरावाने मिळवलेले हे मोती पालकत्वावरील पुस्तके, वेबसाइट्स आणि पालकत्वावरील तज्ज्ञ लोकांकडून मिळवले आहेत. तुमच्या चार महत्त्वाच्या क्षेत्रातील समस्यांसाठी तुम्ही हे मोती तुमच्या टूलबॉक्समध्ये ठेवण्यास इच्छुक असाल. येथे दिलेल्या याद्या पाहा, जर तुम्हाला ती परिचित संकल्पना वाटत असेल तर तिच्यासमोर टिकमार्क करा. जर नाहीतर त्यांच्यासमोर स्टार द्या – या संकल्पनाविषयी तुम्ही जास्त माहिती मिळवायला हवी. (स्रोतांवरील प्रकरणामध्ये तुम्हाला उपयुक्त जागा मिळतील, जेथून तुम्हाला ही माहिती मिळवता येईल.) यांपैकी कोणते मोती तुमच्या कुटुंबात वापरून पाहण्यायोग्य आहेत?

स्वप्रतिमा

* मुलांना अधिक जोखीम घेऊ द्या.
* मुलांना निर्णय घेण्यास प्रोत्साहित करा.
* मुलांना अधिक प्रमाणात वैयक्ति जबाबदारी घेण्यासाठी आणि जर काही चुकलेच तर परिणामांचा स्वीकार करण्यासाठी प्रोत्साहित करा.
* स्वत: पुढाकार घेऊन समस्या सोडविण्याचा प्रयत्न न करता अगोदर त्यांना काय सांगायचे आहे ते ऐकून घ्या.
* ते चुका करतात याचा स्वीकार करा.
* जास्तीत जास्त गोष्टी त्यांना स्वत:च्या स्वत: करू दे.
* त्यांच्या गरजा ओळखा – शारीरिक (थकवा/भूक) किंवा भावनिक (भावनांची सरमिसळ – भावनांचा भाग पाहा).
* तुम्ही जे पाहत आहात त्याचे वर्णन करून मुलांचे कौतुक करा. (उदाहरणार्थ, 'किती छान चित्र काढलेस' याऐवजी 'तू आकाशासाठी निवडलेला निळा रंग मला खूप आवडतो.')
* खूप खूप प्रेम – आमिष नको.
* स्वत:कडेही लक्ष द्या – प्रकरण ६ पाहा.
* आपण पुरेसे चांगले पालक आहोत म्हणून स्वत:च कौतुक करा.
* तुमच्या स्वत:च्या गरजा पूर्ण करा.

संवाद

* वर्तणुकीचे वर्णन करा. व्यक्तीचे नाही. (उदा. 'तू किती अव्यवस्थित आहेस' याऐवजी 'तुझा कोट हँगरला लावून ठेव.')
* लेबल्स चिकटवणे टाळा – 'कलासक्त' 'उत्साही' 'छान' सारखे सकारात्मक त्याचबरोबर 'गोंगाट करणारा' 'मूर्ख' यासारखे नकारात्मक देखील!
* लहान मुलांना एखाद्या गोष्टीचे आव्हान देण्याऐवजी त्यांचे लक्ष दुसरीकडे वळवा.
* 'तू'च्या ऐवजी 'मी'चा वापर करा. उदाहरणार्थ, 'तू तुझे रात्रीचे जेवण जेवणार नाहीस?' याऐवजी 'मला तू तुझे रात्रीचे जेवण खावे असे वाटते.'
* तुम्हाला काय घडायला हवे आहे ते सांगा (काय नको ते नाही.) उदाहरणार्थ, 'रस्त्यावर पळू नकोस' याऐवजी 'मला तू फूटपाथवर थांबलेला हवा आहेस.'
* तुम्ही जे पाहत आहात त्याचे वर्णन करा. ज्यामुळे तुम्हाला काय आवडते

ते तुमच्या मुलांना कळेल. 'तू खेळणी आवरून ठेवायला मदत करतोस ते खरेच मला खूप आवडते.'

* तुम्ही ऐकून घेण्याच्या मन:स्थितीत नसाल तर (उदा. खूप थकलेल्या आहात, मन अस्वस्थ आहे) सावधान! परंतु पुन्हा केव्हातरी तुम्हाला शक्य असेल ती वेळ ठरवा.
* शरीराची भाषा – खुले, स्वस्थ आणि स्वागतोत्सुक राहा. श्वास संथ चालू दे.
* दोषारोप न करता आव्हान द्या, अडचण सांगा. त्यामुळे तुम्हाला काय वाटते आहे ते सांगा आणि ती सोडवण्यासाठी त्यांची मदत मिळेल का हे विचारा.

इथे अनेक मोती दिलेले आहेत आणि तुम्ही फक्त एकावर काम करणार असाल तर श्रोते बनण्याची निवड करा. काय म्हणावे याबाबत तुम्हाला खात्री वाटत नसेल तर काहीही म्हणू नका. किंवा 'मला त्यावर विचार करावा लागेल' असे म्हणा. ज्यामुळे बोलणाऱ्याला कळेल की तुम्ही त्यांचे बोलणे गांभीर्याने घेत आहात. त्याचबरोबर तुमच्या प्रतिसादाबद्दल विचार करण्यासाठी तुम्हालाही वेळ मिळेल.

उपयुक्त सूचना

एक कुमारवयीन मुलगी दुपारी घरी आली तिने दरवाजा आपटून बंद केला. तिची बॅग खाली फेकली आणि मागे असलेल्या पायऱ्यांवर धपकन बसली. तिची आई संतापली, काय बोलावे, काय करावे तिला काही कळेना. ती गेली आणि काहीही न बोलता तिच्या मुलीशेजारी बसली. जवळपास २० मिनिटे त्या एकत्र शांत बसल्या. त्यानंतर तिची मुलगी उठली आणि म्हणाली, 'तू ऐकलंस म्हणून तुझे खूप आभार. आई, मला आता बरंच बरं वाटतंय.'

सारांश : एखाद्याचा उत्तम श्रोता बनणे म्हणजे त्याला त्याच्या अडचणी सोडवण्यास मदत करणे आणि त्याला प्रेम, स्वीकार यांचा अनुभव देणे. बोलणाऱ्याला मधे न थांबवता ऐकण्याचा सराव करा. बऱ्याचदा बोलणाऱ्या व्यक्तीच्या आवाजापेक्षा तुमच्या डोक्यातील निकाल देणारा आवाज जास्त मोठा असतो हे लक्षात घ्या.

भावना

* तुमच्या भावनांना स्वीकार करा, त्यांना दडपून टाकू नका.
* तुम्हाला काय वाटते आहे, ते सांगताना 'मला वाटते' या शब्दांचा वापर करा. 'मला थकल्यासारखे वाटते आहे वा उत्सुक वा दुःखी.'
* तुमच्या भावना, तुमच्या मुलांवर थोपवू नका. तुम्ही तुमच्या भावना स्पष्ट करता त्याचबरोबर त्यांच्या भावनांचीही काळजी घ्या.
* कितीही अवघड असल्या, तरी मुलांच्या भावनांचा स्वीकार करा, त्यामुळे ते जसे आहेत, तसे स्वीकारले जातात हे मुलांना कळेल.
* तुमच्या मुलांच्या भावनांना नाव द्या, 'तू आज दुःखी दिसतो.'
* लोकांना सांगा, 'त्यांना कसे वाटत असेल याविषयी तुम्हाला अंतःप्रेरणा आहे', 'तुम्हाला माहितीये त्यांना कसे वाटतेय' असे नाही.
* तुम्हाला आवडते ते नियमितपणे करा. (पाहा, प्रकरण ६)
* स्पष्ट भाषेमध्ये तुमच्याविषयी बोला.
* तीव्र भावना आपल्याला तर्कशुद्ध राहण्यापासून आणि काय चुकते आहे हे स्पष्ट करण्यापासून अडवतात. आपल्याला प्रथम त्या भावना बाहेर पडू देणे गरजेचे आहे.
* तुमचे वय कितीही असो. एका आलिंगनाने आश्चर्यकारक गोष्टी होतात. ते वापरत असलेल्या 'भावना' शब्दावर प्रतिसाद द्या.
* आपल्या शरीरातील कोणत्या भागात आपल्याला भावना जाणवतात हे ओळखा तुम्ही आतड्यातून, हृदयातून किंवा डोक्यातून भावना विचार करणारी व्यक्ती आहात?
* कला, संगीत, नृत्य, व्यायाम, लिखाण या माध्यमाद्वारे तुमच्या भावना व्यक्त करा.

मर्यादा

* नियमांबाबत स्पष्ट राहा.
* एका कुटुंबाप्रमाणे नियमांची रचना करा, त्यामुळे प्रत्येकाला ते मान्य होतील.
* समोरच्याच्या वागण्याने तुम्हाला काय वाटते आहे, ते सांगा.
* मुले जे काय करत आहेत ते त्यांना थांबवावेसे वाटत नाही. या त्यांच्या भावनेला ओळखा, तुम्ही ती ओळखली आहे हे त्यांना कळू दे. परंतु त्यांनी थांबलेच पाहिजे याचा पुनरुच्चार करा.
* चांगल्या किंवा वाईट वागणुकीमुळेच आपल्या गरजा पूर्ण होतात.

* मुलांना त्यांच्याकडे दुर्लक्ष करण्यापेक्षा त्यांच्याकडे रागाने पाहिलेले जास्त बरे असे वाटते.
* आपली मन:स्थिती कशी आहे, याचा परिणाम आपण मुलांच्या वागणुकीकडे कसे पाहतो यावर होत असतो.
* हा प्रसंग कोठे घडतो आहे याचाही परिणाम आपल्या प्रतिसादावर होत असतो. (उदाहरणार्थ, बाहेर फुटबॉल खेळणे ठीक आहे, परंतु घरात नाही.)
* वेळ – मुलांनी बिस्किटांच्या डब्यावर धाड टाकणे, हे शाळेतून आल्यावर केले तर चालण्यासारखे आहे; परंतु रात्रीच्या जेवणाअगोदर ५ मिनिटे चालणार नाही.
* कोण आहे – तुमच्या लहानग्याने बागेत चिखल फेकला तर ठीक आहे; परंतु तुमच्या दहा वर्षांच्या मुलाने तसे करता कामा नये.
* कोण नाराज आहे यावरून ती कोणाची अडचण आहे हे ओळखा. तुम्ही नाराज आहात? तुमची समस्या आहे आणि ती सोडवण्यासाठी मदत मागणे ही तुमची जबाबदारी आहे. तुमचे मूल नाराज आहे? ही त्यांची समस्या आहे आणि चांगला श्रोता बनून तुम्ही त्यांना आधार देऊ शकता. तुम्ही दोघेही नाराज आहात? जा आणि शांत व्हा. त्यानंतरच तुम्ही तुमची समस्या सोडवा.
* एकसारखेपणाचे महत्त्व – तुम्ही आणि तुमच्या जोडीदार
* तुमच्या जोडीदाराबरोबर पालकत्वाची शैली निश्चित करा.
* ओरडून सांगण्यापेक्षा 'नाही' हे सौम्य शब्दात सांगा.
* वर्तणुकीला आव्हान द्या, ती तशीच सोडू नका पण तुमची लढाई बरोबरीत संपवा.

उपयुक्त सूचना : ज्या पालकांना 'हो' कधी म्हणावे हे माहिती असते, अशा पालकांनी 'नाही' म्हटल्यावर त्या शब्दामागे बराच अर्थ दडलेला असतो.

मग, तुमच्या टूलबॉक्समध्ये किती मोती जमले आहेत? आणि किती स्टार्स – ज्या गोष्टींबाबत तुम्हाला बरेच शिकायचे आहे? कोणत्या गोष्टीपासून सुरुवात करावी हे ठरवण्याचा साधा-सोपा उपाय म्हणजे सर्वप्रथम त्या स्टार्स निवडा ज्यांचा तुमच्यावर आणि तुमच्या कुटुंबावर सकारात्मक परिणाम होईल. तुमच्याकडे असलेल्या स्टार्सच्या संख्येने नाउमेद होऊ नका.

सारांश : पालकत्व हे सोपे नाही आणि ते चांगल्या प्रकारे निभावण्यासाठी तुम्हाला कौशल्य, अनुभव आणि सामान्य ज्ञान, खूपसे प्रेम, सहनशीलता, विनोद बुद्धी यांचे मिश्रण वापरणे आवश्यक आहे आणि तेही खूप वर्षांसाठी!

तुम्ही कशाप्रकारचे पालक आहात?

जरा अशी कल्पना करा – तुमची दोन्ही मुले टीव्ही पाहात आहेत. तुम्ही त्यांना टीव्ही बंद करून जेवायला या, असे बऱ्याच वेळा सांगून झालेले आहे. आता जेव्हा चौथ्यांदा तेच विचारण्यासाठी तुम्ही बैठकीच्या खोलीकडे परत जाता तेव्हा तुम्हाला कसे वाटते आहे?

A रागावलेली
B नाराज
C उबगलेली
D शांत, स्वस्थ

तुम्ही बैठकीच्या खोलीत प्रवेश केलेला आहे आणि तुम्ही आल्याची कोणीही दखल घेतलेली नाही अशावेळी तुम्ही :

A टीव्हीकडे वळून तो बंद करता आणि मुलांनी रात्रीच्या जेवणासाठी स्वयंपाकघराकडे जावे, हे त्यांना ओरडून सांगता.
B दाराआडून तुमचे डोके आत घालून, नाराजीने, 'लाडक्यांनो, चला... जेवणाची वेळ आहे ना?'
C दरवाजात उभे राहून म्हणता, 'टीव्ही बंद करा म्हणून मी किती वेळा तुम्हाला सांगायचे? तुम्ही माझे कधीच ऐकत नाही आणि आता उरलेला संपूर्ण आठवडा तुम्ही टीव्ही पाहणार नाही आहात!'
D आत येता, इकडे तिकडे करून सोफ्यावर आरामात बसता आणि मुलांबरोबर तो कार्यक्रम पाहता – जेवण थंड होते आहे, याची कोणाला पर्वा आहे – त्यांना भूक असेल तर ते खातील?

किंवा

असे काही तुमच्या घरात घडणारच नाही कारण तुमच्या मुलांना एकदा सांगण्याचा अवकाश आणि लगेचच ते टीव्ही बंद करून सरळ जेवायला निघून येतील?

पालकत्वाच्या शैलीचा वर्तणुकीवर होणारा परिणाम

तुम्ही कशाप्रकारचे पालक आहात? तुम्ही तुमच्या मुलांना कोणत्याही गोष्टीत सूट देता की, तुम्ही त्यांच्याशी शिस्तकठोर वागता किंवा या दोन्ही प्रकारांच्या मधले, मध्यममार्गी? तुमच्यावर पकड असणारी पालकत्वाची शैली कोणती? हे शोधून काढण्याचा एक मार्ग म्हणजे दबावाखाली असताना तुम्ही कशाप्रकारचे पालक बनता? वरील उदाहरणात सांगितलेल्या आईप्रमाणे दबावाखाली असताना जी आपल्या मुलांना रात्रीच्या जेवणासाठी बोलावू इच्छित आहे.

तुम्ही ओरडून एखादी गोष्ट करायला सांगता की, तुम्ही शरणागती पत्करता? तुमच्या मुलांना तुमच्या शैलीची सवय होऊन जाईल आणि त्या अनुषंगाने त्यांचे वागणे असेल. जर तुम्ही मिळमिळीत पालक असाल जे लगेचच हात टेकतात, तर तुमच्या मुलांना माहिती आहे त्यांना फक्त थोडेसे रडण्याची, हट्ट करण्याची किंवा त्यांची बाजू हिरीरिने मांडण्याची गरज आहे. तुम्ही लगेचच त्यांच्या कह्यात याल आणि त्यांनी जास्त वेळ टीव्ही पाहण्याची सवलत/जास्त बिस्किटे/अत्याधुनिक खेळणे यापैकी काहीही देऊन टाकाल.

तुम्ही अशा प्रकारचे पालक आहात का ज्यांच्या मुलांना माहितीये, तुमच्या 'नाही'चे रूपांतर 'हो'मध्ये करण्यासाठी त्यांनी फक्त काही वेळ दबाव कायम ठेवण्याची गरज आहे? किंवा मुलांना आई-वडील या दोघांकडून संमिश्र संदेश मिळत आहेत? जेव्हा आई 'नाही' म्हणते तेव्हा त्याचा अर्थ 'नाही' असाच असतो आणि जेव्हा बाबा 'नाही' म्हणतात तेव्हा त्याचा अर्थ 'हो' असतो? म्हणून त्यांचा मार्ग मोकळा व्हावा यासाठी ते बाबांच्या मागे लागतात? मुलांबरोबर वागण्याच्या पालकांच्या पद्धतींमध्ये फरक असल्यास मुले खूप लहानपणापासून तो ओळखतात. दोघांच्या पालकत्वाच्या शैलीतील तफावत ही नेहमीच कुटुंबात वादाला निमंत्रण देते.

कठोर पालकांना त्यांच्या मुलांकडून आज्ञाधारक प्रतिसाद मिळेल, परंतु त्यांची मुले त्यांच्याबद्दल काय विचार करतात? ते त्यांचा आदर करतात की भीतीपोटी त्यांच्या आज्ञा पाळतात? अनेक पालक या शैलीचे मिश्रण असतात, परंतु मुलांसाठी सर्वांत चांगली पालकत्वाची शैली ही ठाम, न्यायी आणि प्रेमळ असणे, यांचे एकत्रीकरण असते. जिला आपण 'आग्रही शैली' म्हणू शकतो.

आग्रही आई असणे

तुम्ही जर आग्रही आई असाल, तर तुमच्या मुलांपर्यंत पोहोचणारे संदेश खालील प्रकारचे असतील :

* आई नियमांबाबत स्पष्ट आहे
* आई प्रेमळ आणि ऊबदार आहे
* आई न्यायी आहे
* आई ऐकून घेते
* मला काय वाटतेय हे आईला समजते
* कोणत्याही समस्येवर तोडगा न पुरवता आई मला ती कशा प्रकारे सोडवता येईल, हे शोधायला मदत करते
* तिला 'नाही' का म्हणावे लागतेय, हे आई स्पष्ट करते
* जेव्हा आई 'नाही' म्हणते तेव्हा त्याचा अर्थ 'नाही' असाच असतो, हे मला माहिती आहे
* आई क्षमा मागते
* आईसाठी काय महत्त्वाचे आहे हे मला माहिती आहे
* मला माहितीये, मी आईसाठी महत्त्वाचा आहे आणि ती माझ्यावर खूप प्रेम करते.

पालकत्वाचा हा नमुना, मुलांना सुरक्षिततेची भावना देण्यास आणि त्यांना तसेच पालकांनाही घरात काही सत्ता व जबाबदारी आहे, ही भावना देण्यास मदत करतो. आई म्हणून तुम्ही किती आग्रही आहात. उपरोक्त स्वभाववैशिष्ट्यांपैकी कोणते स्वभावविशेष तुमच्याबाबत खरे आहेत असे तुमची मुले म्हणतील? तुमची पालकत्वाची शैली आणि तुमच्या मुलांची वर्तणूक यामध्ये काही संबंध जाणवतो का? जेव्हा आपण सौम्य किंवा मुळमुळीत भूमिका घेतो तेव्हा आपली मुले आपले ऐकत नाहीत आणि आपण त्यांच्या वर्तणुकीने त्रस्त होऊन जातो. जेव्हा आपण कठोर आणि थंड पालक असतो, तेव्हा घरातील चैतन्य हरवलेले असते, पालकांचा कायम वरचश्मा असल्याकारणाने मुलांना एकटे पडल्यासारखे आणि घाबरल्यासारखे वाटत असते; परंतु आपण आग्रही असतो, तेव्हा आपल्या पालकत्वाबाबत आपल्याला विश्वास वाटत असतो आणि आपला हाच विश्वास आपली मुले उचलतात, ज्याचा त्यांना जोमाने वाढण्यास मदत होते.

तुमची पालकत्वाची शैली काय आहे?

आपली पालकत्वाची शैली ही आपल्या पालकांकडून आपल्याला मिळालेल्या शैलीशी जोडलेली असते.

तुम्हाला कशाप्रकारची पालकत्वाची शैली मिळाली होती?

तुमच्या पालकत्वाच्या शैलीवर तिचा कशाप्रकारे प्रभाव पडला आहे?

कोणत्या बाबतीत अधिक आग्रही व्हायला तुम्हाला आवडेल?

सारांश : आपल्याला सर्वांनाच आग्रही पालक व्हायला आवडेल, परंतु एखाद्या सामान्य दिवशी तुम्ही पालकत्वाच्या शैलींची संपूर्ण उदाहरणे प्रदर्शित करता. आग्रही शैलीच्या स्वभाववैशिष्ट्यांबाबत जागरूक राहा आणि तुम्हाला तुमच्या मुलांसाठी कशाप्रकारचे पालक हवे आहेत हेही लक्षात ठेवा.

तुमच्या वर्तणुकीचा प्रतिसाद कशावर ठरतो?

दुसऱ्या प्रकरणामध्ये पालक असणे याबाबत तुमच्यासाठी महत्त्वाचे काय आहे हे आपण पाहिले. आपण कशामुळे नाराज होतो आणि कशामुळे आपली तीव्र प्रतिक्रिया निर्माण होते यावरून आपण आपली मूल्ये ओळखू शकतो. आपण कोणत्या वागणुकीला 'गैरवर्तणूक' म्हणतो, ते देखील आपली मूल्ये, आपल्या धारणा आणि आपली पालकत्वाची शैली यांच्याशी संबंधित असते.

'मुले नम्र आहेत आणि 'प्लीज' , 'थँक्यू' हे न विसरता म्हणतात हे माझ्यासाठी खरोखर महत्त्वाचे आहे. जेव्हा ते म्हणत नाहीत, तेव्हा मी रागावते कारण त्यांना

माहिती आहे, त्यांनी असे म्हणायला हवे. ते म्हणायला विसरले, तर माझ्या पतीच्या लक्षातही येत नाही आणि मला याचा अधिकच राग येतो.

– लॉरा, दोन मुले

हार्मोन्स

एक स्त्री म्हणून, आपण मेन्स्ट्रुअल सायकल म्हणजेच मासिक पाळीच्या चक्रातील कोणत्या दिवसांमध्ये आहोत, यानुसार आपल्या भावना बदलू शकतात. अनेक स्त्रियांचे असे म्हणणे आहे की, महिन्यामध्ये त्यांच्याबरोबर राहणे फारसे सुखावह नसते. कुटुंबातील थोडीशी नाराज करणारी गोष्टदेखील त्यांना 'रागाने बेभान' करू शकते. त्या घरभर सूचनांचा भडिमार करत फिरतात आणि त्या सूचना ऐकल्या नाहीत, तर सोफ्यावर कोसळतात आणि टीव्हीवरच्या साबणाच्या जाहिरातीकडे पाहून रडतात. आपले हार्मोन्स आपल्या हातात नसतील, परंतु यामुळे आपल्या वाईट वागण्याचे समर्थ करता येईल? जर तुम्हाला मासिक पाळी अगोदरच्या तणावाचा त्रास होत असेल (Premenstrual tension – PMT) तर त्याबाबत काही इलाज करायला तुम्हाला आवडेल की तुम्ही तशाच वागत राहाल? रजोनिवृत्तीचे (मेनोपॉझ) सरासरी वय ४७ वर्षं आहे. याचाच अर्थ, कदाचित या मासिक अराजकासह राहण्याची तुमची अजून बरीच वर्षे बाकी आहेत. या समस्येसाठी अनेक उपाय वैद्यकीय, वनौषधी आणि आहाराची निवड वगैरे उपलब्ध आहेत, ज्यामुळे तुमची स्थिती सुधारू शकते.

तुमचा PMT संबंधित त्रास कमी होण्यासाठी तुम्ही कोणती पावले उचलाल?

शारीरिक आणि भावनिक गरजा

अन्य घटक ज्यांच्यामुळे आपला रागाचा पारा चढतो, त्या आपल्या शारीरिक गरजा आहेत. उदाहरणार्थ, थकवा आल्यासारखे वाटणे, भुकलेले किंवा तहानलेले असणे.

तुमच्या शारीरिक गरज काय आहेत?

तुमच्या भावनिक गरजांचाही विचार करा, जसे की आळस, उत्सुकता, निराशा, अति झाल्याने तिटकारा वाटणे, राग, दु:ख, नाकारल्याची भावना किंवा चीड.

तुमच्या भावनिक गरजा काय आहेत?

आई राक्षस?

जेव्हा पालक म्हणून तुम्ही स्वत:वरील नियंत्रण गमावता, तेव्हा तुम्ही कोण बनता?

बऱ्याचवेळा मी योग्य आणि सहनशील वागते, परंतु जेव्हा माझा उद्रेक होतो, मी एक अविश्वसनीय दैत्य बनते, रागाने हिरवी आणि आकाराने दुप्पट झालेली मी घरभर ओरडत फिरत असते.

– ल्यूसी, दोन मुले

मला माहिती आहे फक्त 'नाही' एवढेच म्हणायला मला जमत नाही. माझ्या सहनशक्तीचा अंत होईपर्यंत बडबड-बडबड करत राहणे, माझ्या मुलाला चांगलेच जमते. मात्र त्यानंतर मी एखाद्या सार्जंट मेजरप्रमाणे हुकूम सोडायला सुरुवात करते.

– जेन, तीन मुले

माझ्या रागाचा पारा चढतो तेव्हा मी किती माझ्या आईसारखी बोलते, हे असामान्य आहे. ती आम्हाला रागावताना वापरत असे तेच शब्द माझ्या तोंडातून बाहेर पडत असलेले मी ऐकू शकते.

– सारा, दोन मुले

जेव्हा मुलांच्या वागणुकीबद्दल संताप येतो तेव्हा माता वेगळेच रूप धारण करतात, ही गोष्ट आश्चर्यकारकरित्या सामान्य आहे.

तुम्हाला संताप आणणाऱ्या गोष्टी कशाप्रकारच्या असतात याचा विचार करा. काय चालले आहे, तुम्ही कशाप्रकारे प्रतिक्रिया देता आणि परिणाम काय होतो?

काय घडते	मी काय करते	मुले काय करतात
उदा. त्यांना शाळेला उशीर होतो आहे.	ओरडते आणि टाकून बोलते	लक्षच देत नाहीत

जर तुम्ही क्षणभर थांबलात आणि तुमचे वागणे. तुम्ही वर्णन केलेले दृश्य या बाबींवर विचार केलात, तर तुमच्या अशा वागण्याची काय कारणे होती? ती मुलांमुळे आहेत की तुमच्यामुळे? अशा परिस्थितीत काय करण्याला तुम्ही प्राधान्य द्याल? आग्रही पालकांचे स्वभाववैशिष्ट्य मनात ठेवून, तुम्ही तुम्हाला आणि तुमच्या मुलांना फायद्याचे होईल अशाप्रकारे प्रतिसाद कसा द्याल?

माझ्या लक्षात आलेय, मुलांची बरीचशी आव्हानात्मक वागणूक ही माझ्यामुळे असते, त्यांच्यामुळे नाही.

– जेनीस, १७ वर्षांच्या आतील तीन मुले

माझी वागणूक	ती कशामुळे	मी वेगळ्या प्रकारे काय घडते आहे करू शकते
उदाहरणार्थ, ओरडणे	थकवा – मुले ऐकत नाहीत यामुळे त्रासून गेल्याने	रात्री साडेदहापर्यंत बिछान्यावर पडणे. शाळेची सकाळ याविषयी मुलांशी बोला. आपण त्या कशाप्रकारे जास्तीत जास्त शांत करू शकतो? हे त्यांना विचारा.

सारांश : आपल्या मुलांचे वागणे परिणामकारकरित्या हाताळणाऱ्या आपल्या क्षमतेमध्ये, आपल्या स्वत:च्या शारीरिक आणि भावनिक गरजांची फार मोठी भूमिका असते. अनेक पालक, ज्यांना आपल्या मुलांची वर्तणूक अडचणीची वाटते म्हणून जे मदत मागायला येतात, त्यांच्या असे लक्षात येते की त्यांच्या स्वत:च्या गरजा आणि पालकत्वाची शैली यावर काम केल्यानंतर त्यांच्या मुलांचा प्रतिसाद खूप छान होता आणि त्यांचे आव्हानात्मक वागणे हळूहळू कमी होत गेले.

भावंडांमधील चढाओढ

आई नसती, तर घरातले सगळे नेहमी भांडत राहिले असते आणि कधीही वेळेवर जेवण मिळाले नसते.

– १२ वर्ष वयाचा मुलगा

तीन-चतुर्थांशपेक्षा जास्त ब्रिटिश मुले एक किंवा दोन भावंडांसह वाढत आहेत. सावत्र आणि अर्धसावत्र भाऊ-बहिणींची संख्याही वाढते आहे. कारण घटस्फोट, पुनर्विवाह किंवा नवीन नातेसंबंध यांची वाढती संख्या!

पालकांच्या असे लक्षात आलेय की, भावंडाच्या नातेसंबंधांमुळे अनेक समस्या निर्माण होतात; परंतु त्याचबरोबर आनंद आणि टीम स्पिरीटही येतात.

आपल्या मुलांचे एकमेकांबरोबर कसे जमते, याचा त्यांच्यावर आयुष्यभरासाठी परिणाम होतो. याचा प्रभाव फार लहानवयापासून त्यांच्या स्वत:बद्दलच्या भावना, ते स्वत:बद्दल काय विचार करतात, कसे वागतात, यावर पडतो. आपली भावंडे आयुष्यभर आपल्या सभोवती असणार आहेत (आपल्या पालकांप्रमाणे नाही.) आणि ज्या पद्धतीने ते परस्परांशी जोडले गेलेले आहेत, तीही आयुष्यभरासाठी तशीच

राहणार आहे. याचा जन्माच्या क्रमाशीही संबंध आहे. पहिल्या अपत्याला नंतर जन्माला आलेल्या मुलाबद्दल तीव्र मत्सर वाटू शकतो आणि हा मत्सर कधीही नाहीसा होत नाही. मुलांना एकमेकांची सोबत व्हावी म्हणून पालक दुसऱ्या मुलाला जन्म देतात. परंतु (जसे आपण अगोदर पाहिले.) असे म्हणतात की, आपल्या पहिल्या अपत्याबरोबर आपण केलेली सर्वांत वाईट गोष्ट म्हणजे दुसऱ्या अपत्याला जन्म देणे!

मला माहिती होते, माझ्या आई-बाबांचा ओढा नेहमीच माझ्या लहान बहिणीकडे होता. ते खूप उघड होते असे नाही, त्यांनी आम्हाला समान वागणूक देण्याचाच प्रयत्न केला; परंतु माझी लहान बहीण खोलीत येताच त्यांचे डोळे चमकत असत आणि मला नाही वाटत, त्यांनी माझ्यासाठी कधी तसे केले. अजूनही ते तसेच आहेत आणि आता आम्ही आमच्या चाळिशीत आहोत.

– जून, तीन मुलांची आई

भावंडांबाबत विचारात घेण्यासारख्या भरपूर गोष्टी आहेत आणि पुन्हा एकदा हा विषय संपूर्ण पुस्तक लिहिण्याच्या योग्यतेचा आहे किंवा कमीतकमी एक प्रकरण. इथे केवळ एक धावती नजर टाकली आहे. भावंडांच्या नातेसंबंधातील मूलतत्त्व हे खालील तीन गोष्टींमध्ये आहे.

१) भावंड म्हणून आणि स्वतंत्र व्यक्ती म्हणून आपण त्यांना कशाप्रकारे पाहतो.
२) त्यांचे एकमेकांशी कशाप्रकारे पटते.
३) कोणत्याही अडचणीचा सामना पालक कशाप्रकारे करतात.

आपण आपल्या भावंडाबरोबर कसे वागत होतो (आणि अजूनही वागतो.) आणि आपला जोडीदार त्याच्या भावंडाबरोबर कसे वागायचा याच्याशीही या गोष्टी जोडलेल्या आहेत. जर तुम्ही आणि तुमचा जोडीदार हे एकेकटे मूल असाल, तर भावंडाच्या नात्याकडे पाहण्याचा तुमचा दृष्टिकोन पुन्हा वेगळा असेल. बहुतांश एकेकट्या मुलांना एकटे मूल असणे आवडत नाही. म्हणूनच हे एकटे मूल जे मोठे झाल्यावर अनेक मुलांचे पालक बनते, तेव्हा त्या पालकाला, त्यांची भावंडांची स्पर्धा खूपच आव्हानात्मक वाटू शकते. त्यांना याबाबतची माहिती मिळण्यासाठी मदत करू शकतील, अशा त्यांच्या लहानपणीच्या आठवणीही त्यांच्याजवळ नसतात.

मी एकटे अपत्य आहे आणि मला नेहमीच एक भाऊ किंवा बहीण हवी होती. माझा नवरा हा तीन भावंडांमधील एक आहे आणि आम्हाला आमची तीन मुले आहेत. जेव्हा ती तिघे भांडतात, मारामारी करतात तेव्हा मला त्यांना सांगावेसे वाटते, 'आता हे थांबवा. तुम्हाला माहिती नाहीये. तुम्ही किती भाग्यवान आहात, जे तुम्ही एकमेकांसाठी आहात त्यासाठी.' याउलट माझा नवरा मला सांगतो की, मुलांनी भांडणे हे सामान्य आहे. तो म्हणतो हे काही फार विशेष नाही.

– सारा, तीन मुलांची आई

जर तुम्हाला ती असतील, तर तुमच्या स्वतःच्या भावंडाबाबत विचार करा.

तुम्ही लहान मूल होता तेव्हा तुमचे तुमच्या भावंडांबरोबर कसे पटत असे? (कसे संबंध होते?)

आता तुमचे त्यांच्याबरोबर कसे संबंध आहेत?

तुमच्या नात्यात अजूनही पूर्वीसारखे काय आहे?

वेगळे काय आहे?

तुमच्या भावंडांबरोबरचे तुमचे संबंध हे तुम्ही तुमच्या मुलाचे भावंडांमधील नाते हाताळताना कशाप्रकारे परिणाम करतात?

सारांश : तुमचे तुमच्या भावंडांबरोबरचे संबंध किंवा तुमचे एकटे अपत्य असणे हे तुम्ही तुमच्या मुलांना आणि त्यांच्यातील परस्परसंबंधांना कसे वागवता यावर परिणाम करते.

मुलाचा जन्म

कुटुंबामध्ये जन्म ही आयुष्य बदलणारी घटना असते. एक लहान मूल म्हणून तुम्हाला तुमच्या धाकट्या भावाचा किंवा बहिणीचा जन्म झाल्याचे आठवते? (जर तुम्हाला असतील तर) त्या वेळी तुम्हाला कसे वाटले होते, हे कदाचित तुम्हाला आठवेलही आणि जर तुम्ही तुमच्या मुलाला किंवा मुलांना नव्या बाळाच्या आगमनासाठी तयार करत असाल तर त्याची मदत होईल. नवीन बाळ येते आहे, हे तुम्ही तुमच्या मुलाला कसे सांगाल हे त्यांचे वय आणि समजुतीनुसार वेगवेगळे असेल. तुम्हाला जर आराम करावा लागणार असेल किंवा हॉस्पिटलमध्ये जावे लागणार असेल तर गरोदरकाळातील तुमचे आरोग्य हाही एक घटक होऊ शकतो. तुम्हाला थकवा जाणवत असेल किंवा बरे वाटत नसेल तर गरोदरपणामुळे असे होते आहे, हे कितीवेळा तुमच्या मुलाच्या ऐकण्यात येते आहे, याची दक्षता घ्या. कारण त्यामुळे छोट्या बाळाबद्दल रागाचे बीज पेरले जाऊ शकते. बाळ जे 'माझ्या आईला दमवते आणि आजारी करते.'

एका लहान मुलाची वेळेची समज ही प्रौढ माणसाप्रमाणे असू शकत नाही. नऊ महिने हा वाट पाहण्यासाठी खूपच मोठा कालावधी आहे. तुम्ही जेवढे सकारात्मक राहू शकता तेवढे राहणे महत्त्वाचे आहे. सर्वांना देण्यासाठी तुमच्याजवळ पुरेसे प्रेम आहे ही कल्पना प्रस्तुत करत राहा. असे कसे शक्य आहे याविषयी ते छोटे मूल काळजी करण्याची शक्यता आहे. आई-बाबांना आणखी प्रेम कसे काय सापडू शकते. त्यांनीच तर मला नेहमी सांगितलेय की ते इतर कशापेक्षाही माझ्यावर जास्त प्रेम करतात? तर अशाप्रकारे मुलांचे डोके चक्रावणारी, त्यांच्यासाठी मोठी अशी ही संकल्पना आहे.

तुमच्या मोठ्या मुलाची तयारी करण्याचा दुसरा मार्ग म्हणजे त्याला तुम्ही जपून ठेवलेल्या वस्तूंचा आणि फोटोंचा खजिना दाखवणे. जो तुम्ही मुलांच्या जन्मापासून संग्रही ठेवलेला आहे. तुम्ही त्यांच्याबरोबर एकत्र घालवलेल्या खास क्षणांबद्दल त्यांना सांगा. तुम्ही अजूनही त्यांना किती महत्त्व देता याच्याशी ते जोडून घ्या. आता त्यांच्यात झालेला बदल – जसे की चालायला, बोलायला शिकले आहेत, ते तुम्हाला मिठी मारू शकतात – हा त्यांच्या निदर्शनास आणा. तुम्ही तुमच्या मोठ्या मुलाला कितीही तयार केलेत तरी नवे बाळ जन्माला आल्यानंतर, त्याच्याकडे खूप लक्ष द्यायला हवे. त्याला खूप प्रेम मिळायला हवे, हे खूप महत्त्वाचे आहे. मोठ्या मुलांचे हॉस्पिटलमध्ये बाळाकडून भेटवस्तू देऊन स्वागत करा. भेटायला येणारे लोक प्रेमाने वागतात परंतु त्याचबरोबर मोठ्या मुलाच्या भावना काय आहेत हे जाणून घेण्यासाठीही उत्सुक असतात. 'तू तुझ्या छोट्या बहिणीवर प्रेम करत

नाहीस?' असे भेटायला येणाऱ्या लोकांकडून सतत ऐकणे (चांगल्या अर्थाने!) त्याला फार कठीण जाते आणि तेही जेव्हा आई बाळाला हॉस्पिटलमध्ये परत पाठवेल अशी त्याला आशा वाटत असते, तेव्हा मोठ्या प्रमाणावर भेटायला येणाऱ्यांचा जर तुमच्या मुलाला (आणि तुम्हालाही) त्रास होत असेल, तर या आईने जे केले त्याबाबत तुमचा काय विचार आहे?

आमच्या दुसऱ्या मुलीला घेऊन घरी आल्यानंतरच्या पहिल्या आठवड्यात, अनेक लोक भेटायला येऊन गेले. प्रत्येक जणच कॉटवर डोकावून पाहण्यास उत्सुक असायचा आणि बाळ किती छान आहे असे म्हणायचा. त्यामुळे माझ्या मोठ्या मुलीचे वागणे अधिकाधिक आव्हानात्मक होत गेले. काही दिवसांनंतर लोकांना भेटीगाठी यायची इच्छा असेल तर ८ ते ९ यावेळेत त्यांनी कधीही यावे असे आम्ही सांगितले. कारण या वेळी आमचे पहिले अपत्य झोपलेले असते हे आम्हाला माहिती होते. आता लोकांनी छोट्या बाळाचे कितीही गुणगान केले तरी त्यामुळे काही बिघडणार नव्हते. हे बरेच सोपे होते.

– जून, १६ वर्षांच्या आतील तीन मुले

मोठ्या मुलाला जुळवून घेण्यास मदत करणे

नवे बाळ घरी आल्यानंतरचे सुरुवातीचे काही आठवडे, तुमच्या मोठ्या मुलाचे वागणे आव्हानात्मक बनले तर आश्चर्यचकित होऊ नका. त्यांच्या दृष्टिकोनातून याची कल्पना करा. हे बाळ येईपर्यंत त्यांचे आयुष्य सुरळीत चाललेले होते आणि आता त्याची पूर्ण उलटापालट झाली आहे. त्यांच्यासाठी सर्वांत मोठी समस्या असते ती मत्सर आणि स्पर्धेच्या तीव्र भावनांशी जुळवून घेण्याचा प्रयत्न करणे. त्यांचा वेळ तुमच्याबरोबर घालवण्याच्या संधी हरवत चालल्याची खोलवर जाणीव त्यांना गोंधळवून टाकते.

त्यांची आई म्हणून तुमचे काम आहे की, या भावनांना सन्मानाची वागणूक द्या. याचा अर्थ तुमच्या मुलांना काय वाटते आहे ते बोलून दाखवण्यासाठी प्रोत्साहित करा. मग भले त्यांनी 'मला बाळ आवडत नाही,' असे म्हटलेले तुम्हाला ऐकायला कठीण जावो! तीव्र इच्छा सुरक्षितपणे व्यक्त होण्याची गरज असते, म्हणून तुमच्या मुलाला समजावून सांगा. मत्सर वाटणे ठीक आहे; परंतु त्याने बाळाला इजा करता कामा नये.

मी काही आठवडे वयाची असताना माझ्या कॉटभोवती माझ्या भावाला खेळायला हातोडा घेऊन फिरताना माझ्या आईने पकडले होते.

– जस्टिन, चार मुलांचे वडील

सारांश : नवे बाळ ही आनंदाची गोष्ट असते, परंतु कुटुंबातील मोठ्या मुलांनाही तसेच वाटेल असे नाही. आपल्या कुटुंबाला नेमके काय झाले आहे याचा अर्थ शोधताना आणि मत्सर, अपराध यासारख्या कदाचित पूर्वी कधीही न अनुभवलेल्या भावनांशी जुळवून घेण्याचा प्रयत्न करताना त्यांची वागणूक बदलत जाते, हळूहळू बिघडत जाते.

आपल्या मुलांना त्यांच्या भावंडांबद्दल काहीतरी दुष्ट किंवा तिरस्कार युक्त गोष्टी बोलताना ऐकणे पालकांसाठी फार अवघड असते. त्यांनी एकमेकांबरोबर चांगले राहावे, असे वाटणे नैसर्गिक आहे. वादामुळे घरातील गोंधळ आणि ताणाची पातळी वाढते हे जसे एक वास्तव आहे, त्याचप्रमाणे या घटना आपल्या नकोशा वाटणाऱ्या आठवणी जाग्या करतात, आपल्या भावंडांनी आपल्याला कसे वागले होते, याविषयीच्या आठवणी. पालकांची प्रतिक्रिया नेहमी तीन प्रकारची असते.

१. नकार : 'हे मूर्खपणाचे आहे, तू तुझ्या भावाचा असा तिरस्कार करू शकत नाहीस.'
२. तर्क : 'रात्रीच्या जेवणाअगोदर तुम्ही किती छान एकत्र खेळलात.'
३. सल्ला/खात्री देणे : 'काळजी करण्याची काहीच गरज नाही, माझे तुम्हा दोघांवरही पुरेसे प्रेम आहे.'

जेव्हा आपल्याला अशा प्रकारच्या प्रतिक्रिया मिळतात तेव्हा आपल्याला कसे वाटते? दिलासा मिळाल्यासारखे वाटते? की आपले ऐकून घेतले जात नाही आणि आपल्या बाबतीत गैरसमज होतो आहे असे वाटते?

तुमच्या मुलांना, त्यांच्या भावंडांबद्दल कोणत्या अवघड भावना आहेत?
(उदाहरणार्थ, मत्सर, राग)

तुम्ही त्यांना कशा प्रतिक्रिया देता?

तुमची प्रतिक्रिया काय असावी ज्यामुळे तुमच्या मुलाला त्याचे ऐकल्यासारखे, समजून घेतल्यासारखे वाटेल?

आपल्या मुलांना अशा अवघड भावनांविरुद्ध मदत करण्यासाठी अगोदर त्यांचे अस्तित्व मान्य करणे हे फार महत्त्वाचे आहे.

* ऐका, ऐका आणि ऐका.
* त्यांची भावना काय आहे हे त्यांनी ओळखले आहे का हे पाहण्यासाठी त्या भावनांचे शब्द वापरा.
* त्यांना कसे वाटत असावे हे दर्शविणारे चित्र काढा – विशेषत: लहान किंवा धाकट्या मुलांसाठी असे करा.
* समोरच्या व्यक्तीला न दुखावता आपल्या भावनांना कसे हाताळता येईल हे त्यांच्याशी बोला.
* तुमच्या मुलाबरोबर अशाप्रकारचे संभाषण करण्यासाठी तुम्हाला आधाराची गरज वाटत असेल तर सावध राहा. (उदाहरणार्थ, जर यामुळे तुमच्या वेदनादायी स्मृती जाग्या होत असतील तर)
* तुमची स्वत:ची काळजी घेण्याचे लक्षात ठेवा ज्यामुळे तुमच्या मुलाला आधार देण्यासाठी तुमच्याकडे ऊर्जा शिल्लक असेल.

सावधान! युद्ध सुरू आहे.
सगळे काही आलबेल असल्याचा इशारा

जेमी (७) आणि लारा (५) या दोघी कारमध्ये आहेत आणि पॉकेटमनीसारख्या किरकोळ मुद्द्यावरून भांडत आहेत. हे नियमितपणे होणाऱ्या किरकोळ भांडणांपैकी एक आहे आणि त्या दोघीही तुमचे लक्ष वेधून घेण्याचा प्रयत्न करत आहेत.

लारा : आई, जेमी माझ्याशी वाईट वागतो. तो म्हणतो मी लहान बाळ आहे.

जेमी : शांत राहा लारा! तू राग आणणारी छोटी वेडी मुलगी आहेस.

तुम्हाला कदाचित अशी प्रतिक्रिया देण्याचा मोह होईल की, लारा उगीचच गोष्टी रचते आहे आणि जेमी दुष्टतेने वागतो आहे. तथापि, मुले जेवढे जास्त तुम्हाला त्यांच्या भांडणात ओढण्यात यशस्वी होतील, तेवढे ते भांडण सुरूच राहील. त्याऐवजी त्यांना जे हवे ते रम्य स्वरूपात द्या किंवा कौटुंबिक मूल्य अथवा नियम यांची त्यांना आठवण करून द्या.

'लारा, मला वाटते, आपणही सात वर्षांचे असावे, असे कधीकधी तुला वाटत

असेल. जेमी, आपल्या कुटुंबात आपण एकमेकांना अशी नावे ठेवत नाही.'

तुम्ही घरी असाल, तर अशा किरकोळ भांडणाच्या ठिकाणापासून स्वत:ला दूर न्या. जिथे ते तुम्हाला ऐकायला येणार नाही. (तुम्ही गोडी चालवत असताना ते सोपे नाही!) मुद्दा हा आहे की, मुलांच्या भांडणात सहभागी होणे पालकांना खूप दमवणारे वाटते आणि यामुळे समस्या सुटण्याऐवजी प्रत्यक्षात बऱ्याचदा ती तीव्र होत जाते. जर तुम्ही तिकडे दुर्लक्ष करू शकलात किंवा ती त्यांनी त्यांची सोडवावी, असे त्यांना सांगितलेत, तर ते प्रत्येकासाठी जास्त चांगले होईल.

सावधानतेचा इशारा

जेमी आणि लारा सापशिडी खेळत आहेत. वाद उद्‌भवला आहे आणि तुम्हाला मधे पडण्याची गरज वाटते आहे, कारण लाराने बोर्ड उधळला आहे ज्यामुळे सोंगट्या उडून इतस्त:त पडल्या आहेत. जेमी तिच्यावर ओरडतो आहे, 'मी जिंकतो आहे म्हणून तू नेहमी खेळ बिघडवत असतेस!' तुम्हाला वाटते आता कोणत्याही क्षणी जेमीला खरोखरच राग येईल आणि तो आपल्या बहिणाला मारेल. हे प्रकरण योग्य तऱ्हेने हाताळण्यासाठी संयम, आदर दाखविण्याची आणि समजून घेण्याची गरज आहे.

१. दोन्ही बाजूने त्यांच्या भावना तुम्हाला समजल्याचे त्यांना दाखवा. 'जेमी, लाराने बोर्ड ढकलला आणि त्यामुळे सोंगट्या उधळल्या म्हणून तू खूपच रागावला असशील. लारा, मला वाटते सारखे हरण्याचा तुला वैताग आला असेल म्हणून तू तसे केलेस.'

२. त्यांच्या अडचणींचा स्वीकार करा. 'असे घडते तेव्हा तुम्हाला दोघांनाही ते कठीण जाते. तुम्हाला खेळ थांबवायला आवडेल की, तो नीट खेळण्याचा मार्ग काढायला आवडेल? काय ते तुम्ही दोघांनी ठरवायचेय, मी ते तुमच्यावर सोपवते आणि जेव्हा तुमचे ठरवून होईल तेव्हा या आणि मला सांगा.' (निघून जाते.)

या प्रकारची प्रतिक्रियादेखील मुलांमध्ये त्यांची समस्या स्वत: सोडविण्याची क्षमता आहे, हा विश्वास दर्शवते. त्यांनी काहीही ठरवू दे, निर्णय घेण्याच्या त्यांच्या क्षमतेसाठी तुम्ही त्यांचे कौतुक करू शकता आणि यात कुठेही वादाच्या मुद्द्याचा समावेशही झालेला नाही.

धोक्याचा इशारा : वाद किंवा मारामारीतून मुलांचे मन दुसरीकडे वळावे म्हणून तुम्हाला शक्य ते सर्व तुम्ही केलेले आहे; परंतु प्रसंगाची तीव्रता उत्तरोत्तर

वाढलेली आहे आणि कडाक्याचे भांडण सुरू झाल्याचे तुमच्या कानावर पडते. कोणालातरी शारीरिक, शाब्दिक, भावनिक किंवा तीनही प्रकारे इजा होते आहे. तुम्हाला वाटते, कोणा व्यक्तीला किंवा मालमत्तेला गंभीर हानी पोहोचण्याअगोदर आपण मधे पडले पाहिजे. जेव्हा मुले अशाप्रकारे एकमेकांसाठी धोकादायक होतात तेव्हा तुम्ही तिथे जाण्याची आणि त्यांना वेगळे करण्याची गरज आहे. तरीही लक्षात घ्या, ही वेळ कोणत्याही तर्काची किंवा स्पष्टीकरणाची नाही किंवा तुम्ही ओरडण्याची, किंचाळण्याचीही नाही. ही वेळ संयुक्त राष्ट्रसंघाला पाठवून युद्ध थांबविण्याची आहे, युद्धात सहभागी होण्याची नाही.

तडजोडीची बोलणी करण्याची कोणतीही आशा दिसण्याअगोदर राग शमण्याची आणि प्रत्येकाने शांत होण्याची गरज आहे. तडजोडीची बोलणी करण्याची स्थिती जेव्हा येते, तेव्हा एकावेळी एक व्यक्ती बोलू शकते, हा नियम स्पष्ट करून घ्या. ज्यामुळे एकमेकांच्या बोलण्यात व्यत्यय आणण्याचे अंतहीन चक्र टाळता येईल, ('तो खोटं बोलतोय!') कारण प्रत्येक जण त्याची बाजू मांडणार, कोणी कोणाला काय केले ते सांगत राहणार. पंच म्हणून तुमचे मुख्य काम आहे. कोणाचीही बाजू घ्यायची नाही. तुम्ही बहुधा भांडण तयार होत असताना आणि नंतर त्याचा उद्रेक झालेला पाहायला तिथे नव्हता. मग नक्की काय घडले, हे तुम्हाला माहिती असणे कसे शक्य आहे?

तुमच्यासमोर जे आहे ते पाहा. दोन लहान मुलांनी एकमेकांना दुखावले आहे आणि क्षमा मागण्याची गरज आहे. त्यांच्या काही विशेष सवलती हक्क काढून घेणेही गरजेचे असू शकते. तुम्ही ठरवा आणि घराच्या नियमांना धरून राहा. तुमच्या घराचे नियम नसतील, तर काही नियम तयार करा. उदाहरणार्थ, या घरात मारणे किंवा दुसऱ्याला दुखावणे चालणार नाही!' तुम्हाला खऱ्या करणे शक्य नाही, अशा पोकळ धमक्या कधीही देऊ नका, जसे, 'जर तुम्ही दोघे टीव्ही वरून भांडत राहणार असाल तर आपण टीव्हीच काढून टाकूयात.'

सारांश : भावंडांमध्ये किरकोळ बोलाचाली सामान्य आहे. म्हणूनच प्रत्येक लढाई सोडवण्यात स्वत:ला गुंतवून घेण्याअगोदर, कोणत्या रात्रीचे भांडण चालू आहे आणि कशाकडे तुम्ही दुर्लक्ष करू शकता हे ठरवा. न्यायी असणे अशक्य आहे कारण त्याचा अर्थ होतो, लोक युनिक असताना ते सारखे असतात असे म्हणणे होय. त्याऐवजी घराचे नियम आणि परस्परांना कशाप्रकारे वागवावे याबाबतच्या अपेक्षा तयार करा.

कुटुंबातील भूमिकेचा सापळा

मुलांचे त्यांच्या स्वत:बाबतचे दृष्टिकोन घडवण्यात पालकांची ताकद खूप जास्त असते. पालकांसाठी असे करण्याचा एक मार्ग म्हणजे त्यांच्या मुलांना कुटुंबातील भूमिकेत अडकवणे आणि हे त्यांच्याकडून नकळत केले जाऊ शकते. जर तुम्हाला एखादे विशेष मदत करणारे मूल किंवा संगीत आवडणारे मूल किंवा दिखाऊ, विलासी मूल असेल तर त्यांना तशा भूमिकेत बसवणे आणि तिथेच ठेवणे सोपे असते. अडचण अशी आहे की यामुळे त्या मुलावर दबाव येतो. जसे की, लेबल लावल्याने होते आणि हा दबाव तशाच प्रकारची वर्तणूक निर्माण करू शकतो.

जन्माला येतानाचा क्रमसुद्धा दबाव निर्माण करतो. आपण आपल्या पहिल्या अपत्याकडून ज्या अपेक्षा करतो, तशाच आपल्या नंतरच्या मुलांकडून करतोच असे नाही. आपण माणसेच आहोत, 'परिपूर्ण पालक' नाही. आपल्या असे लक्षात येणे अगदी स्वाभाविक आहे की, आपल्या मुलांपैकी एकाशी जमवून घेणे, हे दुसऱ्यापेक्षा सोपे आहे. ही जाणीव, जे मूल तुम्हाला आव्हानात्मक वाटते त्याच्याबरोबरचे नाते कसे वाढवता येईल, यावर लक्ष केंद्रित करण्यासाठी वापरा. कुटुंबातील कोणाच्यातरी दमदाटीच्या भूमिकेचे कोणीतरी बळी झालेले असणारच. कुटुंबातील या वेगवेगळ्या भूमिका पालक, भावंडे, मित्रमैत्रिणी, कुटुंब आणि शाळा यांच्याकडून अधिक मजबूत केल्या जातात. हेतू सकारात्मक असेलही – आपल्याला वाटते आपण आपल्या मुलांना प्रोत्साहित करत आहोत. जर आपण त्यांना सांगत असू की, 'मला वाटते, तू देखील तुझ्या भावासारखा मदत करणारा असावास.' परंतु प्रत्यक्षात यामुळे वाईट भावना निर्माण होण्याची आणि त्यानुसार तो वाईट वागण्याचीच जास्त शक्यता आहे. भावंडे विरोधी भूमिका घेऊ शकतात, 'जर ती व्यवस्थित असेल तर मी अव्यवस्थित होईन आणि ही लेबल्स स्वत:ला पूर्ण करणारी बनतात.'

तर आपण हा भूमिकांचा सापळा कशाप्रकारे टाळू शकतो?

१. मुलांना स्वतंत्र व्यक्ती म्हणून वागवा, दुसऱ्या कोणाच्या तरी संदर्भाने नाही.
२. सावत्र मुलांना त्यांचे नातेसंबंध सांभाळताना काही विशिष्ट समस्या असतात. ज्यांच्याबाबतीत तुमच्याकडून धीर आणि सहनशीलतेची अपेक्षा असते.
३. अनेक जन्म होत असले तरी लक्षात घ्या, प्रत्येक मूल हे स्वतंत्र व्यक्ती असते.
४. तुलना करू नका.

५. जेव्हा तुम्ही तुमच्या एका मुलाबरोबर एकत्र असाल तेव्हा दुसऱ्या मुलाविषयी बोलणे टाळा.

६. लहान मुलाने घेतलेले परिश्रम आणि चिकाटी यावर भर द्या, एकंदरीत निकालाकडे नाही.

७. समाज ज्यांना महत्त्व देत नाही अशा गुणसंपादनाची किंमत जाणा – सहकार्य, विचारीपणा, मानवता, सहानुभूती... इत्यादी. स्पर्धात्मक वृत्ती, वास्तववाद, जेते आणि पराभूत यापेक्षा त्यांचे मूल्य करा.

उपयुक्त सूचना : पालकांकडे त्यांच्या मुलांना स्वतंत्र नजरेने पाहण्याची आणि कोणत्याही भूमिकेत न अडकवता मुक्त राहू देण्याची शक्ती आहे.

या अगोदरची काही पाने वाचल्यानंतर, तुमच्या कुटुंबात वाद आणि भांडणे-मारामारी कोणत्या कारणांनी होतात हे आठवण्यासाठी क्षणभर थांबा. ते कदाचित काहीतरी सरळ-साधे कारण असेल जसे की पावसाळी दुपारी खूप वेळ घरात कोंडून बसावे लागले. भावनांविषयी विचार करा. ती मत्सर आहे की असुरक्षितता? तुलना किंवा भूमिकांविषयी काय? कदाचित मुले तुमचे लक्ष वेधून घेण्यासाठीही भांडत असतील किंवा तुम्ही खूप थकलेल्या असता त्यामुळे परिस्थिती योग्य प्रकारे हाताळू शकत नाहीत आणि ती हाताबाहेर जाते. कदाचित तुम्ही स्वत: एकट्याच पालकत्व निभावत आहात आणि बहुतेक वेळा पोलीस ऑफिसरची भूमिका करण्याला कंटाळला आहात. तुमच्या मुलांच्यातील चढाओढीमागे काय कारणे असू शकतात हे शोधून काढणे हे 'कमी युद्ध आणि जास्त शांतता' या दिशेने टाकलेले पहिले पाऊल आहे.

माझ्या मुलांमध्ये वाद आणि मारामारी कशामुळे होते?

भावंडाबाबत खूप चांगले काय आहे?

अनेक गोष्टी. ते इतर लोकांबरोबर, त्यांच्या स्वभाव-वैशिष्ट्यांबरोबर, दैनंदिन आयुष्यातील चीड आणणाऱ्या त्यांच्या गोष्टींबरोबर राहायला शिकतात आणि हे एक अनोखे जीवनकौशल्य आहे. ते एकमेकांना सोबत व्हावी, एकमेकांना प्रेम मिळावे यासाठीच एकत्र आहेत. भावंड असतेच गुजगोष्टी करण्यासाठी, भांडण्यासाठी. असे कोणी, ज्याला तुम्हाला काय म्हणायचे आहे ते नक्की समजते जेव्हा तुम्ही फक्त

आई किंवा बाबा म्हणत रडत असता. असे कोणी, ज्याच्याबरोबर तुम्ही अशा गोष्टींवर हसू शकता, जी जगातील इतर कोणालाही गमतीशीर वाटणार नाही.

तुमच्या मुलांच्या परस्परांशी असलेल्या नातेसंबंधांमधील कोणत्या गोष्टींना तुम्ही सर्वाधिक मौल्यवान समजता?

सारांश : मुलांच्या स्वतंत्र व्यक्तित्वाचा आदर करा. प्रत्येक वयात आणि स्थितीत एकाच प्रकारची वागणूक, एकाच पातळीची जबाबदारी, सारखीच हुशारी आणि सारखेच व्यक्तिमत्त्व अशी अपेक्षा करू नका.

जेव्हा समोरचा रस्ता हा खाचखळग्यांनी भरलेला असतो आणि आव्हाने खूप तीव्रतेने आणि वेगाने येतात तेव्हा भावंडांचा आधार असणे फार महत्त्वाचे ठरते.

जेव्हा कुटुंबात वाईट गोष्टी घडतात

मुलांना ही खात्री पटवून देणे आवश्यक असते की, जरी आई-बाबा इथून पुढे एकत्र असणार नाहीत तरी ते दोघेही मुलांवर अजूनही प्रेम करतात आणि जे आई-बाबा असणे कधीही थांबणार नाहीत.

– जॅकी, ११ व ९ वर्षांची दोन मुले, पतीपासून विभक्त

मातृत्वाविषयी पुस्तक हे केकमध्ये घालण्याचे घटक एकत्रित गोळा करण्यासारखे आहे. आपण आपल्या केकमध्ये अनेक चांगल्या गोष्टी घातल्या आहेत, ते मिश्रण ढवळतो आहोत आणि त्याची चव घेतो आहोत. आता तो अव्हनमध्ये ठेवण्याची वेळ आली आहे आणि अव्हन छान गरम झालेला आहे. आपल्याला कदाचित भाजूही शकते. जेव्हा तो अव्हनच्या बाहेर काढला जातो, तेव्हा तो फुगलेला असतो आणि आपल्याला खाण्यासाठी तयार असतो. आपण जर मिश्रण अव्हनमध्ये ठेवले नाहीतर ते कच्चे, सपाट आणि चैतन्यहीन असेल. प्रत्येक कुटुंबात, एक वेळ अशी येते जेव्हा आपल्याला स्वत:ला, एखाद्या केकप्रमाणेच, खूप तापलेल्या अव्हनच्या मध्यभागी असल्यासारखे वाटते. यामागचे कारण कदाचित कोणी आजारी असते किंवा कोणाचा मृत्यू झालेला असतो. ते कदाचित असेही असू शकते की तुमच्या

विवाहाचा शेवट जवळ येतो आहे किंवा तुमच्या जोडीदाराचे अफेअर चालू आहे किंवा मुलाला दमदाटी करण्यात आली आहे अथवा पालकांनी त्यांची नोकरी गमावलेली आहे. कदाचित मादक पदार्थ, दारू किंवा जुगाराने कुटुंबावरील पकड घट्ट केली आहे किंवा एखादे कुमारवयातील मूल भयानक मोठी समस्या निर्माण करते आहे आणि पालकांची चिंता वाढीस लागली आहे. यासारख्या घटना आपल्या आयुष्यात मधेच घडतात तेव्हा आईची भूमिका काय असते?

प्रत्येक जण तिचे वय, तिचे कुटुंबातील स्थान आणि ती कशाप्रकारची व्यक्ती आहे यास अनुसरून वेगवेगळ्या प्रकारे प्रतिसाद देते. तुम्ही सगळ्या जणी सारख्याच गोष्टींचा अनुभव घेत नाही.

– बेलिंडा, मुले ९ आणि ६ वर्षांची होती, तेव्हा पतीचे निधन झाले

आपली अंत:प्रेरणा ही मुलांना हानी पोहोचण्यापासून वाचवणे आणि त्यांची निरागसता कायम राखणे यासाठी काम करते. परंतु त्याचबरोबर मुलांना कशाची माहिती असणे योग्य ठरेल. या गोष्टीबरोबर तिचे संतुलन राखणे गरजेचे आहे. शेफ निगेल स्लॅटरने आपल्या बालपणावर लिहिलेल्या 'टोस्ट' या पुस्तकात असे सांगितले आहे की त्याची आई मृत्युपंथाला लागलेली आहे हे त्याला कळू देण्यात आले नव्हते. परंतु ती सतत अंथरुणावर असे आणि त्याने कोणालातरी 'हॉस्पिटल' म्हणताना ऐकले होते. त्यामुळे त्याला वाटले ती गरोदर आहे. जेव्हा ती खरोखरच मृत्यू पावली तेव्हा त्याला अंत्यसंस्कारास जाण्याची परवानगी नव्हती. जगात इतर संस्कृतीमध्ये, मुलाला अंत्यसंस्कारास येऊन न देण्याबाबत कधी ऐकले नव्हते.

त्यांची भीती आणि त्यांना काय म्हणायचे आहे ते ऐका. त्यांना सतत कुशीत घ्या. तुमच्या मुलांना गरजेचा वाटेल तेवढा वेळ त्यांच्याबरोबर घालवा. ही वेळेची गुंतवणूक आहे, ती कधीही वाया जाणार नाही.

– निक, ११ आणि ९ वर्षांच्या दोन मुलींचे वडील. त्यांच्या आईचे निधन झाले आहे.

आपली मुले मोठी तशी कुटुंबातील काही गोष्टी आपोआप शोषून घेतात. जसे, त्यांचे कुटुंब कठीण आणि वेदनादायी प्रसंगी कशाप्रकारे वागते आणि यावरूनच आयुष्याशी लढण्यासाठीची त्यांची व्यवस्था आकार घेते. जर आपण आपल्या मुलांना वाईट घटनांचा सामना कशाप्रकारे करावा हे शिकवले नाहीतर ते स्वत:च त्यांच्या पद्धतीने त्यांना मदत करणारे मार्ग शोधून काढतात आणि ते मार्ग ड्रग्ज,

दारू, स्वत:ला इजा करून घेणे किंवा जुगार खेळणे असे असू शकतात. लहान मुलांच्या पालकांना हे वाचायला खूप कठोर वाटेल. कदाचित, परंतु पालक म्हणून मुलांना अडचणींची सामना कसा करावा हे शिकवणे, आपले कामच आहे. जेव्हा परिस्थिती कठीण असेल तेव्हा आपण ज्यावर विसंबू शकतो असा अंतर्गत सामर्थ्याचा थर आपण आपल्या मुलांमध्ये निर्माण करण्याची गरज आहे.

त्या अंतर्गत सामर्थ्याला मन विचलित करणाऱ्या पदार्थांनी किंवा हानिकारक वर्तणुकीने इंधन पुरवले जावे असे आपल्याला कदापी आवडणार नाही. त्याचवेळी मुलांना भावनिक सुरक्षितता पुरविण्याचा सर्वतोपरी प्रयत्न करणे हे मोठ्या माणसांच्याच हातात आहे. मुले कुटुंबात जे काही घडले आहे त्याबाबत कोणाला तरी दोष देता येतो का हे पाहात असतात ज्यामुळे त्यांच्यासाठी ती गोष्ट अर्थपूर्ण होते. त्यांना मदत करण्यासाठी वागण्यात एकसमानता ठेवा – शक्य तेवढे दैनंदिन गोष्टी सुरळीत राहतील हे पाहा.

पालकांच्या विभक्त होण्याच्या मधल्या काळात, भेटायला येणाऱ्या पालकांचे वेळापत्रक मुलांना माहिती असणे अत्यंत महत्त्वाचे आहे आणि पालकांनीही या वेळापत्रकात फेरफार करू नये.

– जॅकी, ११ आणि ९ वर्षांची दोन मुले

सत्य सांगणे

मला वाटते घरामधील बदललेली व्यवस्था आणि त्यामुळे काय घडणार आहे याबाबत मुलांना खरे काय ते सांगणे गरजेचे असते. (ते इथून नव्या घरी राहायला जाणार आहेत परंतु त्यांच्या डॅडला भेटायला आणि त्याच्याबरोबर राहायला ते नियमित येऊ शकतात.) परंतु लग्न का मोडले आहे याचा तपशील सांगण्याची गरज नसते.

– जॅकी, ११ आणि ९ वर्षांची दोन मुल

आपण आपल्या मुलांना खूप लहानपणापासून नेहमी खरे बोला असे शिकवितो. शाळेतही त्यांच्याकडून हीच अपेक्षा केली जाते. सत्याविषयी एक गोष्ट सांगावीशी वाटते, सत्य कितीही वेदनादायक असो आपण ते दडपून टाकतो, तेव्हा त्यातील वेदना दूर होत नाही. ती अधिक गुंतागुंतीची होते. काही प्रौढ लोक मुलामा दिलेल्या असत्याचा (सफेद झूठ) वापर करतात म्हणजे असे खोटे जे कमी नुकसानकारक आहे. उदाहरणार्थ, आपल्याला कुठेतरी आमंत्रित केलेले आहे, जिथे जाण्याची

आपली इच्छा नाही. ह्या आमंत्रणाचा अस्वीकार करण्यासाठी, काहीतरी खोटी सबब शोधून काढावे लागते. त्याऐवजी फक्त आम्ही येऊ शकत नाही; असे म्हटले तर जेव्हा आपली मुले आपल्याला अशाप्रकारचे 'सफेद झूठ' बोलताना ऐकतात, तेव्हा ते आपल्याकडून काय शिकतात?

आपण अनेक कारणांसाठी अशा मुलामा दिलेल्या असत्यांचा वापरतो. म्हणजेच आम्ही येत नाही, हे सांगणे टाळण्यासाठी आपण वेदना निर्माण करत नाही, तसेच आपल्याला हवे ते मिळविण्यासाठी किंवा आपली बाजू चांगली दिसावी यासाठी आपण कोणाला दु:ख देत नाही. तुमची मुले काय ऐकत आहेत, याचा विचार करा आणि त्यांनी तुमच्याकडून 'सत्य सांगण्याचे महत्त्व' याबाबत काय शिकावे, असे तुम्हाला वाटते. यावरही विचार करा.

सत्य सांगावे किंवा नाही हे तुम्ही कसे ठरवता?

तुमची मुले असत्य वागत आहेत ही परिस्थिती तुम्ही कशाप्रकारे हाताळता?

तुमचे मूल तुमच्याशी खोटे बोलते आहे हे जेव्हा तुम्हाला माहिती होते (मूल लहान असताना, असे खोटे पकडणे खूप सोपे असते) तेव्हा वास्तवाला धरून राहणे आणि खोट्यात अडकून न पडणे साहाय्यकारी होते. उदाहरणार्थ, जर ते म्हणत असतील की, त्यांनी शेवटचे चॉकलेट, बिस्कीट खाल्ले नाही आणि त्यांच्या तोंडाला चॉकलेट लागलेले असेल तर सांगा की, तुम्हाला त्यांच्या तोंडाभोवती लागलेले चॉकलेट दिसते आहे आणि शांत राहा. तुम्ही शांत राहिलात तर मुलांना खरे वागणे सोपे वाटेल.

सारांश : अडचणी आणि वेदना या कधी ना कधी, सर्वच कुटुंबावर आघात करतात अशावेळी मदत मागणे हे सामर्थ्याचे लक्षण आहे आणि तुम्ही चतुरपणे सर्व निभावून नेणारे 'परिपूर्ण पालक' असावे अशी अपेक्षा नाही. तुमच्या मुलांचे वेदनेपासून संरक्षण करावेसे वाटणे नैसर्गिक आहे; परंतु सत्य परिस्थिती काय आहे हे त्यांना अन्य कोणाकडून कळण्याअगोदर, ते केव्हा आणि कशाप्रकारे त्यांना सांगायचे ते ठरवा.

परिपूर्ण नको; पुरेसे चांगले राहा

जेव्हा कुटुंबावर कठीण काळ येतो तेव्हा तुमच्या स्वत:च्याच भावना सांभाळणे अवघड असते त्यात मुलांच्या भावनांचे तर विचारायलाच नको. कधीकधी तुम्हाला पूर्णपणे नियंत्रणाबाहेर असल्यासारखे वाटते आणि जेव्हा तुम्ही तुमच्या मुलांचे संरक्षण करू शकत नाही तेव्हा तुम्ही त्यांच्या स्वत:च्या हवाल्यावर सोडून दिले आहे, असे वाटणे नैसर्गिक आहे. स्वत:वर दया करा आणि तुमची मन:स्थिती, अपराधी वाटून घेऊन आणखी वाईट करू नका. तुम्ही तुमच्या मुलांच्या बाबतीत कमी पडत आहात याविषयी अपराधी वाटून! सत्य हे आहे की संकटे येतात, तुम्ही कधी त्यांना दूर करू शकता तर कधी नाही. अशाही वेळा येतील जेव्हा आयुष्य हे सहन करण्यापलीकडे अवघड असेल, तुम्ही भावनिक आणि शारीरिकदृष्ट्या दमलेल्या असाल आणि या सर्वांचा सामना करण्यासाठी एकाकी असाल.

रविवार फार कठीण असतात – हा परंपरेने कुटुंबाचा वेळ आहे. मी मुलांच्यासह हेल्थ क्लबला जायला सुरुवात केली. ज्यायोगे आम्हाला करण्यासारखे काहीतरी होते, गुंतून राहणे आणि बाहेर जेवायला जाणे असे काहीतरी असायचे. इतर वेळी आम्ही कुत्र्याला फिरायला नेऊन आणण्यासारखे सोपे काम केले, चित्रे काढली, संगीत ऐकले आणि चित्रपट पाहिले.

– बेलिंडा, ९ आणि ६ वर्षांची मुले होती, तेव्हा पतीचे निधन झाले

तुम्ही समस्येचा कसा सामना करता, कशाप्रकारे प्रतिसाद देता यावर तुमच्यासमोर असलेले पर्याय अवलंबून असतात. आपण जेव्हा प्रामाणिक किंवा उघड बोलत नसतो तेव्हा आपली मुले सहज ओळखतात. म्हणूनच चतुराई यात आहे की, तुम्ही सत्य हळूहळू बाहेर येऊ द्या, अशा वेगाने ज्याबरोबर लहान मुले जुळवून घेऊ शकतील.

आपल्या अगोदर लाखो कुटुंबांनी आजाराचा सामना केलेला आहे. मृत्यूमुळे होणारे नुकसान, मुबलकता, दमदाटी सहन केलेली आहे आणि अनेकांचे असे म्हणणे असेल की, त्यांचे एक मजबूत कुटुंब आहे. त्यामागे त्यांनी एकत्रितपणे सामना केलेले संकट आहे. जर तुमचे कुटुंब एखाद्या मोठ्या समस्येशी झगडत असेल तर तुम्ही एकटे नाही आहात.

स्वत:शी खूप कठोर वागू नका. टोकाच्या अवघड परिस्थितीत काही असामान्य गोष्टी करत असताना माझ्या लक्षात आले की, मी खूपसा चांगला पती आणि खूपसा चांगला पिता आहे.

– निक, ११ आणि ९ वर्षांच्या मुली होत्या, तेव्हा पत्नीचे निधन झाले

वर्तणूक नेहमीच काहीतरी सूचित करते याबाबत लक्षात ठेवाव्यात अशा दहा सोनेरी गोष्टी

१. वर्तणूक जशी आहे तशी मान्य करा तरच तुम्ही ती बदलू शकता.

२. वर्तणुकीमागील चार मूलभूत कारणे – संवाद, स्वप्रतिमा, भावना आणि मर्यादा ही आहेत किंवा त्यांचे एकत्रित स्वरूप. आपली मुले आपल्याला अनेक वर्षं त्यांच्या वर्तणुकीमागील कारणे शोधण्याचा सराव देतील.

३. आपली मूल्ये (आणि आपल्या जोडीदाराची), आपल्याला कोणती वर्तणूक स्वीकारार्ह वाटेल आणि कोणती आव्हानात्मक वाटेल हे ठरवतात.

४. एक उत्तम श्रोता असणे, ही आपण आपल्या मुलांसाठी करू शकत असलेली सर्वोत्तम गोष्ट आहे.

५. चांगल्या प्रकारे कसे ऐकावे, हे शिकण्याचे स्वत:ला वचन द्या.

६. जेव्हा तुम्ही दबावाखाली असता तेव्हा तुमची पालकत्वाची शैली कोणती असते हे शोधून काढा आणि अधिक आग्रही पालक बनण्याचे उद्दिष्ट ठेवा.

७. आपल्या स्वत:च्या शारीरिक आणि भावनिक गरजा, मासिक पाळीच्या अगोदरच्या त्रास ते उत्सुकता, भूक यांचे समाधान करणे गरजेचे आहे, तरच आपण आपल्या मुलांची वर्तणूक परिणामकारकरित्या हाताळू शकू.

८. आपल्या भावंडाबरोबरच्या आपल्या नातेसंबंधांचा, आपल्या मुलांच्या भावंडाबाबतीतील समस्या हाताळताना जाणवणारा विशेष प्रभाव ओळखा.

९. कुटुंबामध्ये नव्या बाळाचे आगमन ही नेहमीच स्वागतार्ह गोष्ट नसते. जुन्या भावंडांना सुरुवातीला मत्सर आणि अपराधित्वाच्या भावनेचा अनुभव येतो आणि त्यानंतर त्यांची वर्तणूक आव्हानात्मक बनते.

१०. कुटुंबामध्ये वाईट गोष्टी घडतात; परंतु तुम्ही तुमच्या मुलांना स्वत:ची संसाधने निर्माण करण्यासाठी कशी मदत करता हे तुमच्यावर आहे. अशा व्यवस्थेमुळे नंतरच्या आयुष्यात ती मुले ड्रग्ज, दारू किंवा स्वत:ला हानी करून घेण्यासारख्या गोष्टींकडे वळणार नाहीत.

आपण काय शिकलो?

येथे दिलेला प्रत्येक मुद्दा तुम्ही शिकला आहात, याबद्दल तुम्हाला आनंद वाटतो आहे आणि तुमच्या आयुष्यात तो लागू करण्यास तुम्ही तयार आहात हे तपासून पाहा.

* मुलांच्या वर्तणुकीवर प्रभाव असणारे मूलभूत मुद्दे समजून घ्या.
* तुम्हाला कशाचा खूप राग येतो, ते ओळखा.
* तुम्ही कोणत्या शैलीची आई आहात, हे जाणून घ्या.
* तुमची वर्तणूक कशाप्रकारे हाताळावी, हे समजून घ्या.
* भावंडे हे मित्र असू शकतात किंवा स्पर्धक.
* जेव्हा वाईट गोष्टी घडतात तेव्हा तुमचे आधार आणि संसाधने कोणती आहेत, याची तुम्हाला कल्पना असायला हवी. (घटस्फोट, मृत्यू, घर बदलणे आणि दमदाटी इत्यादी.)

हे प्रकरण वाचल्यानंतर आई म्हणून मी स्वत:बद्दल काय शिकले आहे?

सर्वाधिक विशेष गोष्ट कोणती?

८

मुलांची देखभाल आणि शिक्षण यांची निवड

या प्रकरणात तुम्ही शिकणार आहात....

* मुलांच्या देखभालीचे विविध पर्याय
* तुमच्या बालसंगोपन करणाऱ्या व्यक्तीबरोबर (चाइल्ड केअर) चांगले नातेसंबंध कसे निर्माण करावेत?
* तुमच्या मुलाला स्थिरावण्यासाठी काय करावे? (तुम्ही त्यांना सर्वाधिक ओळखा.)
* योग्य शाळेची निवड आणि शाळेत जाण्यासाठी मुलाच्या मनाची तयारी करणे.
* तुमच्या शाळेत कशाप्रकारे सामील होता येईल.
* तुम्ही तुमच्या मुलाची शिक्षिका आहात.

बेबीसिटरचे काम करणारा कोणी टीनएजर असतो, जो मोठ्या माणसाप्रमाणे वागण्याचा आव आणतो, तर मोठी माणसे बाहेर जाऊन टीनएजर्सप्रमाणे वागतात.

– अनामिक

तिच्या मुलाची देखभाल करण्यासाठी दुसऱ्या कोणा व्यक्तीवर विश्वास ठेवणे ही कोणत्याही आईसाठी अतिशय कठीण गोष्ट आहे. स्वत: त्या मुलाचे वडील किंवा आजी-आजोबा हेसुद्धा बालसंगोपन करणाऱ्याचे परिपूर्ण उत्तर होऊ शकत नाहीत. आपल्या मुलाला दुसऱ्या कोणाच्या तरी हाती सोपवून जाणे मातांना खूप कठीण वाटते, हे अगदी सामान्य आहे. विशेषत: ते मूल जर रडत किंचाळत असेल, तू जाऊ नकोना अशी तुमची विनवणी करत असेल, तर सगळेच अवघड होऊन बसते. तथापि जेव्हा मुलाची काळजी घेण्यासाठी योग्य व्यक्ती तुम्हाला

मिळते तेव्हा जाणवणारी स्वातंत्र्याची आणि काहीशी सुटकेची भावना खूप छान वाटते. तुमचे मूल सुरक्षित आणि आनंदी आहे, याची खात्री असते. तेव्हा तुम्ही ५ मिनिटांसाठी बाहेर जाऊ शकता. ५ तासांसाठी किंवा ५ दिवसांसाठीही बाहेर जाऊ शकता. कधी ना कधीतरी प्रत्येक आईला बालसंगोपन करणाऱ्याची गरज भासतेच. प्रासंगिक, नियमितपणे किंवा तातडीची गरज म्हणूनही. मुलांची देखभाल करण्यासाठी कशाप्रकारची व्यक्ती तुमच्यासाठी योग्य ठरेल, यानुसार तुम्ही निवड करायला हवी. तुम्ही पुन्हा कामावर रुजू होणार असाल, तर तुम्हाला नियमित बालसंगोपन करणाऱ्याची गरज आहे. तथापि, तुम्हाला एका खास प्रसंगासाठी जायचे आहे अशावेळी तुम्हाला पाळणाघराची गरज भासेल. आठवडाभर लहान मुलांबरोबर घरी राहून तुम्ही कंटाळला आहात म्हणून तुम्हाला दुसऱ्या कोणातरी आईजवळ आपल्या मुलांना सोडून जायचे आहे, जेणेकरून तुम्हा उभयतांना थोडा मोकळा वेळ मिळेल.

माझी तीन वर्षांची मुलगी रोज दुपारपर्यंत पाळणाघरामध्ये असते. शुक्रवारी तिला घ्यायला जाईपर्यंत माझ्याकडे अडीच तास असतात. तसे फारसे काही करता येईल, एवढा हा वेळ मोठा नाही म्हणून मग मी पाळणाघरामधल्याच एका आयाबरोबर आळीपाळीने शुक्रवारी मुलांना घरी घेऊन जाण्याची व्यवस्था केली. दोन्ही मुलांना जेवणासाठी घरी घेऊन जायचे. तीन वाजेपर्यंत त्यांना खेळवायचे असे ठरवले. आठवड्याचा तो दिवस माझ्या आवडीचा दिवस बनून गेला. मला मुलांना घरी घेऊन यायचे असले तरी त्यामुळे माझ्या मुलीला खेळायला सोबती मिळत होता आणि जेव्हा माझी मैत्रीण त्यांना घेऊन जात असे; तेव्हा मी माझ्या वेळाचे चांगले नियोजन करू शकत असे – केवढी मन:शांती!

– लॉरा, ६ आणि ३ वर्षे वयाची दोन मुले

अन्य कोणा व्यक्तीच्या देखरेखीखाली असताना तुमच्या मुलाला कशाप्रकारचा अनुभव यावा, हे तुम्हाला महत्त्वाचे वाटते. या गोष्टीचा खूप मोठा प्रभाव तुमच्या बालसंगोपन करणाऱ्याच्या निवडीवर होणार आहे. तुमच्या घरी येऊन तुमच्या मुलांची देखभाल करणारी कोणी व्यक्ती तुम्हाला आवडेल की, मुलांनी पाळणाघरात किंवा त्या बालसंगोपन करणाऱ्याच्या घरी राहिलेले जास्त चांगले असे तुम्हाला वाटते? तुमच्या बजेटचा तुमच्या निर्णयावर परिणाम होतो आहे का? केलेली व्यवस्था कितपत लवचीक आहे? हे प्रकरण तुम्हाला भावना आणि व्यवहार यामधील फरक वेगळा करायला शिकवेल. एकदा का तुमची बालसंगोपन करणाऱ्याची निवड झाली की, त्यानंतर त्या आयाबरोबरच्या तुमच्या संबंधांकडे तुम्ही कसे पाहता? तुमच्या मौल्यवान मुलाची काळजी आणि देखरेख यासाठी तुम्ही या

व्यक्तीवर विश्वास ठेवता, मग त्यांना त्याबाबतचा मोबदला देण्याव्यतिरिक्त अन्य कशाप्रकारे तुम्ही हे संबंध जोपासता? तुमच्याकडे पूर्णवेळ आया असो, किशोर वयातील बालसंगोपन करणारी व्यक्ती (टीनएज बेबीसिटर) असो, नातेवाईक असो किंवा तुमचे मूल पाळणाघरात जात असो, तुमची मूल्ये आणि व्यवहारी गोष्टी तुम्ही आयापर्यंत कशाप्रकारे पोहोचवणार आहात, याबाबत काळजीपूर्वक विचार करायला हवा. शेवटी, तुम्ही योग्य आयाची निवड केल्यानंतर आता तुमच्या मुलाला स्थिरावण्यास मदत करण्यासाठी आणखी काय करता येईल? काही मुलांना कोणतीही अडचण जाणवत नाही. ते उत्साहाने आपल्या आयाचे स्वागत करतात किंवा आनंदाने नर्सरीत जायला लागतात, तर काही मुलांना देखभाल करणाऱ्या व्यवस्थेशी जुळवून घ्यायला आठवडेसुद्धा लागू शकतात आणि प्रत्येकवेळी मुलाला त्यांच्या हाती सोपवणे, हा तुम्हा दोघांसाठीही वेदनादायक अनुभव होऊ शकतो. तुम्ही तिथून गेल्यानंतरच्या काही मिनिटानंतरच तुमचे मूल कदाचित शांत झालेले असेल; परंतु तुम्हाला मात्र पूर्ण दिवस अपराधीपणाची भावना घेरून राहिलेली असेल. पाचव्या प्रकरणामध्ये तुम्हाला वर्किंग मदत असण्याबाबत अपराधी नाहीतर अभिमानी वाटावे म्हणून प्रेरित केले आहे. तुमच्या मुलाची देखभाल करणारी व्यवस्था चांगली आहे, हा विश्वास तुमच्यासाठी खूप महत्त्वाचा आहे. ज्यामुळे अपराधीपणाची बोच मनातून काढून टाकायला आणि कामावर लक्ष केंद्रित करायला मदत होईल किंवा तुम्ही ज्यासाठी पात्र आहात, तो 'तुमचा' वेळ तुम्हाला मिळू शकेल.

सारांश : तुम्ही तुमच्या मुलावर खूप प्रेम करता आणि त्याच्यासाठी सर्वोत्तम गोष्टींची इच्छा बाळगता त्यामुळे दुसऱ्या कोणावर तरी मुलांना सोपवून जाताना तुम्हाला अपराधी वाटणे, अगदी नैसर्गिक आहे. मग ते दुसरे कोणी मुलांवर प्रेम करणारे त्यांचे आजी-आजोबा असले तरीही. अपराधी भावनेला खतपाणी घालणे, अत्यंत विनाशकारी होऊ शकते. म्हणूनच तुम्हाला परवडू शकेल, असा सर्वोत्तम बालसंगोपन करणारा शोधण्यात आणि मुलांपासून दूर असण्याच्या काळात तुम्ही काय करू शकता हे शोधण्यात सर्व ऊर्जा खर्च करा. इतरांनी देखभाल करण्यातही मुलांचे अनेक फायदे आहेत

चाइल्ड केअरच्या पर्यायाचे मार्गदर्शन

मुलांची देखभाल करण्याच्या कामासाठी तुम्ही कोणाचाही विचार करत असा, त्यांचे संदर्भ विचारण्यास आणि ते घेण्यास विसरू नका. बहुतेक लोक खूप छान

मुलाखत देतात; परंतु त्यांच्यात दडलेली कौशल्ये (किंवा त्या कौशल्यांचा अभाव.) ही जर त्यांना नोकरी देण्यापूर्वी त्यांनी काही वेळ तुमच्या कुटुंबासमवेत घालवला तरच लक्षात येतात. जर तुम्हाला शक्य असेल, तर या बालसंगोपन करणाऱ्या आईच्या मदतनीसाला तुमच्याबरोबर आणि तुमच्या मुलाबरोबर अर्धा दिवस घालवायला सांगा. त्याचप्रमाणे एका चांगल्या पाळणाघरानेही त्याचा अनुभव कसा असेल, याचा अनुभव घेण्यासाठी काही तास पाळणाघरामध्ये व्यतीत करण्याची परवानगी द्यायला हवी.

नॅनी

'नॅनी' ही सामान्यत: अशी व्यक्ती असते (बहुधा स्त्री) जिने बालसंगोपनाचे प्रशिक्षण (चाइल्ड केअर) घेतलेले आहे आणि तुमच्या मुलांची देखभाल करण्यासाठी तुम्ही तिला कामावर ठेवले आहे. त्यांनी कदाचित बालसंगोपनाचे औपचारिक प्रशिक्षण घेतलेले नसेल; परंतु या कामाचा त्यांना भरपूर अनुभव असायलाच हवा. मुलांना खाऊ-पिऊ घालणे, त्यांची स्वच्छता, कपडे आवरणे, त्यांचे मनोरंजन करणे आणि त्यांच्या विकासास उत्तेजना देणे यासाठी बालसंगोपन करणारी व्यक्ती जबाबदार असते. त्यांनी मुलांना सुरक्षित आणि प्रेमळ वातावरण पुरवायला हवे. त्याचबरोबर मुलांच्या शिक्षणास आणि विकासास मदत करतील अशा गोष्टींचे नियोजन करावे, हे त्यांच्याकडून अपेक्षित आहे. घरातील इतर कामे वा घरकाम ही नॅनीची जबाबदारी नसते; परंतु त्यांच्या स्वत:च्या व मुलांच्या वापरातील गोष्टी त्यांनी स्वच्छ करायला हव्या.

बालसंगोपन करणारे हा तसा सर्वांत खर्चिक पर्याय आहे. कारण यामध्ये तुम्ही एखाद्या प्रशिक्षित, कौशल्यपूर्ण आणि अनुभवी व्यक्तीची सेवा विकत घेत असता. दुसऱ्या एखाद्या कुटुंबाबरोबर तिच्या वेळेचे विभाजन केले, तर येणारा खर्च तुम्ही दोन कुटुंबे मिळून देऊ शकता. त्या पूर्णवेळ किंवा अर्धवेळ काम करतात, त्यामुळे तुम्ही जास्त वेळ काम करत असाल, तुम्हाला प्रवास करावा लागत असेल, तर तुम्हाला बालसंगोपन करणाऱ्यासाठी थोडे जास्त पैसे खर्च करण्याची गरज आहे. अशा व्यक्तीसाठी जास्त किंमत मोजणाऱ्या माता या स्वत: पूर्णवेळ काम करणाऱ्या असतात. त्यामुळे बालसंगोपन करणाऱ्याचा पगार देऊ शकतील, एवढा जास्त पगार त्या स्वत: मिळवत असतात.

नॅनीसंबंधी काही चांगल्या गोष्टी

* त्या बहुधा प्रशिक्षित आणि अनुभवी असतात.
* त्या कुटुंबाचाच भाग बनून कुटुंबासमवेत राहू शकतात.
* मुलांसाठी असलेल्या वेगवेगळ्या कार्यक्रमांमध्ये सामील होण्यासाठी त्यांचे स्थानिक लोकांशी लागेबांधे असू शकतात.
* बालसंगोपन करणारी योग्य व्यक्ती तुमच्या मुलांसाठी आराम आणि आनंदाचा स्रोत होऊ शकते. कारण मुलांच्या स्वत:च्या घरातच त्यांची देखभाल करण्यासाठी तिला नेमलेले असते आणि त्यांना जाणून घेण्यासाठी तिला पुष्कळ वेळ मिळतो.
* छोटे मूल आणि त्याची देखभाल याबाबत तुम्हाला असलेल्या माहितीपेक्षा जास्त माहिती त्यांच्याजवळ असण्याची शक्यता आहे.

नॅनी असण्याशी संबंधित आव्हाने

* नॅनींना कामावर ठेवणे खर्चिक असते आणि चांगल्या नॅनी अवांतर सोयी-सवलतींची अपेक्षा करतात. जसे की, मोफत राहण्याची सोय, कारचा वापर, जिमचे सदस्यत्व आणि पगारी सुट्ट्या.
* तुम्ही तिला कामावर ठेवाल आणि नॅनी टॅक्स, आजारपणातील पगार इत्यादी गोष्टींची तुम्हांलाच काळजी घ्यावी लागेल.
* नॅनी सुटीवर असेल किंवा आजारी असेल, अशा काळात तुम्हाला पर्यायी व्यवस्था करावी लागले.
* मुले नॅनीशी खूप एकरूप होतात, विशेषत: नॅनी त्यांच्या घरातच राहत असेल तर जास्तच.
* तुम्हाला अजूनही घरकाम स्वत:चे स्वत:च करावे लागेल किंवा एखाद्या सफाई कामगाराला त्यासाठी पैसे मोजावे लागतील.
* संध्याकाळी मुलांना सांभाळण्यासाठी ती जास्त पगाराची अपेक्षा करू शकते.
* मुलांची कोणती वर्तणूक स्वीकारण्यायोग्य आहे किंवा त्यांच्यासाठी कोणत्या कार्यक्रमांची निवड करावी, याबाबत तुमचे व नॅनीचे मतभेद होऊ शकतात.

ऑपेअर

ऑपेअर (हे त्यांची भाषा व जीवनकौशल्य विकसित करण्यासाठी तसेच त्यांच्या सांस्कृतिक अनुभवात भर घालण्यासाठी एखाद्या कुटुंबात राहून बालप्रशिक्षणाचे काम स्वीकारतात.) ह्या नॅनीपेक्षा वेगळ्या असतात. त्यांच्याकडे मुलांच्या देखभालीचे व्यावसायिक प्रशिक्षण नसते आणि व्यवसाय म्हणूनही कोणी त्याची निवड करत नाहीत. सामान्यत: ऑपेअर्स स्वानुभावासाठी अशा प्रकारचे काम स्वीकारतात. त्यांचे वय साधारणत: १८ ते २३ वर्षं दरम्यान असते आणि बऱ्याचदा विद्यापीठातील शिक्षणाची सुरुवात करण्याअगोदरची १-२ वर्षे ऑपेअरचे काम केले जाते.

ऑपेअर म्हणून पुरुष उमेदवाराची निवड करण्यासही काहीच हरकत नाही. जे घरातील काम व मुलांची देखभाल यामध्ये स्त्री उमेदवारांइतकेच कुशल असतात. ऑपेअर हे दिवसाला ५ तास व आठवड्यातून ५ दिवस काम करतात, याशिवाय दोन संध्याकाळ मुलांना सांभाळतात. ते मुलांची काळजी घेतात त्याचबरोबर घरातील बारीक-सारीक कामे व दैनंदिन गोष्टीही करतात. त्याचा मोबदला म्हणून त्यांना स्वत:ची रूम, जेवण आणि हातखर्चाचे पैसे दिले जातात.

ऑपेअरविषयी चांगल्या गोष्टी

* मुलांच्या देखभालीचा कमी खर्चिक पर्याय आहे.
* ते आपल्या कुटुंबाला त्यांच्या देशातील गोष्टी व रूढी, पद्धतीविषयी रोचक माहिती देतात. याशिवाय आधुनिक भाषांच्या गृहपाठात मदतदेखील करू शकतात.
* ते घरकाम आणि मुलांची देखभाल करतात.
* ते घरातच राहतात त्यामुळे तुम्हाला जरी उशीर होणार असेल, तरी बेबीसिटरची गरज भासत नाही.

ऑपेअर असण्याची संबंधित आव्हाने

* त्यांना भाषेच्या मर्यादा असू शकतात – अडचणीच्या वेळी ही एक समस्या होऊ शकते.
* त्यांची मुलाखत वैयक्तिक व प्रत्यक्ष घेणे अवघड जाते, जोपर्यंत ते आपल्या देशात येऊन राहत नाहीत.
* त्यांना स्वत:ला घरच्या आठवणीने दु:खी व एकाकी वाटू शकते.
* कोणत्याही एकत्र राहणाऱ्या व्यक्तींप्रमाणेच तुम्हाला आपापसातील

संबंधांच्या मर्यादा ठरवाव्या लागतील. जेव्हा ते कामावर नसतील तेव्हा ते स्वत:साठी काही खायला करू शकतात? तुमच्याशी गप्पा मारू शकतात? तुमच्याबरोबर टीव्ही पाहू शकतात? त्यांच्या मित्रांना घरी बोलावू शकतात?

* सुरुवातीच्या आठवड्यांमध्ये त्यांना आधार देण्यासाठी तुम्हाला काही वेळ काढावा लागेल. ज्या काळात ते तुमच्या राहण्याचे ठिकाण, तेथील सार्वजनिक वाहन व्यवस्था, तुमचे कुटुंब या गोष्टींशी परिचित होतील. याशिवाय घरी फोन कसा करता येईल, हेही त्यांना जाणून घेता येईल.

आयांची मदत

आया या नॅनीजसारख्याच असतात, पण बहुधा त्यांचे औपचारिक प्रशिक्षण झालेले नसते. त्या आया म्हणून काम करतात तसेच घराचा आणि मुलांचा पूर्ण सांभाळ करतात. त्यांना मुलांसोबत राहण्याचा अनुभव असावा किंवा त्यांनी नर्सरीत काम केलेले असावे; परंतु फक्त मुलांची देखभाल करणे एवढ्यासाठीच नाहीतर आयाचे काम करणे, हा त्यांच्या नेमणुकीमागील मुख्य उद्देश असतो.

ज्या स्त्रिया घरून काम करतात किंवा अर्धवेळ काम करतात आणि ज्यांना घरकाम आणि मुलांची देखभाल करणारी असा दोहोंसाठी सामायिक पर्याय हवा असतो, अशा सर्व स्त्रियांसाठी 'माता/मदर' हा उत्तम पर्याय होऊ शकतो.

याबाबतच्या चांगल्या गोष्टी

* त्या नॅनीपेक्षा अधिक लवचीक असतात, कारण त्या तुमच्या गरजेप्रमाणे काम करू शकतात. जसे की, लहानग्यांची काळजी घेणे, सुपरमार्केटमधून वस्तू घेऊन येणे आणि दिवसभरात केव्हातरी एकदा बाथरूम स्वच्छ करणे.
* त्या शक्यतो वेगळे राहतात, घराबाहेर राहतात – अर्थात काही लोकांना ही अडचण वाटू शकते.
* त्या नॅनीपेक्षा स्वस्त असतात.
* ऑपेअरपेक्षा मुलांच्या बाबतीत त्या जास्त अनुभवी असतात.

आयांची मदत घेण्याशी संबंधित आव्हाने

* त्यांचेकडे मुलांच्या देखभालीचे औपचारिक प्रशिक्षण नसते.
* तुमचा त्यांच्याशी पुष्कळ संपर्क येत असल्या कारणाने त्यांची करावयाची

कामे कोणती असतील, याबाबत स्पष्टता असणे गरजेचे आहे.

आजी-आजोबा किंवा अन्य नातेवाईक

आजी-आजोबा किंवा कुटुंबातील इतर सदस्य हे बालसंगोपनाचे सुंदर उत्तर असू शकते. त्यांना कोणत्याही प्रकारे मोबदल्याची अपेक्षा नसते. तुम्ही तुमच्या मुलांवर करता तेवढेच प्रेम त्यांचेही असते आणि मुलांचे भले व्हावे ही त्यांची मनापासून इच्छा असते. तथापि, आपल्या आधुनिक कुटुंबपद्धतीत खूप थोड्या कुटुंबांना नातेवाइकांच्या जवळ राहता येते, ज्यायोगे हे नातेवाईक त्यांच्या मुलांची देखभाल करू शकतील आणि कधीकधी स्थानिक नातेवाईक असले, तरी त्यांच्याकडे मुलांना सोपवून जाणे हे तुम्हालाच नको असते.

नातेवाइकांसंबंधी काही चांगल्या गोष्टी

* त्यांच्याकडे बहुधा मोकळा वेळ असतो.
* त्यांचे तुमच्या मुलांवर आणि तुमच्या मुलांचे त्यांच्यावर प्रेम असते.
* तुमच्या मुलांबरोबर ते जवळकीचे नाते विकसित करू शकतात.
* त्यांनी तुम्हाला ज्या पद्धतीने मोठे केले असेल, त्या तुलनेत ते तुमच्या मुलांशी वेगळे वागू शकतात.
  उदाहरणार्थ, कमी कठोर आणि जास्त मोकळेपणाने.
* मुलांच्या व्यवस्थेबाबत ते लवचीक असू शकतात.
* त्यांना मुलांचा अनुभव असतो.

नातेवाइकांचा पर्याय निवडण्यामधील आव्हाने

* तुमची पालकत्वाची शैली त्यांच्यापेक्षा वेगळी असू शकते.
* तुमच्या मूल्यांमध्ये ते हस्तक्षेप करू शकतात.
* ही काही व्यावसायिक व्यवस्था नाही. त्यामुळे अडचण आल्यास तिचे निराकरण करणे तुलनेने जास्त गुंतागुंतीचे होऊ शकते.
* ते विश्वासार्ह नसू शकतात आणि ती फारशी मोठी गोष्ट आहे, असेही त्यांना वाटत नाही.
* जर ते वयस्कर असतील, तर तुमच्या मुलांची देखभाल करणे, त्यांना थकविणारे होईल.

मित्रमैत्रिणी

मुलांची देखभाल करण्याकरता मैत्रीचा उपयोग करणे, हाही एक चांगला उपाय होऊ शकतो; परंतु नातेवाइकांप्रमाणेच या पर्यायामध्येही तुम्हाला नेमके काय हवे आहे आणि तुमच्या मर्यादा काय आहेत हे तुम्ही स्पष्ट केलेले आहे, याची पुरेपूर खात्री करून घ्या.

मित्रांसंबंधी चांगल्या गोष्टी

* अत्यंत अल्प किमतीत किंवा विनामूल्य ते उपलब्ध असतील, विशेषत: तुम्हीही त्यांच्या मुलांसाठी आळीपाळीने हेच काम करण्याची व्यवस्था केलेली असेल तर.
* तुमच्या मुलांचे वय आणि त्यानुसार त्यांच्या अवस्था या गोष्टींशी ते परिचित असतील. (कदाचित त्यांनाही मुले असतील.)
* तुमच्या मुलांसोबत खेळण्यासाठी त्यांची मुलेही असतील.
* ते बहुधा स्थानिक असतात आणि आवश्यक तेथे कामाबाबत लवचीकतेची त्यांची तयारी असते.

मित्रांचा पर्याय निवडण्यामधील आव्हाने

* पुन्हा ही काही व्यावसायिक व्यवस्था नाही, त्यामुळे एखादी अडचण आल्यास तिचे निराकरण करताना अवघडल्यासारखे वाटू शकते.
* पालकत्वाची शैली आणि मूल्ये याबाबत मतभेद असू शकतात.
* ते पुरेसे विश्वासार्ह नसू शकतात आणि तुमच्या गरजा गांभीर्याने घेतीलच असे नाही.
* मुलांची देखभाल करताना आपत्कालीन प्रसंग हाताळण्याचा अनुभव किंवा प्रशिक्षण त्यांच्याकडे नसू शकते.
* तुमची मुले त्यांच्याकडे असताना तुम्ही जिममध्ये किंवा ऑफिसला जाण्याबाबत ते नाखूश असू शकतात.

बेबीसिटर

'बेबीसिटर' म्हणजे अशी व्यक्ती, जी क्वचित प्रसंगी दिवसा किंवा संध्याकाळी तुमच्या मुलांची देखभाल करेल. बेबीसिटरची निवड करणे, हे कोणत्याही बालसंगोपन

करणाऱ्याच्या पर्यायाची निवड करण्याइतकेच महत्त्वाचे आहे आणि तुम्ही कठोर राहून काटेकोर तपासणी करायला हवी. तुमची मुले; मग ते काही तासांसाठी का असेना; परंतु पूर्ण त्यांच्या अधिकाग्रात राहणार आहेत. म्हणूनच याबाबतच्या त्यांच्या क्षमतेची तुम्हाला खात्री असायला हवी. बेबीसिटरच्या एकट्याच्या अधिकारात मुले ठेवायची असल्यास त्याचे वय किती असायला हवे याबाबत सध्यातरी कोणताही कायदा नाही. 'द नॅशनल सोसायटी फॉर प्रिव्हेंशन ऑफ क्रुएल्टी टू चिल्ड्रन' (NSPCC) या संस्थेने बेबीसिटरचे किमान वय सोळा वर्षे असावे, अशी शिफारस केलेली आहे. १६ वर्षे वयाखालील कोणालाही त्यांच्या देखरेखीतील मुलाला वाईट वागणूक दिल्याबद्दल किंवा दुर्लक्ष केल्याबद्दल दोषी धरता येत नाही. याचाच अर्थ तुम्ही १६ वर्षे वयापेक्षा कमी वय असलेल्या कोणी व्यक्ती आपल्या मुलांना सांभाळण्याकरता ठेवले, तर मुलांची जबाबदारी अद्यापही तुमचीच असेल, जर काही आपत्तीजनक प्रसंग ओढवला जसे की आग लागली किंवा मुलाला अपघात झाला, तर तुमच्यावर दुर्लक्ष केल्याचा आरोप होऊ शकतो.

बेबीसिटर्सविषयी चांगल्या गोष्टी

* ते तुलनेने कमी महाग असतात.
* टीनएजर्स खेळकर आणि उत्साही असतात जे तुमच्या मुलांसाठी फार छान होईल.
* ते मुलांना गृहपाठ करताना किंवा संगीताचा सराव करताना मदत करू शकतात.
* ते रात्रीसुद्धा थांबू शकतात.
* यामुळे तुम्हाला रात्रीदेखील बाहेर जाता येईल.

बेबीसिटर्स संबंधित आव्हाने

* त्यांचा अनुभव वेगवेगळा असू शकतो.
* मुले वाईट वागली, तर त्यांचे मुलांवर नियंत्रण राहणार नाही.
* रात्री उशिरापर्यंत थांबण्यासाठी ते जास्त पैशांची मागणी करू शकतात.
* त्यांना तुम्हाला स्वत:ला किंवा टॅक्सीने घरी सोडायला जायला लागते.
* तुमच्या घरातील सर्व चॉकलेट, बिस्किट्स ते खाऊन संपवतात आणि बऱ्याचदा खेळण्यांचा पसारा आवरून, धुऊन ठेवत नाहीत.

चाइल्ड माइंडर

नोंदणीकृत चाइल्ड माइंडर या व्यावसायिक दृष्टिकोनातून मुलांची देखभाल करणाऱ्या व्यक्ती असतात. ज्या आपल्या घरी राहून काम करतात आणि इतरांच्या मुलांना कौटुंबिक वातावरणात सांभाळतात, शिकण्याची संधी देतात.

ह्या नोंदणीकृत असतात. पाच वर्षांच्या आतील तीन मुले किंवा पाच ते आठ वर्षे वयाची तीन मुले, त्यांची स्वत:ची मुले धरून यांची देखभाल ते करू शकतात. चौदा वर्षे वयापर्यंतची मुले चाइल्ड माइंडरच्या देखरेखीखाली राहू शकतात.

नोंदणी केलेल्या सर्व चाइल्ड माइंडरचे गुन्हेगारी रेकॉर्ड तपासले जाते. त्यांचा विमा उतरविला जातो. त्यांना प्रथमोपचाराचे प्रशिक्षण दिले जाते. त्याचबरोबर त्यांच्या आरोग्याची तपासणी केली जाते. याशिवाय त्यांना अशा कामाचे प्रत्यक्ष प्रशिक्षण दिले जाते. बरेच जण चाइल्ड माइंडरची पात्रता वर्ग करतात, त्यासंबंधी आयोजित कार्यशाळांना उपस्थित राहतात. या कार्यशाळांचे विषय पौष्टिक आहार, इशारे किंवा चिन्हातून बोलणे वा व्यवस्थापनासंबंधी असतात.

चाइल्ड माइंडर्स संदर्भातील चांगल्या गोष्टी

* घरगुती वातावरणात ते तुमच्या मुलांची देखभाल करतात.
* नॅनीच्या पर्यायापेक्षा ते तुलनेने स्वस्त असतात आणि ऑपेअर किंवा मदर्स हेल्प या पर्यायांपेक्षा जास्त अनुभवी असतात.
* स्थानिक शाळा जवळपासच्या नर्सरीज किंवा मुलांच्या इतर ॲक्टिव्हिटी ग्रुप्सबरोबर त्यांचे चांगले संबंध असतात.
* वेळेबाबत ते लवचीक असतात आणि काही कारणाने त्यांच्या कामाचा वेळ वाढला तरी चालू शकते.

या संदर्भातील आव्हाने

* कदाचित वेळेबाबत ते लवचीक नसू शकतात.
* तुमची आणि त्यांची मूल्ये, पालकत्वाची शैली परस्परविरोधी असू शकते आणि सुरुवातीला तुम्हाला हे माहिती असू शकत नाही.
* ते तुमच्या नाहीतर त्यांच्या घरी राहून काम करणार असतात, त्यामुळे मुलांना सोडायला व न्यायला जाण्यासाठीचा वेळ जमेस धरायला हवा.
* तुमची चाइल्ड माइंडर सुट्टीवर असेल किंवा आजारी असेल, तर

तुम्हाला पर्यायी व्यवस्था करावी लागले.

नर्सरी आणि कामाच्या ठिकाणी नर्सरी

नर्सरीचे एकूण तीन प्रकार आहेत

१. समुपदेशन नर्सरीज – या प्रकारच्या नर्सरीज विनामूल्य असतात, परंतु तेथे प्रवेश मिळविणे फार अवघड असते. विशिष्ट परिस्थितीतील मुलांसाठी त्या राखीव असतात.

२. खासगी नर्सरीज – या नर्सरीज सशुल्क असतात आणि जरी हा काहीसा महाग पर्याय असला, तरी सर्वत्र त्यांचा प्रसार होतो आहे. त्यामुळे त्यांपैकी एखाद्या नर्सरीत तुमच्या मुलाला प्रवेश मिळू शकतो. वेळेबाबत अधिक लवचीक असणाऱ्या नर्सरीजही असतात. कामाच्या तासांबाबत लवचीक असण्याची त्यांची तयारी असते. काही नर्सरीज इंटरनेट ॲक्सेससारखी सेवादेखील पुरवतात, ज्यायोगे तुम्ही त्यांच्या साइटवर लॉग ऑन करून तुमच्या मुलाला पाहू शकता. एवढेच नाहीतर जेवणाच्या वेळी पौष्टिक आहार, संगीत, नृत्य वा भाषाशिक्षणाचे धडे देण्याची सोय अशा प्रकारच्या खाजगी नर्सरीमध्ये केली जाते.

३. कामाच्या ठिकाणी असणाऱ्या नर्सरीज – या बहुधा तेथील कर्मचाऱ्यांच्या मुलांसाठी राखीव असतात; परंतु काही जागा शिल्लक राहिल्यास इतरांच्या मुलांनाही प्रवेश दिला जातो. तथापि, कर्मचाऱ्यांसाठी असलेली सूट त्यांना मिळू शकत नाही. तुम्ही तुमच्या भागातील अशा एखाद्या बुद्धिमान नर्सरीचे नाव ऐकले असेल, तर तिथे नक्की भेट द्या.

काही-काही नर्सरीज या मुलांच्या देखभालीच्या आणि शिक्षणाच्या विशिष्ट शैलीस अनुसरून चालवल्या जातात. जसे की, 'मारिया मॉंटेसरी' यांच्या नावावरून असलेली मॉंटेसरी किंवा रुडॉल्फ स्टीनर स्कूल्स.

नर्सरीजबाबतच्या चांगल्या गोष्टी

* नर्सरीज या खूप विश्वासार्ह असतात. नर्सरी सुरू होण्याची वेळ ठरलेली असते, त्यामुळे तुम्हाला शेवटच्या क्षणी दगा देऊ शकेल, अशा कोणा एका व्यक्तीवर अवलंबून राहावे लागत नाही.

* नर्सरीज मुलांना लहानवयात विश्वास देतात. शाळेची पूर्वतयारी करून घेतात. इथे येण्यामुळे लहान मुलांना काही काळ आईपासून दूर राहण्याची तसेच इतर मुलांबरोबर एकत्र खेळण्याची सवय होते.
* आपण काम करतो त्याच ठिकाणी आपल्या मुलाचीही काळजी घेतली जाते आहे, हे जाणून असल्यामुळे कामाच्या ठिकाणी असलेल्या नर्सरीज आईला मन:शांती देऊ शकतात.

नर्सरीजचा उपयोग करण्यामधील आव्हाने

* तुमचे मूल काहीसे लाजाळू असेल, तर नर्सरीमध्ये जाणे त्याच्यासाठी खूप जास्त काही करण्यासारखे होईल आणि तिथे प्रत्येकाकडे वैयक्तिक लक्ष दिले जात नाही.
* तुमचे मूल आजारी असेल त्यादिवशी त्याला नर्सरीत प्रवेश मिळणार नाही आणि तुम्हाला घरीच त्याची काळजी घ्यावी लागेल. जर तुम्ही नर्सरीचा पर्याय निवडलेला असेल, तरीही तुम्हाला कुटुंबाचा आधार होऊ शकेल, असा दुसरा पर्याय तयार ठेवावा लागेल किंवा बेबीसिटर, ज्याला तुमचे मूल आजारी असेल आणि तुम्हाला रजा घेणे शक्य नसेल अशाप्रसंगी शेवटच्या क्षणी फोन करून मुलाची काळजी घेण्याबाबत तुम्ही सांगू शकाल.
* बहुतेक नर्सरीज या वेळेबाबत काटेकोर असतात. तुमच्या मुलाला घेऊन येण्यासाठी तुम्हाला वेळेवर तिथे जावे लागेल.

शाळेनंतरचे न्याहरी आणि सुट्टीचे क्लब

शाळेनंतरचे क्लब हे मुलांना शाळेची वेळ संपलेली आहे; परंतु ऑफिसची वेळ संपलेली नाही, अशा काही तासांसाठी अंदाजे ३.३० ते ६.०० या वेळेत जाण्यासाठी असतात. हा क्लब तुमच्या मुलाच्या शाळेत, जवळपासच्या दुसऱ्या शाळेत किंवा पूर्णपणे वेगळ्या ठिकाणी असू शकतो. तिथे मुलांना मजा वाटेल, ताण हलका होईल, असे काही खेळ खेळवले जातात. त्यांच्यासाठी खाऊची सोय केलेली असते. या सर्वांवर प्रशिक्षित कर्मचाऱ्यांची देखरेख असते.

न्याहरी क्लब म्हणजे असा क्लब जिथे मुलांना शाळेच्या वेळेअगोदर सोडले जाते, तिथे मुले एकत्र न्याहरी करतात आणि इतर काही उपक्रमांमध्ये सहभागी होतात. या कामासाठी पात्र कर्मचारी नेमलेले असतात.

सुट्टीतील खेळ क्लब हे शाळांच्या सुट्टीच्या काळात चालवले जातात. इथे मुलांसाठी सुनियोजित उपक्रम, कला, हस्तकला आणि खेळ घेतले जातात.

क्लबविषयीच्या चांगल्या गोष्टी

* शाळेनंतरचे क्लब, न्याहरी क्लब किंवा खेळ योजना यासारखे क्लब्स हे आठ वर्षांच्या आतील मुलांना दिवसभरातील दोन तासांसाठी सांभाळतात. त्याची रीतसर नोंदणी केली जाते, तसेच नियमित तपासणी केली जाते. जर हा क्लब नोंदणीकृत असेल, तर तो मान्यताप्राप्त खेळकर्मचाऱ्यांमार्फत चालवला जातो. तेथील कर्मचारी वर्गांपैकी निम्म्या संख्येने कर्मचारी प्रशिक्षित असतात. शाळा आणि ऑफिस सुटण्याच्या वेगवेगळ्या वेळांमुळे येणारा मधला अवघड वेळेचा प्रश्न अशा क्लबमुळे सोपा होतो.
* तुमचे मूल हे इतर अनेक मुलांसमवेत असेल, त्यातील काही वयाने त्याच्यापेक्षा लहान असतील, तर काही मुले मोठी असतील; परंतु ते एकमेकांना ओळखत असतील आणि परिचित वातावरणात असतील.
* तुमच्या मुलाला विविध प्रकारचे खेळ खेळण्याची संधी मिळेल.
* तुम्हाला नियमित ठिकाण मिळेल आणि या व्यवस्थेचा स्वीकार केल्याने मुलांनाही दररोज एकसारखे वातावरण मिळाल्याने फायदा होईल.

क्लबचा उपयोग करण्यामागील आव्हाने

* शाळेनंतरचे हे क्लब मुलांना चांगलेच बिझी करतात. आणि तुमच्या मुलाला कदाचित घरीच आराम करायला जास्त आवडेल किंवा त्याची तशी गरजही असू शकते.
* तेथील कर्मचारी मुलांना कितीवेळ टीव्ही पाहण्याची परवानगी देतात हेदेखील जाणून घ्या.
* लहान किंवा लाजाळू मुलासाठी शाळेबाहेरचे असे क्लब काहीसे दडपून टाकणारे ठरू शकतात. जर तुमचे मूल दररोज अशा क्लबमध्ये जात असेल, तर त्याला स्वत:चा वेळ मिळणे, मित्रांची भेट घेणे किंवा स्वत:च्या आवडीची एखादी गोष्ट करायला मिळणे हे खूपच अवघड होऊन जाते.
* तुमचे मूल आजारी असेल, तर येथील कर्मचारी त्याची देखभाल करू शकणार नाहीत.

सारांश : चाइल्ड केअर सुविधेची गुणवत्ता, तिचे ठिकाण, किंमत आणि नीतिनियम यानुसार मोठ्या प्रमाणावर बदलते. नातेवाईक किंवा मित्र सोडून इतर चांगले पर्याय फार पटकन भरून जातात किंवा तिथे फार मोठी प्रतिक्षा यादी असते. तुमच्यासाठी आणि तुमच्या मुलासाठी सर्वोत्तम पर्याय कोणता असेल, हे शोधण्यासाठी चांगले संशोधन करा त्यासाठी स्वत:ला भरपूर वेळ द्या. शेवटच्या क्षणी पाहू या असे ठरवणे, म्हणजे हवालदिल झाल्यानंतर समोर येईल तो पर्याय स्वीकारावा लागतो, तशा प्रकारची चाइल्ड केअर तुम्हाला खरे तर नकोच होती.

चाइल्ड केअरबाबत तुमच्यासाठी महत्त्वाचे काय आहे?

कोणत्या प्रकारचे चाइल्ड केअर तुम्हाला हवे आहे आणि परवडते आहे, हा निर्णय घेत असताना सर्वप्रथम चाइल्ड केअर किंवा नर्सरीमध्ये कोणत्या गुणविशेषांची तुम्हाला गरज आहे, याची एक यादी बनवा. तुम्ही तुमच्या मित्रांना, नातेवाइकांना त्यांना काय महत्त्वाचे वाटते हे जरूर विचारा. तुमचे स्वत:चे संशोधनही करा. यामुळेच शेवटी तुमच्या मुलांसाठी सर्वोत्तम काय आहे हे तुम्हाला कळेल.

चाइल्ड केअरची निवड करताना विचारात घ्यावेत, असे काही उपयुक्त प्रश्न इथे दिले आहेत.

१. चाइल्ड केअरमध्ये मी कोणत्या गुणविशेषांना शोधते आहे? (उदाहरणार्थ – धैर्य, प्रेमळपणा, सर्जनशीलता).

२. माझ्या मुलाने चाइल्ड केअरमधील त्याचा दिवस कशाप्रकारे घालवावा असे मला वाटते?

३. माझ्या मुलासमवेत त्यांनी कोणकोणत्या प्रकारच्या गोष्टी वा उपक्रम केलेल्या मला आवडतील?

४. माझ्या मुलाला शिस्त लागावी म्हणून त्यांनी काय करावे, असे मला वाटते?

५. आपत्कालीन प्रसंगाला मी कसे तोंड देईन? माझे मूल किंवा त्यांचा बालसंगोपक आजारी असेल तर?

६. आमचे घर आणि आमच्या वस्तू बालसंगोपकाने कशाप्रकारे वापराव्यात असे मला वाटते?

७. किती प्रमाणात लवचीकता मला अपेक्षित आहे?
८. निवडलेल्या पर्यायासंबंधी चौकशी करण्याचा आणि संबंधित संदर्भ तपासून पाहण्याबाबत मला किती विश्वास वाटतो आहे?
९. बालसंगोपकासाठीचे माझे बजेट – गरज पडल्यास घ्याव्या लागणाऱ्या आजारी रजा आणि सुट्टीचे दिवस यांच्या समावेशासह किती आहे?
१०. या यादीव्यतिरिक्त असे कोणते प्रश्न आहेत, जे तुम्हाला विचारात घ्यावेसे वाटतात?

लक्षात घ्या, त्यांच्यासाठी आणि त्यांच्या मुलांसाठी कोणत्या गोष्टी योग्य ठरतील, याचे उपजत ज्ञान आणि अंत:प्रेरणा पालकांना असते. तुम्हाला स्वत:ला अपराधी वाटण्याची शक्यता आहे; परंतु इतर लोकांनी देखभाल करण्याचा मोठा फायदा तुमच्याच मुलांना यामधून मिळतो.

तुम्ही मुलांपासून दूर आहात अशावेळी तुम्हाला मुलांची खूप आठवण येते, त्यांच्याबरोबर असावेसे वाटते, हे समजण्यासारखे आहे. मुलांच्या नर्सरीमध्ये किंवा त्यांच्या बालसंगोपकाला विचारून तुमची मुले तिथे असताना कोणत्या गोष्टींची मजा घेतात. कोणत्या गोष्टी आनंदाने करतात हे जाणून घ्या आणि ती त्या गोष्टी करत आहेत अशी कल्पना करा.

माझ्या मुलाची देखभाल कोण करते?	**याचे माझ्या मुलाला काय फायदे होतात?**	**मला कोणते फायदे होतात?**
उदा. माझी ऑपेअर	दुसऱ्या देशातल्या मुलीचा परिचय	माझ्यापेक्षा तिच्याकडे नेहमीच जास्त ऊर्जा असते.

मला एक छान नॅनी मिळाली आहे. दिवसभर त्यांनी काय केले, याची सविस्तर नोंद तिच्याजवळ असते शिवाय माझ्यासाठी काही निरोप असेल, तर तो लिहिलेला असतो. मी जेव्हा घरी जाते तेव्हा मी ही नोंदवही वाचते आणि त्यामधून माझ्या मुलीचा दिवस कसा होता, याचे चित्र माझ्यासमोर उभे राहते.

– कॅरेन, तीन वर्षं वयाच्या मुलीची पूर्णवेळ नोकरी करणारी आई

तुम्ही मुलांची योग्य प्रकारे काळजी घेत आहात, हा विश्वास उंचावलेला ठेवण्यासाठी तुम्हाला शक्य असेल ती प्रत्येक गोष्ट करा. तसेच जर तुमचे मूल खरोखरच नाराज असेल आणि त्याला मिळत असलेली बालसंगोपक त्याच्यासाठी योग्य नाही, याचा पुरावा असेल किंवा तशी बोच तुम्हाला वाटत असेल, तर लगेचच ती बदलण्याची हिंमत करा. प्रत्येक आईला आपल्या मुलांना मेरी पॉपिन्सजवळ सोडून ऑफिसला जावेसे वाटते; परंतु तुमच्यासाठीची मेरी पॉपिन्स तुम्हाला भेटेपर्यंत कदाचित बऱ्याच बालसंगोपकांच्या पर्यायांचा उपाय करून झालेला असेल.

सारांश : तुमच्या आणि तुमच्या बालसंगोपकाच्या मूल्यांमध्ये बेबनाव झाल्यास चिंता वाढीस लागते, अपराधीपणाची भावना मनात प्रवेश करते; परंतु त्याचबरोबर तुमच्या बालसंगोपकाचे तुमच्या कुटुंबासाठी केवढे योगदान आहे याचा खुल्या मनाने विचार करा. तुमच्या मुलांना प्रभावित करणाऱ्यांमध्ये नेहमीच तुम्ही सर्वाधिक प्रभावशाली असाल विशेषत: पहिल्या दहा वर्षांमध्ये तर जास्तच.

चाइल्ड केअरची काळजी घेताना...

तुमची सर्वांत अनमोल गोष्ट तुम्ही दुसऱ्या कोणाजवळ सांभाळायला दिली आहे. तुम्हाला परवडू शकेल, असा सर्वोत्तम बालसंगोपकाचा पर्याय शोधण्यासाठी तुम्ही खूप कष्ट केले आहेत. कधीकधी त्यानंतर बऱ्याच माता सुटकेचा नि:श्वास टाकतात आणि त्वरेने आपल्या कामावर रुजू होतात. तथापि, सर्वच नातेसंबंध विशेषत: तुमच्या बालसंगोपकाबरोबरचे संबंध जोपासावे लागतात. जर तुम्ही तिकडे दुर्लक्ष केलेत, तर नंतर निर्माण होणाऱ्या गैरसमजुती अथवा चीड याबद्दल आश्चर्यचकित होऊ नका. याचा परिणाम म्हणजे त्यांचे आपल्या कामाबाबत बेपर्वा होणे किंवा काम सोडून जाणे असाही होऊ शकतो. इथे काही मातांनी दिलेल्या उपयुक्त सूचना आहेत, ज्यायोगे त्यांनी त्यांच्या बालसंगोपकाची काळजी कशी घेतली, हे तुम्हाला कळेल.

* त्यांचा वाढदिवस जाणून घ्या आणि तो लक्षात ठेवा.
* वेळेबाबत उदार व्हा – कधीकधी घरी लवकर येऊन त्यांच्याबरोबर जुळवून घेण्यासाठी काही वेळ त्यांच्यासमवेत घालवा किंवा त्यांना घरी लवकर जाऊ द्या.
* परस्परांशी संवाद साधण्यासाठी चांगली व्यवस्था निर्माण करा. ही व्यवस्था म्हणजे नोंदवही, ई-मेल्स, चिठ्ठ्या किंवा नोट्स लिहून ठेवणे यांपैकी काहीही असू शकते; परंतु लक्षात ठेवा एकमेकांशी गरजेपेक्षा जास्त संपर्कात असणे, हे कमी संपर्क ठेवण्यापेक्षा चांगले आहे.
* त्यांचे मत विचारत जा.
* त्यांचे ऐकण्यासाठी तुमच्याकडे खरोखरच वेळ नसेल किंवा वेळ नाही असे तुम्हाला वाटत असेल, तरीही त्यांचे ऐका.
* त्यांच्या कामाची सोय आणि त्यांचा मोबदला याचा नियमित आढावा घ्या.
* तुम्हाला त्यांना आव्हान द्यायचेच असेल, तर ओरडून आरोप करण्यापेक्षा त्यांच्याबरोबर सन्मानपूर्वक बोला, वास्तवाचे विस्मरण होऊ देऊ नका. काही उपाय शोधण्यासाठी त्यांच्याकडे मदतीची विचारणा करा.
* ते तुमच्याकडे करत असलेल्या कामाशिवायचे त्यांचे आयुष्य जाणून घेण्यात रुची दाखवा. त्यांच्या स्वत:च्या कुटुंबाची माहिती घ्या.
* त्यांना कधीही गृहीत धरू नका किंवा तुमची मुले घर सोडून जाईपर्यंत ते तुमच्याकडे काम करत राहतील, असे गृहीत धरू नका. त्यांचे त्यांच्या कामावर आणि तुमच्या मुलांवर खूप प्रेम आहे असे दिसत असले, तरी एके दिवशी काम सोडण्याचे सबळ कारण त्यांच्याकडे असेल ज्याचा तुम्हाला स्वीकार करावा लागेल आणि त्यांची जागा घेणारी दुसरी व्यक्ती मिळण्यासाठी काही आठवडे लागतील.

आमच्या नॅनीची मुलाखत घेताना, मी तिच्या आईला फोन केला, तर तिची काही हरकत नाही ना, असे मी तिला विचारले. यामुळे ती कशाप्रकारच्या कुटुंबातून आलेली आहे, याचा मला अंदाज येईल. शिवाय तसाच काही प्रसंग ओढवल्यास मी ताबडतोब तिच्या कुटुंबाशी संपर्क करू शकेन.

– सारा, आठ वर्षांच्या आतील वयाची दोन मुले

सारांश : तुमच्या केअररची काळजी घ्या. ती करत असलेले काम किती महत्त्वाचे आहे आणि तिला कामावर ठेवल्यामुळे तुम्हाला किती गोष्टी करणे शक्य झाले आहे, या गोष्टींचे तुमच्या लेखी किती महत्त्व आहे, या सर्व गोष्टींचा विचार करा

तुमच्या मुलाला स्थिर-स्थावर करणे

नवीन चाइल्ड केअर व्यवस्थेशी जुळवून घेण्यासाठी त्याला तिथे स्थिर होण्यास मदत करायला हवी. ही मदत त्याचे वय आणि तुमची प्रवृत्ती यावर अवलंबून असेल. तीन महिन्यांच्या बाळाबाबत दोन वर्षांच्या किंवा आठ वर्षांच्या मुलापेक्षा वेगळा दृष्टिकोन असणार आहे. त्यांचा सांभाळ त्यांच्या घरातच केला जाणार आहे की, ते बालसंगोपकासोबत दुसरीकडे किंवा पाळणाघरात किंवा शाळेनंतरच्या क्लबमध्ये थांबणार आहेत, या सर्व गोष्टी त्यांच्यासाठी वेगवेगळ्या आहेत. शिवाय ते तुमचे पहिले मूल आहे की, शेवटचे मूल आहे, यावर तुमच्या भावनाही बदलणार आहेत. तथापि, मुलाला बालसंगोपकाकडे सोडताना तुमची स्वत:ची अवस्था काय आहे यावरून तुमची मुले, अगदी छोटे बाळसुद्धा ते बालसंगोपक स्वागतार्ह आहे किंवा नाही हे ठरवू शकतात. तुम्ही स्वत:च घाबरलेल्या आणि चिंताग्रस्त असाल तर यातून तुमच्या मुलांना तुम्ही कोणता संदेश देता आहात? याउलट मुले आपल्या नव्या, छानशा नॅनीबरोबर खूप मजा करणार आहेत, असा सकारात्मक विचार तुम्हाला शांत, समाधानी करत असेल तर त्याचा खूप चांगला परिणाम तुमच्या मुलांच्या भावनांवर होईल. तुमची मुले तुम्हाला चिकटून राहतील, हे अगदी नैसर्गिक आहे. शेवटी त्यांचे तुमच्यावर प्रेम आहे. नर्सरी किंवा नॅनीवर नाही. अद्याप तरी नाही. इथे मुलांना न करण्यासाठी काही उपयुक्त टिप्स दिल्या आहेत. तुम्हाला लागू होतात अश्या टिप्सची नोंद करून घ्या.

तयारी

नर्सरीमध्ये खेळण्याच्या वेळी बाहेर जाताना त्याला आपले शूज बदलावे लागतील. हे मी माझ्या तीन वर्षे वयाच्या मुलाला सांगायला विसरले आणि विशेषत: त्याच्याबरोबर दुसरा जोड पाठवायलाही मी विसरले होते. त्यामुळे तिथे तो काहीसा गोंधळला, जरा जास्तच. छे!

– लॉरा, दोन मुले

तयारी महत्त्वाची! बालसंगोपन व्यवस्था काय आहे, हे तुमच्या मुलांना समजावून सांगण्यासाठी थोडा वेळ काढा. ज्यायोगे तिथे काय-काय आणि कधी होणार आहे याची त्यांना स्पष्ट कल्पना येईल.

कामावर रुजू होताना हळूहळू कालावधी वाढवा

तुम्ही जमवू शकत असलात, तर तुमच्या मालकाकडून सुरुवातीचे काही

आठवडे पार्टटाइम काम करण्याची परवानगी घ्या. यामुळे तुम्हाला आणि तुमच्या मुलांना जुळवून घेण्यासाठी थोडा वेळ मिळेल. सुरुवातीचे काही दिवस तुमच्या मुलाला दिवसाआड बालसंगोपकाकडे सोडून जा. नंतरच पूर्णपणे कामावर रुजू व्हा!

प्रेम

एक मोठे चुंबन, कुशीत घेणे आणि नंतर स्पष्ट शब्दांत निरोप घेणे, 'बाय! बाय! जेवणानंतर पुन्हा भेटू,' हे खूप गरजेचे आहे. जर ते पुरेसे मोठे असतील, तर परतीची वेळ स्पष्ट सांगा. उदाहरणार्थ, 'तुमची गोष्टीची वेळ संपल्यानंतर मी परत येईन.' तुम्ही जात आहात, हे स्पष्टपणे सांगितल्यामुळे तुमच्या मुलाच्या हे लक्षात येईल की, हा रोजचा दिनक्रम आहे आणि परत येईन असे तुम्ही सांगता तेव्हा तुम्ही नक्की परत याल. जेव्हा तुमच्या लहानग्याचे लक्ष नसते, तेव्हा गुपचूप निघून जाण्याचा मोह होतो; पण दूरचा विचार करता यामुळे तुमच्या मुलाला तुमच्यावरील विश्वास कमी होईल आणि तिथे स्थिरावण्यासाठीही त्याला जास्त वेळ लागेल. दिवसभरात किती वेळा तुम्ही त्यांची आठवण काढता, हे त्यांना समजावून सांगा. त्यांच्या आवडीचा त्यांचा फोटो तुमच्या हँडबॅगमध्ये किंवा ऑफिसमध्ये तुमच्या टेबलवर ठेवलेला त्यांना दाखवा.

तुमचा वेळ शहाणपणाने वापरा

त्यांना तिथे स्थिरावण्यास वेळ लागणार आहे, तो वेळ देण्याची तयारी ठेवा. किंचाळणाऱ्या, रडणाऱ्या मुलाला सोडून घाईघाईने ऑफिसला जावे लागणे, यापेक्षा जास्त वाईट वाटणारी गोष्टच नाही. तुमच्या बालसंगोपकाला किंवा पाळणाघरामध्ये त्यांच्याविषयी काय अडचणी आहेत, ते विचारा. जर तुमचे मूल रडत असेल, तर तुम्ही गेल्यानंतर किती पटकन ते त्याला शांत करतात आणि यासाठी त्यांना कोणत्या गोष्टींची मदत होते, हे जाणून घ्या.

जेव्हा तुम्ही घरी परत येता (किंवा त्यांना आणायला जाता.) तेव्हा आनंदी राहा, तुमच्या बालसंगोपन करणाऱ्याबरोबर कृतज्ञतेने आणि नम्रतेने वागा.

ऑफिसमधून काम संपवून निघणे, ही एक डोकेदुखीच होती आणि त्यानंतर घाईघाईने मी बालसंगोपन करणाऱ्याकडे जात असे. वाटेत वाहतुकीचा खोळंबा झाला तर तिथे पोहोचेपर्यंत मी दमलेली आणि त्रासलेली असे. परिस्थिती आणखी वाईट करण्यासाठी की काय, पण माझे पाच वर्षांचे मूल माझ्याशी

नाराजीने, फटकून वागत असे. मग मी पाच मिनिटे अगोदर ऑफिस सोडण्याचे ठरवले आणि वाटेत मुलाला फोन करून त्याच्याशी बोलत असे. यामुळे मी प्रत्यक्ष तिथे पोहोचण्या अगोदरच तो माझ्या संपर्कात येई. खूपच छान!

– सारा, दोन मुले

दिवसभराच्या घटना जाणून घ्या

त्यांचा दिवस कसा गेला, हे त्यांनी तुम्हाला सांगावे म्हणून त्यांना प्रोत्साहित करा. तुम्हीही तुमचा दिवस कसा गेला, हे त्यांना सांगू शकता. तुम्ही ज्यांच्यावर खूप प्रेम करता त्यांच्यापासून काही काळ दूर होता आणि त्या काळात ते काय करत होते, हे जाणून घ्यावेसे वाटणे नैसर्गिक आहे. तुम्हाला त्यांची खूप आठवण आली असे म्हणणे ठीक आहे; पण हे अति करू नका. त्याऐवजी ते काय करत असतील – जसे की चित्र रंगवत असतील, बागेत खेळत असतील, अशा तुम्ही ज्या कल्पना करत होता त्याविषयी बोला. तुम्ही जेव्हा पुन्हा भेटता तेव्हा तुमच्याशी बोलण्यात त्यांनी फारशी रुची दाखवली नाहीतर आश्चर्य वाटू देऊ नका. कधीकधी ते खरोखरच थकलेले असतात आणि एवढ्यातच त्यांच्या दिवसभरातल्या गोष्टींबद्दल बोलायची त्यांची इच्छा नसते – आपण कोणत्याही वयाचे असलो तरी हे खरे आहे!

तुम्ही जेव्हा पुन्हा मुलांबरोबर असता तेव्हाचा वेळ मुले तुमच्यासाठी अवघड करू शकतात. ते वेगाने दिनक्रमात पुढे ढकलले जातात आणि या बदलाशी जुळवून घेणे, त्यांना अस्थिर बनवते. ज्यामुळे ते तुमच्याशी दुष्टपणे, दुखावणारे वागतात, तुम्ही त्यांना भेटता तेव्हा त्यांच्याकडून अशा वागण्याची अजिबात अपेक्षा केलेली नसते. असे असले तरीही लक्षात ठेवा. तुम्ही मोठे आहात. म्हणूनच त्यांच्या अशा वागण्याकडे दुर्लक्ष करा. जर त्यांचे तुमच्याबरोबरचे वागणे स्वीकारण्यापलीकडे उद्धट असेल, तर तुम्ही त्यांच्या भेटीची किती आतुरतेने वाट पाहत होता, हे त्यांना समजावून सांगा आणि ते जेव्हा तुमच्याशी चांगल्याप्रकारे बोलायला तयार असतील तेव्हा तुम्ही ऐकायला तयार आहात हेही सांगा.

एकदा मी एका खूप श्रीमंत, कामात मग्न असणाऱ्या स्त्रीबद्दल ऐकले, जी भरभरून शॉपिंग बॅग्ज घेऊन घरी येत असे. जेव्हा मी आत येई, तेव्हा ती आपल्या हातातल्या पिशव्या टाकून हॉलमध्येच जमिनीवर बसत असे आणि तिची मुले तिच्या मांडीवर, अंगाखांद्यावर येऊन बसत. ते खूप उत्साहित झालेले असत. तिला स्पर्श करण्याची त्यांची गरज आनंदाने पूर्ण करण्याचा हा निर्णय तिने जाणीवपूर्वक घेतलेला होता. काही वेळानंतर जेव्हा तिचे अस्तित्व, तिचा

स्पर्श त्यांनी पुरेसा अनुभवलेला आहे आणि आता तिला एकटे सोडलेले आहे, तेव्हा ती शांत बसत असे. आपल्या बॅग्जमधील सामान काढत असे आणि मग तिची बाकीची घरगुती कामे सुरू होत.

– अनामिक

सारांश : मुलांना सोडताना आणि न्यायला जाताना मोठ्या आशा आणि कमी अपेक्षा ठेवा. मुले आणि पालक दोघेही तणावग्रस्त असतात. भावनिक झालेले असतात आणि अशावेळी तुम्हाला हट्ट, हेका करावासा वाटतो. म्हणूनच तुमच्या स्वत:च्या गरजांची योग्य काळजी घ्या, म्हणजे तुम्ही तरी मोठ्या माणसाप्रमाणे वागू शकाल.

शाळेची वेळ

नेमक्या कोणत्या क्षणी मुलांच्या शाळेबाबत विचार करावा, असे तुमच्या मनात आले? जेव्हा तुमची गरोदरपणा निश्चित करणारी परीक्षा कांडी निळी झाली तेव्हा? की, तुमच्या ४ वर्षे वयाच्या मुलासाठी शाळेची निवड करण्याबाबत परिषदेचे तुम्हाला पत्र आले तेव्हा? आपल्यापैकी बहुतेक जण या दोन गोष्टींच्या मधे असतील. इंग्लंडमध्ये मुले ते ज्यावर्षी पाच वर्षे पूर्ण करतात त्याच वर्षीच्या शैक्षणिक वर्षापासून शाळेची सुरुवात करतात. जर तुम्ही त्यांना घरीच शिक्षण देण्याचा निर्णय घेतलेला नसेल तर (तुम्ही तसा निर्णय घेतला असेल, तरी तुम्हाला तेथील स्थानिक शैक्षणिक अधिकाऱ्यांना पटवून द्यावे लागेल की, तुमचा मुलगा वयाच्या पाचव्या वर्षांपासून शिकत आहे. चांगल्या स्थानिक शाळेत मुलांना शिकवायला कोणाला आवडणार नाही; पण तशी शाळा सापडणे अवघडच आणि तुम्हाला कदाचित सापडलीच, तर त्याचवेळी इतर पालकांनाही ती असेल तिथे प्रवेश मिळविण्यासाठी तुम्ही हवे ते प्रयत्न करायला तयार असाल; परंतु तरीही अशा शाळात उपलब्ध जागांपेक्षा मागणी नेहमीच जास्त असते. अप्रामाणिकपणे प्रवेशअर्ज मिळविल्याचे लक्षात आल्यास तुमची जागा रद्द होऊ शकते किंवा तुम्हाला दंडदेखील होऊ शकतो. खरे तर आपल्या मुलांना कोणत्या शाळेत पाठवावे याबाबत आपल्याला काही निवड करता यायला हवी; परंतु प्रत्येकालाच असा अनुभव येत नाही.

अनेक कुटुंबे त्यांचे राहण्याचे आणि काम करण्याचे ठिकाण त्यांच्या मुलांच्या शिक्षणाच्या सोयीनुसार निवडतात. काही पालक जे धार्मिक प्रवृत्तीचे नाहीत, ते आपल्या मुलांना चर्चच्या शाळेत प्रवेश मिळावा म्हणून चर्चमध्ये जायला सुरुवात

करतात. ब्रिटनमधील बऱ्याच खाजगी शाळा तुमच्या मुलाचे नाव त्याच्या जन्मानंतर लगेचच प्रतीक्षा यादीमध्ये नोंदवतात.

खाजगी आणि राज्यशासनाच्या अशा दोन्ही शाळांमध्ये प्रवेश मिळविणे, हे मुलांसाठी आणि त्यांच्या पालकांसाठी फार अवघड, स्पर्धात्मक आणि तणावाचे झाले आहे. तुमचे मूल हे पुढील १३ वर्षे त्या शाळेमध्ये घालवणार असते, म्हणून त्यांच्यासाठी आपण योग्य शाळेची निवड केली, हे समाधान तुम्हाला हवेसे वाटते. यामध्ये अनेक वेगवेगळ्या घटकांचा समावेश होईल. पुन्हा नवे पुस्तक लिहावे एवढा! सुरुवात करण्यासाठी चांगली गोष्ट म्हणजे बालसंगोपकाची निवड करताना केले होते, त्याप्रमाणे प्रथम आपल्या मनाशी ठरवा – तुम्ही शाळेमध्ये नेमके काय पाहता आहात? तुमच्यासाठी महत्त्वाचे काय आहे? तुमच्या मुलांना कशाप्रकारे शिक्षण मिळावे असे तुम्हाला वाटते? याशिवाय, हा निर्णय घेताना आणखी कोणाचा सहभाग आहे का? तुमचा जोडीदार? किंवा मुलांचे वडील? मुलांचे आजी-आजोबा जर त्यांनी शाळेची फी भरण्याची तयारी दर्शविली असेल तर?

यामध्ये चांगली बातमी ही आहे की, तुम्हाला आवश्यक वाटतात ते सर्व प्रश्न तुम्ही विचारात घेऊ शकता आणि वेळेच्या कितीतरी अगोदर तुमची उत्तरे गोळा करू शकता. परिपूर्ण शाळा असे काही नसतेच, कारण शेवटी शाळा चालवणारी माणसेच आहेत, मशिन्स नाही. शिवाय अद्याप तुमची मुलेही खूप लहान आहेत त्यामुळे कशाप्रकारची शाळा त्यांच्या व्यक्तित्वाला किंवा विशेष गरजांना अनुकूल असेल हे आत्ताच ठरवता येणार नाही.

तुम्हाला विचार करायला लावणारे काही प्रश्न येथे देत आहोत. हे प्रश्न प्राथमिक आणि माध्यमिक अशा दोन प्रकारात विभागले आहेत. कारण तुमचे मूल माध्यमिक शाळेत जाण्याच्या वयाचे होईपर्यंत तुमच्या तसेच त्याच्याही गरजा बदललेल्या असतील. उदाहरणार्थ, तुमच्या मुलाला किंवा मुलीला राज्यशासनाच्या स्थानिक प्राथमिक शाळेत पाठवायला तुम्ही आनंदाने तयार व्हाल; परंतु त्यांच्या माध्यमिक शिक्षणाचे वेळी फक्त समलिंगी शाळेतच पाठवावे, असे तुम्हाला तीव्रतेने वाटेल.

प्राथमिक शाळेची निवड करताना माझ्यासाठी महत्त्वाचे काय आहे?

उदाहरणार्थ, ती स्थानिक असावी किंवा त्या शाळेला चांगला क्रीडा अभ्यासक्रम आणि क्रीडा सुविधा असाव्यात किंवा ती चर्चची शाळा असावी.

माध्यमिक शाळेची निवड करताना माझ्यासाठी महत्त्वाचे काय आहे?

तुम्ही जे काही लिहिले आहे ते वाचल्यानंतर तुम्हाला असे वाटतेय की, तुमची उत्तरे ही तुमच्या सर्व मुलांना लागू पडतात किंवा लागू पडतील? तुमच्या मुलांपैकी एकासाठी काही खास गरज किंवा विशेष महत्त्वाचे असे काही आहे का? किंवा संगीत शिक्षणाची सोय? तसे असेल तर तुमच्या यादीतील त्या गोष्टीसमोर मुलाचे नाव लिहा.

तुमच्या मुलांच्या गरजा लक्षात घेतल्यानंतर शाळेची निवड करताना तुमच्यासाठी सर्वांत महत्त्वाचे काय आहे असे तुम्हाला वाटते?

जर तुमचा पती/जोडीदार/मुलांचे वडील यांनी हा स्वाध्याय केलेला असेल आणि त्यांनी तुमच्यापेक्षा वेगळ्या गोष्टींना प्राधान्य दिलेले असेल, तर तुम्ही काय कराल? उदाहरणच द्यायचे झाले, तर तुमच्यापैकी एकाची शिक्षणासाठी पैसे देण्याची तयारी असेल आणि दुसरा कदाचित पूर्णपणे याच्या विरोधात असेल.

या प्रश्नांना उत्तरे दिल्यामुळे तुम्हाला तुमच्या मुलांसाठी कशाप्रकारची शाळा हवी आहे, हे शोधण्यास मदत होते आहे का? अर्थात हे महत्त्वाचे आहे की, शाळा निवडताना ती तुमच्या संपूर्ण कुटुंबाशी जुळणारी असावी, फक्त एका मुलापुरती नाही. कारण या निर्णयासह तुम्ही अनेक वर्षे काढणार आहात. उदाहरणार्थ, लांबच्या शाळेत जाणारे एक मूल कुटुंबात असले तरी त्याचा परिणाम कुटुंबातील इतर प्रत्येकावर होणार आहे.

त्याचवेळी प्रत्येकाच्या वैयक्तिक गरजा देखील लक्षात घ्यायला हव्यात. तुमच्या मुलांना कदाचित एकाच शाळेत जाता येईल किंवा जावे लागेल; परंतु मोकळ्या मनाने तयारी ठेवा, जरी मुलांच्या गरजांनुसार तुम्हाला त्यांच्यासाठी वेगवेगळ्या शाळा शोधाव्या लागल्या तरी तो जगाचा अंत असणार नाही. काही काळानंतर मुले आणि शाळा बदलतात आणि नेहमीच ते एकमेकांना अनुरूप असू शकत नाही. तुमचे मूल उत्तरोत्तर दुःखी होत असेल तर दुसऱ्या शाळेत जाण्यापूर्वी त्याच्या सध्याच्या शाळेने त्याला मदत करण्यासाठी त्यांना शक्य ते सर्व काही केले आहे. याबाबत तुमचे समाधान व्हायला हवे. नाहीतर नवीन शिक्षकाबरोबरदेखील त्यांची अशीच कुरकुर असू शकेल. म्हणूनच थोडा लांबचा विचार करण्याचा प्रयत्न करा. (जर हे तुमचे पहिले मूल असेल तर ते तितकेसे सोपे नाही.) आणि शाळा बदलण्यापूर्वी भावंडे, नव्या शाळेची जागा, नीतिनियम आणि मैत्री या गोष्टीही

विचारात घ्या.

तुमची शैक्षणिक मूल्ये तपासून पाहण्यासाठी थोडा वेळ घालवलात तर तो वाया जाणार नाही. जर तुम्हाला होमवर्क करणे म्हणजे वेळ वाया घालवणे, असे वाटत असेल, तर होमवर्क धोरणाचा अवलंब करणारी शाळा निवडण्यात काहीच अर्थ नाही. तुम्हाला दीर्घकाळ लढाई करावी लागण्याची शक्यता आहे.

शेवटी जेव्हा आम्हाला सर्वांना आवडलेली प्राथमिक शाळा मिळाली तेव्हा मला वाटले, आपल्या शाळेबाबतच्या सगळ्या काळज्या संपल्या; पण हे सगळे तोपर्यंतच टिकले, जोपर्यंत आमच्या एका मित्राने माध्यमिक शाळाप्रवेशाची प्रक्रिया सुरू केली. त्यानंतर हे भीतिदायक स्वप्न पुन्हा नव्या जोमाने परत आले.

– लॉरा, दोन मुले

शाळेचे मूल्यमापन

शाळेची माहितीपत्रके वाचून, संकेतस्थळाला भेट देऊन, प्रत्यक्ष शाळेत जाऊन किंवा त्या शाळेत सध्या शिकत असलेल्या मुलांशी, त्यांच्या पालकांशी बोलून आपण शाळेविषयी माहिती मिळवू शकतो. सर्वांत छान म्हणजे तीनही पर्यायांचा अवलंब करा आणि आणखीही काही करा, ज्याची तुम्हाला निर्णय घेण्यासाठी मदत होईल असे तुम्हाला वाटते. खाजगी आणि राज्यशासनाच्या शाळांसाठी स्कूल गाइड्स असतात तसेच त्यांचे अहवालही असतात. इतर पालकांची मते उपयोगी ठरू शकतात; परंतु तुम्हाला चांगल्या-वाईट अशा दोन्ही अनुभवांची संमिश्र मते मिळण्याचीच शक्यता जास्त आहे. शाळेची माहितीपत्रके खूप प्रभावी असतात; पण शाळा खरोखर तशा असतात का? 'ओपन डे'च्या दिवशी शाळेत जाऊन या. परंतु इतर सामान्य दिवशी शाळेला भेट देण्याची व्यवस्था करता आली, तर उत्तमच. कारण तेव्हा सगळीच मुले शाळेत शिकण्यासाठी आलेली असतात. तुम्हाला शाळेचा दिवस कसा असेल, याचे चांगले चित्र पाहायला मिळेल. जेव्हा तुम्ही शाळेच्या मुख्याध्यापकांना भेटाल तेव्हा त्यांना प्रश्न विचारण्याची जबाबदारी तुमची. ते स्वत: माहिती देणार नाहीत. तुम्ही विचारू शकाल, असे काही चांगले प्रश्न इथे दिले आहेत –

* तुमचे वर्ग किती मोठे आहेत?
* शाळेअगोदर आणि शाळेनंतर मुलांची देखभाल करण्याची काही व्यवस्था आहे का?

* एखाद्या विशेष क्षेत्रात तुमच्या शाळेची खासियत आहे का? (जसे की कला किंवा क्रीडा?)
* विशेष प्रकारच्या शिक्षणाची किंवा आरोग्याच्या सोयींची गरज असलेल्या मुलांसाठी तुम्ही काय करता?
* मुले एकमेकांशी मैत्री करतील यासाठी तुम्ही काय करता?
* तुमच्या शाळेत मुलांनी दांडगाई करू नये यासाठी तसेच आरोग्य आणि कल्याण कार्यक्रम आहे का?
* खेळाच्या मैदानावर आणि स्वच्छतागृहात मुलांच्या सुरक्षिततेबाबत तुम्ही काय काळजी घेता?
* साक्षरता आणि गुणात्मक वाढ यांच्यासाठी तुमचा हस्तक्षेप आणि विस्तार कार्यक्रम काय असतो?
* मुलांची सांस्कृतिक आणि पारंपरिक पार्श्वभूमी येथे आदरपूर्वक जोपासली जाते का?
* गृहपाठ/शिस्त/मूल्यमापन याबाबत शाळेचे धोरण काय आहे?
* कमी उत्पन्न गटाच्या कुटुंबाकरता तुम्ही कोणत्या सवलती देता? (कमी केलेले दर)
* शाळेच्या कामात पालकांच्या सहभागास तुम्ही प्रोत्साहन देता का?

तुम्हाला शाळेला काय विचारायचे आहे?

या सर्व प्रश्नांना मिळालेल्या उत्तरांचे तुम्हाला योग्य संतुलन करावे लागेल, परंतु सर्वांत महत्त्वाचे म्हणजे स्वतःला विचारा. तुमचे हृदय, तुमचे मन, तुमची हिंमत तुम्हाला शाळेविषयी चांगल्या भावना दर्शवते का? तुमचे मूल तिथे आनंदी असेल अशी तुम्हाला कल्पना करता येते का? जर ते आनंदी नसेल, तर ते शिकू शकणार नाही.

सारांश : शाळांची निवड करताना वेळ, ज्ञान, कौशल्य आणि थोडेसे नशीब यांची गरज असते. काही काळानंतर तुम्हाला तुमच्या निर्णयाचा फेरविचार करण्याची वेळ येऊ शकते. जर तुमच्या मुलाला बदल हवा असेल तर, तुमची परिस्थिती किंवा शाळाच तुमच्यासाठी योग्य नसेल, तर असे होऊ शकते. तुमची स्वतःची ऊर्जा पातळी उंचावलेली असू दे, ज्यामुळे या महत्त्वाच्या कामासाठी लागणारा वेळ आणि उर्जा तुमच्याजवळ असेल.

शाळेची तयारी करताना

शाळेत होणारे अवस्थांतर काही मुलांसाठी सोपे असते, तर इतरांसाठी ती एक लढाई असते. शाळेची सुरुवात करण्याबाबत किंवा शाळा बदलण्याबाबत तुमच्या मुलांच्या भावना काय असणार आहेत, यावर एक आई म्हणून तुमचा सर्वाधिक प्रभाव राहील. इतर व्यवहारी गोष्टी, जसे की – गणवेश व्यवस्थित असेल ना, शाळा खूप दूर तर नसेल, याचीही काळजी मातांना वाटत असते. त्यानंतर काही भावनिक प्रश्न असतात. जसे की, त्यांच्या मुलांना मित्र मिळतील ना किंवा त्यांना त्यांचे शिक्षक आवडतील का? असे चिंतीत असल्याने किंवा त्रस्त होण्याने आपल्या मुलांना काहीच मदत होणार नाही. या छोट्या-छोट्या गोष्टींनीच खूप मोठ्ठा फरक पडतो. इतर मातांनी सांगितलेल्या या काही उपयुक्त सूचना पुढे दिल्या आहेत. तुम्हाला आणि तुमच्या मुलांना शाळेची सुरुवात करणे, सोपे जावे म्हणून त्यांचा उपयोग होईल.

* अशी कुटुंबे शोधा ज्यांच्याकडे शाळेची सुरुवात होते आहे. तुम्हाला शक्य असेल, तर त्यांची भेट घ्या. त्यांच्याबरोबर एकत्र खेळण्याचा, भेटण्याचा दिवस ठरवा.
* शिक्षकांनी दिलेल्या सूचना तुमच्या मुलांना पाळता याव्यात यासाठी त्यांची नीट तयारी करून घ्या. वेगवेगळ्या सूचना ज्या 'under,' 'beside' आणि 'next to'सारख्या प्रिपोझिशन्सचा वापर करून दिल्या जातात. जसे की 'Come and line up, stand behind Johnny' अशा प्रकारच्या तयारीमुळे या सूचना पालकांना, तुमच्या मुलाला भांबावल्यासारखे किंवा नाराज वाटणार नाही.
* अतिशय सोप्या भाषेत त्यांच्याशी शाळेच्या दिनक्रमाबाबत बोला, खूप तपशिलांमुळे त्यांना गोंधळल्यासारखे वाटेल. 'शाळेची सुरुवात' या विषयावर असलेली पुस्तके वाचा. 'शाळा-शाळा' असे नाटुकलेही खेळता येईल, ज्यामध्ये तुमच्या मुलांना भूमिका द्या किंवा बाहुल्या, खेळण्यांचा वापर करा.
* टॉयलेटला जाण्यासाठी मुलांनी शिक्षकांना कसे विचारावे, त्यांनी दार बंद करून घ्यावे, अशी अपेक्षा आहे का? याबाबत शिक्षकांना विचारा. त्यांना बाकांवर बसावे लागणार आहे का? या प्रकारच्या तपशिलाची मुलांना शाळेत कसे वागावे, हे जाणून घेण्यासाठी मदत होईल आणि घरी त्यांच्याकडून जी अपेक्षा केली जाते, त्यापेक्षा हे कदाचित वेगळे असू शकते.

* जर मुलांना दुपारचे जेवण शाळेकडून दिले जाणार असेल, तर त्या जेवणात काय दिले जाते? त्यांच्या खाण्याकडे लक्ष दिले जाते का? याविषयी चौकशी करा. जर मुलांना घरून जेवणाचा डबा दिला जाणार असेल, तर त्यांना डब्यात काय-काय दिले जाईल आणि त्यांनी अगोदर काय खायला हवे, हे त्यांच्याकडून मान्य करून घ्या.
* घालायला आणि काढायला सोपे जातील, अशाप्रकारचे कपडे आणि शूज विकत आणा. (वेलक्रो असावे, लेस नको.)
* प्रत्येक गोष्टीवर नाव घाला. तुम्हाला लेबल्स शिवायला नको वाटत असेल, तर मार्कर पेनचा वापर करा.
* मुलाला बरोबर घेऊन गमतीशीर दप्तर आणि जेवणाचा डबा खरेदी करा.
* मूल शाळेत स्थिरावेपर्यंत पालक वर्गात थांबू शकतात; परंतु याबाबत प्रत्येक शाळेचा दृष्टिकोन वेगळा असतो. शाळेचे मत लक्षात घ्या आणि त्याप्रमाणे वागण्याचा प्रयत्न करा. परंतु तुमचे मूल खरोखरच दुःखी असेल, तर त्याच्या अनुपस्थितीत त्याच्या शिक्षकांशी याबाबत चर्चा करा.
* तुमच्या मुलाला शाळेचा पहिला दिवस भीतिदायक वाटला असेल, तर त्याच्या भावनांची तीव्रता झटकून टाकू नका. तुमचा स्वत:चा पहिला दिवस तुम्हाला त्याच्या भावना समजताहेत आणि असे दुःखी, असमाधानी वाटणे ठीक आहे, असे होऊ शकते याची त्याला खात्री पटवून द्या. शाळेबाबतच्या सकारात्मक गोष्टींवर भर द्या. शाळेमध्ये त्यांना लवकरच आनंदी वाटेल असा तुम्हाला विश्वास वाटतो, हे पुन्हापुन्हा सांगा.
* काही मुले सुरुवातीचे एक-दोन आठवडे एकदम छान असतात; पण त्यानंतर त्यांच्या लक्षात येते की, शाळा प्रकरण सुरूच राहणार आहे. आणि मग ते एकदमच शाळेच्या विरोधात जातात. त्यांच्या मनातील या भावनांच्या हिंदोळ्यावर त्यांच्याबरोबरीने तुम्हालाही स्वार व्हायला हवे. अशा प्रकारे परिस्थितीशी जुळवून घेताना ते खरोखरच खूप दमणार आहेत हे समजून घ्या. पूर्ण दिवस शाळेत 'चांगले' वागून ते कंटाळले असतील, चिडखोर झाले असतील म्हणून घरी आल्यावर ते असे वागत असतील.

वयाने फरक पडतो – छोटे मूल विशेषत: मुलगा – जो फक्त चार वर्षांचा आहे त्याला शाळेच्या व्यग्र दिनक्रमाबरोबर जुळवून घेताना वर्गातील इतर मुलांपेक्षा जे आता पाच वर्षे पूर्ण करतील, त्यांच्यापेक्षा जास्त आधाराची गरज पडते. या वयात एक वर्ष म्हणजे भरपूर मोठा कालावधी आहे. म्हणूनच तुम्ही तुमच्या मुलाच्या

शाळेची सुरुवात या वर्षांमध्ये थोडी नंतर केलीत, तर त्याला शाळेत स्थिरावण्यास कमी वेळ लागेल.

माझ्या मुलीला सुट्टी असेल, तर त्यादिवशी मी तिच्या लंच बॉक्समध्ये एक साधीशी चिठ्ठी ठेवते ज्यायोगे तिला कळावे की, ती सँडविच खात होती तेव्हाही मी तिचाच विचार करत होते.

– जॅनिस, १६ वर्षांच्या आतील तीन मुले

सामील होणे

तुमच्या मुलांची काळजी घेण्यासाठी, त्यांना शिकविण्यासाठी तुम्ही शाळेची निवड तर केलेली आहे; परंतु तिथे नेमके काय चालते, याविषयी तुम्हाला किती माहिती आहे? तुमचे मूल हे याबाबत माहितीचा विश्वासार्ह स्रोत असू शकत नाही. शाळेतील शिक्षक एवढे व्यग्र असतात की, तुम्हाला आपणही शाळेचा एक भाग आहोत, अशी भावना अनुभवता यावी म्हणून काही करणे हा त्यांना त्यांच्या कामाचा भाग वाटत नाही. बऱ्याच शाळा पालकांच्या सहभागाचे स्वागत करतात. तुम्हाला शाळेचे कामकाज प्रत्यक्ष पाहायला मिळते. एवढेच नाहीतर तुमचे शाळेच्या सहलीबरोबर येणे, शाळेत काही वाचून दाखवणे, हे तुमच्या मुलांनाही आवडते. जर तुमची मुले मोठी आहेत आणि तुम्ही पुन्हा पूर्णवेळ नोकरीवर रुजू झालेल्या नसाल तर शाळेला मदत करण्याची ही योग्य वेळ आहे. मुले मोठी होऊन माध्यमिक शाळेत जाईपर्यंत बऱ्याच माता पुन्हा कामावर रुजू झालेल्या असतात. त्यामुळे शाळेला मदत करण्यासाठी वेळ काढणे खूप कठीण जाते. शिवाय तुम्ही शाळेच्या पालक समितीमध्ये आहात किंवा निधी संकलन समितीमध्ये आहात, हा तुमच्या CVमधील बोनस ठरू शकतो.

सहभागी होण्याचे मार्ग

* वर्ग : वाचन, शाळेचे काही खास दिवस जसे की, स्पोर्ट्स डे किंवा सायन्स डे यादिवशी मदत करणे.
* शालेय सहली : तुमच्या मुलाच्या वर्गाबरोबर सहलीला जाणे, तुमच्या मुलाला हे खूप आवडेल.
* पालक संघ : वर्गप्रतिनिधी किंवा समिती सदस्य होणे.
* निधी संकलन : समारंभाचे आयोजन करणे किंवा शाळेच्या स्टॉलवर

मदत करणे.

* तुमच्या वर्गातील पालकांची एकमेकांशी मैत्री व्हावी म्हणून एखाद्या सकाळी त्यांच्यासाठी कॉफीपानाचे आयोजन करणे.
* उन्हाळी टर्म संपल्यानंतर पिकनिक किंवा बार्बेक्यूचे आयोजन करणे.
* मुलांना रुची वाटू शकेल, अशा प्रकारचे एखादे कौशल्य तुम्हाला अवगत आहे का? किंवा तुमचे काम तसे आहे का?
* धर्मादाय काम : शाळा मदत करू शकेल, अशा एखाद्या धर्मादाय कामाचे नाव सुचवा आणि यासाठीची जाहिरात मोहीम चालवण्यासाठी किंवा त्यासाठी लागणारे प्रमोशनल सामान पुरविण्यासाठी स्वतःहून मदतीचा हात पुढे करा.
* समारंभांना उपस्थित राहा : शालेय नाटके, संगीत सभा, उन्हाळी जत्रा/नाताळ बाजार यांसारख्या प्रसंगी उपस्थित राहा.

सारांश : शिक्षकांचे आभार माना, त्यांचे कौतुक करा. ते अतिशय महत्त्वाचे काम करत आहेत आणि यासाठी त्यांचा गौरव करायला हवा. फक्त तुम्हाला अडचण असेल तेव्हा त्यांना संपर्क करायचा असे योग्य नाही.

आमच्या मुलांना तिथे असलेल्या उत्तम स्थानिक शाळांमध्ये मोठे होण्याची संधी मिळावी म्हणून आम्ही एका नव्या शहरात राहायला गेलो होतो. आम्हाला तिथे जाऊन फार दिवस झाले नव्हते, तेव्हा माझ्या मुलीच्या वर्गातील पालकांच्या 'कॉफी सकाळ' कार्यक्रमाला मी गेले होते. प्रामाणिकपणे सांगायचे तर मी लाजाळू आहे त्यामुळे मला तिथे जाण्याची भीती वाटत होती. तिथे आलेल्या इतर माता एकमेकींना चांगल्या ओळखत होत्या; पण तरीही त्या सगळ्या माझ्याशी एवढ्या मित्रत्वाने वागल्या की, मी फार काळ लाजाळू बनून राहूच शकले नाही. या गोष्टीमुळे दुसऱ्या दिवशी मुलीला शाळेत सोडवायला गेले तेव्हा खूप वेगळे वाटत होते, त्या शाळेशी इतर मातांशी मी जास्त जोडले गेले.

– लॉरा, १० आणि ७ वर्षे वयाची दोन मुले

मैत्री

कधीपासून इतरांच्या म्हणण्यानुसार आपण आपली वर्तणूक निश्चित करत असतो?

– लॉरी ऑर

आपल्या बालपणीचा खूपसा भाग हा मित्रांनी व्यापलेला असतो आणि त्यातील बहुतेकांशी आपली मैत्री शाळेत झालेली असते. या कारणामुळेच 'मैत्री' या मुद्द्याचा समावेश पुस्तकाच्या या भागात केलेला आहे. तुमच्या मुलांवर त्यांच्या मित्रांचा खूप मोठा प्रभाव असतो. तुम्ही त्यांच्याबाबत आपले मत बनवता आहात, हे तुमच्या लक्षात येईल – जे तुम्हाला आवडतात किंवा जे तुमचे नावडते आहेत. जे तुम्हाला चीड आणतात किंवा जे तुम्हाला चिंतीत करतात. ते तुमच्या घरी वरचेवर येतील तसेच तुमची मुलेही त्यांच्या घरी जातील. तुम्ही आणि तुमची मुले यांच्यामध्ये त्यांच्या मित्रांविषयी अनेक चर्चा होतील. एखाद्या दिवशी तू जगातली सगळ्यात दुष्ट आई आहेस असेही तुमची मुले तुम्हाला सांगतील, कारण काय तर सॅमच्या आईसारखे तुम्ही तुमच्या मुलाला रोज पुडिंग देत नाही. अद्ययावत खेळणे किंवा मुलांच्या बेडरूममध्ये टीव्ही देत नाही. मुलांशी न्याय्य वागण्यासाठी पालक प्रयत्नांची पराकाष्ठा करतात; पण आपण एका असमान जगात राहतो. अफ्रिकेमध्ये १२० लाख मुले अनाथ आहेत किंवा काही मुले ही त्यांच्या व्यसनी, मद्यपी पालकांबरोबर राहतात, ज्यांना आपल्या मुलांच्या अस्तित्वाचाही विसर पडलेला आहे. हे खूप अन्यायकारक आहे. मुले जेव्हा त्यांच्या तारुण्यात प्रवेश करतात तेव्हा मित्रांचा हा प्रभाव अधिकाधिक वाढत जातो. तुम्ही जितक्या लवकर हे लक्षात घ्याल तितके चांगले! अर्थात तुमच्या कुटुंबामध्ये अशा प्रकारचा प्रभाव चालवून घेण्याची तुमची तयारी आहे का, हे तुम्ही ठरवायचेय.

सारांश : तुम्ही तुमचे मित्र निवडू शकता पण तुमचे कुटुंब नाही.

वयानुरूप मैत्रीचा अर्थ

मुलांच्या वयाच्या पहिल्या दहा वर्षांमध्ये त्यांच्या वेगवेगळ्या वयात मैत्रीचा अर्थ काय असतो, हे जाणून घेण्यासाठी या काही मार्गदर्शक सूचना आहेत. या सूचना वरवरच्या/साधारण आहेत आणि त्याबरोबरच इतर घटक जसे की, मुलाचे व्यक्तित्व, लिंग, कौटुंबिक परिस्थिती, जन्माचा क्रम हेदेखील महत्त्वाचे आहेत.

वय वर्षं ० ते २

इतर मुलेसुद्धा आहेत, याची काहीशी जाणीव झालेली असते. काही त्यांच्या खेळण्यांवरून वा इतर मालकीच्या वस्तूवरून कुरबुर करतात. काही नको इतके प्रेम दाखवतात. मित्र मिळणे, हे या वयातल्या मुलांपेक्षा त्यांच्या पालकांसाठी फायद्याचे ठरते.

वय ३ ते ७

खेळ सवंगडी या वयात मित्र तो असतो जो तुम्हाला मदत करतो; पण त्यांना मदत करण्याचे तुमच्या लक्षात येत नाही. तुम्ही त्यांच्याशी भांडता, मारामारी करता आणि बऱ्याचदा तुमच्यातील या लढाया सोडवण्यासाठी एखाद्या मोठ्या माणसाला तुम्हाला मदत करावी लागते.

तुमची आई तुमच्याबरोबर नसताना देखील तुम्ही त्यांच्या घरी खेळायला जाता. कदाचित रात्री मुक्कामही करता.

वय ६ ते १०

तुम्ही परस्परांना मदत करता. तुम्ही एकमेकांशी गोष्टी वाटून घेता, आळीपाळीने वापरता. तुम्ही मुख्यत्वे तुमच्याच लिंगाच्या मित्र-मैत्रिणींबरोबर खेळता. आता 'जवळचा मित्र/मैत्रीण ही कल्पना अस्तित्वात आलेली असते. तुम्ही या मैत्रीतून थोडे जरी बाहेर पडलात किंवा थोडीशी कुरबुर झाली, तरी ती एक शोकांतिका होऊ शकते.

मित्र नसणे आणि निर्दयी मित्र असणे

आपल्या मुलांना मित्र बनवणे अवघड जाते आहे, हे पाहणे मातांसाठी क्लेशकारक असते. काही मुले निसर्गत:च लाजाळू असतात किंवा त्यांना स्वत:मध्येच रमायला आवडते. त्यांना मित्र नाहीयेत किंवा कमी आहेत, हा बहुधा आपला प्रश्न असतो, त्यांचा नाही. तुमच्या स्वत:विषयी किंवा तुमच्या जोडीदाराबाबत विचार करा. तुम्हाला खूप मित्र आहेत का? किंवा तुम्हीही लाजाळू आहात? आपली मुले ही आपल्या वागण्याचे अनुकरण करत असतात, मग जर तुम्ही स्वत: क्रीडांगणाच्या एका कोपऱ्यात, कोणी आपल्याशी बोलू नये अशी आशा करत शांत उभ्या राहत असाल, तर त्यामधून तुम्ही तुमच्या मुलाला काय संदेश देता?

तुम्ही लहान होता तेव्हाच्या मैत्रीच्या कोणत्या आठवणी तुमच्याजवळ आहेत? (१० वर्षांपेक्षा लहान)

तुमच्या मुलाच्या मैत्रीविषयी तुमच्या दृष्टिकोनावर या आठवणींचा कशाप्रकारचा प्रभाव आहे?

तुमचे मूल मैत्री करत नाही किंवा मैत्री टिकवत नाही याविषयी तुम्हाला काळजी वाटत असेल, तर तुमच्या मुलाला मदत करू शकतील अशा काही कल्पना इथे दिलेल्या आहेत.

* तुमच्या मुलाला प्रोत्साहित करा : त्यांच्याशी मैत्रीबाबत बोला. तुमच्या बालमित्रांच्या आठवणी त्यांना सांगा आणि मित्रांविषयी त्यांचे काय मत आहे हेही त्यांना विचारा.
* सामाजिक कौशल्य आणि सामाजिक वर्तन त्यांना शिकवा : तुमच्या मुलांना शाब्दिक तसेच अशाब्दिक इशारे समजून घ्यायला शिकवा. उदाहरणार्थ, कोणी त्यांच्याकडे हसून पाहते आहे किंवा काही विनोदी प्रतिक्रिया देते आहे.
* मूलभूत सामाजिक नियम शिकवा : दुसऱ्यांना मारू नका किंवा त्यांच्याकडून वस्तू हिसकावून घेऊ नका. इतरांशी सहकार्य करायला वस्तू वाटून घ्यायला शिका.
* चिडवल्यानंतर तुमचे मूल नको इतके संतापते वा चिडते का? किंवा इतर मुले खेळायला नकार देतात तेव्हा त्यांच्यावर दबाव आणते का?
* तुमच्या मुलाला स्वत: अभिनय करून दाखवा. त्यासाठी आवर्जून वेळ काढा. उदाहरणार्थ, मी मित्रत्वाने वागतो आहे, हे दाखवण्यासाठी कसे स्मितहास्य करावे, कशाप्रकारे नजरेला नजर द्यावी. तुमचे मूल असे काहीतरी म्हणण्याचा सरावसुद्धा करू शकते. जसे की, 'हॅलो, मी जेक, तुला खेळायला आवडेल?'
* तुमच्या मुलाला त्यांच्या मित्रांसमोर काही दाखवायला किंवा काही सांगायला जाऊ नका. त्यांचे वागणे चुकत असेल, तर त्यांना एका बाजूला घ्या आणि त्यांनी कशाप्रकारे आपले वागणे थांबवावे किंवा बदलावे असे तुम्हाला वाटते ते स्पष्टपणे सांगा.
* तडजोड करणे आणि मतभेद मिटवणे या गोष्टी शिकवा. त्याने इतरांचे कसे ऐकावे, त्याचे म्हणणे आग्रहीपणे कसे मांडावे आणि कशाप्रकारे

तडजोड करावी, हे त्याला शिकवा.

* शाळेतील इतर पालकांशी बोलण्याचा प्रयत्न करा. यामुळे मुलांना एकमेकांशी परिचय वाढवण्याचे प्रोत्साहन मिळते.
* कोणत्याही दादागिरीबाबत काही कानी आल्यास लक्षपूर्वक ऐका. शाळेचे याविषयी काय धोरण आहे, हे जाणून घ्या आणि या दादागिरीविरोधी कृती करा. दादागिरी वा छळवणुकीचा मुलांवर आयुष्यभराचा परिणाम होऊ शकतो, याकडे गांभीर्याने पाहा.
* त्याचप्रमाणे मैत्री ही मधल्या सुट्टीच्या काळात कमी-जास्त होत असते. तुमच्या मुलाच्या वागण्यामधून किंवा मूड्समधून, तुम्हाला त्याच्या मित्रांबरोबर त्याला काही अडचण असेल, तर तसे सिग्नल्स वाचता यायला हवेत.
* काही स्थानिक गट/खेळ यामध्ये मुलाला गुंतवा ज्यायोगे त्याला शाळेबाहेरच्या मुलांशी मैत्री करण्याची संधी मिळेल. जसे की क्लब, नाटक ग्रुप किंवा पोहण्याचा क्लास.
* मुलाला जवळ घ्या, कुशीतली ऊब अनुभवू द्या. मुलाचा आत्मविश्वास वाढवणारी ही एक अनमोल गोष्ट आहे. खास करून जेव्हा त्याचे मित्रांसोबत काही बिनसले असेल.

अयोग्य मित्र

आपल्याला मुले झाल्यानंतर कशा प्रकारच्या लोकांशी आपली मैत्री होते, याचे आणि पूर्वी जे आपले मित्र होते त्यांच्याशी ते पालक झाल्यानंतर जुळवून घेणे आपल्याला कसे अवघड वाटते याचे मला फार आश्चर्य वाटते. एक तर आपल्या मुलांचे त्यांच्याशी जमत नाही किंवा ते त्यांच्या मुलांना कोणकोणत्या गोष्टी करू देतात यामुळे आपण अवाक् झालेलो असतो. एका आठवडा सुट्टीला आम्ही जुन्या, चांगल्या मित्रांबरोबर बाहेर गेलो. ते लांब राहायला गेल्यापासून आमच्या भेटीगाठी खूपच कमी झालेल्या होत्या, त्यामुळे की काय पण आमच्यात ताण होता. आमच्यापेक्षा त्यांच्या कुटुंबाचे नियम वेगळे होते. मुलांशी ते खूपच सौम्य वागत होते. जेवणाचे वा झोपण्याच्या वेळेसंबंधीचे कोणतेही नियम त्यांच्याकडे नव्हते. त्यामुळे आमच्या मुलांनाही संध्याकाळभर अरबट-चरबट आणि रात्री उशिरापर्यंत जागण्यात खूप गंमत असते असे वाटू लागले. मी आणि माझे पती आम्हा दोघांनाही पूर्ण सुट्टीचा दिवस मुलांबरोबर तडजोड करत, समजावत घालवण्याचा खूप त्रास झाला. आम्ही दोघेही नाराज झालो. मला नाही वाटत पुन्हा त्या कुटुंबाबरोबर बाहेर जाण्यास आम्ही उत्सुक

असू. पालकत्वाबाबत आमची एवढी वेगळी पद्धती असेल, असे मला कधीही वाटले नव्हते.

– लिझी, ५ आणि ३ वर्षे वयाची दोन मुले

ही आई, दुसऱ्या एका कुटुंबाबरोबर वीकएन्डसाठी बाहेर गेली होती. जर तुमची पालकत्वाची मूल्ये परस्परविरोधी असतील, तर एवढा वेळ एकत्र काढणे अवघडच! शाळा सुटल्यानंतर काही वेळ एकत्र खेळताना किंवा बेबीग्रुपमध्ये दुसऱ्या कोणा आईबरोबर गप्पा मारताना देखील तुम्हाला त्या आईच्या पालकत्वाच्या मूल्यांबाबत शंका वाटू लागते. जर तुमचे मूल दुसऱ्या कोणाच्या घरी खेळायला जाणार असेल तर तो किंवा ती तिथे आनंदी, सुरक्षित असेल, त्याची तिथे उत्तम देखभाल केली जाईल आणि तुम्हाला काळजी करावी लागेल, अशा कोणत्याही कल्पना किंवा वर्तणूक त्याच्या निदर्शनास येणार नाही, याचा तुम्हाला विश्वास वाटायला हवा. तुमच्या अंत:प्रेरणेवर तसेच तुमच्याजवळ असलेल्या एखाद्या पुराव्यावर विश्वास ठेवा, ज्यामुळे तुमच्या मुलाला त्या कुटुंबासोबत एकत्र वेळ घालवू देण्यास तुम्ही नाखूश आहात.

'अयोग्य मित्र' या द्वंद्वाशी लढलेल्या इतर मातांकडून या काही उपयुक्त सूचना :

जेव्हा तुम्हाला छोटे बाळ असते आणि तुम्ही इतर मातांना भेटता, तेव्हा प्रत्येकाचेच आपल्या बाळाची देखभाल करण्याचे प्रमाण आणि मूल्ये कशी वेगवेगळी असतात, हे तुमच्या लक्षात आले, तर आश्चर्यचकित होऊ नका.

– लॉरा, दोन मुले

हे तुमच्या मुलाच्या वयावर अवलंबून असते, जेव्हा ते पाच वर्षांच्या आतील वयात असतात तेव्हा त्यांनी कोणाबरोबर एकत्र वेळ घालवावा यावर तुमचे पुष्कळसे नियंत्रण असते. एकदा का ते नर्सरीत किंवा शाळेत जाऊ लागले आणि इतर लोकांच्या घरी खेळण्याची निमंत्रणे त्यांना मिळू लागली म्हणजे तुमच्या लक्षात येते की वेगवेगळी मूल्ये त्यांच्या निदर्शनास येऊ नयेत, याची तुम्हाला केवढी काळजी वाटते आहे.

– सुसी, एक मूल

एखाद्या मित्रावर बंदी घालण्याबाबत खूपच काळजीपूर्वक वागा, कारण यामुळे तो मित्र तुमच्या मुलाला जास्त इंटरेस्टिंग आणि आकर्षक वाटण्याची शक्यता आहे.

–जेन, दोन मुले

तुमच्या अंत:प्रेरणेशी ठाम राहा. तुम्हाला ज्याच्याविषयी खात्री वाटत नाही अशा मित्रासमवेत तुमच्या मुलाने खेळू नये असे तुम्हाला वाटते म्हणून कदाचित तुमचे मूल दु:खी होऊ शकते. त्या मुलांना आपल्या घरी खेळायला येऊ दे असे सुचवा. जेणेकरून तुम्ही त्या मुलाला जास्त चांगल्या प्रकारे जाणून घेऊ शकाल आणि तुमच्या घरी सर्वांचेच उत्कृष्ट स्वागत होईल.

–जेनिस, तीन मुले

दुसऱ्यांच्या घरी 'रात्री झोपायला' किंवा 'रात्री न झोपण्यासाठी म्हणू या जाणे. आम्ही जोपर्यंत एखाद्या कुटुंबाला चांगले ओळखत नाही किंवा तेथील व्यवस्थेविषयी खूश नाही तोपर्यंत आमची मुले त्यांच्या घरी रात्री मुक्कामाला जाऊ शकत नाहीत असा आमच्या घरात नियम आहे.

– जून, तीन मुले

तुमच्या मूल्यांचा शिरकाव करा. 'आमच्या घरी आम्ही डायनिंग टेबलचाच वापर करतो' आणि 'प्लीज', 'थँक्यू' या शब्दाचा वापर करतो किंवा 'आम्ही मित्रांबरोबर खेळतो. टीव्ही पाहत नाही.'

– ल्यूसी, दोन मुले

आपल्या मूल्यांनी किती खोलवर परिणाम केला आहे हे पाहून मी आश्चर्यचकित होते. जेव्हा कोणी मित्र त्यांना चांगले वागवत नाही किंवा मोठ्या माणसांशी उद्धटाप्रमाणे वागतात तेव्हा आमची मुले लगेच ओळखतात. अनेकप्रसंगी आपण स्वत:च्या जिभेवर ताबा ठेवला आणि त्यांच्यासाठी त्यांच्या मित्रांचे परीक्षण केले नाही याचा मला आनंद वाटतो.

– लॉरा, तीन मुले

सारांश : मित्र/मैत्रिणी हे तुमच्या मुलांसाठी आनंदाचे आणि क्वचित दु:खाचे स्रोत असतील. मोठे होण्यामधील ते एक नैसर्गिक आणि महत्त्वाचा भाग आहेत. आपली मुले कशाप्रकारे मैत्री करतात आणि मित्र जोपासतात यावर आई म्हणून आपला प्रभाव असतो. मैत्रीचे मूलभूत नियम त्यांना शिकविण्यासाठी तुम्ही जे कष्ट घेता त्यामुळेच कोणत्याही वयात असू दे, तुमची मुले स्वत: प्रेमळ आणि मौल्यवान मित्र म्हणून विकसित होतात.

शिक्षण हे फक्त शाळेत नाही

तुमच्या मुलाने शाळेत कितीही वर्षे घालवलेली असली, तरी मोठा झाल्यावर तो कसा बनतो, यावर सर्वांत जास्त प्रभाव त्याच्या पालकांचाच असतो. निर्मितीक्षम, स्वत:च्या पायावर उभा असलेला आणि नातेसंबंध निर्माण करण्यास सक्षम.

तुमच्या मुलासाठी तुम्ही जगाचे द्वारपाल आहात आणि त्यांना शाळेच्या वर्गात मिळणार नाही, ते सर्व प्रकारचे ज्ञान देण्यास सक्षम आहात. त्यांच्या वयाच्या पहिल्या दहा वर्षांत मुले ही एखाद्या मोठ्या स्पंजप्रमाणे असतात. अनुभव आणि ज्ञानाचे गॅलन्सवर गॅलन्स शोषून घेतात. तुमची व्यावहारिक किंवा आर्थिक परिस्थिती कशीही असो, पहिल्या दिवसापासूनच त्याला ज्ञानाने समृद्ध करण्याची अमर्याद क्षमता तुमच्यामध्ये आहे.

कुटुंबामध्ये राहून मुले समाजामध्ये कसे वागावे याबाबतच्या मूलभूत गोष्टी शिकतात.

माता जर त्यांच्या लक्षात आले, तर अजूनही त्यांच्या कुटुंबाचे केंद्रिय बल आहेत. ज्या गोष्टी दररोजच्या जगण्यातून आवश्यक ते घेऊनच शिकता येतील, अशा गोष्टी अशी कौशल्ये शिकवतात.

जिथे शाळेला शिकवण्यासाठी एक विशिष्ट अभ्यासक्रम असतो, तिथे माता मात्र एका मनस्वी इच्छेने शिकवत असतात. त्यांच्या मुलांची शारीरिक, भावनिक, सामाजिक आणि सांस्कृतिक जडणघडण चांगली व्हावी म्हणून. तसेच ती नेहमीच एखाद्या कारंज्याप्रमाणे प्रासंगिक ज्ञानाचे तुषार उधळत असते, ज्यामुळे मुलाला त्याचा स्वत:चा इतिहास आणि कुटुंबातील त्याचे स्थान याची जाणीव होते. एक आईच मुलाला प्रेमाविषयी आणि कुटुंबातील सदस्यांची आठवण ठेवण्याविषयी शिकविते.

– लिझ स्कॉट, तीन मोठी मुले असलेली मॉंटेसरी शिक्षक

आईच्या पायाशी तुम्ही काय शिकलात याविषयी जरा विचार करा. चूक आणि बरोबर मधला फरक? गोष्टी कशा कराव्यात – वाढदिवसाच्या शुभेच्छा पत्रापासून ते रविवारच्या पदार्थापर्यंत किंवा बटण कसे शिवावे? किंवा शेजाऱ्यांशी प्रेमळपणे कसे वागावे? आपल्या पालकांची मूल्य आपल्याकडे वारसाने येतात, हे आपण जाणतो तसेच आपल्यापैकी काही जण ती नाकारण्यासाठी सजग असतात; परंतु रोजच्या सामान्य जगण्यामध्ये एक आई म्हणून तुमची मुले तुमच्याकडूनच भावनिकतेने, व्यवहारी व सर्जनशील राहून शिकत असतात. तुम्ही टोस्टला बटर कसे लावता,

फोनवर कसे बोलता, रडणाऱ्या बाळाला कुशीत कसे घेता, शिक्षकांसाठी चिठ्ठी कशी लिहिता, या सर्वांचे ते निरीक्षण करत असतात. याशिवाय, शाळेव्यतिरिक्त तुम्ही त्यांच्या छंदवर्गाचीही व्यवस्था केलेली असणार. टॉडलर क्लब, ब्राऊनीस की फुटबॉल हा गुंता कोणीतरी सोडवावाच लागतो आणि बऱ्याचदा आयाच हे काम करतात. कारण आपल्या मुलांचा दृष्टिकोन व्यापक व्हावा, ही त्यांचीच इच्छा असते. (त्यांनी काही काळ घराबाहेर राहावे, दमावे हीही इच्छा असते.)

पुढे दिलेल्या प्रश्नांचा विचार करा.

मूल्यांच्या संदर्भात माझ्या मुलांचे शिक्षण मी कशाप्रकारे विस्तारते आहे?
उदाहरणार्थ, त्यांना शिष्टाचार शिकविते आहे.

व्यावहारिक कौशल्य
उदाहरणार्थ, टेबल कसे लावावे हे त्यांना दाखवावे.

छंद आणि आवड
उदाहरणार्थ, त्यांच्यासाठी वाद्य शिकण्याची व्यवस्था करणे किंवा त्यांना पोहायला घेऊन जाणे.

भरगच्च रोजनिशी?

जॉन्सनच्या मुलांकडे पाहा – जेड नऊ वर्षाचा, टॉम सहा आणि ल्यूसी तीन. शाळा सुरू असताना त्यांचा आठवडा साधारण असा असतो.

सोमवार : ल्यूसी – टॉडलर क्लब, टॉम – फुटबॉल

मंगळवार : ल्यूसी – बेबी जिम, टॉम – कराटे, जेड – ब्राऊनिज

बुधवार : ल्यूसी – मैत्रिणीसोबत बागेत, टॉम – गणिताची शिकवणी, जेड – बासरी

गुरुवार : ल्यूसी – लहानग्यांचे पोहणे, टॉम आणि जेड – किड्स क्लब

शुक्रवार : ल्यूसी – मैत्रिणीकडे खेळायला, टॉम – मित्राकडे खेळायला, जेड – पोहायला

शनिवार : टॉम – पोहायला, जेड – जॅझ नृत्य

रविवार : आजीला भेटायला, गृहपाठ, शाळेची तयारी करणे

फक्त घरी राहता यावे, एवढा तरी वेळ मुलांना या आठवड्यात आहे, असे तुम्हाला दिसते आहे का?

कधीकधी कंटाळा येऊ देणे, हे सुद्धा मुलांसाठी चांगलेच आहे, त्यांच्या मोकळ्या वेळेची नेहमीच व्यवस्था लावायला नको. कंटाळवाणेपणातूनच निर्मितीक्षमता बाहेर येण्यास संधी मिळते.

एक मूल जेव्हा, 'आई, मला कंटाळा आलाय,' असं सांगते तेव्हा जर त्याला अनेक पर्याय सुचवले जात असतील, पालकांचा खूपसा सहभाग मिळत असेल, तर त्या मुलाला त्यामधून आपोआपच संदेश मिळतो, कंटाळा आला की आईला सांगावे, तीच यातून मार्ग काढेल. याऐवजी, त्यांच्या भावनांशी सहमत व्हा; परंतु मुलांनी स्वत: त्यांच्या अडचणीतून उत्तर शोधावे म्हणून त्यांना प्रोत्साहित करा, त्यांनाच काय करावे ते शोधून काढू दे आणि जेव्हा असा एखादा पर्याय सुचेल, तेव्हा तो पर्याय घेऊन तुमच्याकडे यायला सांगा. त्यांना सांगा, 'कंटाळा येणे हा फार त्रासदायक आहे, तुम्ही याबाबत काय करू शकता? जेव्हा तुमचे काही ठरेल तेव्हा माझ्याकडे या आणि मला सांगा.'

काहीशा लहान मुलांना थोड्या अधिक मार्गदर्शनाची किंवा त्यांचे लक्ष वेधून घेण्याची गरज पडते. त्यांना कदाचित 'कंटाळा' हा शब्दही माहिती नसेल परंतु त्यांच्या वागणुकीतून, ते कंटाळले आहेत हे तुम्ही सांगू शकता. मुद्दा असा आहे की, मुलांना त्यांचे स्वत:चे मनोरंजन स्वत: करता यायला हवे त्यासाठीची आवश्यक संसाधने आपल्याजवळ आहेत असे त्यांना वाटायला हवे. काही मुलांना इतरांपेक्षा हे सोपे जाते – बऱ्याचदा दुसरे मूल किंवा त्यानंतरची मुले हे सहज करू शकतात. पहिल्या मुलांना दुसरे मूल जन्माला येण्याअगोदर कितीतरी वर्षे तुमचे एकमेव लक्ष लाभते. त्यामुळे स्वत:च स्वत:चे मनोरंजन करून घेणे, त्यांना अवघड वाटते.

सारांश : तुम्ही तुमच्या मुलाच्या सर्वांत मोठ्या शिक्षिका आहात. त्यांच्या आठवड्याच्या कार्यक्रमांमध्ये फक्त निवांत घरी राहता, यावे म्हणून काही वेळ ठेवणे किंवा त्यांना कंटाळा येऊ देण्याचा अवसर ठेवणे, हे तुमच्या कल्पनाशक्तीवर अवलंबून आहे आणि यामुळेच त्यांच्या कल्पनाशक्तीचा विकास होणार आहे.

तुम्हाला तुमच्या मुलांना खरोखरच काय शिकवावेसे वाटते?

तुमचे पहिले बाळ तुमच्याशेजारी दुपट्यात गुंडाळलेले आहे आणि त्याच्याजवळ बसून तुम्ही हे पुस्तक वाचत आहात किंवा कदाचित तुम्हाला बरीच मुले आहेत. मातृत्वाच्या प्रवासात तुम्ही कोठेही असलात, तरी काही क्षण वेळ द्या आणि जरा विचार करा. मुलांच्या वयाच्या पहिल्या दहा वर्षांच्या मौल्यवान काळात तुम्ही त्यांना कोणकोणते अनुभव देऊ शकता, त्यांना शिकविण्याच्या किती संधी तुम्हाला उपलब्ध आहेत किंवा उपलब्ध होऊ शकतात. तुम्हाला आता नक्कीच वाटेल की, पुढच्या वीस मिनिटांसाठी आपला फोन बंद ठेवू या. आणि येथे दिलेला स्वाध्याय सोडवण्याचा प्रयत्न करू या.

मला माझ्या मुलांना काय शिकवावेसे वाटते?
उदाहरणार्थ, कठोर परिश्रमांचे महत्त्व किंवा मैत्रीची किंमत

कोणत्या प्रकारचे अनुभव मला त्यांना द्यावेसे वाटतात?
उदाहरणार्थ, शक्य असेल तेवढा भरपूर प्रवास किंवा सगळ्या प्रकारच्या लोकांमध्ये मिसळणे.

हे अनुभव घेण्यासाठी मला/आम्हाला कोणत्या संसाधनांची गरज लागेल?

माझ्या आईने मला कोणती वैशिष्ट्यपूर्ण गोष्ट शिकविली आहे, जी माझ्या मुलांपर्यंत पोहोचवायला मला आवडेल?

मित्रत्वाने आणि मायेने वागण्यामध्ये माझी आई खूप छान होती; परंतु माझे लग्न होऊन मी घर सोडले. त्यानंतरच मी शर्टला इस्त्री करायला शिकले. यामुळे काही फरक पडला का? नाही, फारसा नाही. तिची माया मात्र माझ्या कायम स्मरणात राहिली आणि माझ्या मुलांनीही व्यवस्थित इस्त्री केलेल्या शर्टपेक्षा माया आणि मित्रत्वालाच अधिक महत्त्व द्यावे असे मला वाटते.

– लारा, तीन मुले

मुलांची देखभाल आणि शिक्षण याबाबत लक्षात ठेवाव्यात अशा दहा सोनेरी गोष्टी

१. मुलांची देखभाल करण्याचा सर्वोत्तम पर्याय निवडण्यात तुमची सर्व शक्ती केंद्रित करा आणि तुमच्या मुलांपासून दूर असलेल्या वेळेचा सदुपयोग करा. अपराधित्वाच्या भावनेला तुमच्यावर ताबा मिळवू देण्यापेक्षा तो वेळ आणि ऊर्जा सत्कारणी लावा.

२. मुलांची देखभाल करण्याच्या पर्यायाबाबत संशोधन आणि प्रयोग करण्यासाठी वेळ द्या. ज्यामुळे तुम्हाला आणि तुमच्या मुलांना सर्वोत्तम यश मिळेल.

३. तुमच्या मुलाचा आनंद आणि विकास यामध्ये बालसंगोपन करणाऱ्याचे खूप मोठे योगदान असू शकते. तरीही तुम्हीच त्यांच्यासाठी सर्वाधिक प्रभावशाली असता.

४. बालसंगोपन करणाऱ्याची खास काळजी घ्या. आठवड्याला तुम्ही देत असलेल्या बिलांमधील सर्वांत महत्त्वाचे बिल त्याचे असते.

५. शाळेची निवड करण्यासाठी वेळ, ज्ञान, कौशल्य, अंत:प्रेरणा आणि थोडेसे नशीब लागते. हे एक मोठ्ठे काम आहे म्हणूनच ते व्यवस्थित करण्यासाठी थोडा वेळ आणि काही कालावधी ठेवा. शेवटच्या क्षणावर या गोष्टी सोडून दिल्या, तर काहीच पर्याय उरत नाही आणि चिंता निर्माण होते, जसे की मुलांच्या देखभालीबाबतही हेच घडते.

६. बऱ्याच लोकांसाठी शिक्षक हिरो असतात. ते परिपूर्ण नसतात, पण त्यांचे आवर्जून आभार माना, त्यांच्याशी आदराने वागा.

७. तुम्ही जशी आशा करता, तशीच तुमच्या मुलांची मित्रांची निवड असेलच असे नाही. इतर कुटुंबाची मूल्येदेखील विचारात घ्यावी लागू शकतात म्हणून मुलांच्या वयानुरूप वेगवेगळ्या मार्गांचा अवलंब करून याविषयी मत व्यक्त करा.

८. मुलांना कंटाळवाणे वाटू देणे आणि काहीसा अनिर्बंधित वेळ देणे, ही मुलांविषयी काळजी दाखवण्याची, त्यांच्यासाठी कल्पनाशक्ती वापरण्याची कृती आहे.

९. मुलांना कशामध्ये रुची वाटते, याबाबत त्यांचे मत प्रामुख्याने विचारात घ्या. फक्त तुम्हाला आवडते म्हणून किंवा त्यांनी तसे करावे असे

तुम्हाला वाटते म्हणून त्यांना संगीत/फुटबॉल/बॅलेट यामध्ये आवड आहे असे गृहीत धरू नका.

१०. तुम्ही तुमच्या मुलाचे सर्वांत चांगले शिक्षक आहात. त्याच्यामध्ये असणारी महत्त्वाची कौशल्ये जसे प्रेम, निर्मितीक्षमता आणि ज्ञान तुम्ही विकसित करू शकता.

आपण काय शिकलो :

येथे दिलेला प्रत्येक मुद्दा तुम्ही शिकला आहात, याबाबत तुम्हाला आनंद वाटतो आहे. त्याची प्रत्यक्ष जीवनात अंमलबजावणी करण्यासाठी आता तुम्ही तयार आहात.

* तुमच्यासमोर असलेले बालसंगोपकाचे पर्याय समजून घ्या.
* मुलांच्या देखभालीबाबत तुमच्यासाठी सर्वांत महत्त्वाचे काय आहे, हे जाणून घ्या.
* तुमच्या बालसंगोपकाबरोबर चांगले संबंध विकसित करण्याचे महत्त्व ओळखा.
* तुमच्या मुलाला कसे शांत-स्थिर करता येते, हे माहिती करून घ्या.
* शाळेची निवड करताना तुमच्यासाठी महत्त्वाचे काय आहे, हे विचारात घ्या.
* शाळेसाठी तयार राहा.
* शाळेच्या कामात तुम्ही कशाप्रकारे सहभाग घेऊ शकता, हे जाणून घ्या.
* मैत्रीचे परिणाम समजून घ्या.
* तुम्ही तुमच्या मुलाचे मुख्य शिक्षक आहात, याची तुम्हाला जाणीव असू दे.

हे प्रकरण वाचून, आई म्हणून मी माझ्याविषयी काय शिकले आहे?

सर्वांत महत्त्वाची गोष्ट काय आहे?

९

कुटुंब चालवणे

या प्रकरणामध्ये तुम्ही शिकणार आहात....

* दैनंदिन कौटुंबिक आयुष्य
* आरोग्य तपासणीचे महत्त्व
* चांगल्या कौटुंबिक वातावरणाबाबत
* मुले मोठी झाल्यानंतर होणाऱ्या बदलांशी कसे जुळवून घ्यावे?

आई होण्यासाठी, घर कुटुंब चालविण्यासाठी आपण एक 'सुपरवुमन' असायला हवे असे तुम्हाला वाटते का?

कितीतरी गोष्टींबाबत आणि तेही एकाच वेळी विचार करावा लागतो. कुटुंबातील प्रत्येकाच्या शारीरिक, भावनिक आणि व्यावहारिक गरजा तुमच्या मनात येत जात असतात. तुमच्या घरातले दूध संपले आहे, हे तुम्हाला माहिती असते. तुमची मुलगी हल्ली शांत-शांत असते, तसेच घरातील कुत्र्याला फिरवून आणायला हवे हेही तुम्हाला जाणवत असते. माता या कुटुंब नावाच्या गाडीचे इंजीन आणि ड्रायव्हर असे दोन्ही असतात. ही गाडी कोणतीही पूर्वसूचना न देता बंद पडू शकते किंवा रस्ता चुकू शकते. अशावेळी आईला मेकॅनिक व्हावे लागते. कधीकधी ती या इंजिनाचे इंधन असते, तर कधीकधी ती स्वत:विना इंधन धावते.

कौटुंबिक आयुष्य सतत काहीतरी मागत असते आणि जेव्हा आता सगळ्या गोष्टी सुरळीत चाललेल्या आहेत असे तुम्हाला वाटते, तेव्हाच काहीतरी बदल होतो. एखादी व्यक्ती थोडीशी मोठी होते किंवा दुसरी एखादी वाईट कालखंडातून जात असते. घरातील कोणी बऱ्याच दिवसांपासून आजारी असेल, तर सगळे कुटुंबच खिन्न, शेंबडाने भरलेले टिश्यू आणि टीव्हीचे वाढलेले प्रमाण यांनी काहीसे सुस्त होऊन जाते. तुमच्या घरात काही महत्त्वाच्या घटना घडतात – जसे की नवे बाळ, कोणाच्या मृत्यूमुळे झालेली हानी किंवा घर बदलणे यांसारख्या गोष्टी ज्यामुळे

तुमची कुटुंबाची गाडी काही काळासाठी रस्ता चुकू शकते.

कुटुंब चालविण्याच्या आव्हानांनी बेजार होणे, हे अगदी नैसर्गिक आहे. जगातील प्रत्येक कुटुंबाचे चांगले आणि वाईट दिवस असतात. तुमचे कुटुंब सुरळीत चालविण्यामध्ये ज्या सर्व गोष्टींचा समावेश होतो. त्या गोष्टींवर पकड मिळवण्यासाठी या प्रकरणाशी तुम्हाला मदत होईल. ज्यामुळे तुम्ही व्होडकाची बाटली आणायला धावणार नाही.

पूर्ण दिवस, प्रत्येक दिवस

एक आई म्हणून तुम्ही तुमची मुले आणि ही मुले ज्या घरात वाढतात. त्या घराला प्रत्यक्ष किंवा काही प्रमाणात जबाबदार असता जर तुम्हाला जोडीदार असेल तर त्या नातेसंबंधातील तुमचा भाग त्याचबरोबर इतर अनेक नातेसंबंधांनाही तुम्ही जबाबदार असता. तुमच्या घरात काही पाळीव प्राणी आहेत का? त्यांची काळजी कोण घेते? त्यांना खाऊ घालण्याची, फिरायला नेण्याची किंवा स्वच्छ करण्याची गरज आहे हे कोणाच्या लक्षात येते? बहुधा घरातल्या आईच्याच, जरी तिच्या मुलांबरोबर तिने ही सर्व कामे केली जातील असा यशस्वी करार केलेला असला तरीही सुट्ट्यांचे काय? त्यांचा विचार आणि नियोजन कोण करते? वाढदिवस आणि इतर साजऱ्या करण्याच्या दिवसांचे काय? रिसायकलिंग हा तुमच्या कुटुंबाच्या सवयीचा भाग आहे का? आणि असेल तर कार्डबोर्ड आणि बाटल्या त्यांच्यासाठीच्या योग्य कचरापेटीतच ठेवले जात आहेत याची कोण काळजी घेते? आठवड्याच्या योग्य रात्री या बिन्स घराबाहेर ठेवल्या जातील हे कोण पाहते?

डायरी – एक छोटासा शब्द परंतु कामात मग्न असणाऱ्या मातांसाठी या डायरीत खूप गोष्टी – ज्या रोजच्या रोज करण्याची, त्यांच्यातील तोल सांभाळण्याची गरज असते, अशा गोष्टी लिहिलेल्या असतात. अन्न, त्याच्या घटकपदार्थांपासून ते रात्रीच्या चवदार जेवणापर्यंत सगळ्यासाठीच नियोजन आणि कौशल्याची गरज असते. तुमच्या घरात हे सगळे कोण करते? कोणीतरी प्रथमोपचाराचे प्रशिक्षण घेतलेले आहे का? जर नसेल तर आई असल्यामुळे तुम्हाला स्वत:लाच याचा प्रत्यक्ष कामातून शिकण्याची संधी मिळेल. कारण जखमी झालेल्या मुलाला तुम्हालाच प्लॅस्टर चिकटवावे लागेल किंवा हॉस्पिटलमध्ये घेऊन जावे लागेल.

तुम्हालाच हवामानाचा काहीसा त्रास जाणवतो आहे?

सॉरी, मातांसाठी आजारी रजा नावाची गोष्टच नसते.

सारांश : कुटुंब चालविणे ही एक कधीही न संपणारी प्रक्रिया आहे. ज्यामध्ये तुमचे हृदय, मन, डायरी आणि पैशाचे पाकीट या सर्वांचा समावेश असतो. चांगले आणि वाईट दिवस हे कौटुंबिक आयुष्याचा सामान्य भाग आहेत.

कामांची यादी

येथे तक्तामध्ये दिलेली कामे ही कोणत्याही घरातली साधारण कामे आहेत. ती एकदा वाचून पाहा आणि त्यातील जी कामे तुम्हाला लागू होतात. त्यांच्यापुढे बरोबरची खूण करा आणि तुमची स्वत:ची आणखी कोणती कामे असतील, तर ती या यादीच्या शेवटी लिहा. यातील प्रकार पाहा आणि मग तुमच्या कुटुंबात ते सर्वांत जास्त वेळा कोण करते ते लिहा. ती व्यक्ती तुम्ही स्वत:, तुमचा जोडीदार, तुमचा बालसंगोपक यांपैकी कोणी किंवा दुसरेच कोणीतरी आहे?

तुम्ही ही कामे करता तेव्हा तुम्हाला कसे वाटते? एक आई म्हणाली तिला तिच्या मुलांच्या कपड्यांना इस्त्री करायला खूप आवडते; पण स्वयंपाक करणे खूपच कंटाळवाणे वाटते. दुसरी एक जण म्हणाली, मुलांना डॉक्टरकडे घेऊन जाणे इतपत ठीक आहे, पण दाताच्या डॉक्टरांकडे न्यायचे म्हणजे मला नकोसे वाटते. इथे दिली आहेत, ती सगळी कामे कुटुंबांमधून केली जातात, पण ती कोण करते? जर ती व्यक्ती तुम्ही असाल, तर ही सगळी कामे तुमच्यासाठी आनंदाचा भाग आहेत की ओझे?

भावनांच्या कॉलममध्ये, तुमच्या भावनांची ताकद मोजण्यासाठी १ ते ३ या गुणपट्टीवर गुण द्या.

उदाहरणार्थ, १ म्हणजे तुम्ही ते काम करायला अजिबात तयार नसता, २ म्हणजे ठीक आहे आणि ३ म्हणजे तुम्ही त्या कामाचा आनंद लुटता.

तुम्हाला कल्पना यावी म्हणून इथे काही उदाहरणे दिली आहेत.

घरगुती अंदाजपत्रक : मी करते – ०२

घरासाठीची खरेदी : माझा जोडीदार हे काम करतो – ०१ (मला सुपरमार्केटचा भयंकर तिटकारा आहे.)

मुलांना शाळेत घेऊन जाणे : मी करते – ०३ (मला हे काम खूप आवडते.)

१ = तुमच्यासाठी ओझे वाटते.
२ = तुम्हाला ठीक वाटते.
३ = तुम्हाला आनंद वाटतो.

कौटुंबिक जीवनातील कोणते क्षेत्र	हे सर्वाधिक कोण करते?	भावनांचे गुण
मुलांची देखभाल – सर्वसामान्य		
त्यांना झोपेतून उठवणे		
त्यांना शाळेत नेऊन सोडणे/		
शाळेतून घेऊन येणे.		
मित्रांबरोबर/सामाजिक संबंधांची जपणूक		
मुलांना खेळासाठी/छंदवर्गासाठी घेऊन जाणे		
स्वयंपाक करणे आणि मुलांना खायला घालणे		
त्यांचे मनोरंजन करणे		
त्यांना अंघोळ घालणे		
त्यांना झोपवणे		
शिस्त		
शाळेसंबंधातील गोष्टींमध्ये सहभाग		
कपडे, बूट इ.ची खरेदी		
डायरी		
तुमच्या वेळेचे नियोजन करणे		
तुमच्या मुलांच्या आणि कुटुंबाच्या वेळेचे नियोजन करणे		
सुट्ट्या		
नियोजन		
बुकिंग		
पॅकिंग		
अर्थ		
अंदाजपत्रक		
व्यवस्थापन		
विमा योजना		
घर		
खरेदी		
स्वयंपाक		

कौटुंबिक जीवनातील कोणते क्षेत्र	**हे सर्वाधिक कोण करते?**	**भावनांचे गुण**
स्वच्छता		
कचरा निर्मूलन आणि रिसायकलिंग		
कपडे धुणे		
बागकाम		
उपकरणांची दुरुस्ती		
घर नीटनेटके ठेवणे		
तंत्रज्ञान – संगणक, टीव्ही, मोबाईल्स इत्यादी		
कार		
मेंटेनन्स		
विमा		
स्वच्छता		
वाढदिवस/सेलिब्रेशन्स		
पार्टीचे आयोजन करणे		
खरेदी		
कामाची व्यवस्था करणे आणि काम करणे		
धर्म		
खास दिवस आणि परंपरांचे पालन करणे		
धर्माचरण (चर्च, मशीद, मंदिर इ. ठिकाणी जाणे.)		
पाळीव प्राण्यांची देखभाल		
त्यांना खायला देणे		
त्यांना व्यायाम करवणे		
आरोग्य		
डॉक्टरांकडे जाणे		
दातांच्या डॉक्टरांना भेट देणे		
घरी काळजी घेणे		
पोषण		
इतर		

या तक्त्यात जवळपास ४० प्रकार आहेत आणि त्यातील प्रत्येकाचे ते कशासाठी आणि कशाप्रकारे केले जाते, यावरून विश्लेषण करता येईल. मल्टिटास्किंग ही जरी आधुनिक संकल्पना असली, तरी आईच्या मनात, हृदयात, हातात जे चाललेले असते, त्याला आणखी काय म्हणता येईल? आईसाठीच्या नोकरीच्या आवश्यक गोष्टी न संपणाऱ्या आहेत, त्या स्पष्ट करून सांगितलेल्या नाहीत; पण एक गोष्ट स्पष्ट आहे, ती म्हणजे तुम्ही रोज प्रचंड मेहनत करता आणि त्यातील काहीतरी गोष्टींसाठी तुम्हाला कोणतेही बक्षीस मिळत नाही. ही यादी म्हणजे कोणतेही घर वा कुटुंब चालविण्यासाठी कराव्या लागणाऱ्या दैनंदिन व्यावहारिक गोष्टी आहेत. मातृत्वाची भावनिक बाजू थोडी दूर ठेवली, तर ही यादी कोणालाही सुट्टीची गरज जाणवण्यासाठी पुरेशी आहे!

तुमचे एकूण गुण किती झाले होते?

४० ते ६० = कुटुंब चालविणे, हे आनंदापेक्षा ओझे जास्त वाटते.

६० ते ९० = कुटुंब चालविताना तुम्हाला आनंद आणि वेदना दोन्ही मिळतात.

९० ते १२० = तुम्ही गृहदेवता आहात. कोणाला तुमच्याबरोबर राहायला आवडणार नाही?

तुम्ही ज्याप्रकारे हा तक्ता भरला आहे त्याकडे पाहून तुम्हाला आता कसे वाटते?

तुमच्या स्कोअर्सविषयी काय वाटते? आश्चर्य?

चला तर आता! ज्या कामांसाठी एक गुण मिळालेला आहे ती कामे पाहू या. कारण कौटुंबिक जीवनातील याच क्षेत्रात तुम्हाला मजा येत नाहीतर आव्हान वाटते.

तुम्हाला सर्वाधिक तिटकारा वाटणारी पाच दैनंदिन कामे

व्यावहारिकदृष्ट्या, कौटुंबिक जीवनातील पाच क्षेत्रे ज्यांचा तुम्हाला खरोखरच खूप त्रास वाटतो, ज्यांच्यासाठी तुम्ही १ गुण दिलेला आहे – त्या पाच क्षेत्रांकडे पाहा, तुम्ही काही बदल केलात तर त्यांचा तुमच्यावर आणि तुमच्या मुलांवर सर्वाधिक सकारात्मक परिणाम होईल अशी पाच क्षेत्रे निवडा.

ती येथे लिहा –

१.

२.

३.

४.

५.

प्रत्येक क्षेत्राबाबत काय बदल झालेला तुम्हाला आवडेल?

लक्षात घ्या, हा बदल तुमच्या आवाक्यातील असला पाहिजे. उदाहरणार्थ, जर कौटुंबिक खरेदी करायला तुम्हाला आवडत नसेल (पुढे दिलेल्या आईप्रमाणे) तर नेमके आव्हानात्मक असे तुम्हाला काय वाटते? काय विकत घ्यावे हे? यादी बनवणे हे? खरेदीसाठी बाहेर पडणेच नको वाटते? खर्च करणे? सुपरमार्केटमध्ये दिसणाऱ्या खर्चाचा उन्माद?

मला खरेदीचा तिटकारा आहे. मला ते वेगवेगळ्या जेवणांबद्दल विचार करणे आणि त्यानुसार कशाकशाची खरेदी करायला हवी हे ठरवणे, हे कंटाळवाणे आणि संतापजनक वाटते, म्हणूनच होता होईल तितके ते लांबणीवर टाकण्याचा मी प्रयत्न करते.

मी ऑनलाइन खरेदीही करून पाहिली आहे. तशी ती ठीक वाटते पण परिपूर्ण नाही. सुपरमार्केटचा मात्र मला खूप कंटाळा आलेला आहे म्हणून जिथेजिथे शक्य आहे. तिथे मी स्थानिक दुकानांमध्ये खरेदी करते. जिथे मला जरा तरी बरे वाटते. एकटी आई असल्यामुळे माझी मुले जाणती होईपर्यंत ती मला याबाबतीत मदत करू शकणार नाहीत, हे मी स्वीकारले आहे. म्हणूनच या गोष्टीचा बाऊ करण्यापेक्षा मी आता तिला भिडते आणि आई असण्याची तीही एक गरज आहे, या दृष्टीने या खरेदीकडे पाहते.

– लॉरा, ६ आणि ३ वर्षे वयाची दोन मुले

तुम्हाला नेमके आव्हानात्मक काय वाटते ते ओळखल्यानंतर, कौटुंबिक जीवनातील या क्षेत्राशी व्यवस्थित जुळवून घेता यावे, यासाठी तुम्ही काय बदल करू शकता?

माझ्यासमोरील आव्हाने	मी याबाबत काय करू शकते	मला कोणत्या आधाराची गरज आहे.
उदाहरणार्थ – घराची स्वच्छता करणे	एकेक दिवशी एकेक रूम स्वच्छ करणे, सगळी स्वच्छता एका वीकेन्डला करण्यासाठी न ठेवणे.	मुलांना मदत करण्यास सांगणे.

आता, हा स्वाध्याय पूर्ण केल्यानंतर, या सर्व कामांबद्दल तुम्हाला काय वाटते आहे?

सर्वसामान्य दिवस

'प्रेम L-O-V-E हा चार अक्षरी शब्द आहे. जो माझ्यासाठी T-I-M-E सारखाच आहे.'

– लॉरीन थॉमस

तुम्ही एक आई आहात, म्हणजेच तुम्ही वेळ व्यवस्थापनाबाबत तज्ज्ञ असणारच (शक्यता आहे की, ज्यादिवशी तुम्ही स्वत:ला याच्या नेमके विरुद्ध असल्याबाबत दूषणे देत असाल, असेही काही दिवस तुमच्या वाट्याला आलेले असतील.)

आजपासून एक आई म्हणून मी माझ्या डायरीबरहुकूम वागते आणि माझ्या वेळेचे सहजतेने नियोजन करते, असाच विचार करेन असे स्वत:ला वचन द्या. तुम्ही हे करू शकता आणि तुमचा रोजचा दिवस सुरळीतपणे पार पाडावा म्हणून तुम्ही स्वत:साठी एवढे तरी करायलाच हवे. अर्थातच, काही अनपेक्षित प्रसंगही उद्‌भवतील – जसे, आजारपण किंवा अपघात किंवा फक्त असे दिवस ज्यादिवशी तुम्हाला

जराही कल्पना करता येत नाही. परंतु या संधीचा उपयोग, तुमच्या कुटुंबाच्या नेहमीच्या दिवसाची संपूर्ण तपासणी करून शक्य तिथे दुरुस्ती करण्यासाठी करता येईल. त्यानंतर तुमच्या ताणतणावांमध्ये किती फरक पडला आहे, हे तुमच्याच लक्षात येईल. तणावाखाली जगणे म्हणजे ऊर्जेचा अपव्यय! म्हणूनच तुमचा दिवस कमी तणाव असलेला करून तुम्ही तुमच्यासाठी जास्त ऊर्जा मिळवू शकता. मग यासाठी तुम्ही तयार आहात?

घड्याळ

माता नेहमी म्हणतात, 'मला वेळ फार कमी पडतो', 'प्रत्येक गोष्टीकडे लक्ष देण्याएवढा वेळच नसतो', 'वेळ कुठे गेला मला कळलंच नाही', 'घाई कर', 'ते करायला आता वेळ नाहीये', 'मला माफ करा आपल्याला पुन्हा उशीर झालाय', 'तुला उशीर होईल.'

जेव्हा तुमची मुले तुम्हाला असे बोलताना ऐकतात तेव्हा त्यांच्यावर काय परिणाम होतो?

तुम्ही स्वतःच तुम्हाला स्वतःला अशा गोष्टींचा वारंवार उच्चार करताना ऐकता तेव्हा तुमच्यावर त्याचा कसा 'दमवणारा' परिणाम होतो याचा विचार केलात?

तुमचे आणि वेळेचे अजिबात जमत नाही, हे सांगताना तुम्ही नित्याच्या व्यवहारात कोणत्या वाक्प्रचारांचा उपयोग करता?

दिवसाला फक्त २४ तास आहेत आणि हे कोणीही बदलू शकत नाही. जर तुम्हाला वेळ पुरत नाहीतर याचा अर्थ एक तर तुम्ही खूप जास्त काम करता आहात किंवा तुम्ही करत असलेल्या कामासाठी जास्त वेळ घेत आहात आणि त्या कामाची आवश्यकतेपेक्षा जास्त काळजी घेत आहात? सर्वसामान्य दिवशी तुमचा सगळा वेळ कुठे जातो?

येथे दिलेल्या काही कामांकडे पाहा. जी कुटुंबांमध्ये नेहमी केली जातात. तुमच्या नेहमीच्या दिवशी तुम्ही जी कामे करता त्यांच्यासमोर खूण करा आणि ज्या कामांचा इथे समावेश केलेला नाही ती लिहा.

दैनंदिन यादी

- झोपणे ☐
- स्नान करणे ☐
- घरकाम ☐
- खरेदी/छोट्या-मोठ्या रोजच्या गरजेच्या गोष्टी आणणे ☐
- तुमच्या मुलांची देखभाल करणे (त्यांचे कपडे घालणे/ बदलणे, अंघोळ घालणे, खायला घालणे, देखरेख ठेवणे) ☐
- मुलांबरोबर खेळणे, त्यांच्यासाठी वाचन करणे ☐
- किंवा त्यांच्याबरोबर मजा करणे ☐
- कामाच्या ठिकाणी जाण्या-येण्यासाठी प्रवास करणे ☐
- काम करणे ☐
- स्वयंपाक करणे ☐
- आराम करणे (उदाहरणार्थ, टीव्ही पाहणे किंवा वाचन करणे) ☐
- ई-मेल आणि फोन ☐
- तुमच्या जोडीदारासमवेत वेळ घालवणे ☐
- स्वत:ला वेळ देणे ☐

आता या २४ तासांच्या कोष्टकाकडे पाहा. तुम्ही प्रत्येक कामामध्ये अंदाजे किती वेळ घालवता ते लिहा. वेळ दोन-दोन तासांच्या कालावधीत विभागलेला आहे.

दिवस	**प्रत्येक कामासाठी तुम्ही किती वेळ देता. तुमच्या नित्याच्या कामांची वर लिहिलेली यादी पाहा.**
सकाळी ६ ते ८	
सकाळी ८ ते १०	
सकाळी १० ते दुपारी १२	
दुपारी १२ ते २	
दुपारचे २ ते ४	
दुपारचे ४ ते सायंकाळचे ६	
सायंकाळचे ६ ते ८	
रात्रीचे ८ ते १०	
रात्रीचे १० ते मध्यरात्र	
मध्यरात्र ते सकाळी ६	

दिवसाच्या कोणत्या वेळेस तुम्हाला सर्वांत जास्त आणि सर्वांत कमी ताण जाणवतो? (तुम्ही झोपलेल्या असता तो वेळ सोडून.)

सध्या तुम्ही तुमच्या मुलांबरोबर किती वेळ एकत्र घालवता?

त्यांच्याबरोबर मजा करणे, खेळणे किंवा त्यांना काही वाचून दाखवणे यांसारख्या गोष्टी करता, जेव्हा तुम्ही फक्त त्यांच्यावरच लक्ष एकाग्र करता अशी वेळ कोणती?

कितीसा वेळ हा 'माझा वेळ' असतो?

ताणाचा कळस

तुमच्या नेहमीच्या दिवसातील सर्वाधिक तणावपूर्ण तास लक्षात घ्या.

या काळात तुम्हाला ताण देणाऱ्या गोष्टी काय आहेत? कुटुंबांसाठी अशा गोष्टींत अडकून पडणे आणि नेहमीचा आपला दिवस हा असाच असणार हे गृहीत धरणे फार सोपे आहे. परंतु, एक आई म्हणून तुमचे आयुष्य केवढे भरगच्च आहे! मग त्यात आणखी तणावपूर्ण सकाळ किंवा संध्याकाळची भर का घालायची, तेही जेव्हा तुम्हाला छोटे-छोटे बदल करणे शक्य असेल तर?

माझ्या सकाळी या अत्यंत कुरूप होत्या. प्रत्येक जण एकमेकांवर ओरडतोय आणि कोणीच काही ऐकून घेत नाहीये. एकही गोष्ट योग्य जागी नसलेली आणि माझा नवरा तेवढा एकटा शांतपणे आपली न्याहरी करत असतो, तर मी एखाद्या डोके छाटलेल्या कोंबडीप्रमाणे घरभर सैरावैरा फिरत असते. एकाचवेळी जमिनीवर सांडलेली खीर पुसून घेत, मुलांना त्यांच्या कोट आणि शूजमध्ये कोंबून, हवेत सूचना फेकत असते. यापेक्षा चांगले आम्ही करू शकतो, यावर मला विश्वास ठेवावाच लागला; कारण यापेक्षाही वाईट काही असूच शकत नाही. आता हे खूप सोपे वाटतेय, पण पूर्वी माझ्या कधीच लक्षात आले नाही की, आदल्या रात्रीच पाकीटबंद जेवण बनवून मी वेळ आणि स्वत:च्या रागाचा पारा या दोन्हीची बचत करू शकते. तसेच मुलांनी त्यांच्या दप्तरातील गोष्टी व्यवस्थित ठेवाव्यात याचाही आग्रह धरला तर सकाळ खूपच नेटकी असेल. त्याचबरोबर स्वयंपाकघर अगदी स्वच्छ नीटनेटके करून जाण्याऐवजी सगळ्या भांड्यांचा ढीग सिंकमध्ये ठेवायचा आणि आल्यानंतर ते काम करायचे असे मी ठरवले. आमच्या सकाळी आता बऱ्याचशा शांततापूर्ण असतात आणि मला यामुळे खूप

बरे वाटते. कारण आता सकाळने माझ्यावर नियंत्रण करण्याऐवजी मी सकाळवर नियंत्रण ठेवते. मी आता सकाळी तणावरहित असते, हे माझ्या मुलांच्याही लक्षात आले आहे. आम्ही सगळ्यांनी दिवसभरासाठी एकमेकांचा निरोप घेऊन जाताना चांगल्या मन:स्थितीत असावे असे मला वाटते. पूर्वी त्यांच्या ओरडणाऱ्या आईची पाठ वळली की, मुलांना आनंद होईल हे मला त्यांच्या डोळ्यांत दिसत असे.

– जेन, दहा वर्षांच्या आतील दोन मुले

दिवसभरातील तुमचा सर्वाधिक तणावपूर्ण वेळ शांततेत बदलवण्याचे यश, हे बारीकसारीक तपशिलांकडे लक्ष देणे आणि आवश्यक ती उपाययोजना कठोरतेने अंमलात आणणे यामध्ये सामावलेले आहे.

त्यानंतर दोन दिवस – (मग ते आठवड्यातील दोन दिवस निवडायचे की वीकएन्डचे ते तुम्हीच ठरवा – जे दिवस तुमच्यासाठी सर्वाधिक तणावपूर्ण आहेत ते!) तुम्ही प्रत्यक्ष काय करता त्याची दर १५ मिनिटांनी नोंद करा. तुम्हाला असे कायमस्वरूपी करावे लागणार नाही; परंतु तुमचा वेळ नक्की कुठे जातो, हे पाहण्यासाठी एवढे करायलाच हवे.

येथे तुमच्या मदतीसाठी एक तक्ता दिलेला आहे.

ज्यामध्ये तुम्हाला १५ मिनिटांच्या अंतरात विभागलेले ३ तास दिलेले आहेत. (तुम्ही जर एक तास किंवा तीन तासांपेक्षा जास्त वेळासाठी तपास करू इच्छित असाल तर त्याप्रमाणे तो तक्ता भरा.) सुरुवातीचे दोन कॉलम, तुम्हाला ज्या तासांमध्ये सुधारणा करावीशी वाटते ते दोन तास लिहा आणि प्रत्येक १५ मिनिटांनंतर त्या क्षणी काय करत असता, तेही लिहा.

आत्तासाठी शेवटचा कॉलम कोरा असू दे.

माझा दिवसभरातील सर्वाधिक तणावग्रस्त वेळ

दर १५ मिनिटांचा करावेसे	**मी काय करत आहे कालावधी**	**मला काय वाटते**
उदाहरणार्थ, सकाळी ७ ते ७.१५	अंघोळ करते आहे. कपडे घालून तयार होते आहे.	

दर १५ मिनिटांचा करावेसे	मी काय करत आहे कालावधी	मला काय वाटते

आता जर तुम्ही तुमच्या नेहमीच्या दिवसातल्या या सर्वाधिक तणावग्रस्त वेळेची पुन्हा सुरुवात करू शकलात, तर तणाव हलका करण्यासाठी तुम्ही कोणते बदल कराल? ते तुमच्या आवाक्यातील असल्याची खात्री करून घ्या. (तुम्ही सगळ्या गोष्टी करण्यासाठी एखाद्या त्रयस्थ प्रशिक्षिताची (Au Pair) नेमणूक कराल, असे म्हटलेत तर ते शक्य नाही.) कुटुंबाने तुमच्याबरोबर ओझे वाटून घेण्याची सुरुवात करायला ही वेळ योग्य आहे ना? मुलांवर थोडी जबाबदारी सोपवणे, हे त्यांच्या स्व-अस्मितेसाठी तसेच त्यांना काही जीवनकौशल्ये शिकविण्यासाठी खूप उपयुक्त आहे. त्यांनी बनवलेला बिछाना किंवा ओलसर सँडविच हे तुम्हाला चाळवून घ्यावे लागेल; परंतु त्यांच्या स्वयंपूर्णतेच्या मार्गावरील ही एक पायरी असेल. तुम्ही स्वत: ते केलेत तर जास्त झटपट आणि सहज होईल, असा विचार करणे समजण्यासारखे आहे; परंतु तुम्ही स्वत:च तुमच्या पाठीसाठी रॉड बनवता आहात (जास्त दमता आहात.) आणि तुम्ही त्यांचे नोकर नाहीत. ही कौशल्ये तुमच्या मुलांपर्यंत पोहोचवण्याची हीच योग्य वेळ आहे असे तुम्हाला वाटत नाही?

तुमच्या स्वत:च्या कल्पना लिहून काढा आणि मग तुमच्या सुधारित आवृत्तीमध्ये तिसऱ्या कॉलममध्ये त्या वेळेचा उपयोग लिहा. यावर कृती करणे, हे तुमच्याच हातात आहे. दुसरे कोणीही हे तुमच्यासाठी करू शकणार नाही; परंतु या तडजोडीच्या गोष्टी ओळखण्यासाठी तुम्ही कुटुंबातील कोणालाही मदतीसाठी विचारू शकता. सुरुवातीला ते कदाचित कुरकुर करतील, रागाने गुरगुरतील, पण त्यांना तणावरहित आईमुळे होणाऱ्या फायद्यांचे स्मरण द्या. त्यामुळे त्यांनी या नव्या प्रकारच्या पद्धतीसाठी सहकार्य करणे, हे त्यांच्याच फायद्याचे आहे?

मग, तुम्ही कधी सुरुवात करताय?

सारांश : ज्या माता नोकरी करतात, अन्य काम करतात त्यांना घरट्यापेक्षा कामाच्या ठिकाणी त्यांच्या वेळेचे व्यवस्थापन करणे, चांगले जमते. तुमच्या आयुष्यातील कोणत्याही वेळेचे व्यवस्थापन करण्याच्या कोणत्या कल्पना तुमच्याकडे आहेत, ज्यांचा उपयोग घरीही करता येईल?

अन्न, शाही पदार्थ

माता आणि अन्न यांच्याविषयी काय सांगता येईल? तुम्हाला मुले होण्याअगोदर अन्न आणि स्वयंपाक यांच्याशी तुमचे नाते कसे होते? आई झाल्यानंतर आता ते कशाप्रकारे वेगळे आहे? फक्त स्वत:बद्दल किंवा तुम्ही आणि तुमच्या जोडीदाराबद्दल विचार करून स्वयंपाक करणे खूप सोपे होते; पण मुलांसाठी स्वयंपाक अशा दोन्ही भूमिकांचा दबाव जाणवतो. फ्रीज तुमच्या अपेक्षापेक्षा खूप पटापट रिकामा होतो आणि परिस्थिती आणखी दु:सह्य वाटते, जेव्हा बरेचसे अन्न वाया जाते किंवा फेकून दिले जाते, हे खूप निर्दयी आहे.

मला मुले होण्याअगोदर नवनवीन पदार्थ करून पाहण्याची आणि रात्रीच्या जेवणासाठी मित्रमैत्रिणींना घरी बोलावण्याची मला खूप हौस होती. आता, कुटुंबासाठी विचार करून जेवण बनवण्याचा, जे पौष्टिकही असेल आणि खाणाऱ्या असंतुष्टांनाही आवडेल, असे करण्याचा खूप कंटाळा आहे. त्यात माझा जोडीदार शाकाहारी आहे. आठवड्यात २१ वेळा कुटुंबासाठी जेवणाची व्यवस्था करण्याच्या जबाबदारीने माझी खाण्याची आणि स्वयंपाकाची आवड हरवून गेली आहे. जरी आम्ही बाहेरून काही घेऊन आलो किंवा बाहेर खायला गेलो तरीही मला वाटत राहते की, आम्ही तसे करावे किंवा नाही हा माझाच निर्णय असतो.

– सुसी, ८ आणि ५ वर्षांच्या दोन मुली

कुटुंबासाठी स्वयंपाक करणे आणि त्यांचे खाणे याबाबत मातांना जाणवत असलेला दबाव याप्रमाणे सांगता येईल.

* प्रत्येकाच्या चवीचा किंवा ॲलर्जीचा विचार करणे.
* खरेदी तत्परतेने करणे.
* खाण्यात, स्वयंपाकात विविधता ठेवणे.

* फळे आणि भाज्या पुरवणे
* शक्य असेल तेव्हा खात्रीचे जबाबदारीने पिकवलेले उत्पादन किंवा सेंद्रिय उत्पादन खरेदी करणे.
* अन्नातील मेद, मीठ व साखर या घटकांबाबत जागरूक असणे.
* ई-नंबर्स त्यातील घटक आणि प्रिझर्व्हेंटिव्हजबाबत माहिती असणे.
* शिल्लक राहिलेले अन्न वापरणे.
* जास्तीत जास्त मासे व शाकाहारी पदार्थ आणि कमीत कमी लाल मांस खाण्यात येईल हे पाहणे.
* स्वयंपाकात तयार अन्न नाहीतर ताजे अन्न बनवणे.
* प्रत्येकाला पुरेसे होईल एवढा स्वयंपाक करणे.
* प्रत्येकाचा वाटा ठरवणे.
* भरपूर पाणी पिणे.
* मद्य सेवनाबाबत मनाने सावध राहणे.
* वेगवेगळ्या पाककृती मिळविणे आणि त्यानुसार स्वयंपाक करणे.
* मेजवानीसाठी वेगवेगळे अन्नपदार्थ आणि केक कसे बनवावेत, हे माहिती करून घेणे.
* रात्रीच्या मेजवानीसाठी स्वयंपाक बनवणे.
* नाताळच्या रात्रीचे जेवण.
* माझे स्वत:चे आणि मला ज्यांच्याविषयी काळजी वाटते, अशा इतरांचे वजन नियंत्रित ठेवणे.

तुमचे बाळ जन्माला आल्यापासून त्याला काय खायला घालावे, याबाबत अनेक सल्ले आणि माहिती लोक तुम्हाला देत राहतील, तुमची त्यापासून सुटका होऊच शकत नाही. स्तनपान किंवा दुधाची बाटली, घन आहाराची सुरुवात कधी करावी, कोणते अन्न टाळावे किंवा अमुक एक अन्न देणे, म्हणजे पाप असेसुद्धा. जेव्हा-जेव्हा तुम्ही वाणसामानाची यादी लिहीत असता किंवा चहाबरोबर काय खायला करावे, हे ठरवत असता तेव्हा अन्न, वर्तणूक आणि शिकण्याची क्रिया यांच्यातील साखळी तुमच्या मनात असते. तुमच्या कुटुंबासाठी स्वयंपाक करणे आणि त्यांना खायला देणे याची व्यवस्था तुम्ही कशाप्रकारे करता हे मूल म्हणून तुमच्या स्वत:च्या अन्नविषयक सवयी, आवडीनिवडी, अनुभव यावर अवलंबून असते. ॲलर्जीचे प्रमाणही वाढते आहे, त्यामुळे काही विशिष्ट अन्नपदार्थांसाठी तुमच्याकडे पर्याय नाही. तुम्हाला जेवणाच्या वेळांची भीती वाटू शकते. कारण तुमच्या मुलांपैकी कोणी ते एक दु:स्वप्न बनवतात. हे खूप संतापजनक आणि

दमवणारे आहे; परंतु तुमच्या मुलांना जेवायला घालणेदेखील गरजेचे आहे. तुमची त्यापासून सुटका नाही. तुम्हाला हे सगळेच खूप जास्त वाटत असेल, तर तुमच्यासाठी हे सोपे कसे करता येईल? तुम्हाला जेवण आणि खाणे याबाबत आव्हानात्मक काय वाटते, ते शोधून काढण्यापासून सुरुवात करा. त्यानंतर तुम्हाला कोणत्या गोष्टीत मजा वाटते ते शोधा. शेवटी तुमचे अन्न, जेवणाच्या वेळा या गोष्टींबरोबरचे नाते सुधारण्यासाठी, अधिक चांगले करण्यासाठी तुम्ही काय करू शकता?

तुमच्या कुटुंबाची जेवण-खाण्याची व्यवस्था करण्यामध्ये तुम्हाला आव्हानात्मक काय वाटते?

तुम्हाला त्यामधील कोणती गोष्ट आनंददायी वाटते?

जेवणाच्या वेळा आणि खाण्याचे प्रसंग यात सुधारणा करण्यासाठी तुम्हाला कोणते बदल करावेसे वाटतात?

सारांश : कुटुंबाच्या खाण्यापिण्याची व्यवस्था पाहणे म्हणजे आठवड्याला २१ जेवणे – तेही तुमचे शेवटचे मूल घर सोडून जाईल तितकी वर्षे यातून इतर कोणी स्वयंपाक करेल, ते दिवस किंवा तुम्ही आजारी आहात, घरी नाही ते दिवस वजा होतील. याचाच अर्थ खूप खरेदी, स्वयंपाक, भांडी धुणे आणि इतर स्वच्छता. म्हणूनच मातांना कधीकधी एखाद्या दिवसाची रजा हवीशी वाटली, तर त्यात आश्चर्य ते काय!

कुटुंबामधील भावना

कुटुंबामध्ये सर्वत्र भावना असतात परंतु इतर कुटुंबियांच्या भावनिक स्थितीवर आईच्या भावनांचा परिणाम होण्याची सर्वाधिक शक्यता असते. आनंदी माता त्यांची घरे आशावादी विचारांनी, हास्यध्वनीने आणि त्यांच्या मुलांच्या कला आविष्कारांनी

भरून टाकतात. आत्मविश्वासाने परिपूर्ण माता त्यांच्यासमोरील अडचणींनी कोलमडून जात नाहीत, तर त्या शांत डोक्याने सोडवतात; परंतु आई म्हणून तुम्ही स्वत:च चाचपडत असाल किंवा तुमची स्वप्रतिमा खालावलेली असेल तर? तुम्ही एकट्या राहत आहात किंवा तुमचा जोडीदार काहीसा वेगळा आहे? ज्या कशामुळे तुमची मन:स्थिती अशी होत असेल; परंतु हे म्हणजे आनंदी वातावरणाचा प्रवाह खंडित करणाऱ्या प्लगसारखेच आहे. इथे कोण चुकतेय हा प्रश्नच नाही. वाईट दिवस कोणावर येत नाहीत, जेव्हा सगळ्यांनी दूर जावे अशीच आपली इच्छा असते?

आईची मन:स्थिती ही घरातील वातावरण आणि घरातल्यांची वर्तणूक यासाठी आधारभूत ठरत असते, या वास्तवाकडे गांभीर्याने पाहा. अर्थातच घरातील इतर सदस्यांचीही तेवढीच जबाबदारी असते, पण हे पुस्तक मातृत्वाबाबतचे आहे – मातृत्व केवढी जबाबदारी!

यांपैकी कोणतीही टिप्पणी तुमच्या ओळखीची वाटते का?

कधीकधी माझा मूड हा इतर प्रत्येकाचा मूड बनतो. घरातील वातावरणावर माझे किती नियंत्रण आहे, याची मला जाणीव आहे. मी चिडखोर मन:स्थितीत असेन तर नेहमीच्या सगळ्या गोष्टी – जसे खेळणी आवरणे किंवा रात्रीचे जेवण तयार करणे – मला जास्तच चिडखोर बनवतात आणि त्यानंतर मुलेही माझ्या अंगावर ओरडतात. ओरडणे थांबवा असे मी पुन्हा त्यांना ओरडूनच सांगते – किती वेडेपणा आहे ना हा?

– सारा, तीन मुले

माझी मैत्रीण ही अशा मातांपैकी एक आहे. ज्यांचे न्याहरी होण्याअगोदरच रात्रीच्या जेवणाचे बटाटे साल काढून थंड पाण्यात ठेवलेले असतात. मी मात्र फक्त बाळाचे व्यवस्थित खाणे झाले आहे, त्याचे कपडे बदलले आहेत आणि मुलांना शाळेत घेऊन जाण्याअगोदर त्यांनीही काहीतरी पौष्टिक खाल्ले आहे, याची खात्री करून घेते. इतर मातांच्या व्यवस्थापन कौशल्याने भारून जाऊन स्वत:चा धीर खचू न देण्याचा मी खूप प्रयत्न करते; पण ते फार अवघड आहे.

– रोझ, तीन मुले

माझे पती आणि मी आनंदात असलो आणि एकमेकांशी छान संवाद साधत असलो, तर आई म्हणून कितीतरी जास्त आव्हानांचा मी सामना करू शकते.

– नटाली, चार मुले

माझ्या सासूबाई आठवड्याच्या सुट्टीला घरी येण्यापूर्वी मी स्वयंपाकघराची फरशी धुऊन स्वच्छ केली. त्या आल्यानंतर थोड्या वेळाने आम्ही स्वयंपाकघरात गप्पा मारत बसलो होतो आणि त्या म्हणाल्या, 'चल, तुझे पाय वर घे पाहू. मी तुला स्वयंपाकघराची फरशी धुऊन देते.' माझ्या हृदयात कळ आली म्हणजे माझे स्वच्छतेचे प्रमाण त्यांच्यासाठी पुरेसे नव्हते. परंतु मी त्यांना तसे करू दिले आणि त्यांनी चांगल्या हेतूनेच तसे केले.

– कॅरीस, तीन मुले

आईच्या मन:स्थितीचा, तिच्या नव्याने जन्मलेल्या बाळाबरोबर बंध निर्माण होण्यामध्ये, मूलभूत परिणाम होतो हे आता अभ्यासाने सिद्ध झाले आहे, तसेच बाळाच्या विकासावरही तो प्रभाव जाणवतो. प्रत्येक दिवशी तुमचे भावनिक विश्व, तुमचा आजचा दिवस कशाप्रकारचा आहे आणि तुमच्या मुलांसाठी तो कशाप्रकारचा आहे, हे ठरवेल म्हणूनच आईच्या भावनांचे महत्त्व या पुस्तकात खूपदा विशद केले आहे आणि अन्य पुस्तकेही हेच महत्त्व अधोरेखित करतात.

सारांश : पूर्वीच्या पिढ्यांमध्ये आईच्या भावनांबाबत विशेष बोललेही जात नसे, तर त्यांना आधार देणे दूरच राहिले. भावनिक बुद्धिमत्ता ही आपणा सर्वांसाठी – खास करून मातांसाठी – खूप चांगली आहे. तुमच्या भावना काय आहेत हे दडपून टाकण्याने गोष्टी चांगल्या होत नाहीत, तर आणखीनच बिघडतात.

कुटुंब चालवताना काही व्यावहारिक तसेच भावनिक मागण्यांशी जुळवून घेण्याच्या आणि कुटुंबाचा उत्कर्ष करण्याच्या मातांच्या क्षमतेमध्ये विश्वास हा एक नंबरचा अडथळा आहे. पुन्हा मागे जा आणि पाहा – पहिल्या प्रकरणामध्ये स्वत:च्या विश्वासाच्या पातळीबाबत तुम्ही काय लिहिले आहे.

तुम्ही जे पहिल्या प्रकरणात शिकलात त्याबाबत आता तुम्हाला काय वाटते? तसेच प्रकरण २ आणि ३ जे कौटुंबिक मूल्ये आणि कौटुंबिक नातेसंबंध याबाबत आहेत, तेही तुम्ही कुटुंबाची भावनिक बाजू कशाप्रकारे सांभाळता याचाच पुढचा भाग आहेत म्हणूनच त्या प्रकरणांमध्ये तुम्ही काय शिकलात हे पुन्हा एकदा तपासून पाहा. तसे मुद्दे प्रत्येक प्रकरणाच्या शेवटी दिलेले आहेत. तुम्ही विचारात घेण्यासाठी येथे काही प्रश्न दिलेले आहेत.

कुटुंब चालविण्याच्या माझ्या क्षमतेत बदल करणाऱ्या कोणत्या भावना मी अनुभवते?

सकारात्मक भावना :
उदाहरणार्थ – अभिमान किंवा आनंद

नकारात्मक भावना :
उदाहरणार्थ – राग किंवा कंटाळा.

कुटुंब चालविण्याच्या माझ्या भावनांवर कशाचा प्रभाव पडतो?
उदाहरणार्थ – थकवा किंवा मासिक पाळी येण्याअगोदर

तुमच्या भावना अस्सल आहेत आणि त्यांच्या येण्यावर तुम्ही नियंत्रण करू शकत नाही; परंतु त्यांचे महत्त्व कमी न करता त्यांना कसा प्रतिसाद द्यायचा, हे तुम्ही ठरवू शकता. एक सुटीचा दिवस घेणे, हे पूर्णत: नैसर्गिक आहे. म्हणूनच तुमच्या भावना पायदळी तुडवून सर्व काही ठीक आहे, असे ढोंग करू नका. तुमचे काहीतरी बिनसले आहे, हे तुमच्या मुलांच्या लगेचच लक्षात येईल. भावनिक बुद्धिमत्तेचा आदर्श त्यांच्यासमोर उभा करणे. (स्वत:च्या भावनांचे व्यवस्थापन करण्यास सक्षम असणे.) हे एक प्रखर जीवनकौशल्य मुलांपर्यंत पोहोचवण्यासारखे आहे. कोणालाही दोष न देता किंवा कोणालाही खजील न करता तुमच्या भावना स्पष्टपणे सांगा.

जेव्हा मी रागावलेली असते, तेव्हा ओरडण्याचा काहीच उपयोग होत नाही. आता मला हे जमायला लागलेय, माझ्या रागाचा पारा चढतो आहे, हे मला जाणवले की, लगेचच मी मुलांना सांगेन, मी खरोखरच खूप रागावले आहे आणि माझा राग शांत करण्यासाठी बाहेर जाते आहे. त्यानंतर आपण याबाबत बोलू.

– ल्यूसी, तीन मुले

व्यक्तींवर शिक्के मारणे टाळा

लक्षात घ्या, एखाद्याच्या वागण्याबद्दल राग येणे समजू शकते; परंतु त्या माणसावर शब्दांचा भडिमार न करता किंवा कोणतीही नावे न ठेवता बोललात, तर तुम्हाला कसे वाटेल? एखाद्यावर शिक्का मारताना, त्या व्यक्तीचे वर्णन करण्यासाठी फक्त एक शब्द वापरला जातो; परंतु हा शब्द त्या व्यक्तीला त्याने नेमके काय केले आहे याची माहिती देत नाही. तो व्यक्तीला चिकटतो. तो शब्द स्वत:तच परिपूर्ण बनतो. तुम्ही जर मुलांना सांगत राहिलात की, ते चांगले आहेत. उद्धट किंवा खोडकर आहेत तर ते तसेच होतील.

उदाहरणार्थ, 'भिंतीवर चित्र काढलेस, तू किती खोडकर आहेस,' असे म्हणण्याऐवजी, 'मला भिंतीवर चित्र काढलेले आवडत नाही. आपल्या घरात आपण कागदावर चित्र काढतो.' असे म्हणण्याचा प्रयत्न करा. यामुळे काय स्वीकारार्ह आहे त्याकडे मुले वळतील, हे लक्षात घ्या – कागदावर चित्र काढणे.

सारांश : एखाद्या व्यक्तीवर शिक्का मारणे, त्या व्यक्तीला आपल्या पूर्ण क्षमतेपर्यंत पोहोचू देत नाही. या जगात किती अव्यक्त प्रज्ञा असेल याची कल्पना करा. कारण एकच – लोकांना लहानपणीच विशिष्ट शिक्का बसल्याने त्यांनी कधीही एखादे वाद्य वाजवले नसेल (तू वाजवू शकत नाहीस.), रंगकामाचा ब्रश हातात धरला नसेल (तुझी चित्रकला चांगली नाही.) किंवा प्रेम, दया दर्शवली नसेल (तू नेहमीच दुष्ट वागतोस.) किंवा उत्साह नसेल (तू कधीही यशस्वी होणार नाहीस.).

पालक नेहमी वापरतात अशी काही ठरावीक वाक्ये पुढे दिली आहेत. ती पाहा आणि कोणताही शिक्का न वापरता तुम्हाला जे दिसतेय ते किंवा ती वर्तणूक यांचे वर्णन करून हेच पुन्हा लिहा.

१. तू वेंधळी मुलगी आहेस. तुझे ज्यूस सांडलेस ना!

२. तू किती चांगला आहेस!

३. तू खूप मदत करतोस. तू खेळणी आवरून ठेवलीस.

४. लीडो (खेळ) तुम्ही इतस्तत: फेकलात; तुम्ही खूप खोडकर मुले आहात.

यासारख्या आदरयुक्त आणि स्पष्ट संवादाची तुम्हाला तुमच्या भावना काबूत ठेवण्यासाठी मदत होईल. तसेच अस्वीकारार्ह वर्तणुकीवर नियंत्रण मिळविल्यामुळे तुमच्या विश्वासाची पातळीदेखील उंचावेल. बरण्यांवर नावाची चिठ्ठी चिकटवा, मुलांवर नाही.

आरोग्य तपासणी

तुम्ही चुरचुरीत खाणे, वाइन आणि चॉकलेटशिवाय राहात असाल, पत्र पोस्टात टाकण्यासाठी कारने जात असाल तर तुमची ऊर्जा पातळी ही कुटुंब चालविण्यासाठी पुरेशी आहे असे तुम्हाला वाटते का?

प्रत्येक आठवड्याला आरोग्यपूर्ण जीवनशैलीचे सर्वेक्षण केले जाते, अहवाल लिहिले जातात. स्थूलता आणि व्यायामाचा अभाव हेच मुले आणि कुटुंबातील सर्व अडचणींना जबाबदार आहेत. शिक्षणापासून एकाग्रतेपर्यंत, आपली मुले चांगल्याप्रकारे करू शकत नाहीत आणि याच्या मुळाशी आहे, तो त्यांचा अनारोग्यकारक आहार आणि अपुरा व्यायाम. यामुळे आईच्या अपराधीपणात भर पडते आणि आधीच इतक्या सगळ्या गोष्टींशी झगडावे लागते, त्यात आणखी चांगले खाण्याचा आणि आरोग्यपूर्ण जीवनशैली जगण्याचा दबाव. हे प्रकरण तुम्हाला जास्तीतजास्त वाईट वाटावे म्हणून लिहिलेले नाही, तर तुमचे कुटुंब कशाप्रकारे राहते आहे, हे तपासून पाहण्यासाठी तुम्हाला प्रेरित करावे म्हणून लिहिले आहे. तुमच्या कुटुंब चालविण्याच्या क्षमतेवर तुमच्या शारीरिक अवस्थेचा परिणाम होणार आहे म्हणूनच निरोगी राहणे सोपे जावे यासाठी तुम्ही काय करू शकता? तुम्हाला निरोगी जीवनशैलीविषयी शिकविणारी खूप पुस्तके, वेबसाइट्स आणि टीव्हीचे कार्यक्रम आहेत. त्यामुळे माहितीची उणीव ही अडचण असू शकत नाही. अडचण ही बहुधा तुमच्या ऊर्जा पातळीशी, तुमच्या इच्छाशक्तीशी आणि तुमच्या स्व-प्रतिमेशी संबंधित असण्याची जास्त शक्यता आहे. तुम्हाला वाटते तुम्ही काळजी घेण्यालायक आहात? अर्थातच आहात!

तुम्ही उत्तम शारीरिक स्थितीत असाल, तर मातृत्वाशी संबंधित अनेक गोष्टींशी जुळवून घेणे तुम्हाला सोपे जाते. तुम्ही साईज १० असले पाहिजे असे नाही; परंतु कौटुंबिक जीवनाच्या मागण्या पूर्ण करण्याकरता तुमची ऊर्जा पातळी अपुरी पडत असेल, तर त्यात काही बदल करण्याबाबत कसे वाटते?

तुम्हाला स्वत:ला हे प्रश्न विचारा :

१) निरोगी असणे याचा तुमच्या दृष्टीने काय अर्थ आहे?

२) तुम्हाला जेवढे निरोगी असायला आवडेल, त्या तुलनेत तुम्ही किती निरोगी आहात?

३) कुटुंबाबाबत काय?

४) जर तुम्ही अधिक संतुलित आहार घेतलात आणि नियमित व्यायाम केलात तर तुम्हाला आणि तुमच्या कुटुंबाला कोणते फायदे होतील?

हे कोणतेही शास्त्रीय सर्वेक्षण नाही किंवा आरोग्यपूर्ण जीवनशैलीला समर्पित पुस्तक नाही तरीही येथे दिलेल्या आरोग्य तपासणी मुद्द्यांकडे लक्ष द्या.

पौष्टिकता	**नेहमी**	**कधीकधी**	**क्वचित**
मी संतुलित आहार घेते.			
आठवड्यात चारपेक्षा कमी वेळा मी लाल मांस खाते.			
रोज मी जेवणामधील ५ भाग फळे व भाज्या खाते.			
मी ताजे जेवण बनवते.			
मी तयार जेवण जेवते.			
मी आठवड्यात १५ युनिटपेक्षा कमी मद्य पिते.			
मी दररोज चॉकलेट खाते.			
मी रोज केक किंवा बिस्किट्स खाते.			
मी दिवसाला एक लिटरपेक्षा जास्त पाणी पिते.			
मी दिवसाला पाच कपांपेक्षा कमी चहा, कॉफी पिते.			
व्यायाम			
एका आठवड्यात तीन वेळा मोकळ्या हवेत २० मिनिटे श्वास घेते.			
मी नियमित व्यायाम करते.			
मी माझ्या कुटुंबाबरोबर व्यायाम करते.			
मी खेळ खेळते.			
जिथे शक्य आहे तिथे मी चालत किंवा सायकलवर जाते.			
सरकते जिने किंवा लिफ्ट यांच्याऐवजी मी जिन्यांचा वापर करते.			

बदल करण्याची वेळ?

तुम्हाला मिळालेल्या परिणामांकडे बदल करण्याची वेळ पाहता, तुमच्या व्यायाम आणि आहाराच्या पद्धतीत कशाप्रकारे बदल करावेत असे तुम्हाला वाटते? अगदी परिपूर्णता हे ध्येय ठेवू नका, पण किमान, तुमची ऊर्जा वाढल्यानंतर तुम्हाला मिळणाऱ्या फायद्यांचा तरी विचार करा.

माझ्या आहार आणि व्यायाम करण्याच्या पद्धतीत मला हे बदल करावेसे वाटतात –

अंतिमतः तुमच्या जीवनशैलीत सकारात्मक बदल घडवण्यासाठी येत्या सात दिवसांत तुम्ही साध्य करू शकाल, अशा विशिष्ट सात स्टेप्सबाबत विचार करा. एका दिवसाला एक स्टेप आणि तीही सोपी असे ध्येय ठेवा. फळाचा एक जास्त तुकडा खाणे, एक ग्लास जास्त पाणी पिणे, शाळेपासून कार दहा मिनिटे चालण्याच्या अंतरावर पार्क करणे, यांपैकी कशाचीही निवड करा.

आरोग्यपूर्ण आठवड्यासाठी सात स्टेप्स

दिवस १

दिवस २

दिवस ३

दिवस ४

दिवस ५

दिवस ६

दिवस ७

लक्षात घ्या, तुमची मुले तुम्हाला पाहात आहेत. जोपर्यंत तुमची मुले तुम्हाला स्वतःला तेच करताना पाहात नाहीत, तोपर्यंत त्यांनी तरी चॉकलेट-बिस्किट्स कमी आणि फळे जास्त का खावीत? जर कुटुंबासाठी लागणारी खरेदी आणि स्वयंपाक करणे हे तुम्ही करत असाल, तर तुमच्या फ्रीजमध्ये आणि कपाटात काय असावे यावर तुमचेच नियंत्रण आहे.

कुटुंबाच्या खरेदीत आणि स्वयंपाक करण्यामध्ये तुमची मुले कितपत सहभागी होतात? तुम्हाला काय वाटते, त्यांनी कोणत्या वयात स्वयंपाक करायला शिकण्याची सुरुवात करायला हवी? अभ्यासाअंती असे निदर्शनास आले आहे की, मुलांनी जर वेगवेगळे पदार्थ बनवण्यात मदत केली असेल, तर ते स्वत: वेगवेगळे पदार्थ खाऊन पाहण्यास तयार होण्याची शक्यता जास्त असते. छोट्या बाळांच्या बाबतीत – त्यांना वेगवेगळ्या चवींचा अनुभव द्या. आणि ते जर थुंकून टाकत असतील, तर लगेच थांबवू नका. तसे पाहता, एखादी गोष्ट तुम्हाला आवडते किंवा नाही, हे कळण्यासाठी तुम्ही दहावेळा तरी तिचा अनुभव घेणे गरजेचे आहे.

सारांश : तुमच्या मुलांनी खरेदी, स्वयंपाक करणे, वाढणे आणि आवराआवर करणे, या गोष्टीत मदत करावी म्हणून त्यांना प्रोत्साहित करा. दहा वर्षे वयाच्या मुलाला आठवड्यातून एकदा जेवण बनवता यायला हवे असे ध्येय ठेवा. पास्ता आणि सॉसची बरणी हे ठीक आहे; परंतु मुख्य मुद्दा म्हणजे जेवण आणि पौष्टिकता यामध्ये त्यांना सामील करून घ्या. तुम्ही त्यांच्या परिश्रमासाठी त्यांचे आभार मानू शकता. त्याचबरोबर त्यांनाही स्वत:विषयी चांगले वाटेल.

स्वयंपाक कसा करावा, हे त्यांना शाळेत शिकवले जावे, अशी अपेक्षा करू नका.

तुमचे घर स्वर्ग आहे का?

आहा! खरा आराम हवा असेल, तर घरी राहण्यासारखे दुसरे सुख नाही.

– एमा, जेन ऑस्टिन

तुमचे घर तुम्हाला मातृत्व निभावण्यात मदत करते का? तुमचे घर एक आरामदायी स्वर्ग आहे की, ते तुम्हाला डोक्यावरचे केस उपटून टाकायला लावते, कारण तिथे एकही वस्तू तुम्हाला हव्या त्या जागी नसते आणि या घराचा संपूर्ण कायापालट करायचा ठरवले, तर नेमकी कुठून सुरुवात करावी, तेच तुम्हाला कळत नाही?

जेव्हा घर आवरून ठेवायची वेळ येते, तेव्हा प्रत्येक गोष्टीला स्वत:ची जागा असते का? की तुम्ही बास्केट आणि कपाटात गोष्टी कोंबून ठेवता. नंतर तिकडे बघता येईल, असा स्वत:शीच विचार करत तात्पुरती आवराआवर करता? ज्यांच्या दुरुस्तीची आवश्यकता आहे अशा बऱ्याच वस्तू तुमच्या घरात आहे का? गळका नळ किंवा बदलायचा राहून गेलेला बल्ब? हवेशीर दार, तडा गेलेल्या टाइल्स,

मोडकी खेळणी? बागेतले तण?

ही कदाचित छोटी-छोटी कामे वाटतील परंतु त्यांच्याकडे दुर्लक्ष करणे अवघड असते. कोणीतरी या वस्तू दुरुस्त करण्याचा, बदलण्याचा किंवा फेकून देण्याचा निर्णय घ्यावाच लागतो. तुमच्या कुटुंबामध्ये मुलांना आवरून ठेवणे किंवा वस्तू शोधणे हे सोपे जाते का? जर तुम्ही मुलांना त्यांची बेडरूम आवरून ठेवायला सांगितले तर त्याचा अर्थ बेडखाली वस्तू कोंबून ठेवायच्या असे तर त्यांना वाटत नाही ना?

तुमचे घरगुती वातावरण तुम्ही कसे ठेवता हे सर्वस्वी तुमच्यावर आणि तुमच्या कुटुंबावर अवलंबून आहे; परंतु जर तुमचे घरच अडचणी निर्माण करत असेल (संताप आणि वाढती चिंता) तर पुन्हा एकदा विचार करण्याची कल्पना चांगली आहे. काही छोट्या छोट्या कल्पनाही मोठा बदल घडवू शकतात.

माझ्या चार आणि सहा वर्षांच्या मुलांना मी सतत त्यांचे कोट हँगरला अडकवून ठेवण्यासाठी सांगत असे आणि मला सांगायला लाज वाटते पण कोट टांगायच्या खुंटीपर्यंत त्यांचे हात पोहोचू शकत नाहीत हे लक्षात यायलाच मला खूप दिवस लागले. आता त्यांच्या उंचीच्या मापावर खुंट्याची रांग आहे, जी ते माझ्यापेक्षा उंच झाल्यानंतरही स्कार्फ, बॅग्ज अडकवून ठेवण्यासाठी उपयोगात येईल.

– लॉरा, दोन मुले

जर तुम्हाला तुमच्या घराचा कायापालट करायचा असेल, ते अधिक सोपे, सुटसुटीत आणि राहण्यासाठी सुंदर बनवायचे असेल, तर तुम्ही काय बदल करू इच्छित आणि ते कधी करू शकता, हे ठरवण्यासाठी काही वेळ द्या. संपूर्ण घरच एखाद्या दुःस्वप्नासारखे आहे असे तुम्हाला वाटत असेल, तर ते खूप जास्त होईल. म्हणूनच यासाठी क्लृप्ती म्हणजे एकावेळी एका भागावर काम करा. हे बदल केल्यानंतर ते तुमच्यासाठी किती चांगले, किती फायदेशीर होतील याची कल्पना करा.

तुमच्या घराचा कायापालट करा – एकावेळी एक रूम

पुढे दिलेला स्वाध्याय पूर्ण करण्यासाठी तुम्हाला वीस मिनिटे आणि ए-४ आकाराच्या एका पेपरची गरज लागेल.

तुमच्या घराच्या प्रत्येक भागात जा आणि संपूर्णतः नव्या, फ्रेश दृष्टीने त्या भागाकडे पाहा. त्या रूमबाबत तुम्हाला निराश करणारे काय आहे? तुम्हाला विचार करायला प्रवृत्त करणाऱ्या काही कल्पना इथे दिल्या आहेत. स्वयंपाकघरातला नळ ठिबकतो आहे किंवा फ्रीज एखाद्या जीवशास्त्राच्या प्रकल्पासारखा दिसतो आहे?

तुमच्या लहानग्याच्या बेडरूममधले खेळणी ठेवण्याचे कपाट त्याच्या रूमच्या मानाने मोठ्या आकाराचे झाले आहे का? बाळाच्या खोलीतले ब्लाइंड्स (सरकते पडदे) मोडले आहेत? बाथरूम टाइल्स जुन्या झाल्या आहेत? तुमचे बेडरूम नीरस वाटते आहे? घरासमोरील बागेत (ती असेल तर) तण-गवताचे जंगल झाले आहे? घरातील बैठकीची खोली टीव्ही केंद्रस्थानी मानून सजवली आहे का? जणूकाही ती घरातील सर्वांत महत्त्वाची गोष्ट आहे? या फक्त तुम्हाला विचारप्रवृत्त करणाऱ्या काही कल्पना आहेत, त्या तुमच्या घराविषयी असायला हव्यात आणि त्यांच्याबाबत काय करायला हवे जेणेकरून तुम्हाला फायदेशीर ठरतील, यावर तुम्ही विचार करण्याची गरज आहे.

आवाक्यातील आणि सकारात्मक नियोजन करणे चांगले असते आणि त्या नियोजित गोष्टीसमोर तारीख आणि वेळ लिहायला विसरू नका, ज्यामुळे नियोजन प्रत्यक्षात येऊ शकेल. ते फक्त कागदावरच एक सुंदर स्वप्न राहू नये, जे दुर्लक्षित होते आणि जेव्हा तो कागद कचराकुंडीत फेकला जातो, तेव्हा फार हताश वाटते. ही एक सत्यात येऊ शकेल, अशी प्रेरित करणारी कृती योजना असायला हवी. त्यासाठी पैसे आणि वेळ याशिवाय इतर कोणत्या संसाधनाची तुम्हाला गरज भासेल?

तुम्ही काही तासांसाठी बेबीसिटरची व्यवस्था करून मुलांच्या बेडरूममधील वस्तूंची आवराआवर करू शकता. ख्रिसमसच्या तयारीमध्येच हेही काम होऊन जाईल अशावेळी बेबीसिटरसाठी काही पैसे खर्च करावे लागले, तरी त्यांचा उत्तम परतावा तुम्हाला तुमच्या कामात मिळतो आहे किंवा जर तुमच्या बहिणीला कपाट आवरणे छान जमत असेल, तर ती तुमचे कपाट नीट लावू देऊ शकते आणि तुम्ही तिचे – आपल्या स्वतःच्या पसाऱ्यापेक्षा इतर लोकांनी केलेला पसारा आवरणे जास्त सोपे जाते.

या कामासाठी येथे दिले आहे, तसे टेबल तुम्ही बनवू शकता किंवा चक्र, 'माइंड मॅप' जे काही तुम्हाला आवडेल त्याचा उपयोग करा.

येत्या आठवड्यात एक रूम आवरण्याचे उद्दिष्ट ठेवा. अशी कामे करण्याची योग्य वेळ कोणती? जेव्हा तुम्ही खोली किंवा एरियाची निवड केली आहे, त्यानंतर सर्वप्रथम करण्याची गोष्ट कोणती? जे तुम्हाला काम करण्याचा आणि या खोलीनंतर पुढची खोली आवरण्याचा उत्साह देईल असे काय आहे? जर शक्य असेल तर तुमच्या मुलांची किंवा जोडीदाराची मदत घ्या. कामात मजा निर्माण करा, हलकेफुलके संगीत लावा. हरवलेला सॉक्स कोण लवक शोधून आणतो ही शर्यत लावा किंवा सर्वाधिक वस्तू चॅरिटीमध्ये कोण देतो (अर्थात योग्य त्याच!) ही शर्यत लावा.

रूम किंवा क्षेत्र	कोणत्या अडचणी आहेत	मी त्यांच्याबाबत काय करू शकते	मी काय करेन आणि कधी
स्वयंपाकघर	स्वयंपाकघरातले कपाट आवरायला झाले आहे. प्लॅस्टिक कंटेनर्स ठेवायला जागा नाही. टोस्टर मोडला आहे.	स्वयंपाकघरातील कपाट नीट लावणे घरात असलेले इतर प्लॅस्टिक डबे वेगवेगळे काढून रिसायकल करावेत किंवा ते ठेवायला जागा तयार करावी. नवीन टोस्टर विकत आणणे.	रविवारी दुपारी कपाट आणि प्लॅस्टिक सामान आवरणे मुलांची मदत घेईन किंवा त्यांना बाहेर नेण्यासाठी जिमची मदत घेईन मंगळवारी वेळ नसेल तर ऑनलाइन खरेदी करेन
मुलांचे बेडरूम	त्यांच्या कपड्यांविषयी मोठी अडचण आहे. हिवाळ्यातील वापराचे कपडे आणि उन्हाळ्यातील वापराचे कपडे सर्व एकत्र झालेले आहेत त्यांच्या मापाचे आहेत याची काहीच कल्पना नाही कपडे जमिनीवर फेकून दिलेले आहेत. बाजूला ठेवलेले नाहीत.	मुले शाळेत असताना त्यांच्या कपाटातील वाईट, जुन्या टाकलेल्या कोणते कपडे अजूनही अनाकर्षक गोष्टी/ कपडे सर्व वस्तू, काढून टाकेन. आणखी काही हँगर्स विकत आणेन आणि गच्च भरलेले ड्रॉवर्स थोडे मोकळे करीन.	शनिवारी जमिनीवर टाकलेल्या कपडे गोळा करून ते 'ठेवणे' चॅरिटीमध्ये देणे किंवा फेकून देणे अशा पद्धतीने वर्गवारी करून ठेवेन. टॉप्सची घडी कशी करावी आणि मोजे जोडी बनवून कसे ठेवावेत हे मुलांना शिकवेन ड्रॉवर व्यवस्थित करेन.

घराची आवराआवर करण्यासाठी वापरले, अशा पद्धतीचा 'मेरी पॉपिन्स' दृष्टिकोन एका त्रासदायक खेळात बदललेला कदाचित तुम्हाला दिसेल. तथापि, घर आवरण्याच्या या वेळात तुम्ही तक्रार, कुरकुर करत राहिलात, तर तुम्हालाच थकवा येईल आणि त्यामुळे काम होणार नाही. सकारात्मक राहिलात, मिळणाऱ्या फायद्यांवर लक्ष केंद्रित केलेत, तर आपल्या वस्तूंची काळजी कशी घ्यावी, हे तुमची मुले शिकतील. जेव्हा पाहिजे असतात तेव्हा हव्या त्या वस्तू जागेवर सापडल्यामुळे घरातील वातावरण आनंदी राहते. अशा घरात राहणे सोपे असते. घरातील प्रत्येक ठिकाण शांत स्वर्गासारखे आहे. गडबड गोंधळापासून मुक्त आहे, अशी कल्पना करा. तुमची किती ऊर्जा वाचेल! घराबाहेरचे आयुष्य ताणतणावांनी, गोंधळाने भरलेले आहे आणि कामावर किंवा शाळेत पूर्ण दिवस घालवल्यानंतर अव्यवस्थित, पसारा असलेल्या घरात यायला कोणाला आवडेल? यामुळे काही फरक पडतो असे तुम्हाला कदाचित वाटणार नाही; परंतु घरातील प्रत्येक सदस्यालाही तसेच वाटते का? कोणालाही वस्तुसंग्रहालयात राहायला आवडणार नाही किंवा शॉपिंग लिस्टवर टॉयलेट पेपरची नोंद न करता शेवटचा टॉयलेट पेपर वापरल्यामुळे युद्धजन्य परिस्थिती निर्माण होईल असेही कोणाला वाटत नाही. परंतु तुमचे घर सुरळीत चालवता येण्यासाठी काय-काय करता येईल, याचा विचार करायलाच हवा. ते तुमच्यासाठी आणि तुमच्या कुटुंबासाठीही फायद्याचे आहे.

सारांश : काही सुनियोजित, सुव्यवस्थित असण्याचे अनेक फायदे आहेत. त्यापैकी एक म्हणजे ज्या आयांना वस्तु कुठे शोधाव्यात हे माहिती असते आणि ते कौशल्य ज्यांनी आपल्या मुलांनाही शिकवलेले असते त्या आयांना, ज्यांच्याजवळ असे कौशल्य नाही अशा आयांपेक्षा कमी ओरडावे लागते.

काहीच एकसारखे राहात नाही

मातृत्वाची वाटचाल करत असताना तुमच्या लक्षात येईल, की हा एक प्रवास आहे. ज्यामध्ये स्तब्ध उभे राहणे हा पर्यायच उपलब्ध नाहीये. पहिल्या दहा वर्षांत प्रत्येक पातळीवर मुले अत्यंत झपाट्याने वाढत असतात. 'किती भराभर वाढतात हे' किंवा 'याची शाळेत जाण्याची सुरुवात झाली देखील यावर माझा विश्वासच बसत नाहीये.' हा या काळातील आयांचा सर्वसाधारण सूर असतो. तुम्हीही यामध्ये सामील होऊन जाता. बहुधा तुमचं पहिलं मूल तुम्हाला प्रत्येक पायरीवर नवी आव्हानं आणि नव्या आश्चर्यांचा सामना करायला लावते. कारण त्याअगोदर असा

दहा महिन्यांचं बाळ वा दोन वर्षांचे मूल असण्याचा तुमचा अनुभव नसतो. त्यानंतर दुसऱ्या मुलाच्या वेळी जरी ते दुसरं मूल पूर्णतः वेगळ्या व्यक्तिमत्त्वाचे असते. हे मान्य केले तरी, बऱ्याच गोष्टी आता ओळखीच्या झालेल्या असतात. भावंडामधील वैशिष्ट्यांची जपणूक केली जाते, त्यांचा मान ठेवला जातो, तेव्हा ते जोमाने वाढतात. एक पहिल्या मुलाच्या वाढीच्या वर्षांचा तुम्हाला अनुभव आहे. म्हणून दुसऱ्या मुलाच्या बाबतीतही तशीच परिस्थिती असेल असं होत नाही. जशी तुमची मुलं व्यक्तिशः वेगवेगळी असतात. त्याचप्रमाणे आई म्हणून तुम्हीही एकसारख्या असू शकत नाही. आता वय वाढलेले असते, काहीसं शहाणपणही वाढतं. थोडं स्थैर्य आलेलं असतं. कदाचित तुम्ही एकट्या असता, एखाद्या नव्या नात्यात असता. काम करणं थांबलेले असू शकते किंवा पुन्हा कामावर जायला सुरुवात केलेली असू शकते. अशा आणखी कोणत्या घटना आहेत, त्यांचा तुमच्या मातृत्वाच्या वाटचालीवर ठसा उमटण्याची शक्यता आहे?

पहिली दहा वर्षं ही तुमच्या मुलांना हळूहळू पौंगडावस्थेतील जगात, तारुण्यावस्थेत नेण्याची तयारी करण्यामधेच जातात. पालकत्वाला सरावण्याचा तो काळ असतो. पौगंडावस्थेच्या थोडं अगोदर आयांच्या लक्षात येते, की त्यांचं मूल आता धड ना बालक आहे ना धड युवावस्थेत आहे, मध्येच कुठेतरी दोहोंच्या मधली अवस्था आहे. हा उद्विग्नतेचा काळ मुलाच्या वय वर्षं ८ पासून सुरू होतो तो साधारण त्याच्या बाराव्या वर्षापर्यंत टिकतो. एका क्षणी तुम्हाला तुमचं मूल खूप मुडी, बंडखोर वगैरे वाटायला लागतो. तर पुढच्याच क्षणी त्याला तुमच्याकडून खूप लाड, जवळीक हवीशी वाटते. अशावेळी पालकांना वाटते, की हीच ती कुमार वयातील मुलांची गंमत पण तसे नाही. खरं तर पौगंडावस्थेतील खरी आव्हाने, आनंद अजून यायचे असतात.

त्याला जरा मोठा होऊ दे अशा तुमच्या समजूतीला मागे सारत, तुमच्या तयारीपेक्षा वेगाने तुमचे मूल मोठे होत असेल, तर तो बदल हे बरेचदा वेदनादायी आणि संभ्रमी करणारे असतात.

सारांश : तुमची मुले काही काळानंतर बदलतील अशी तुम्ही अपेक्षा करता; परंतु त्याचबरोबर आपणही बदललेले असू हे वास्तव तुम्ही विसरता. अनुभवाने आणि जसजसे तुम्ही तुमच्या मुलांना ओळखू लागाल, तसे त्यांच्याबाबतीत तुमची मूल्ये आणि कौशल्ये विकसित होतील. कोणत्या मुलाशी कसे वागावे, हे तुम्हाला आपोआप कळू लागेल. प्रेम आणि काळजी या दोहोंमुळेच हे शक्य होते.

आई होणे आणि कुटुंब चालविणे, हे हवेतल्या हवेत प्लेट्स फिरवण्यासारखे आहे. जेव्हा आता सगळे काही ठीक आहे, असे तुम्हाला वाटत असते तेव्हाच काहीतरी होते आणि कुटुंब पुन्हा बदलते. कोणाचातरी वाढदिवस असतो. नवीन बाळ जन्माला आलेले असते किंवा कोणाचातरी वाईट कालखंड चाललेला असतो आणि तुमच्या प्लेट्स पुन्हा गडगडतात. कुटुंबे ही नेहमी अशीच असतात म्हणून बदलाला घाबरण्याऐवजी त्याचे स्वागत करा. त्या प्लेट्स फिरवत ठेवण्यासाठी तुम्हाला शक्य आहे, ते सर्व काही करा.

– अनामिक

आता तुमच्या कुटुंबाचा विचार करता, तुमची मुले मोठी झाल्यानंतर होणाऱ्या बदलांना तुम्ही कसे सामोरे जाणार आहात?

तुमच्या मुलांच्या मोठे होण्यामध्ये तुम्हाला आव्हानात्मक काय वाटते?

कोणता आनंद मिळेल?

तुम्हाला असे एखादे कुटुंब माहिती आहे, ज्यांनी बदलांशी उत्तमरित्या जुळवून घेतले आहे? त्यांच्याबाबत कोणती गोष्ट तुम्हाला कौतुकास्पद वाटते?

जर एखादे वर्ष हे त्याच्या अगोदरच्या वर्षाप्रमाणेच असेल तर कंटाळवाणे वाटणार नाही का?

किमान २० वर्षे तुम्ही घर आणि कुटुंब चालविणार आहात, जोपर्यंत तुमचे शेंडेफळ घर सोडून जात नाही तोपर्यंत. मुले १८ वर्षांची झाली की, मातृत्व संपले असे काहीही नसते. बरीच मुले उशिरा घर सोडतात. कधी परवडत नाही म्हणून, कधी नातेसंबंध संपतात म्हणून तर कधी नोकरी जाते म्हणून घरी परतण्याशिवाय त्यांच्यासमोर दुसरा पर्यायच राहत नाही.

चांगली आई असण्याच्या तुमच्या क्षमतेबद्दल तुम्हाला शंका वाटत असेल, तर जसजशा तुम्ही करत राहाल तसतशा तुम्ही शिकल जाल, या वास्तवावर

विश्वास ठेवा. लक्षात घ्या, परिपूर्णता हे आपले ध्येय नाही. प्रत्येक मुलाच्या प्रत्येक अवस्थेत तुम्ही तुम्हाला शक्य आहे, तेवढे सर्वोत्तम तेच कराल. मातृत्व ही आयुष्यभराची चांगली नोकरी आहे. तुम्ही त्यासाठी पुरेशा चांगल्या आहात आणि नेहमीच चांगल्या राहाल.

मातृत्व हे तुमच्या ब्रासारखे आहे. तुमच्या हृदयाच्या अगदी जवळ आणि तिथे आधार देण्यासाठी.

– अनामिक

कुटुंब चालविण्याबाबत लक्षात ठेवाव्यात अशा दहा सोनेरी गोष्टी

१. ही एक कधीही न संपणारी प्रक्रिया आहे. जी अनेक वर्षे तुमच्या प्रत्येक भागाला, अंतर्गत आणि बाह्य दोन्ही भागांना व्यापून राहते.

२. चांगले आणि वाईट दिवस हे कौटुंबिक आयुष्याचा सामान्य भाग आहेत – विशेषत: वाईट दिवसांत – हे लक्षात ठेवा.

३. घरगुती कामे घरातील प्रत्येकाला, विशेषत: मुलांना नेमून द्या.

४. घड्याळाला तुमच्यावर राज्य करू देऊ नका. तुम्ही इतरत्र शिकलेले वेळ व्यवस्थापनाचे कौशल्य तुमच्या कौटुंबिक आयुष्यात अमलात आणा.

५. चांगले अन्न कुठून मिळवावे आणि चांगला स्वयंपाक कसा करावा, त्याची मजा कशी घ्यावी. अन्नाचा मान कसा राखावा, हे आपल्या मुलांना शिकवा. शाळेने हे करावे, अशी अपेक्षा करू नका.

६. स्वच्छता आणि स्वयंपाक करणे ही खास स्त्रियांची कामे तुमच्या जोडीदाराला करताना मुलांना पाहू द्या. यासाठी तुमच्या जोडीदाराला विश्वासात घ्या.

७. तुमच्या स्वत:च्या भावनांकडे लक्ष द्या. तुमच्या भावना दडपून टाकणे, हे पुढे जाऊन जास्त त्रासदायक होऊ शकते.

८. मुलांचे कोणते वागणे तुम्हाला आवडते आणि कोणते आवडत नाही, हे वर्णन करून सांगा, कोणतेही लेबल न लावता. कारण लेबल्स चिकटतात आणि त्यांच्यामुळे क्षमता सीमित होतात.

९. तुमचे घरचे वातावरण तुमच्या मातृत्वाच्या मागण्या कमी करेल आणि मातृत्वाचा आनंद घेता येईल एवढा वेळ आणि ऊर्जा तुम्हाला बहाल करेल असे बनवा.

१०. आपली मुले मोठी होतात तसे आपले कौटुंबिक आयुष्य बदलते आणि मातृत्वाकडे पाहण्याचा आपला दृष्टिकोनही बदलतो.
अनुभवाने आपला विश्वास वाढतो. आपले धाकटे मूल कदाचित आपले वर्णन मोठ्या मुलापेक्षा वेगळे करेल. समाजातील बाह्य बदलांचा आपल्यावर प्रभाव पडतो, कालांतराने आपली मूल्येदेखील बदलतात.

आपण काय शिकलो?

येथे दिलेला प्रत्येक मुद्दा तुम्ही शिकला आहात आणि तुमच्या वास्तव जीवनात त्याची उपाययोजना करण्यास उत्सुक आहात. हे तपासून पाहा –

* तुमचे कुटुंब चालविण्यासाठी गरजेचे असलेले वेगवेगळे घटक स्वीकारा. त्यांचे कौतुक करा.
* दैनंदिन कौटुंबिक आयुष्याशी कशाप्रकारे जुळवून घ्यावे हे जाणून घ्या.
* कुटुंबाच्या भावना आणि गरजा विचारात घ्या.
* आरोग्य तपासणी करून घ्या. वाइन आणि टीव्ही किंवा हर्बल टी आणि जॉगिंग. तुम्ही कशाची निवड कराल?
* तुमचे घर आणि तेथील वातावरण यात सुधारणा करून घ्या. ज्यायोगे आई म्हणून तुमचे काम सोपे होईल.
* मुले मोठी होतात तसे त्यांच्यात घडणारे बदल समजून घ्या.

हे प्रकरण वाचून, आई म्हणून मी स्वतःबद्दल काय शिकले आहे?

यातील सर्वाधिक वैशिष्ट्यपूर्ण गोष्ट कोणती?

१०

मातृत्वाचा आनंद घ्या... आनंदी कुटुंब निर्माण करा

या प्रकरणात तुम्ही शिकणार आहात....

* आनंदी बालपण कशामुळे निर्माण होते.
* गमतीशीर आई कशी असते.
* खास प्रसंग कसे साजरे करावेत.
* मौजमजेत गुंतवणूक करण्याचे महत्त्व

माझ्या आईच्या मांडीवर बसायला खूप छान वाटते. तिची मांडी खूप मऊ, छान आणि उसळता येईल अशी आहे.

– डॅनियल, वय वर्षं ११

कल्पना करा. तुमच्या ७०व्या वाढदिवसाची पार्टी आहे. तुमचे कुटुंब आणि मित्र तुमच्यासमवेत तो साजरा करण्यासाठी जमले आहेत. तुमची मुले मोठी होऊनही बराच काळ लोटलेला आहे. (कदाचित तुम्ही आता ज्या वयाचे आहात, त्या वयाचे ते तेव्हा असतील.) आणि त्यांनाही त्यांची स्वत:ची मुले असतील. पार्टी अगदी रंगात आलेली आहे आणि आता केक कापण्याची वेळ येते. तुमची मुले आई म्हणून तुमचा गौरव करायला सुरुवात करतात.

ते तुमच्याबद्दल काय म्हणत आहेत?

त्यांच्या लहानपणीच्या आठवणी काय आहेत?

आत्ता इथे बसून, हे पुस्तक वाचत असताना ते काय म्हणतील, अशी तुम्हाला आशा वाटते?

जेव्हा, तुम्ही चहाबरोबर फिशफिंगर्स करावेत का आणि तुमच्या लहानग्याला न्यायला केव्हा जावे याबाबत विचार करत आहात तेव्हा तुमचा सत्तरावा वाढदिवस तुम्हाला खूप दूरची गोष्ट वाटेल; परंतु या प्रश्नाचे उत्तर देण्यासाठी काही वेळ गुंतवावा, एवढा तो महत्त्वाचा नक्कीच आहे. बऱ्याच पालकांना आशा वाटते – त्यांची मुले आपले बालपण आनंदात गेले म्हणतील. आनंदी बालपण निर्माण करण्यात आईची भूमिका फार मोठी असते; परंतु त्यामुळे घाबरून जाण्याऐवजी ते आनंदी बालपण निर्माण करण्यात कशाची मदत होईल, हे शिकण्याची संधी म्हणून या विचारांकडे पाहा.

तुमची मुले त्यांची पूर्वीची वर्षे आठवताना ज्या मौजमजेच्या गमतीच्या अनुभवांना स्मरतील. ते अनुभव, त्या भावना कशा निर्माण कराव्यात?

तर, तुमच्या संध्याछायेतील वर्षापासून सुरुवात करूयात. एक मिनिटभरासाठी तुमच्या त्या पार्टीमध्ये परत जा.

आशा आणि आनंदाचे चक्र

एका आदर्श जगात, तुमच्या मुलांना त्यांच्या लहानपणाविषयी काय आठवत असेल अशी तुम्हाला आशा वाटते? तुमच्या मुलांचे आनंदाचे चक्र हे आठ सकारात्मक गोष्टी – ज्या त्यांनी आठवाव्यात असे तुम्हाला वाटते, त्या लिहून पूर्ण करा. एका आईच्या आनंदाच्या चक्रामध्ये हे शब्द होते – प्रेम, सुरक्षितता, मौजमजा, जिव्हाळा, शांतता, कल्पकता, आनंद आणि हसू – तुम्हाला आवडतील ते शब्द निवडा.

आता, तुमच्या प्राधान्यक्रमानुसार सर्वांत आधी तीन आशांची निवड करा; ज्यांच्याशिवाय तुमचे अजिबात चालणार नाही – त्या इथे लिहा.

मला आशा वाटते की, माझी मुले त्यांचे बालपण या गोष्टींसाठी आठवतील....

१.

२.

३.

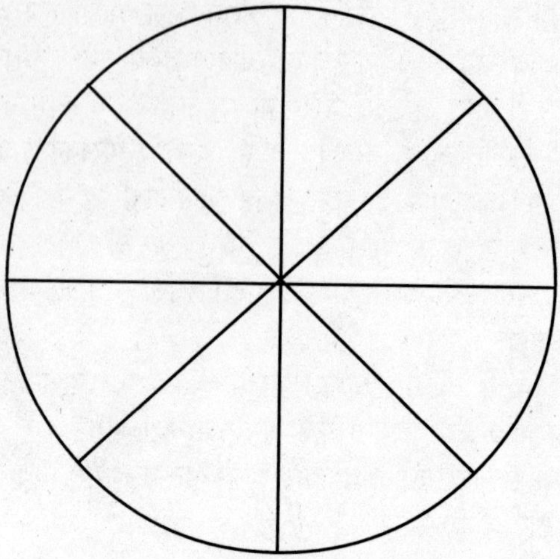

असे बालपण असण्याची कल्पना करा. बालपणी अशी सकारात्मक मूल्ये जगलेल्या तुमच्या मुलांना, त्यांच्या प्रौढ आयुष्यात ती कशाप्रकारे उपयोगी पडतील?

जर त्यांना मुले असतील, तर या मूल्यांचा त्यांच्या पालकत्वावर कसा प्रभाव राहील?

एक चांगली बातमी म्हणजे तुम्ही तुमच्या मुलांना ही मूल्ये देऊ शकता, कदाचित तुम्ही ती अगोदरच दिलेली आहेत, परंतु अजूनही सुधारणेला वाव आहे का?

चला तर, आपल्या आठवणींचा चांगला वापर करून सुरुवात करू या.

सारांश : तुमची मुले मोठेपणी कशी होतील, याबाबतची कल्पना करण्यात काही वेळाची गुंतवणूक करा.

तुमच्या त्यांच्याविषयी काय आशा आहेत आणि तुमच्या कल्पनेप्रमाणे ते कसे होतील, याविषयी विचार करताना तुम्ही सावध व्हाल आणि तुमच्या लक्षात येईल, त्यांपैकी कितीतरी आशा वर्तमानात आणण्याची तुमची इच्छा आहे. उदाहरणार्थ, मोठेपणी तुमची मुले जेव्हा त्यांच्या लहानपणाविषयी आठवतील, तेव्हा त्यांचे लहानपणीचे घर सतत हास्याने भरलेले, असे त्यांना आठवावे, अशी तुम्ही आशा करत असाल, तर तुम्हाला आजपासूनच सुरुवात करायला हवी. आपल्या मुलांबरोबर मनसोक्त हसायला हवे.

माझ्या मुलांना माझ्यासारखेच बालपण मिळावे असे मला वाटते.

माइंड लॅबद्वारा नुकत्याच केलेल्या एका सर्वेक्षणाने बहुसंख्य प्रौढ लोकांना त्यांच्या बालपणाच्या अंधूक आठवणी असतात, हे दाखवून दिले आहे. (संशोधक डेव्हिड लेविस, डेली मेल, २४ जुलै, २००७) या आनंदी आठवणी – वाळूचे किल्ले बनवणे, पतंग उडवणे यांसारख्या गोष्टींविषयी असतात.

परंतु आजची मुले या साध्यासुध्या आनंदाला मुकत आहेत आणि त्यांचा बराचसा वेळ टीव्ही, कॉम्प्युटरसमोर घालवत आहेत, हे वास्तव आहे. पालक कामात व्यग्र असतात आणि पूर्णपणे मुलांबरोबर खेळण्यासाठी वेळ काढणे त्यांच्यासाठी खूपच अवघड आहे. आपल्याला हेही माहिती आहे की, मुलांना प्रयोग करण्याचे स्वातंत्र्य देणे, हे देखील तेवढेच महत्त्वाचे आहे. थोडीशी जोखीम घेण्याचे कौशल्य विकसित करणे हेही चांगलेच आहे; परंतु जेव्हा जग हीच एक धोकादायक जागा आहे, तेव्हा आपण हे सर्व करावे तरी कसे?

बऱ्याचशा मातांकडे त्यांच्या बालपणीच्या सुखदस्मृती असतात. आपल्या मुलांसाठी त्या त्यांच्या आठवणीतील गोष्टींचे पुनर्निर्माण करू इच्छितात. यामध्ये बऱ्याच गोष्टी अशा असतात की, तिथे कोणीतरी प्रौढ व्यक्ती हजर असेल, तरच त्या शक्य होतात किंवा कोणीतरी मोठ्या व्यक्तीने तशी संधी निर्माण करावी लागते.

माझ्या आईजवळ खूपच संयम, धीर होता. स्वयंपाकघरातील सिंकजवळ ती आम्हाला तासन्तास खेळू देत असे. आता मी त्याबाबत विचार करते तेव्हा लक्षात येते, आम्ही किती भयानक पसारा करत असू; परंतु तिने कधीही तक्रार केली नाही. टी बॅग्ज वापरून तिच्यासाठी खोटे-खोटे चहाचे कप भरताना आम्हाला खूप मजा यायची.

– जून, तीन मुलांची आई

बाहेर सूर्यप्रकाशात कितीतरी तास खेळल्याचे तुम्हाला आठवत असेल. खेळताना तुम्ही एकटे असाल कदाचित; परंतु मागे कुठेतरी तुमची काळजी घेणारे पालक उपस्थित असायचे. ते तुम्हाला कोणाच्या देखरेखीशिवाय खेळण्याचे स्वातंत्र्य तर द्यायचे, पण त्याचवेळी तुम्ही ठीक आहात हा विश्वासही त्यांना हवा असे.

तुमच्या लहानपणीच्या आठवणींचा विचार करता, कोणत्या तीन आठवणी ठळकपणे समोर येतात?

तुमच्या बालपणीच्या तीन आनंदी आठवणींचे वर्णन येथे लिहा.

१.

२.

३.

आता या प्रश्नांचे उत्तर द्या –

या प्रत्येक आठवणींमध्ये तुम्हाला सर्वाधिक कोणती भावना आठवते?
(उदाहरणार्थ : आनंद, उत्सुकता, सुख, प्रेम, सुरक्षितता, स्वातंत्र्य)

ही उदाहरणे आठवताना आता तुम्हाला नेमके काय वाटते?

कधीकधी आपल्या लहानपणाच्या आठवणी आठवून आपल्याला खूप वाईट वाटते. आपल्याला मिळालेल्या पालकत्वाबाबत काहीतरी हरवल्याची भावना किंवा नैराश्याची भावना त्यामुळे मनात येऊ शकते. त्याचबरोबर जर तुम्हाला तुमच्या पालकांबद्दल सकारात्मक विचार करणे अवघड वाटत असेल, तर या आठवणी तुम्हाला तुमच्या पालकांमध्ये काय चांगले होते, याचे स्मरण करून देतील.

तुम्ही तुमच्या बालपणीच्या सुखद स्मृतींविषयी जे काही लिहिले आहे, त्याचा विचार करता, अशी एखादी गोष्ट आहे का, जी तुम्हाला तुमच्या स्वत:च्या मुलांच्या आयुष्यात असावी असे वाटते? जी सध्या नाहीये किंवा दुर्लक्षित आहे? ती भावना आहे का? (उदाहरणार्थ, स्वातंत्र्याची भावना?) ती एखादी कृती आहे का? (उदाहरणार्थ, या आठवणींमुळे माझ्या लक्षात आले की, माझी मुले घराबाहेर जाऊन फारशी खेळत नाहीत.)

तुमची स्वतःची आई कशी होती?

तुमचे तुमच्या स्वतःच्या आईबरोबर असलेले संबंध काहीसे अवघड असतील किंवा तुमच्या आईचे निधन झालेले असेल, तर याबाबत विचार करणे तुम्हाला कदाचित कठीण वाटू शकते. तथापि, तुम्हाला अनुभवायला मिळालेली मातृत्वाची शैली तुम्ही तुमच्या मुलांची कशाप्रकारची आई होणार आहात हे ठरवते, हे मात्र आपण टाळू शकत नाही. कधीकधी आपल्या आईला त्या वेळी हे कसे अवघड गेले असेल हे समजून आपल्याला त्यांच्या मातृत्वाचा न आवडलेला भाग समजून घेणे किंवा माफ करणे सोपे जाईल.

जोपर्यंत मला स्वतःला माझी मुले झाली नव्हती, तोपर्यंत मी माझ्या आईला खरोखर समजू शकले नव्हते.

– अनामिक

जर तुम्हाला आवडणार असेल, तर तुमच्या स्वतःच्या आईबरोबर आनंदी क्षणांचे बालपणातले प्रसंग आठवा त्यामुळे तुम्हाला वेदनादायी वाटते का? किंवा अस्वस्थ वाटते का? किंवा तसे काही आठवतच नाही? तुमच्या बालपणीच्या, मग दुसऱ्या एखाद्या प्रौढ व्यक्तीबरोबरच्या आनंदी आठवणी तुम्ही सांगू शकाल?

मला रात्रीच्या वेळी माझ्या बिछान्यात पांघरुणात गुरफटून झोपल्याचे आणि गुड नाइट म्हणताना आईने घट्ट मिठीत घेतल्याचे आठवते. ते जर बाहेर जाणार असतील, तर कधीकधी तिने पर्फ्युम लावलेला असे. तिची ती मिठी मला खूप आवडत असे, त्यामुळे मला आनंदी आणि सुरक्षित वाटायचे. झोपताना अशा प्रकारची भावना अनुभवणे खूप सुखद होते.

– लॉरा तीन मुलांची आई

माझ्या आईच्या सहवासातील आनंदी आठवणी...

१.

२.

तुम्हाला तुमच्या बालमित्रांच्या किंवा इतर कुटुंबातील अन्य मातांच्या काही आठवणी आठवतात का? ज्या माता सकारात्मक, गमतीशीर होत्या, ज्यांच्याबरोबर राहायला मजा येत असे, अशा? यामागे काय कारणे होती?

ती येथे लिहा (उदाहरणार्थ, मला आठवते; माझ्या मित्राची आई जेव्हा मी रात्रीच्या जेवणासाठी थांबणार आहे का, याबाबत विचारत असे, तेव्हा ती मला माझे त्यांच्या घरात स्वागत असल्याची भावना मला देत असे.)

ज्यांनी मला आनंद दिला, कोणी खास किंवा स्वागतार्ह असल्याची भावना दिली, असे इतर प्रौढ लोक किंवा इतरांच्या आई त्यांची नावे....

त्यांनी असे काय केले होते, ज्यामुळे मला या भावना अनुभवता आल्या?

तुमची आई दुसऱ्या कोणाच्यातरी आईसारखी असायला हवी होती, अशी इच्छा मनात येणे समजण्यासारखे आहे. तुम्हालाही जर तसेच वाटत असेल, तर सर्वच माता त्यांना उपलब्ध असलेल्या संसाधनांच्या मदतीने सर्वोत्तम तेच करत असतात हे ओळखण्यास तुम्हाला त्याची मदत होईल. पालकत्वाची पुस्तके, कोर्सेस, टीव्ही कार्यक्रम असे काहीही तेव्हा अस्तित्वातच नव्हते. पालकत्वाच्या कल्पना जेथून समोर येत तेथेच दडपल्या जात, फारतर शेजाऱ्यांशी, कुटुंबाबरोबर किंवा मित्रांबरोबर याविषयी गप्पा होत असत.

सारांश : आमचे पालक त्यांच्या स्वत:च्या कल्पनेतून आमचे बालपण आनंदी असावे, अशी आशा करतात, मग आम्हाला स्वत:ला ते नेहमी तसे वाटत नसले तरीही.

कौटुंबिक जीवनाचा आनंद उपभोगताना

कौटुंबिक आयुष्याचा आनंद उपभोगणे म्हणजे काय?

या प्रश्नाचे प्रत्येकाचे उत्तर वेगळे असू शकेल. काही लोकांसाठी ही फक्त शांत, समाधानकारक दिनचर्या असते, तर काही मातांसाठी ही एक भावना असते. ज्यानुसार तुमच्या कुटुंबातील प्रत्येक गोष्ट सुरळीत घडते आहे. कोणत्याही अतिरिक्त

मदतीची गरज वाटत नाहीये असे आयुष्य. कदाचित याचा अर्थ एखाद्या ओल्या दुपारी तासन्तास एकत्र बोर्डगेम्स खेळत राहणे किंवा मित्रांबरोबर बार्बेक्यूचे आयोजन करणे असाही असू शकतो. तुमच्यासाठी कौटुंबिक आयुष्याचा आनंद म्हणजे काय आहे? एकदा का तो कशात आहे हे तुम्हाला कळले की, तो वाढीस लावण्याचे, त्यात मौजमजा आणण्याचे नवनवे मार्ग तुम्ही शोधू शकाल, परंतु त्याअगोदर वास्तव काय आहे ते पाहू या.

तुमचे कुटुंब कितपत मजेत आहे?

तुमच्या कुटुंबामध्ये जास्त मजा निर्माण करता यावी म्हणून तुम्ही काही बदल करू इच्छित असाल, तर तत्पूर्वी येथे दिलेला स्वाध्याय करून पाहणे उपयुक्त ठरेल. हा एक 'फन-ओ-मीटर' स्वाध्याय असून त्यात स्टार गुणांकन पद्धत वापरून तुम्हाला त्या प्रत्येक क्षणी किती मौज वाटते, ते तपासता येईल.

यामध्ये दिलेली उदाहरणे ही अशा अनेक कुटुंबांकडून घेतलेली आहेत, ज्यांना कौटुंबिक आयुष्यात आनंद घेण्याचे अनेक मार्ग गवसलेले आहेत. (शेवटी काही मोकळी जागा दिलेली आहे. तिथे तुम्ही तुमच्या कल्पनांची भर घालू शकता.) ही आई सुदैवी होती, जिला तिच्या पालकांचा आधार होता. जर तुम्ही एकट्याच सर्व पाहत असाल, तर मुलांबरोबर खेळण्यासाठी वेळ मिळावा म्हणून तुम्हाला ज्या आधाराची गरज असते, तो मिळणे अवघड आहे. शक्य असेल तितके वरचेवर या गोष्टीला प्राधान्य द्या. तुमच्या मुलांना कुशीत घेण्यात, त्यांच्याबरोबर हसण्यात पाच मिनिटे वेळ खर्च केलात, तरी तो तुम्हाला बऱ्याच दिवसांसाठी उत्साही ठेवेल. तुमची कामे नेहमीच असतील. परंतु तुमची मुले नेहमी तुमच्याजवळ असणार नाहीत.

उत्तम! येत्या आठवड्यात तुमच्या कुटुंबातील मजेचा घटक वाढविण्यासाठी तुम्ही तुमच्या कुटुंबाप्रती बांधील झालात. यावरून हेच दिसून येते की, तुम्ही किती गमतीशीर आई आहात जिने आपल्या कुटुंबातील मौजेची वाढ व्हावी म्हणून नुकत्याच सात नवीन कल्पना मांडल्या आहेत. तुमच्यासाठी हे चांगलेच आहे.

सारांश : मुले काळानुरूप बदलत जातात आणि काही अवस्थांमध्ये इतर वेळेपेक्षा जास्त मजा वाटते, हे अगदी सामान्य आहे. एक आई, जिला स्वत:ला वाळू आणि पाणी खेळायला आवडते, ती आपल्या लहानग्याबरोबर त्याची मजा घेते याचा अर्थ असा नाही की, मुले मोठी झाल्यावर ती त्यांच्याबरोबर पॉप संगीत मैफिली किंवा फुटबॉल सामन्यांनाही अवश्य जाईल.

फन-ओ-मीटर

★ १. चांदणी : आम्ही हे क्वचित कधीतरी करतो.
(महिन्यातून एकवेळेपेक्षाही कमी)

★★ २. चांदण्या : आम्ही हे कधीकधी करतो.
(आठवड्यातून एकदा)

★★★ ३. चांदण्या आम्ही हे नेहमी करतो. (दररोज)

योग्य कॉलेजमध्ये बरोबरची खूण करा.

कल्पना	**१★** चांदणी	**२★★** चांदण्या	**३★★★** चांदण्या
कुटुंबाने एकत्र जेवण घेण्यात मजा वाटते.			
एकत्र खेळ खेळतो.			
एकत्र बाहेर जायला मजा येते.			
एकत्र खेळ खेळतो.			
पायी फिरायला जातो किंवा मोटारसायकलवर चक्कर मारतो.			
एकत्र नृत्य करतो.			
एकत्र टीव्ही पाहतो.			
एखादे काम सगळे मिळून करतो.			
जसे कला, स्वयंपाक, एकत्र गोष्ट वाचतो.			
एकमेकांशी खोटी-खोटी मारामारी करतो किंवा एकमेकांना गुदगुल्या करतो.			
एकत्र हसतो.			
स्वेच्छेने एकमेकांना मदत करतो.			
विशिष्ट प्रसंगी मजा करतो. उदाहरणार्थ, वाढदिवस			
इथे तुमच्या कल्पना लिहा			

तुमच्या चांदण्या मोजा. एकूण बेरीज किती आली?
१२-२४ तुमच्या कुटुंबात अतिरिक्त मौजमजा निर्माण करण्याची वेळ आली आहे.
२४-३४ तुम्ही चांगले करत आहात, परंतु अजूनही सुधारणेला वाव आहे ज्यायोगे आणखी मजा येईल.
३५ किंवा त्यापेक्षा जास्त – तुम्ही एकत्र खूप मजा करताहात असे दिसते आहे. असेच राहा!

आनंद वाटून घ्या

तुमच्या चांदण्यांचे गुणांकन पाहता तुमच्या कुटुंबातील मौजमजेचा घटक वाढविण्यासाठी तुम्ही करू इच्छिता असे काही आहे का? ते तुम्हीच करायला हवे का? तुमच्या जोडीदाराची काही मदत होऊ शकते का? – जर हो असेल तर तुम्ही याविषयी तुमच्या जोडीदाराबरोबर केव्हा बोलणार आहात? सर्वांत उत्तम म्हणजे तुमच्या मुलांनाही यात सामील करून घ्या. अशा मजेशीर कल्पना पुढे आणण्यात ते नेहमीच वाकबगार असतात. तुमच्याजवळ उपलब्ध पैसे आणि वेळ याची तुम्हाला स्पष्ट कल्पना आहे, याची खात्री करून घ्या. तसेच, भावंडे एकत्र येऊन काय करू शकतात. त्यांना मजा कशात वाटेल? सगळ्यांनाच याबाबत काम करू द्या. कुटुंबामध्ये मजा निर्माण करणे, हे तुमचे एकट्याचेच काम नाही.

इथे अशा प्रत्येकाचे नाव लिहा, यादी बनवा जे कुटुंबात आनंद निर्माण करण्याचे काम तुमच्याबरोबर वाटून घेऊ शकतात. त्यांच्या विशिष्ट भेटीबद्दल लिहा. उदाहरणार्थ, कदाचित तुमची बहीण तुमच्या मुलीला खरेदीला नेण्याबाबत खूप जागरूक असेल किंवा तुमच्या शेजारणीकडे मोठा पॅडलिंग पूल आहे. जो तिने तुम्हाला उसनवार देण्याचे मान्य केले आहे. तुम्हाला छोटे बाळ असेल, तर टॉय लायब्ररी किंवा धर्मादाय दुकान आहे का, जिथे तुम्हाला नवीन खेळणे मिळू शकेल? दुसऱ्या लहान मुलांच्या मातांना तुम्ही कुठे भेटू शकता? तुमच्या कुटुंबाला आनंद देऊ शकतील, अशा पाच अन्य लोकांची नावे लिहा.

कोण आनंद देऊ शकते? कशा स्वरूपात?

१.

२.

३.

४.

५.

आता तुमच्या कुटुंबात आनंद निर्माण करणारे मुख्य म्हणून तुमची जबाबदारी काहीशी कमी झाल्यासारखे वाटते का? कदाचित तुम्ही अशा प्रकारची आई आहात, जिला कुटुंबातील मजेचा घटक वाढविण्यासाठी नवनवीन मार्गांचा शोध घ्यावासा वाटतो. कारण नेहमी दुसरेच कोणीतरी हे करत असते? तुमचे चांदण्यांचे गुण वाढविण्यासाठी येणाऱ्या सात दिवसांत तुम्ही काय करू शकता? एके दिवशी एक गोष्ट अशाप्रकारे विचार करा – काहीतरी सोपे, साधे आणि शक्य असेल, तर नि:शुल्क असेल असे निवडा. तसेच तुम्हालाही त्यातून आनंद मिळणे, महत्त्वाचे आहे. जर तुम्ही तुमच्या फोनकॉल्सना उत्तरे देत असाल किंवा सतत तुमच्या मनगटी घड्याळाकडे पाहात राहाल, तर सापशिडीचा खेळ खेळायला बसण्यात काय अर्थ आहे? एखाद्या गोष्टीत मजा घेण्याचे तुम्ही ढोंग करत असाल, तर तुमची मुले तुम्हाला क्षणात पकडतील. तुमच्या स्वत:च्या विचारांवर किंवा भावनांवर चित्त एकाग्र करण्याऐवजी तुम्ही ते त्यांच्या मजेवर केंद्रित केलेत, तर ते जास्त चांगले होईल.

प्रामाणिकपणे सांगायचे तर बागेत माझ्या मुलीबरोबर, सोफियाबरोबर – पकडापकडीचा खेळ खेळायला मी नाखूश असते; पण मला माहिती आहे तिला ते खूप आवडते. ती मला याबाबत विचारेल याची मला भीती वाटते, कारण तिच्याबरोबर बाहेर तिथे खेळताना तिथली अनेक कामे माझ्या नजरेस पडतात. बऱ्याचदा तिच्यामागे पळण्याची ताकद माझ्यात नसते आणि त्यापेक्षाही पाय वर घेऊन मासिक चाळत बसायला मला जास्त आवडेल. एका रविवारी दुपारी माझे आई-वडील आमच्याकडे आले होते. त्यांनी बागेतील तण काढायला मला मदत

केली. तेव्हा आश्चर्य म्हणजे मी सोफियाबरोबर पकडापकडी खेळू शकले – कसा वेळ जातोय हेही माझ्या लक्षात आले नाही आणि खेळाच्या शेवटी मी घामेजलेली – वाईट दिसत होते. परंतु सोफिया एवढी आनंदात होती की, मी माझ्या दिसण्याची पर्वा केली नाही. खूप मजा आली!

– एलेनॉर, दोन मुले

ही आई सुदैवी होती. जिला तिच्या पालकांचा आधार होता. जर तुम्ही एकट्याच सर्व पाहत असाल, तर मुलांबरोबर खेळण्यासाठी वेळ मिळावा म्हणून तुम्हाला ज्या आधाराची गरज असते तो मिळणे अवघड आहे. शक्य असेल जितके वरचेवर या गोष्टीला प्राधान्य द्या. तुमच्या मुलांना कुशीत घेण्यात, त्यांच्याबरोबर हसण्यात पाच मिनिटे वेळ खर्च केलात, तरी तो तुम्हाला बऱ्याच दिवसांसाठी उत्साही ठेवले. तुमची कामे नेहमीच असतील. परंतु तुमची मुले नेहमी तुमच्याजवळ असणार नाहीत.

या आठवड्यात तुमच्या कुटुंबातील मौज वाढवा	
	यासाठी मी काय करेन
सोमवार	
मंगळवार	
बुधवार	
गुरुवार	
शुक्रवार	
शनिवार	
रविवार	

उत्तम! येत्या आठवड्यात तुमच्या कुटुंबातील मजेचा घटक वाढविण्यासाठी तुम्ही तुमच्या कुटुंबाप्रती बांधील झालात. यावरून हेच दिसून येते, की तुम्ही किती गमतीशीर आई आहात. जिने आपल्या कुटुंबातील मौजेची वाढ व्हावी म्हणून नुकत्याच सात नवीन कल्पना मांडल्या आहेत. तुमच्यासाठी हे चांगलेच आहे.

सारांश : मुले काळानुरूप बदलत जातात आणि काही अवस्थांमध्ये इतर वेळेपेक्षा जास्त मजा वाटते, हे अगदी सामान्य आहे. एक आई, जिला स्वत:ला वाळू आणि पाणी खेळायला आवडते, ती आपल्या लहानग्यांबरोबर त्याची मजा घेते. याचा अर्थ असा नाही, की मुले मोठी झाल्यावर ती त्यांच्याबरोबर पॉप संगीत मैफिली किंवा फुटबॉल सामान्यांनाही अवश्य जाईल.

गमतीशीर आई बनणे

या अगोदर आपण आपल्या भूतकाळात डोकावून पाहत होतो. चांगली आई म्हणून आपल्याला कोण आठवते, तिचे गुणविशेष कोणते होते, हे आठवत होतो. ती व्यक्ती आपली स्वत:ची आई असू शकते किंवा आपल्या बालपणातील अन्य कोणी, ज्यांच्या उपस्थितीने तुम्हाला आनंद दिला. स्वत:बद्दल चांगले वाटेल, अशा भावना दिल्या. त्या आठवणींचा उपयोग स्वत:ला प्रेरित करण्यासाठी करा. तुम्हाला अपराधी किंवा अपूर्ण वाटावे, यासाठी नाही. जेव्हा आपण स्वत:ची तुलना इतर मातांबरोबर करतो तेव्हा आपल्याला वाईट वाटू शकते आणि आपला विश्वास डगमगतो. तुमच्याविषयीच्या या नकारात्मक भावनांना मजबूत करणे, तुमच्या फायद्याचे नाही आणि त्यांचा तुमच्यावर होणारा परिणाम तुमच्या मुलांच्याही लगेचच लक्षात येईल. तुमच्या मन:स्थितीला आणि भावनांना ओळखण्यात खूप लहानवयातच हे पटाईत झालेले असतात.

शाळेच्या प्रवेशद्वाराजवळ उभ्या असलेल्या इतर माता मला नेहमीच माझ्यापेक्षा जास्त आनंदी आणि तणावरहित वाटतात. मी त्यांच्यासारखी दिसूच शकत नाही. मी नेहमीच माझ्या आणि माझ्या मुलीच्या दृष्टीने वाईट असणाऱ्या पुढच्या गोष्टींची काळजी करत असते. एक मिटली की पुढची काळजी!

– लॉरा, दोन मुले

सारांश : इतर मातांबरोबर तुमची तुलना करण्याऐवजी तुम्ही त्यांच्याकडून काय शिकू शकता आणि आपल्या आयुष्यात त्याचा उपयोग कशाप्रकारे करू शकता याचा विचार करा. तुम्हाला कशाप्रकारची आई व्हावेसे वाटते त्यावर लक्ष केंद्रित करा, दुखावलेले, तिरस्करणीय, अपयशी किंवा नुसतेच वाईट वाटून घेऊ नका. तुमच्यापेक्षा इतर प्रत्येक जण आई म्हणून जास्त चांगली आहे असे स्वत:ला सांगू नका.

इतर मातांमधले कोणते गुणविशेष तुम्हाला मनापासून आवडतात ते इथे लिहा – त्यांच्याबाबत नेमके काय आहे? त्या काय करतात? यापासून प्रेरणा घ्या आणि तुमच्या स्वत:च्या मातृत्वाच्या शैलीमध्ये त्या गोष्टींचा अंगीकार करा.

आईचे गुणविशेष

कल्पना १ : या कल्पनेबाबत असे काय आहे जे तुम्हाला प्रेरित करते?

कल्पना २

कल्पना ३

मला एक आई माहिती आहे, जी नेहमी आपल्या कुटुंबीयांसाठी सुंदरसे वाढदिवसाचे केक बनवते. माझे केक बनवण्याचे कौशल्य यथातथाच आहे. त्यामुळे मी केक विकत आणते, परंतु मी जर तो बनवू शकले असते, तर मला जास्त बरे वाटले असते. तथापि, यावर्षी मी एक साधासा केक विकत घेण्याचे ठरवले आणि आयसिंग किट विकत घेऊन स्वत: तो केक सजवण्याचे ठरवले. मला स्वत:चा खूप अभिमान वाटला, माझ्या मुलालाही तो केक खूप आवडला. कदाचित पुढच्या वर्षी मी स्वत: केक बनवण्याचा प्रयत्नही करेन!

– जेन, दोन मुले

तुमच्या मुलांबरोबर मौज करण्यात तुम्हाला कशाचा अडथळा आहे?

एलिझाबेथ ही सात आणि चार वर्षांच्या मुलांची पूर्णवेळ आई आहे. ती दररोज त्यांच्याबरोबर घरी असते आणि मुले त्यांची खेळ, खेळणी बाहेर काढतात आणि ती पुन्हा जागच्या जागी न ठेवल्याने जो भयानक पसारा होतो, त्याचा तिला खूप संताप येतो. तिच्या लक्षात आले की, दिवसभरात अनेक वेळा तो पसारा आवरून ती दमून जाते आणि या गोष्टीचाही तिला खूप राग येतो. या सगळ्या गोष्टी तिला चिडचिडी बनवतात आणि याचाच परिणाम म्हणजे ती मुलांवर ओरडण्याची शक्यता जास्त असते. तिला घर नीटनेटके ठेवण्याविषयीची आपली चिंताही कमी करावीशी वाटते आणि त्याचबरोबर मुलांसोबत मजा करण्याचे नवेनवे मार्गही शोधावेसे वाटतात असे करण्यापूर्वी तिने स्वत:च्या स्वस्थतेच्या मार्गात कोणत्या गोष्टी येतात हे शोधून काढणे महत्त्वाचे आहे. याच गोष्टी तिला मुलांबरोबर

खेळण्यासाठी वेळ मिळू देत नाहीत. अशा प्रकारच्या भावनांना अनुभवणारी एलिझाबेथ ही एकमेव आई नाहीये.

एका पालकत्वावरील कार्यशाळेत मातांच्या एका ग्रुपने, 'तुम्हाला तुमच्या मुलांबरोबर मौज करण्यापासून काय थांबवते आहे?' या प्रश्नाला पुढील उत्तरे दिली.

* जेव्हा खूप कामे करायची राहिलेली असतात तेव्हा मी ती तशीच सोडून देऊ शकत नाही.
* 'मी मुलांच्या खेळाची मजा घेऊ शकत नाही.'
* 'मी खूप थकलेली असते.'
* 'मला खेळण्यासाठी वेळ नसतो.'
* 'मी त्यांच्याबरोबर कितीही खेळले, तरी ते कधीही पुरेसे होत नाही.
* जेव्हा मुले कशाततरी गुंतलेली असतात तेव्हा मला काही फोन कॉल्स करायचे असतात, ई-मेल्स पाठवायचे असतात.
* माझी आई आमच्याबरोबर कधीच खेळायची नाही. ती नेहमीच कामात मग्न असे.
* त्यांना संगणकावरचे खेळ खेळायचे असतात आणि ते खेळ मला अजिबात आवडत नाहीत.
* त्यांच्याबरोबर खेळात सामील व्हायला मी नाखूश असते. कारण मग ते नेहमीच मला खेळण्यासाठी विचारतील आणि माझ्याशिवाय खेळायची त्यांची तयारी नसेल.
* मी माझ्या मोठ्या मुलासह जे काही करत असेन ते माझी लहान मुले येऊन मोडून जातात.
* फोन नेहमी वाजत असतो.
* कधीकधी मला कशाचाच त्रास नकोसा वाटतो.
* माझे पती त्यांच्याबरोबर खेळताना खूप खूश असतात. त्यांना ते छान जमतेही, त्यामुळे मला स्वत:ला तशी गरज वाटत नाही.

तुम्ही अशा मातांपैकी एक आहात का ज्यांना कामे पडलेली असताना मुलांबरोबर मौज करण्याला प्राधान्य देणे अवघड वाटते? किंवा तुम्ही त्यांच्याबरोबर खेळायला सुरुवात करता आणि फोन वाजताच खेळणे थांबवता? किंवा तुम्ही त्यांच्याशी चांगल्याप्रकारे खेळूच शकत नाही असे तुम्हाला वाटते?

तुम्ही मुलांबरोबर खेळण्याच्या मार्गात कोणत्या गोष्टी येतात ते ओळखा.

तुम्ही तुमच्या मुलांबरोबर खेळण्यात, मौज करण्यात प्रतिबंध करणाऱ्या पाच सर्वाधिक आव्हानात्मक गोष्टी कोणत्या आहेत?

१.

२.

३.

४.

५.

तुमच्या उत्तरांकडे पाहता, तुम्ही स्वत:बाबत एक आई म्हणून काय शिकलात? सर्वाधिक कोणते आव्हान आहे, ज्याविषयी तुम्हाला काहीतरी करावेसे वाटते?

जर तुम्ही त्या आव्हानावर काही उपाय शोधू शकलात (उदाहरणार्थ, जर तुम्ही, 'मी खूप थकलेली असते' असे लिहिलेले असेल, तर तुमची ऊर्जा पातळी वाढविण्याचे मार्ग तुम्ही शोधू शकता.) तर त्याचा तुम्हाला, तुमच्या मुलांना आणि तुमच्या जोडीदाराला काय फायदा होईल?

त्या आव्हानाला सामोरे जाण्यासाठी कोणत्या गोष्टी असणे/करणे आवश्यक आहे? (उदाहरणार्थ, जास्त झोप मिळावी म्हणून एका आठवड्यात रात्री अर्धा तास लवकर झोपेन.)

हे सोपे करण्यासाठी तुम्हाला स्वत:विषयी कोणत्या बाबतीत विश्वास बाळगण्याची गरज आहे? (फक्त हे सकारात्मक भाषेत लिहा. उदाहरणार्थ, मी एक उत्साही आई आहे आणि माझ्या ऊर्जा पातळीत वाढ करण्याला मी प्राधान्य देईन.)

या आठवड्यात तुमच्या आव्हानाविषयी तुमची नवीन धारणा काय आहे ते लिहा आणि तो कागद तुमच्या नजरेस पडेल, अशा ठिकाणी ठेवा. दररोज ते मोठ्याने वाचा. तुमची ही धारणा सत्यात येत आहे, हे जाणवल्यानंतर त्याची नोंद ठेवा. उदाहरणार्थ, जास्त झोप मिळविण्यासाठी वेळ काढणे.

तुमच्या मुलांबरोबर खेळण्यापासून तुम्हाला ज्या गोष्टी थांबवत आहेत, त्या

काही काळानंतर बदलतील. कारण तुमची मुले बदलतील, तुम्हीही बदलाल. तुमच्या एखाद्या मुलाबरोबर खेळणे तुम्हाला तुमच्याच दुसऱ्या मुलाबरोबर खेळण्यापेक्षा सोपे जाईल. एका आईच्या असे लक्षात आले की, तिचा मोठा मुलगा फुटबॉल छान खेळतो. त्याच्याबरोबर फुटबॉल खेळणे आनंदाचे आहे. याउलट दुसरा मुलगा अतिशय त्वेषाने आणि चढाओढीने फुटबॉलला किक मारतो, त्याच्याबरोबर फुटबॉल खेळण्याची तिला भीतीच वाटते. यामुळे तिला अपराधित्वाच्या भावनेने वेढले आणि दोघांपैकी एकाबरोबर फुटबॉल खेळणे टाळावे, हेच बरे असे वाटू लागले. ज्यामुळे पुन्हा अपराधीपणा वाढला. हे जर तुमच्याबाबतीत खरे असेल, तर अगोदर ती अपराधित्वाची भावना बंद करा. त्यामुळे फक्त तुमची खूप मोठी शक्ती वाया जाईल. एवढेच. त्याला तुम्हाला किंवा तुमच्या मुलांना काय उपयोग? याऐवजी तुमच्या मुलांमधील असा फरक माहिती असणे, ही त्याबाबत काहीतरी करण्याची पहिली पायरी आहे, या वास्तवावर लक्ष केंद्रित करा.

सारांश : तुम्हाला तुमच्या मुलांबरोबर कोणती गोष्ट करताना मजा वाटते आणि कोणती गोष्ट करताना वाटत नाही, याबाबत प्रामाणिक असणे चांगले आहे. जर तुम्हाला जोडीदार असेल, तर दोघांच्या वेगवेगळ्या दृष्टिकोनांकडे ताकद म्हणून पाहा, याचाच अर्थ तुमच्या मुलांना वेगवेगळ्या प्रकारची मजा अनुभवता येईल.

कार्यवाही करा

तुम्हाला तुमच्या मुलांबरोबर मौज करण्यापासून थांबविणाऱ्या सर्वांत मोठ्या आव्हानाबाबत तुम्ही काय कार्यवाही कराल?

माझी पहिली पायरी आहे....

मी हे केव्हा करेन?

छान केलेत : तुमच्या मुलांबरोबर मौज करण्यापासून तुम्हाला कोण थांबवते आहे आणि त्याबाबत तुम्हाला काय करावेसे वाटते, हे तुम्हाला कळले आहे. तुम्ही

ते करणार ना?

आता, पुन्हा एलिझाबेथकडे वळू या. लहान मुलांबरोबरचे आयुष्य हे असेच दमवणारे, अस्ताव्यस्त, गोंधळाचे आणि त्रासाचेच असणार असे गृहीत धरण्याऐवजी एलिझाबेथने काही कृती करण्याचा आणि स्वत:ला पुन्हा एक आनंदी आई म्हणून प्रस्थापित करण्याचा निश्चय केला. अशी आई जी आपल्या मुलाबरोबर आनंद घेऊ शकते, जिला स्वत:बद्दल चांगले वाटते. पुढच्या पानावर दिलेला 'फन मम व्हील' स्वाध्याय सोडवताना तिला आपल्यातील गमतीशीर आईचा घटक वाढविण्यासाठी आठ नवीन कृती सुचल्या.

१. दिवसातून एकदाच पसारा आवरा आणि मुलांना त्यात सामील करून घ्या.
२. मुलांसाठी नवीन नियम सुरू करा – अगोदर खेळत असलेला खेळ आवरून ठेवल्यानंतरच पुढचा खेळ बाहेर काढता येईल. याबाबत मुलांमध्ये शर्यत लावा. ओरडून सूचना देऊ नका.
३. दिवसातून एकदा तरी त्यांच्याशी खेळा.
४. मुलांबरोबर खेळताना मनातून त्रासिक विचार घालवून टाका. तसे स्वत:ला वचन द्या (उदाहरणार्थ, हा वेळेचा अपव्यय आहे. मला आता चहा करायला हवा.) त्याऐवजी त्यांच्या सहवासाचा आनंद घेण्यावर लक्ष केंद्रित करा.
५. 'स्वत:चा वेळ' मिळेल अशी व्यवस्था करा. आठवड्यात एकदा काही तासांसाठी मुले आळीपाळीने सांभाळण्याबाबत मैत्रिणीला विचारा. दोघी एकमेकींसाठी हे करू शकता.
६. कुटुंबाबरोबर महिन्यातून एकदा तरी बाहेर वा छोट्या सहलीला जाण्याचे नियोजन करा. तसे आरक्षण करा.
७. एका भिंतीवर कुटुंबातील प्रत्येकासाठीचा आठवड्याभरातील नियोजनाचा तक्ता लावा. ज्यायोगे प्रत्येकाला आता चांगल्या गोष्टी केव्हा आहेत, हे उत्सुकतेने पाहता येईल. दिवसामागून दिवस ओढतो असे वाटणार नाही.
८. पसाऱ्याकडे कुटुंबाच्या आनंदी, उद्योगीपणाचा पुरावा म्हणून पाहा. असे कुटुंब माझ्याजवळ आहे, याबाबत आपल्या सुदैवाचे आभार माना.

जेव्हा एलिझाबेथने तिच्या गमतीशीर आईच्या चाकाकडे पाहिले तेव्हा तिला सर्वाधिक आकर्षित केले, ते कौटुंबिक छोट्या सहलीच्या पर्यायाने, तिला वाटले सगळे कुटुंब आवडीने वाट पाहील, अशी ही गोष्ट आहे. एका आठवड्याच्या सुट्टीला ते कॅम्पला गेले आणि सगळ्यांनी मस्त मजा केली. घरातील पसाऱ्याकडे डोकेदुखी म्हणून पाहायचे नाहीतर एका आनंदी, उद्योगी कुटुंबाचे चिन्ह म्हणून त्याचा स्वीकार करायचा असे तिने ठरवले. शिवाय दिवसातून एकदा तो आवरून

ठेवणे तिला पुरेसे वाटते. तिने साठवणुकीसाठी काही सुंदर, चमकदार रंगाच्या स्टोरेज बिन्स आणल्या. मुलांना त्यांची खेळणी ठेवण्यासाठी या बिन्सचा वापर कसा करायचा ते सांगितले. यामुळे घरातील पसारा आवरणे आणखी सोपे झाले.

गमतीशीर आईचे चाक

तुमचे गमतीशीर आईचे चाक कसे दिसेल? या चाकामध्ये, तुमच्या कुटुंबातील मौज आणि आनंद वाढविणाऱ्या आठ नव्या प्रकारांची निवड करा. ते वास्तववादी आणि तुमच्या आवाक्यातील आहेत, शिवाय तुम्हाला स्वत:ला त्यांच्याबाबत उत्सुकता आणि आकर्षण वाटते आहे ना, याची खात्री करून घ्या. तुम्ही यापूर्वी कधीही केलेले नाही असे काही किंवा बऱ्याच दिवसांत केलेले नाही, अशा काही गोष्टींचा विचार करा. धैर्यवान आणि साहसी व्हा. ज्या प्रकारची आई व्हावेसे तुम्हाला वाटते, तशी आई बनण्याचा हा मार्ग आहे.

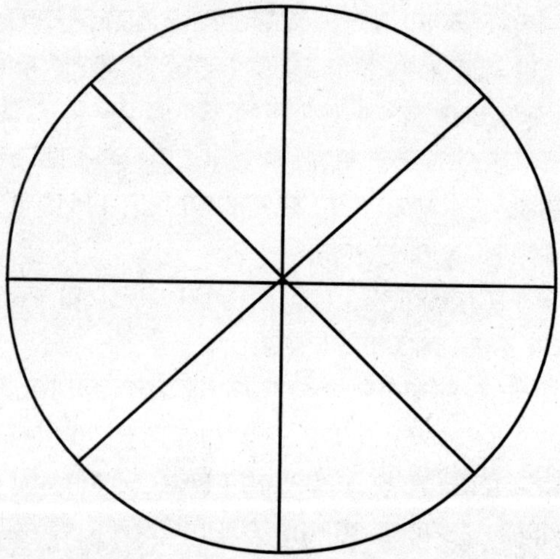

तुमच्या चाकामधील तुम्हाला सर्वाधिक करायला आवडतील अशा तीन गोष्टी –

१.

२.

३.

या तीन गोष्टींबाबत असे काय आहे जे तुम्हाला आकर्षित करते?

या तीन कल्पना प्रत्यक्ष जीवनात आणण्यासाठी तुम्हाला काय करण्याची गरज आहे?

तुम्ही कधी सुरुवात करणार आहात?

असे करण्यापासून तुम्हाला परावृत्त करेल असे काही आहे का?

सारांश : तुम्ही गंमत करणारी आई असण्याबरोबरच तुमचे कुटुंबही घरात, बाहेर मोफत मौज करणारे कुटुंब असावे.

सण साजरे करताना

नाताळचे दिवस : मुले घरी आहेत आणि नाताळच्या सकाळी भेटकागदात गुंडाळलेली भेटवस्तू काय असेल, याबाबतची त्यांची उत्सुकता शिगेला पोहोचली आहे. घर उबदार आहे आणि सणाच्या पक्वान्नांचा स्वयंपाकघरातून येणारा दरवळ पोटातली गुरगुर वाढवतोय. शेवटच्या क्षणी खरेदी करणाऱ्या चिंतातुर ग्राहकांनी हमरस्ते गर्दीने फुलून गेले आहेत. हे ग्राहक हातात खरेदीची यादी गच्च पकडून खरेदी करताहेत. त्यांच्या क्रेडिट कार्डवर भरपूर भार येणार आहे, त्यांना आशा आहे त्यांचे कार्ड हा भार सहन करू शकतील. या सगळ्या धामधुमीत, जेव्हा कुटुंबे थोड्या दिवसांत सुरू होणारा उत्सव आणि सुट्ट्यांच्या तयारीत व्यग्र आहेत, तेव्हा माता कुठे आहेत? नाताळला थोडासा अवकाश असताना तुमच्या घरात कसे वातावरण असते?

कुटुंबाला काहीही साजरे करायचे असो, माता या नेहमीच त्यांच्या केंद्रस्थानी असतील. मग तो नाताळ असो, वाढदिवस किंवा एखादा खास प्रसंग. अशा प्रसंगाचे आयोजन आणि प्रत्यक्ष काम करणे, हे बहुसंख्य कुटुंबात आयाच करतात. नाताळ किंवा वाढदिवसाच्या तयारीतून एखादी आई कामाने त्रासल्याचे किंवा ताण पडल्याचे न अनुभवता सहीसलामत बाहेर पडली, असे अपवादात्मक उदाहरण

म्हणावे लागेल.

भरपूर खर्च करणे, भरपूर खाणे आणि पिणे तसेच तुमच्या मुलांची सण साजरे करण्याबाबतची मूल्ये आदर्शांहून कोसो दूर आहेत, असे म्हणणे सोपे आहे. मुलांना देण्यापेक्षा घेण्यामध्ये जास्त रुची वाटू शकते. टीव्हीवर नवनवीन खेळण्यांच्या जाहिरातींचा त्यांच्यावर भडिमार होत राहील. प्रत्येक वेळी संधी मिळताच त्यांची पुनरावृत्ती तुमच्यासमोर केली जाईल. सान्तासाठी काळजीपूर्वक यादी लिहिली जाईल, तसेच त्यांच्या वाढदिवसाची यादीही. तुमचे छोटे देवदूत लगेचच त्याचदिवशी त्यांच्या भेटवस्तू उघडून पाहतील. भेटकागद काढण्याची खूप घाई केली तरी आतील वस्तूकडे ते फारसे लक्षही देणार नाहीत; परंतु तरीही मोठ्या माणसांना (ज्यामध्ये तुमचाही समावेश होतो.) सण साजरा करण्याचे योग्य वातावरण निर्माण करावेच लागते. तुम्हाला नाताळ किंवा वाढदिवसांची भीती वाटते का? मुले तुमच्या नियंत्रणात न राहण्याची आणि तुम्हाला ते चक्रावून टाकतील याची ती भीती आहे का? ज्यामुळे तुम्ही तणावग्रस्त आणि चिंतातुर व्हाल?

तुमच्या मुलांनी त्यांचे बालपणीचे नाताळ आणि वाढदिवस कशाप्रकारे आठवावेत याचा जरा विचार करा.

खर्च आणि अति लाड पुरवण्याच्या भोवऱ्यात गुरफटून जाण्यापेक्षा तुम्हाला असे प्रसंग खरोखरच कशाप्रकारे साजरे करायला आवडतील, हे तुमच्या जोडीदाराबरोबर बोलून ठरवा.

तुम्ही जर आता मूडमध्ये असाल, तर थोडा वेळ काढा, (जरी ही एक उबदार उन्हाळ्यातील संध्याकाळ असली तरीही.) येणारा नाताळ किंवा वाढदिवसाबाबत काही विचार करा, जेणेकरून तुम्ही तुमच्यासाठी आणि तुमच्या कुटुंबासाठी योग्य पर्यायांची निवड करू शकाल. जर आता नको वाटत असेल, तर नंतर केव्हा करू शकाल ती तारीख तुमच्या डायरीमध्ये नोंद करून ठेवा.

ख्रिसमस असो, वाढदिवस असो किंवा अन्य काही खास प्रसंग, इथे काही मूलभूत गोष्टी दिल्या आहेत, ज्या प्रत्येक आईच्या 'करावयाची कामे' या यादीत असतातच.

* अन्नपदार्थ : नियोजन, खरेदी, स्वयंपाक पदार्थ तयार करणे, राहिलेल्या अन्नपदार्थांची निगराणी.
* पेय : अल्कोहोलिक आणि बिना अल्कोहोलिक पेय. ग्लासेस, बर्फ.
* शुभेच्छापत्रे : विकत घेणे, लिहिणे, पाठवणे.
* भेटवस्तू : नियोजन, आर्थिक मर्यादांनुसार खरेदी, भेटकागदात व्यवस्थित बांधणे, पाठवणे.
* प्रसंग (उदाहरणार्थ, मेजवानी) : नियोजन, आर्थिक बाबीचा विचार, खरेदी, यजमानपद निभावणे.

* भेटायला येणार लोक : कोणाला भेटायचे, कुठे आणि केव्हा
* घर : ते तयार आहे ना? बिछाने स्वच्छ, नीटनेटके करणे, सजावट, बागेत वापरण्याच्या वस्तू, अनेक मूलभूत गोष्टींचा साठा करून ठेवणे. (टॉयलेट पेपर रोल.)
* पैस : किती खर्च करायचा. (का फक्त खर्च करत राहायचे आणि चांगले होईल अशी आशा करायची?)
* बाहेरगावी जाणे : प्रवासाचे आरक्षण करणे, सामान भरणे, पाळीव प्राण्यांची, सुरक्षेची व्यवस्था करणे.
* कार्यक्रमानंतर : आभाराची पत्रे पाठवणे, नव्या वस्तूंसाठी जागा तयार करणे, आठवडाभरासाठी फक्त ब्रेड खाऊन आणि पाणी पिऊन राहणे.

तुमच्या यादीत आणखी काय असू शकेल? ही यादी पाहता, त्यातील किती गोष्टींवर तुमचे नियंत्रण आहे? किती गोष्टींनी तुम्हाला त्रासून गेल्यासारखे वाटते? तुमच्या कुटुंबातील तुम्ही एकमेव व्यक्ती आहात का, जिला सर्व गोष्टी कराव्या लागतात?

सारांश : एके दिवशी तुमच्या मुलांनाही त्यांची स्वतःची कुटुंबे असतील आणि तुमच्या पुढे आज आहे तसेच पर्याय त्यांच्यासमोरही असतील. कौटुंबिक परंपरा पुढे चालवायच्या की नवीन परंपरांचा शोध घ्यायचा, ही निवड त्यांनाही करावी लागेल. एकदा ते मोठे झाले की, नाताळ किंवा अन्य खास प्रसंग तुम्ही एकत्र साजरे करालच याची खात्री नाही. म्हणूनच आता तुम्ही ते एकत्र साजरे करता आहात तर त्याची मजा घ्या.

असे प्रसंग अधिक मौजेचे आणि सोपे करण्यासाठी तुमची पहिली पायरी आहे ती म्हणजे पुढे दिलेल्या मेणबत्ती सभोवती लिहा – (प्रकाश आणि आशा यासाठीचे जागतिक चिन्ह) तुमची कुटुंब म्हणून खास प्रसंग साजरा करण्याची आदर्श पद्धत काय आहे? तुमच्यासाठी महत्त्वाचे काय असेल? तुमच्या मुलांनी त्यांच्या बालपणातील या विशेष प्रसंगांचे स्मरण कसे करावे असे तुम्हाला वाटते? महत्त्वाच्या गोष्टी मेणबत्तीसभोवती लिहा किंवा वर दिलेल्या यादीचा उपयोग करून तुमच्यासाठी महत्त्वाचे असणारे विविध दृष्टिकोन, विविध पद्धती याबाबत विचार करा.

तुमच्या कुटुंबाचे खास दिवस

तुम्ही मेणबत्ती सभोवती जे काही लिहिले आहे त्याचा वेळोवेळी आढावा घेणे

आणि येणाऱ्या वर्षांत त्यात बदल करत जाणे हे तुमच्या इच्छेवर अवलंबून आहे. तुमच्या कुटुंबातील मैलाचे दगड हे जपून ठेवाव्यात अशा आठवणींचा खजिना ठरण्यायोग्य आहे; तुम्हाला विसरून जायला आवडेल अशा दुर्घटना नाही.

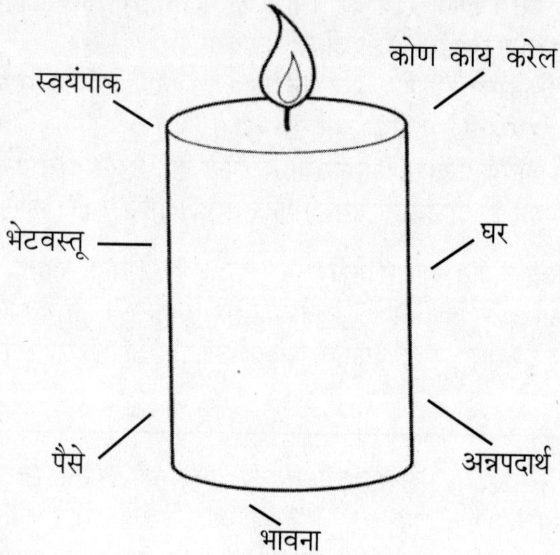

आकृती १०.१ खास दिवस मेणबत्तीचे उदाहरण

मौजमजेत गुंतवणूक करणे

या प्रकरणामुळे तुमच्या कुटुंबाचा आणि मातृत्वाचा आनंद घेण्यासाठी तुम्हाला अधिक संधी मिळण्याचे महत्त्व काय आहे हे तुमच्या लक्षात आले ना? होय, अडथळे असणारच जे तुम्हाला कौटुंबिक मजेसाठी पुरेसा वेळ मिळू देणार नाहीत; परंतु तुमच्यासाठी जे महत्त्वाचे आहे त्याला घट्ट धरून ठेवा. त्याला तुमचा अग्रक्रम बनवा. कल्पना करा. तुमच्या ७०व्या वाढदिवसाच्या पार्टीत तुमची मुले तुम्हाला सांगत आहेत. 'आईने आमच्याबरोबर नेहमीच मजा केली आणि आम्हाला अनेक सुखद स्मृती दिल्या. (तसेच 'आईने आम्हाला चांगले खायला मिळेल आणि आमचे कपडे स्वच्छ, नीटनेटके असतील, याची नेहमीच काळजी घेतली.) घरगुती काळजी आणि आनंदी अनुभव हे मातृत्वाचाच भाग आहेत; परंतु तुमच्या मुलांच्या बालपणीच्या आठवणीत सर्वाधिक वाटा कशाचा असावा, असे तुम्हाला वाटते?

आपण नवव्या प्रकरणात पहिले त्याप्रमाणे सगळ्या गोष्टी करण्यासाठी दिवसभरात पुरेसा वेळ कधीही मिळणार नाही. मग प्रयत्न तरी कशाला करत राहायचे त्याऐवजी तुमच्या मुलांबरोबर मौज करण्यासाठी थोड्या वेळाची गुंतवणूक करा. तुम्ही निवड करायची आहे. तुम्हाला हवी तशी आई बनण्यासाठी तुम्हालाच पुढाकार घ्यावा लागेल. सर्वांनाच त्याचा फायदा होईल – तुम्हाला सर्वाधिक होईल.

वेळ संपला आहे

या पुस्तकाच्या सुरुवातीस तुमच्यासाठी तुम्ही निवडाल त्या क्रमाने हे पुस्तक वाचण्याचे निमंत्रण दिलेले आहे, त्यामुळे हा भाग तुम्ही वाचत असलेला शेवटचा भाग आहे किंवा कसे हे कळण्यास मार्ग नाही. या पुस्तकाचा मुख्य उद्देश तुम्हाला मातृत्वाच्या प्रमुख घटकांविषयी अवगत करणे आणि तुमचे त्याबाबतचे ज्ञान वाढवणे हा होता. कोणतेही पुस्तक मातृत्वाविषयीच्या प्रत्येक घटकाचा समावेश करू शकणार नाही. ते खूपच गुंतागुंतीचे आणि प्रत्येक आईचे एकमेव विशेष असे आहे. पुस्तके, संकेतस्थळे, टीव्हीवरील कार्यक्रम, मित्र, कुटुंबीय हे सगळे तुमच्याबरोबर मातृत्वाच्या प्रवासात सहभागी होतील; परंतु तुमचे सर्वांत चांगले शिक्षक म्हणजे तुमची मुले. तुम्ही हे ओळखण्याअगोदरच मुलांच्या कुमार अवस्थेतील आनंद आणि आव्हाने तुमच्यासमोर असतील. हे लक्षात ठेवा. विशेषत: जेव्हा मी मुलेच होऊ दिली नसती, तर असे तुम्हाला वाटते तेव्हा, मुले खूप कमी कालावधीसाठी लहान मुले असतात आणि पुढे अनेक वर्षे ते प्रौढ म्हणूनच राहतात. एके दिवशी लाँड्री बास्केट रिकामी असेल आणि घरही थोडे जास्तच शांत असेल. तुमची प्रौढ मुले भेटायला येतील आणि जातील, नातवंडांना अनुभवण्याची संधी तुम्हाला मिळेल, न मिळेल कोणी सांगावे? पुन्हा कोणी तुमच्या मांडीवर चढून बसेल आणि तुम्ही किती खास आहात, हे तुमच्या कानात कुजबुजेल का? याबाबत तुम्ही विचारात पडाल म्हणून आत्ताच तुमच्या मुलांबरोबरची पहिली दहा वर्षे ती मजा लुटून घ्या. हृदयाच्या स्पंदनाइतक्या कमी वेळात ती दहा वर्षे संपून जातील.

आनंदी कुटुंब निर्माण करण्याबाबत लक्षात ठेवाव्यात अशा दहा सोनेरी गोष्टी

१. भविष्याबाबत विचार करण्यात काही वेळेची गुंतवणूक करा आणि तुमची मुले त्यांच्या बालपणाचे वर्णन कशाप्रकारे करतील, अशी तुम्हाला आशा वाटते याचाही विचार करा.
२. त्यांपैकी काही आशा तुमच्या सद्य:स्थितीतील कौटुंबिक आयुष्यात आणण्याचा प्रयत्न करा. स्मितहास्य आणि हसणे वाढवा.
३. उपलब्ध संसाधनांच्या मदतीने पालक त्यांना शक्य आहे, ते सर्वोत्तम करतात आणि आपली मुले आनंदात राहावीत, असेच त्यांना वाटते.
४. तुमच्या मुलांना जशा प्रकारची मौज हवीशी वाटते तशी मौज तुम्हाला आवडत नाही, असे असेल तर स्वत:ला दूषणे देऊ नका. दोघांनाही आवडेल असे काहीतरी सापडते का ते पाहा.
५. तुमच्या जोडीदाराकडे कुटुंबात मौज निर्माण करण्याचे वेगवेगळे मार्ग असतील, तर तुमचे सुदैव समजा.
६. इतर मातांबरोबर तुमची तुलना करू नका. त्यामुळे तुमच्या आत्मविश्वासाला हानी पोहोचेल. मात्र आनंदी कुटुंब निर्माण करण्याच्या एखाद्या आईच्या कल्पना तुम्हाला आवडल्या, तर त्यांचे अनुकरण अवश्य करा.
७. आपण अशा भौतिक जगात राहतो, जिथे नेहमीच नवीन खेळणे किंवा नवे उपकरण मिळविण्याची चढाओढ असते. मोफत आनंद मिळविणारे कुटुंब बनण्याचा प्रयत्न करा.
८. तुमच्याजवळ अशा काही कल्पना असायला हव्यात ज्यायोगे तुम्ही वर्षातील कोणत्याही वेळी घरात किंवा घरापासून दूर किंवा घराबाहेर विनाशुल्क मजेचा आनंद घेऊ शकाल.
९. खास प्रसंगांचे नियोजन आणि प्रत्यक्ष त्यासाठीचे काम करणे, हे तुमच्या कुटुंबाबरोबर आणि जोडीदाराबरोबर वाटून घ्या.
१०. हे खास प्रसंग तणावग्रस्त वाटू शकतात आणि म्हणूनच ते संपल्यानंतर तुम्ही सुटकेचा नि:श्वास टाकता; परंतु एके दिवशी तुमची मुले प्रौढ होतील आणि खास प्रसंग साजरा करण्याचे त्यांचे स्वत:चे मार्ग शोधून काढतील.

शेवटचे आपण काय शिकलो

येथे दिलेला प्रत्येक मुद्दा तुम्ही शिकला आहात आणि तुमच्या जीवनात तो अमलात आणण्यास तयार आहात हे तपासून राहा :

* आनंदी बालपण कशामुळे निर्माण होते, हे समजले आहे.
* आपल्या मुलांना ते मिळविता यावे, यासाठी कशाप्रकारे मदत करावी हे माहिती आहे.
* गंमत, मजा करणारी आई कसे व्हावे हे माहिती आहे.
* तुमच्या कुटुंबातील मजेचे मोजमाप करा, ते पुरेसे आहे?
* खास प्रसंग हे खरोखरच खास असू दे.
* तुमचे परिश्रम आणि वेळ या दोहोंची गुंतवणूक मजेमध्ये करा.

हे प्रकरण वाचल्यानंतर आई म्हणून मी स्वत:विषयी काय शिकले आहे?

सर्वाधिक विशेष गोष्ट कोणती आहे?

अंतिम उजळणी

हा पुस्तकाचा शेवट आहे म्हणून प्रस्तावनेकडे पुन्हा जा, जिथे तुम्ही हे पुस्तक वाचण्यामागच्या तुमच्या मूळ उद्देशांची नोंद केलेली आहे.

प्रत्येक प्रकरणाच्या वेळी तुमच्या ज्ञानासाठी तुम्ही स्वत:ला दिलेले गुण पाहा, तुमच्या गुणांमध्ये कशाप्रकारे सुधारणा होत गेली?

तुम्हाला ज्याबाबत शिकावेसे वाटत होते, अशी तुमची तीन प्रमुख क्षेत्रे

१.

२.

३.

या क्षेत्रातील तुमचे ज्ञान कशाप्रकारे सुधारले आहे?

यामधील कोणत्या गोष्टीचा तुमच्यावर सर्वाधिक उल्लेखनीय परिणाम झाला आहे?

नव्या कल्पना शिकणे आणि जुन्या सवयी बदलणे, यासाठी वेळ आणि ऊर्जा आवश्यक असते. तुम्ही स्वत:मध्ये आई म्हणून चांगली गुंतवणूक केली आहे. तुमचे शिकणे सुरक्षित व्हावे, तसेच अधिक विकसित व्हावे, यासाठी तुम्ही काय करू शकता?

हे पुस्तक वाचण्यासाठी तुम्ही दिलेला वेळ आणि घेतलेले परिश्रम यासाठी मी आपली आभारी आहे.

या पुस्तकाने तुम्हाला कशी मदत केली, याविषयीचे तुमचे अनुभव, तुमच्या गोष्टी वाचायला मला खूप आवडेल. माझ्या संकेतस्थळावर तुम्ही माझ्याशी संपर्क करू शकता.

www.parentingpeople.co.uk.

'मदर नर्चर' या इंग्रजी पुस्तकाचा मराठी अनुवाद

जिच्या हाती पाळण्याची दोरी...

अमेरिकेतील सुप्रसिद्ध आणि विशेष व्यक्तींच्या
मातांचे स्वानुभवाचे मार्गदर्शक बोल

स्टेफनी हर्श आणि
हॅना सेलिग्सन

अनुवाद
सुनीति काणे

'आई' असो, 'ममा', किंवा 'मदर' असो मुलांच्या जडणघडणीत तिचा वाटा महत्त्वाचा असतो. मग आयुष्यात यशस्वी झालेल्या, असामान्य व्यक्तिमत्त्वांना त्यांच्या मातांनी कसं घडवलं असेल, असा प्रश्न पडणं साहजिक आहे.

हे लक्षात घेऊन तयार केलेलं हे पुस्तक मुलांच्या संगोपनाबद्दल तुमच्या मनात असलेल्या प्रश्नांची उत्तरं शोधण्यासाठी तुम्हाला दिशा देईल.

यातल्या मुलाखतींमध्ये सांगितलेले काही अनुभव, गोष्टी तुमच्या अंत:करणाला भिडतील, तर काही तुमच्या विचारांना चालना देतील, काही तुम्हाला वेगळाच मार्ग दाखवतील. यात तुम्हाला पालकत्वाची सुज्ञ मौक्तिकं सापडतील, हे नक्की!

टॉडलर टेमिंग या इंग्रजी पुस्तकाचा मराठी अनुवाद

हसत-खेळत बालसंगोपन

आपल्या चार वर्षापर्यंतच्या अपत्याचं अवखळ वागणं
जगण्याची गुरुकिल्ली

डॉ. ख्रिस्तोफर ग्रीन

अनुवाद
मंजूषा आमडेकर

अजाण मुलांना वळण लावणं, त्यांच्या खाण्यापिण्याच्या, झोपेच्या, स्वच्छतेच्या समस्या सोडवणं सर्वच पालकांना कठीण जातं; पण त्यातही नोकरी करणाऱ्या मातापित्यांना तर ती तारेवरची कसरतच वाटते.

हे लक्षात घेऊन या पुस्तकात बालकांना संभाळण्याची कला हसत-खेळत शिकवली आहे. आपल्या बालकाचं संगोपन उत्कृष्टरीत्या करण्यासाठी धडपडणाऱ्या सर्व पालकांसाठी हे पुस्तक म्हणजे 'जादुई चिराग' ठरेल! विशेषत: अवखळ मुलांचा संभाळ करता-करता ताणतणावानं थकून गेलेल्या पालकांना हे पुस्तक संजीवनी देईल.

बालसंगोपनासारखा विषय डॉ. ख्रिस्तोफर ग्रीन यांनी आपल्या नर्मविनोदी शैलीत अत्यंत खेळकरपणे मांडलेला आहे. यामध्ये आधुनिक जगातल्या नव्या पिढीच्या पालकांना उपयुक्त ठरणारे अनेक मैत्रीपूर्ण सल्ले सापडतील.